வண்ணமுகிலே வாராயோ

AF762568

சங்கரேஸ்வரி குருசாமி

பொருளடக்கம்

பொருளடக்கம்

முன்னுரை

வாங்க..! வாங்க..! கதைக்குள்ள போகலாம். பெரியவங்க எல்லாரும் கதை சொல்ல ஆரம்பிக்கும் போது எப்படி ஸ்டார்ட் பண்ணுவாங்க..? முன்னொரு காலத்தில, ஒரு காலத்தில அப்படி தானே ஆரம்பிப்பாங்க. அதேதா இங்கனையும் முன்னொரு காலத்துல சின்ன கிராமத்துல ஒரு அம்மா வாழ்ந்து வந்தாக. திடீருன்னு என்னடானா அது செத்து போச்சு..! போன அம்மா சும்மா போகமா ஒரு சத்தியம் வேற வாங்கிட்டு போயிருச்சி. அது என்னென்னு நம்ம கதையில பார்க்கலாம் சரியா..! இப்போ அந்த ப்ராமிஸ்சை காப்பாத்தனும்ல. அதுவும் அந்த காலத்துலே சத்தியம் வாங்கினது அதை விடுவாங்களா என்ன..? சொந்தத்துக்குள்ள அடி பிடி சண்டை, மனஸ்தாபம் இப்படி எதிர்பாராதது எல்லாம் நடக்குது. பல போராட்டத்தை கடந்து ஒரு வழியா இதுக்கு முற்றுப் புள்ளி வைக்கிறாங்க. அதெல்லாம் யாருன்னு பார்க்கலாமா.

நன்றி

வண்ணமுகிலே வாராயோ கிராமத்து உறவுகள் நிறந்த காதல் கதையை படிக்கப் போகும் அனைவர்க்கும் என் நன்றி.

1

அத்தியாயம் : 1

"மயிலாடும்பாறை பக்கத்தில ஓட அழகு
பூமியம்மா (ஓவியமா) பட்டிக்காடு சிரிக்கும்
பாருங்கம்மா..." என்று சந்தோஷமாக ரசித்து தவறாக பாடிக் கொண்டிருந்த காவேரியை கண்டு முறைத்தாள் ராகினி.

அவளோ அதை கண்டு கொள்ளாமல் பஸ்டாப்டாபில் நின்று பாடிக் கொண்டிருக்க, "ஏய் லூசு காவேரி முதல நிறுத்து எல்லாரும் பைத்தியம்ன்னு நினைக்கப் போறாங்க. இப்படி நீ ரசிச்சி பாடுற அளவுக்கு இந்த பூமியும், இந்த ஊரும் என்ன அழகா...? அந்த பாட்டுல பூமின்னு ஒரு வார்த்தை கூட வராதேடி...?" என்றதும் அடுத்தநொடியே, "ஏதோ ஒன்னு நான் பாடுறது தான் பாட்டு. ஏன்டி நம்ம ஊருக்கு என்ன குறைச்சல் எவ்வளோ அழகான ஊரு..?" என்றாள் காவேரி.

"கொஞ்சம் அங்கே பாரு அப்பறம் நீ இந்த பாட்டை பாடவே மாட்டே..."என்க, அவள் காட்டிய திசையை கண்டவளோ வாந்தி வருவதை போல் முகத்தை திருப்பிக் கொண்டாள்.

நேற்று பெயந்த மழையால் சரிவர பராமரிக்கப்படாத சாக்கடை உடைந்து போய் கிடந்தன. அதிலிருந்து அந்த மண்சாலையில் சகதியும், சாக்கடையுமாக வெளியேறிக் கொண்டிருக்க, அதில் ஒரு நாய் அதன் குட்டியுடன் உருண்டுக் கொண்டிருந்தது.

"எங்கே இப்போ பாடு பார்க்கலாம்..."

“நீ ஏன் அதை பார்க்கே நமக்கு முன்னாடி இருக்கிற மலையை பாரு. எப்படி பசப்பா கண்ணுக்கு குளிர்ச்சியா இருக்கு...” என்றவள் ,

“தென்மேற்குப்
பருவக்காற்று தேனீப்பக்கம்
வீசும்போது சாரல் இன்பச்சாரல்
தெம்மாங்கு பாடிக்கொண்டு
சிலுசிலுவென்று சிந்துதம்மா
தூறல் முத்துத்தூறல் வெங்காட்டு
பக்கக்கள்ளி சட்டென்று மொட்டுவிட
செங்காட்டு சில்லிச்செடி சில்லென்று
பூவெடுக்க...“ என்று மறுபடியும் தன் பாடலை ஆரம்பித்தாள்.

அதை கேட்டு எரிச்சலுற்ற ராகினி, “இப்போ என்ன நடந்ததுன்னு இப்படி குண்டுசட்டிகுள்ள குதிரை ஓட்டுற மாதிரி லொடலொடன்னு இருக்கே...?” அவளின் தலையில் அடித்துக் கொண்டு கேட்டாள்.

“தலையில அடிக்காதேடி அப்பறம் அப்பனுக்கும், ஆத்தாளுக்கும் ஆகாது...” கூறியவாறு தலையை தேய்த்துக் கொள்ள, “ஆமா இல்லைனாலும் நீ இருக்கிற வீட்டுல எல்லாரும் சண்டை போடமா தான் இருக்க முடியுமாக்கோம்..? நீ தான் நாரதர் மாதிரி கலகமூட்டிற மாட்டே...?” என்க, “ஏய் நாரதர் கலகம் நன்மையில முடியுமடி...” என்றாள் காவேரி.

“அதை நீ தான் சொல்லிக்கணும், சரி அதை விடு வீட்டுல எக்ஸ்சாம் பீஸ் கட்ட பணம் வாங்கிட்டையா..?”

“ஓ வாங்கிட்டேனே நீ வாங்கலையா என்ன...?”

“வாங்கிட்டேன்டி. அதான் இன்னைக்கு சந்தோஷமா பாட்டு படிச்சிட்டு இருக்கையோ...?” கேட்டவாறு அங்குமிங்கும் திரும்பி பார்த்துக் கொண்டிருந்தாள் ராகினி.

“ஆமா எதுக்கு அங்கிட்டும் இங்கிட்டும் பார்த்துக்கிட்டு இருக்கே..? ஊருக்குள்ள எந்த கருவண்டும் உன் பின்னாடி சுத்துதா என்ன...?” கேட்டவாறு அவளும் எவனாது இருக்கிறானே எனப் பார்த்தாள்.

மறுபடியும் அவளின் தலையில் கொட்டியவள், “கருவண்டுக்கெல்லாம் உன்னை தான் பிடிக்கும். உன் பின்னாடி தான் சுத்திக்கிட்டு இருப்பானுங்க. பஸ் வர நேரமாச்சு இன்னும் பரணி வரலையேன்னு

பார்த்துக்கிட்டு இருக்கேன்டி...'' தன் தோழி இன்னும் வராத தவிப்பில் கூறினாள் ராகினி.

"அவனுங்களாவது என் பின்னாடி சுத்துறாங்க ஆனா உன் பின்னாடி ஒரு எருமை கூட வரமாட்டிங்குது...'' கூறியவாறு தன் நீண்ட பின்னலை கையில் வைத்து சுத்திக் கொண்டிருக்க, அவள் கூறியதை கேட்டவளோ மறுபடியும் கொட்ட வர இந்த நேரம் சுதாரித்து அவளிடமிருந்து தப்பித்துக் கொண்டாள் காவேரி.

இவர்கள் இருவரும் பஸ்டாப்பில் நின்று சண்டை போட்டுக் கொண்டிருப்பதை காண பொறுக்காத கண்ணணே சீக்கிரம் அவர்கள் செல்லும் பேருந்தை கொண்டு வந்து அவர்களின் முன் நிறுத்தினான்.

அனைவரும் ஏற ஆரம்பிக்க, "ஏய் என்னடி இது. இவ வேற இன்னும் வரல...'' இந்தமுறை காவேரியே கேட்க, "ஏம்மா ரெண்டு பேரு வரப்போறீங்களா..? இல்லையா..? ஏற்கனே நேரமாச்சி இதுல ஏறவா வேண்டாமான்னு யோசிச்சிட்டு வேற இருக்கீகளோ...'' படியில் நின்று கன்டெக்டர் கத்தினான்.

அவனை கண்டு திரும்பிய காவேரி, "யோவ் என்ன நினைச்சிக்கிட்டு இருக்கே..? நாங்க வாரம இந்த பஸ்சை எடுத்துருவையா என்ன..? எங்கே உன் டிரைவரை எடுக்க சொல்லு பார்க்கலாம்...'' இடுப்பில் கை வைத்துக் கொண்டு கேட்க, அவரோ கிளம்ப விசிலடிக்க அப்போதும் டிரைவர் அந்த பேருந்தை எடுக்காமலே நின்றான்.

"ஏய் எடுப்பா அதான் விசில் அடிக்கிறேன்ல...'' டிரைவரை பார்த்து கன்டெக்டர் கேட்க,

"ஏப்பா இது எல்லா புள்ளைகளும் காலேஜ், ஸ்கூல் போற நேரம். ஒரு புள்ளையை நம்ம விட்டுட்டு போனாலும் அடுத்து இந்த ஊருக்குள்ளே வர முடியாது. அப்பறம் நம்ம முதலாளி முன்னாடி அவமானப்பட்டு தான் போகணும். நீ புதுசு அதான் உனக்கு தெரியல...'' டிரைவர் கூறிய சொற்கள் வெளியே நின்ற காவேரிக்கே கேட்டது.

தன் தோழியை கண்டு முறைத்த ராகினி, "சாரிண்ணே. ஏறுடி முதல...'' என்றவாறு அவளை ஏத்திவிட்டு தானும் ஏற, அதே நேரம் அந்த தெருவில் கடைக்கோடியில் ஓடி வந்தாள் பரணிச்சந்திரா.

அவள் ஓடி வருவதை கண்ட அங்கிருந்த ஒரு பெரியவர், "ஏத்தா மெல்ல போத்தா பஸ் எங்கே போக போகுது...'' என்க, அவரை கண்டு

புன்னகையை உதிர்த்து தலையசைத்தவள் மூச்சு வாங்க அந்த கன்டெக்டரின் முன் வந்து நின்றாள்.

மூச்சு வாங்க ஓடி வந்ததில் வியர்வை துளி முகத்தில் ஆங்காங்கு படர்ந்திருக்க, அதை கண்டவனுக்கு விடிகாலையில் புதியாய் பூத்த ரோஜாவின் மேல் விழுந்த பணித்துளியை போல் காட்சியளித்து.

இதில் நின்ற பேருந்தில்,

"கோலி குண்டு கண்ணு கோவ பழ ஒதடு

பால போல பல்லு படிய வச்ச வகிடு

ஆள தின்னும் கன்னம் அலட்டிக்காத கையி

சோள தட்ட காலு சொக்க வைக்கும் வாயி

தேளு தொட்ட உன்ன தேடி வந்தேன் தாயி...." என்ற பாடல் ஒலிக்க ஏனோ அந்த பாடல் அவளுக்காக எழுதியது போலே உணர்ந்தான்.

இடையை மீறி தாண்டிய கூந்தல் முன்னே விழிந்து கிடக்க, பவளம் போன்ற பளிங்கு மேனியில் சருமத்தை மேலும் எடுத்துக் காட்டுவது போல் கருப்பு வண்ண சின்ன ஸ்டக்கர் பொட்டு வைத்திருந்தை கண்டவன் மனமோ, "இந்த பொண்ணுக்காக ஐஞ்சி நிமிஷம் என்ன ஐஞ்சி வருஷமே காத்திருக்கலாம்..." அவளை கண்டவாறு நினைத்துக் கொண்டிருந்தான் கன்டெக்டர்.

அவன் தன்னை காண்பதை உணர்ந்தவள் அந்த பேருந்தில் ஏறியவாறே, "சரிண்ணே கொஞ்சம் லேட்டாகிருச்சி..." என்க, அண்ணன் என்று கூறி அவனின் இதயத்தில் ஈட்டியால் குத்தினாள்.

"சரி நம்ம வேலையை பார்க்கலாம்..." மனதிற்குள் நினைத்தவன் விசிலை அடிக்க அந்த பேருந்தும் கிளம்ப, தன் தோழியின் அருகே வந்து அமர்ந்தாள் பரணிச்சந்திரா. அது மூன்று பேர் அமரும் இருக்கை என்பதால் தோழிகள் மூவரும் அதில் அமர்ந்து கொண்டார்.

பரணிச்சந்திரா - தர்மேந்திரன், ஆண்டாளின் ஒரே செல்ல மகள். அனைவரும் அவளை பரணி என்றே அழைப்பார்கள். அருகிலிருக்கும் டவுனில் M.Sc இரண்டாம் வருடம் படித்து வருகிறாள். சிறு வயதிலிருந்தே இதுநாள் வரை அவளுடனே இருந்து அவளை பற்றி நன்கு அறிந்த உயிர்த் தோழிகள் தான் இந்த ராகினியும், காவேரியும். இந்த ஊரின் அமைதியின் திருவுருவமே இவள் தான். பெற்றவர்கள் இருவரும்

தன் சொந்த நிலத்தில் விவசாயமும், அதை வைத்து கொஞ்சம் பசு-மாடுகளும் வளர்த்து கடனில்லாத நிம்மதியாக ஒரு வாழ்க்கை வாழ்ந்து வருகின்றனர். கல்லூரி முடிந்து வந்ததும் அந்த ஊரிலிருக்கும் சிறுவர்க-ளுக்கு ட்யூஷன் சொல்லி தருவது வழக்கம். அங்காளி, பங்காளி, மாமா, அத்தை என்று ஊர் முழுவதும் அவளை சுற்றி சொந்தங்கள் இருந்-தாலும் ஏனோ அவர்கள் அனைவரிடமும் ஒட்ட மறுப்பவள். பெரிய-வர்களை கண்டால் பணிவும் முகத்திலிருக்கும் புன்னைகையும் என்றும் மாறாத குணம் கொண்டவள்.

“பரணி நீ பீஸ் கட்ட பணம் வாங்கிட்டையா உங்க வீட்டுல...” கேட்-டவாறே கன்டெக்டர் கொடுத்த சில்லறையை தன் பைக்குள் வைத்தாள் காவேரி.

“ஹ்ம்ம் வாங்கிட்டேன் நீங்க ரெண்டு பேரும் வாங்கிட்டீங்களா...” கண்ணக்குழி விழ இதழ் விரித்து பரணி கேட்க, பஸ் வருவதற்குள் முன் ஸ்டாப்பில் வைத்து நடந்த கொடுமை அனைத்தையும் கூறினாள் ராகினி.

“ஏன் காவேரி உன் கிட்ட எத்தனை தடவை சொல்லுறது கொஞ்ச-மாவது கேட்குறையா..? எல்லாரும் உன்னை பார்த்தா என்ன நினைப்-பாங்க. முதல நீ பேசுறதை கொஞ்சம் கம்மி பண்ணு...” மென்மையாய் இதமான காற்றை வாங்கிக் கொண்டு பரணி கூற,

“அது மட்டும் நடக்கவே நடக்காது பரணி. அவ எப்பவும் இப்படி தான் சரி அதை விடு எனக்கு இன்னைக்கு பஸ்ட் கிளாஸ்சே ப்ரீ தான் உங்க ரெண்டு பேரும் பீஸ்சை என்கிட்டே கொடுங்க. நான் கட்-டிறேன்...” ராகினி கூற, அது இருவருக்கும் நல்வாய்ப்பாக தோன்ற அடுத்தநொடியே தன் பணத்தை எடுத்துக் கொண்டு அவளிடம் கொடுத்-தாள் காவேரி.

பரணி இன்னும் பேக்கில் தேடிக் கொண்டிருக்க, “என்னாச்சு பரணி..?” என்க, எதையோ யோசித்தவள், “ஐயோ அப்பா கிட்ட காலையில வாங்குனேன். வரும் போது எடுத்துக்கலாம் நினைச்சி பக்-கத்து டேபிள்ல வைச்சேன். இப்போ அதை எடுக்க மறந்துட்டு வந்-துட்டேன்னே...” கூறியவளோ பல்லை கடித்துக் கொண்டு நெற்றியில் அடித்தாள்.

“என்னடி இது இன்னிக்கு தான் கடைசி நாள். நீ என்னடானா இப்படி சொல்லுற..? நாளைக்கு கட்டுனா எக்ஸ்ட்ரா ஐநூறு ரூபாய் கெட்டனும்...” ராகினி புலம்ப,

“ஏய் நீ உங்க அப்பாக்கு கால் பண்ணி சொல்லு. யாரவது டவுனுக்கு வந்தா கொடுத்து விடுவாருல...” காவேரி கூறிக் கொண்டிருக்கும் போதே பரணியின் கைபேசி ஓசை எழுப்பியது.

இவர்களின் பஸ் கிளம்ப ஆரம்பித்த அதே நேரத்தில் இங்கே வீட்டுக்குள் நுழைந்த தர்மேந்திரன் டிவியின் அருகே தன் மகளுக்கு பீஸ் கட்ட கொடுத்த பணம் அப்படியே இருப்பதை கண்டார்.

“ஏம்மா ஆண்டாளு இது பாப்பாக்கு நான் காலையில கொடுத்த பணம் தானே...?” தன் மனைவியிடம் கேட்டவாறு அதனை எடுக்க, தன் கணவனின் குரலில் அங்கே வந்தார் ஆண்டாள்.

“ஐயோ ஆமாங்க அதே பணம் தான். பஸ்க்கு நேரமாச்சு வேகமா போனா மறந்துட்டா போலையே. இன்னைக்கு தான் கடைசி தேதின்னு வேற சொல்லாலே..”

“பஸ் வந்தாலும் வந்திருக்காது நான் போய் பாப்பா இருந்தா கொடுத்துட்டு வந்துறேன்...” என்றவர் வேகமாய் அதை எடுத்துக் கொண்டு சட்டையை கூட போடாமல் பனியனின் மேல் துண்டை மட்டும் போட்டுக் கொண்டு ஓடினார்.

தன் கணவர் அப்படியே ஓடுவதை கண்ட ஆண்டாள், “என்ன புள்ளையே இவ. ஒன்னுக்கு ரெண்டு தடவை கேட்க தெரியுது அதை எடுத்து வைக்க தெரியல...” மகளை நினைத்து புலம்பியவாறே தன் வேலையை பார்க்கச் சென்றார்.

கையில் பணத்துடன் வேகமாய் பஸ்டாப் வர, “ஏலே தர்மா என்னலே வேகமா வர உன் பொண்ணு தான் பஸ்ல பிடிச்சி போயிட்டாலே....” பரணி ஓடிவரும் போது பேசிய அதே பெரியவர் இப்போதும் இவரிடமும் பேசினார்.

“ஏன் சித்தப்பா பஸ் போயி ரொம்ப நேரமாச்சா என்ன..?” துண்டால் தன் முகத்தை துடைத்துக் கொண்டு கேட்க,

“இல்லடா மகனே. இப்போ தான் போகுது பின்னாடியே நீ வரே...” என்க, அதே நேரம் தர்மேந்திரனின் முன் பைக்கில் வந்து நின்றான் தமிழன்பன்.

தன் மாமாவை கண்டவன், “மாமா என்னாச்சு..? நீங்க ஏன் இப்படி இங்கன நின்னுக்கிட்டு இருக்கீக...?” கேட்டவாறே பைக்கை அவரின் முன் வந்து நிறுத்தினான்.

தன் அக்காவின் மகனை கண்ட தர்மேந்திரன், “ஒன்னுமில்லை மாப்பிள்ளை பரணி பீஸ் கட்ட வேண்டிய பணத்தை மறந்து வீட்டுல வச்சிட்டு போயிட்டா. இன்னைக்கு தான் கடைசி தேதின்னு வேற சொன்னா..?” என்றார்.

“பஸ் கூட நான் வரும் போது எதிர்தார்ப்புல தான் போச்சு. சரி விடுங்க நான் வேணா போய் கொடுத்துறேன்...”

“உனக்கு எதுக்கு மாப்பிள்ளை வீண் சிரமம்...”

“என்ன மாமா இது நீங்க என் தாய்மாமா நான் உங்களுக்காக இது கூட பண்ண மாட்டேனா...”

“அதுக்கு இல்லை மாப்பிள்ளை அவ கிட்ட கொடுத்துட்டு வந்து நீ கிளம்பி வேலைக்கு போக நேரமாகிரும்ல...” என்க, அவர் கூறியதில் இருக்கும் உண்மையை இப்போது தான் உணர்ந்தான்.

“ஆமா மாமா எனக்கு வேற இன்னிக்கு முக்கியமான வேலை இருக்கு. சரி அப்போ நம்ம ஜீவா அந்த வழியா தான் போவான் அவன் கிட்ட சொல்லிறேன். நீங்க போங்க மாமா...”

“ஹ்ம்ம் சரி மாப்பிள்ளை இது நல்ல யோசனை தான். நான் பாப்பாக்கு போன் பண்ணி சொல்லிறேன். இந்தா பணம்...” என்றவர் தன் கையில் வைத்திருந்த பணத்தை அவனிடம் தர, அதை வாங்க மறுத்தான்.

“மாமா என்ன இது. நம்ம பரணிக்காக நான் செலவு பண்ண மாட்டேன்னா சொல்லுங்க. நீங்க முதல இதை வச்சிக்கோங்க...” என்றவன் தன் மாமாவிடமிருந்து உறுதியாக மறுத்து அங்கிருந்து கிளம்பினான் தமிழன்பன்.

அவன் செல்வதை பார்த்த தர்மேந்திரன் தன் அக்காவின் மகனின் குணத்தை எண்ணி பெருமிதம் கொண்டவர் வீட்டுக்கு வந்து தன் கைபேசியை எடுத்து மகளுக்கு அழைத்தார்.

தான் அழைக்க நினைத்த நேரம் தந்தையே அழைக்க அதை கண்ட பரணி, “சொல்லுங்கப்பா...” எடுத்தும் கேட்க, “அம்மாடி நீ பணத்தை மறந்து வச்சிட்டு போயிட்டேமா...” என்றார்.

“ஆமாப்பா வர அவசரத்துல மறந்துட்டேன். நீங்க யாராவது டவுனுக்கு வந்தா கொடுத்து விடுறீகளா. இன்னைக்கு கட்டியே ஆகணும்...” என்க,

“மாப்பிள்ளையை பார்த்தேன்மா. நம்ம ஜீவா தம்பி கிட்ட கொடுத்து விடுறதா சொல்லிருக்காரு. நீ கொஞ்சம் காலேஜ் வெளியே நின்னு வாங்கிக்கோம்மா...”

தன் தந்தை கூறியதை கேட்டதும், “சரிப்பா நான் வாங்கிக்கிறேன்...” என்றவள் தன் கைபேசியை வைக்க, அவளின் மனமோ இந்த செயலை செய்த தமிழன்பனை திட்டியது.

“என்னடி என்னாச்சு அப்பா கிட்ட சொல்லிட்டையா என்ன சொன்னாரு...?” ராகினி வேகமாய் கேட்க, “சொல்லிட்டேன். அப்பா தமிழ் அத்தானா பார்த்தாங்களாம். அவுங்களோட அண்ணன் கிட்ட கொடுத்து விடுறதா சொல்லிருக்காரு. அவங்க வந்து தருவாங்களாம் வாங்கிக்கனுமாம்...” சோகமாய் கூறினாள்.

“ஏய் உனக்கு இப்போ நல்லது தானே நடந்திருக்கு. நீ ஏன் பீல் பண்ணுற...” அவளின் முகபாவனையை வைத்து ராகினி புரியாமல் கேட்க,

“அதை நான் சொல்லுறேன். அவளோட ஆசை அத்தான் வந்து தருவாங்கன்னு நினைச்சிருப்பா. ஆனா அது அவங்க அண்ணன் கிட்ட கொடுத்து அனுப்புறேன்னு சொன்னதும் அம்மணியால தாங்க முடியல...” குறும்புடன் தவறாக நினைத்து காவேரி கூறி, பரணியிடமிருந்து அடி வாங்கிக் கொண்டாள்.

2

அத்தியாயம் : 2

அந்த வீடு முழுவதும் சம்பராணி வாசம் பரவிக் கொண்டிருக்க ஈரத் தலையை காய கூட வைக்க நேரமில்லாமல் பிள்ளைக்கு கொடுத்தனுப்ப வேண்டிய டிப்பனை வேகமாய் எடுத்து வைத்துக் கொண்டிருந்தார் கிரிஜா.

முற்றத்தில் அமர்ந்து ஆதிநாதன் பேப்பர் படித்துக் கொண்டிருக்க அவர் அருகில் அமர்ந்திருந்த வரதனோ தன் மனைவி கொடுத்த காபியை குடித்துக் கொண்டிருந்தார்.

"டேய் ஜீவா சீக்கிரம் வாடா. நேரமாச்சுல நான் டிப்பன், லஞ்ச் எல்லாம் எடுத்து வச்சிட்டே.." சமயலறையில் இருந்தே மாடியை நோக்கி குரல் கொடுத்தார் கிரிஜா.

"அடியேய் மகிழு நீ எங்கடி போனா..? உங்க அண்ணனுக்கும், அப்பாக்கும் டிப்பன் எடுத்துவை அவங்க சாப்பிட்டு போகட்டும்..." வேலை செய்தவாறே தன் மகளிடம் கத்த, அந்த வீட்டில் எந்த நொடியும் அவர் மட்டுமே பரபரப்புடன் இருப்பார் என்பது இதிலே நன்கு புரிந்தது.

"இதோ வரேன்மா..." என்றவள் மாடிப்படியிலிருந்து அந்த வீட்டின் செல்ல இளவரசியான மகிழந்தியின் கொலுசொலி ஓசை வீடு முழுவதும் கேட்க அங்கே வந்தாள்.

"என்னமா நீ கோவிலுக்கு போறேன் சொன்னே..? இப்போ மாடியிலிருந்து வரே..?" படித்துக் கொண்டிருந்த பேப்பரை மூடி வைத்தவாறே ஆதிநாதன் கேட்க,

இப்போது என்ன சொல்வது என தெரியாமல் தடுமாறியவாறே, “காலையில தூரல் விழுற மாதிரி இருந்தது பெரியப்பா அதான் துணியை எடுக்க மொட்டை மாடிக்கு போனேன்...” என்றவள் அங்கி-ருந்து நழுவி சமையல்கட்டுக்குள் நுழைந்தாள்.

நேரம் செல்ல தன் வீட்டின் முன் பைக்கை நிறுத்திய தமிழன்பன் உள்ளே நுழைய, அதே நேரம் கையில் சாப்பாடுடன் வெளியே வந்த கிரிஜா.

“வாய்யா தமிழ். போய் முகத்தையும், காலையும் கழுவிட்டு வா சாப்பிடலாம்...” என்க,

“சரி சித்தி அப்பறம் ஜீவா எங்கே..? ஆபீஸ் கிளம்பி போயிட்டானா போகலையா..?” கேட்டவாறே முற்றத்தில் வைத்திருந்த அண்டாவில் இருந்த தண்ணீரில் தன் கால்களை கழுவினான்.

“இல்லப்பா இருக்கான் இனிமே தான் போவான்...” பேசிக் கொண்-டிருக்கும் போதே, கையில் வாட்சை அணிவித்தவாறே அங்கு வந்து நின்றான் ஜீவரஞ்சன்.

“என்னலே என்னை பத்தி கேட்கிற..?” கேட்டவாறே உணவருந்த அமர, கிரிஜாவோ அனைவருக்கும் பரிமாற ஆரம்பித்தார்.

“ஒன்னுமில்லை இந்த தம்பிக்காக நீ ஒரு உதவி பண்ணனும்...” கூறியவாறே அவனும் அமர,

“அதானே ஏதாவதுனா தானே என்னை தேடுவே..? சரி சொல்லு என்ன விசியம்...” நேரமாகுவதை உணர்ந்து வேகமாய் உண்டாவாறே கேட்டான் ஜீவரஞ்சன்.

“அது வந்து...வரும் போது தர்மா மாமாவை பார்த்தேன். பரணி பீஸ் கட்ட வேண்டிய பணத்தை வீட்டுல வச்சிட்டு போயிட்டாலாம். இன்-னைக்கு கடைசி நாளாம் நீ போற வழி தானே கொஞ்சம் ஒரு எட்டு போய் கொடுத்திட்டு போறியா..?” கூறி முடிக்க,

“டேய் என்ன விளையாடுறையா எனக்கு ஏகப்பட்ட வேலை இருக்கு இதுல இது வேறையாக்கோம். இங்கே பாரு நீயாச்சும். உன் மாமன் மகளாச்சும் ஆழ விடுங்கப்பா சாமி...” கூறிக் கொண்டிருக்கும் போதே அவனுக்கு புரியேற ஆரம்பித்தது.

“அம்மாடி மகிழு உங்க அண்ணனுக்கு சீக்கிரம் தண்ணீ எடுத்துக் கொடு...” தமிழன்பனின் தந்தை ஆதிநாதன் கூற, தலையாட்டியவள்

வேகமாய் நீரினை எடுத்து அண்ணனுக்கு தரப் போக அதனை பிடிங்கினார் கிரிஜா.

“ஏம்மா தண்ணீ கொடும்மா...” துரத்திக் கொண்டு ஜீவா கேட்க,

“என்னடா பேச்சு பேசுற..? வீட்டுக்கு மூத்தவன் மாதிரியா நடந்துக்கிற. உன்னை செல்லம் கொடுத்து வளர்த்தது தப்பா போச்சு. அது என்னடா உன் மாமா, உன் மாமா மகள்ன்னு சொல்லி பிரிச்சி பேசுற..? அவுங்க உனக்கும் மாமா தான். அந்த புள்ளை கிட்ட போய் பணத்தை கொடுக்கிறதுல என்னடா குறைஞ்சிருவே...” கோபத்தில் தன் பெத்த மகனை திட்டினார்.

“அதேனடா உங்க அம்மா சொல்லுறது சரி தான். நீ என்ன பண்ணுவியோ தெரியாது அந்த புள்ளை கிட்ட பணத்தை கொடுத்துட்டு தான் போறேன். சொல்லிட்டேன்...” கூறிய வரதன் கைகழுவி விட்டு எழுந்துச் செல்ல,

“சரி போறேன். முதல அந்த தண்ணிய கொடு...” என்றவன் தன் அன்னையின் கையில் வைத்திருந்த நீரினை பிடிங்கிக் குடித்தான்.

ஒரு வழியாக உண்டு முடித்தவன் தன் அன்னையும், தமிழையும் முறைத்தவாறே, “உங்க ரெண்டு பேரையும் வந்து வச்சிக்கிறேன்....” கூறியவன் அங்கிருந்த தன் லஞ்சை எடுத்துக் கொண்டு கிளம்பினான்.

“வந்து தானே நல்லா வச்சிக்கோ...” சிரித்தவாறே தமிழ் கூறியது அவனின் காதில் விழுந்ததோ இல்லையோ ஹெல்மெட்டை போட்டுக் கொண்டு வெளியேறினான்.

“சரி தமிழ் நீ மதியம் வீட்டுக்கு வரையா இல்ல சாப்பாடு கொண்டு போறீயா...?” கிரிஜா கேட்டவாறே தன் மகளுக்கு உணவு பாரிமாற, “நானே வந்து சாப்பிட்டுக்கிறேன் சித்தி...” என்றவன் தன் தந்தையின் புறம் திரும்பினான்.

“அப்பா இன்னைக்கு சொசேட்டில (தொடக்க வேளாண்மை கூட்டுறவு வங்கி) உரமூட்டை எல்லாம் வந்திரும். யாருக்கு வேணும்ன்னு கேட்டு அவங்கள வந்து வாங்கிக்க சொல்லுங்க. அப்பறம் நம்ம கீழத்தெரு மூக்கையா அண்ணன் ஒரு வருஷம் முன்னாடி ஒரு மோதிரம் அடமானம் வச்சாரு. அது இன்னும் ரெண்டு நாளுல ஏலத்துக்கு வரப் போகுது. நீங்க அவரை பார்த்தா சொல்லிறீகளாப்பா...”

“சரிடா நான் சொல்லிறேன். அப்பறம் நமக்கு நெல்லுக்கு கொஞ்சம் உரம் வேணும். உங்க சித்தப்பா கிட்ட கேட்டு எடுத்து வச்சிரு...” என்க, அதே நேரம் அங்கே வந்த வரதன், “அண்ணே நான் முதலே சொல்லிட்டேன் தமிழ் கிட்ட...” என்றார்.

“சரிப்பா..” என்றவர் அதோடு தன் உணவினை முடித்துக் கொண்டு எழுந்து தன் வேலையை பார்க்கச் சென்றான்.

ஆதிநாதன், வரதன் இருவரும் உடன்பிறந்த சகோதரர். மூத்தவர் ஆதிநாதன். இரண்டாவது மகன் வரதன். இருவருமே பொறுப்புள்ளவர்களாக வாழ்ந்து வந்தனர். ஆதிநாதனுக்கு திருமண வயது வந்ததும் அந்த ஊரிலிருக்கும் கோதவாரி அம்மாளின் மகள் தர்மேந்திரனின் தங்கை கனகவல்லியை மணம் முடித்து வைத்தனர். திருமணம் முடிந்த மூன்று வருடங்களுக்கு மேலாகியும் குழந்தை இல்லாமல் போக கனகவல்லியோ அனைத்து கோவில்,குளமென்று ஒன்று விடாமல் கவலையுடன் வேண்ட ஆரம்பித்தார்.

இதற்கிடையில் இரண்டாவது மகனான வரதனுக்கு அருகிலிருக்கும் ஊரிலிருந்து கிரிஜாவை மணமுடித்து வைத்தனர். கிரிஜா வந்த அடுத்த ஒரு வருடத்திலே ஜீவரஞ்சனை பெற்றெடுக்க அவன் பிறந்த நேரமோ என்னவோ கனகவல்லி கருத்தரித்து தமிழன்பனை பெற்றெடுத்தாள். தமிழுக்கு ஆறு வயது இருக்கும் போது எதிர்பாராத விபத்தில் கனகவல்லி தன் உயிரை விட தன் மகனை கிரிஜாவிடம் ஒப்படைத்தார். அப்போது மகிழந்திக்கு இரண்டு வயதிற்க மூன்று பிள்ளைகைளையும் பாகுபாடு காட்டாமல் வளர்த்து வந்தார் கிரிஜா. ஆதிநாதனோ தன் மகன் மட்டுமே போதும் என்று கனகவல்லியின் நினைப்புடன் நாட்களை தள்ளிக் கொண்டிருந்தார்.

கனகவல்லி உயிரை விடும் நொடியில் தன் அண்ணன் தர்மேந்திரனுக்கு பிறந்த மகளை தன்னை போலவே இந்த வீட்டிற்கு மருமகளாக கொண்டு வர வேண்டுமென்று அனைவரிடமும் சத்தியம் வாங்கிக் கொண்டார். அப்போதும் தான் பரணி பிறந்து மூன்று மாதங்களாகிருந்தது. கனகவல்லி இறந்து வருடங்கள் செல்ல பிள்ளைகளும் அதன் போக்கில் வளர ஆரம்பித்தனர். தாயை போன்று கிரிஜா பார்த்துக் கொண்டிருந்தாலும் தாயின் நினைவு அடிக்கடி வந்து தமிழை வதைக்க அந்த நொடியில் அவனுக்கு தாயின் உருவத்தை போன்றிருந்த

மாமாவை அடைக்கலமாக நாடினான். தன் அக்கா இறந்த பின் அந்த வீட்டிற்கு தங்களுக்கு இருக்கும் பந்தம் முடிந்ததென தர்மேந்திரன் நினைத்துக் கொண்டிருக்க, தமிழோ விடாது அவர்களை பிடித்துக் கொண்டான்.

விவரம் தெரியும் வரை மாமாவின் வீடே கதியென கிடந்தவனுக்கு வளர்ந்தும் அனைத்தும் புரிய, அதே நேரம் பரணியும் பெரிவளாகி இருக்க மெல்ல அவர்களின் வீட்டிற்குச் செல்வதை நிறுத்த ஆரம்பித்-தான் தமிழன்பன். அவனாகவே புரிந்து கொண்டு செய்யும் ஒவ்வொரு செயலையும் எண்ணி கிரிஜா பெருமிதம் கொண்டார்.

தமிழின் குணத்திற்கு முற்றிலும் மாறாக குணத்துடன் இருந்தான் ஜீவரஞ்சன். தான் சொல்லுவது தான் உண்மை. தான் செய்வது தான் சரி என்ற கொள்கையை பின் பற்றினான். தமிழ் மட்டுமே அவனின் மாமா வீட்டுக்கு செல்லும் பழக்கம் இருப்பதால் அவர்கள் யாரும் இவர்-களின் வீட்டுக்கு வரும் பழக்கம் இருந்ததில்லை. அதுனாலே ஜீவாவை பொறுத்தவரை பரணியின் குடும்பம் தூரத்து சொந்தமாகி போனது. வீட்-டின் மூத்தவன் என்று பெரியவர்கள் ஜீவாவை செல்லமாக வளர்த்ததின் பயனோ என்னவோ யாரு பேச்சையும் கேட்காதவனாகவே வளர்ந்தான்.

ஜீவரஞ்சன், தமிழன்பன் இருவருமே ஒரே போலே காலேஜ் படித்து வர, ஏனோ கிராமத்தில் விவாசயத்தை பார்த்து வளர்ந்து வந்தாலோ என்னவோ இருவருமே அதே படிப்பை தேர்வு செய்து படித்து முடித்-தனர். முடிக்கும் தருவாயில் நடந்த கவர்மென்ட் பரிட்சையில் தமிழன்பன் பாஸாச அந்த ஊரிலே கூட்டுறவு வேளாண் வங்கியில் வேலை கிடைத்-தது. ஜீவாவோ அதை விட மேலும் தான் விவாசயத்தை பத்தி அறிந்துக் கொண்டிருக்க வேண்டும் என்ற நினைப்பில் அருகிலிருக்கும் டவுனிலி-ருந்த வேளாண் ஆராய்ச்சி நிறுவனத்தில் தனியார் வேலை கிடைக்க அதை பார்த்து வருகிறான்.

இருவரின் உருவத்தை காணும் போது சற்று ஒரே போல் இருந்-தாலும் அவர்களின் நடை, உடை, பேச்ச அனைத்தும் வித்தியாசத்தை அளித்தது. தமிழன்பன் பெரிய மனிதன் போல் எங்குச் சென்றாலும் வேஷ்டி அணிந்து, அளவான மீசையுடன், நெற்றியில் குங்குமமிட்டே செல்வான். ஆனால் அதற்கு மாறாக ஜீவரஞ்சனோ ஜீன்ஸ் பேன்ட், நார்மல் பேன்ட், டீஷர்ட் என்று இடத்திற்கு தக்க தன்னை மாத்திக் கொள்வான்.

“ஏய் நாங்க தான் பேசிட்டு இருக்கோம்ல. நீ ஏன் குறுக்கே வரே..? கொஞ்சம் நேரம் இருந்தா என்னவாம்...?” கலை கேட்க,

அதை கேட்ட ராகினி, “கலை நாங்க உன்னோட சீனியர். கொஞ்சமாவது ரெஸ்பான்ஸ் இருக்கா..? இப்படி தான் நீ, வா, போன்னு பேசுவையா எங்களை பார்த்து...” கோபத்துடன் கேட்டாள்.

தன் டிபார்ட்மெண்ட் சீனியர் என்பதால் ராகினியின் உதவி தனக்கு மிகவும் தேவை என்பதை உணர்ந்தவள், “சாரிக்கா நான் என் அத்தான் கிட்ட பேசிட்டு இருக்கும் போது அவங்க குறுக்கே பேசுனதுனால தான் அப்படி சொன்னேன்...” மென்மையாய் கூறினாள்.

“ஆமா என் ஒருத்தனுக்கு எதுக்கு நீங்க நாலு பேரும் சண்டை போடுறீக...?” முகத்தை யோசனையுடன் வைத்துக் கொண்டு ஜீவா கேட்க, கலையோ அதை கேட்டு சிரிக்க ஆரம்பித்தாள்.

“ஓ உங்களுக்கு அந்த நினைப்பு வேற இருக்கா. நீங்க பெரிய மன்மதன் உங்களுக்காக சண்டை போட. கொடுங்க அந்த பணத்தை...?”என்ற காவேரி அவனின் கையில் வைத்திருந்த பணத்தை பிடிங்கி, பரணியின் கையில் கொடுத்தாள்.

“சரி நான் போய்ட்டு வரேன்...” என்ற பரணி கையில் பணத்துடன் தன் தோழிகளுடன் அங்கிருந்துச் கிளம்பிச் சென்றாள்.

அவர்கள் செல்வதை கண்டவனோ, “குள்ளவாத்து ஒரு தேங்க்ஸ் சொல்லுதான்னு பாரேன் கலை. அவளுக்காக தானே பீஸ் கட்ட பணத்தை கொண்டு வந்து தந்திருக்கேன். போறதை பாரேன் இருக்கட்டும் என்னைக்காவது மாட்டுவா அப்போ வச்சி செய்யுறேன்...” பரணி செல்வதை பார்த்தவாறே கலையிடம் கூறினான்.

“ஏன் அத்தான் உங்களுக்கு எதுக்கு இந்த வேலை. அதான் அவளோட அத்தான் தமிழ் இருக்காங்களே...!”

“அவனால தான் எல்லாம் வந்தது. சரி அப்பறம் மாமா, அத்தை எல்லாரும் எப்படி இருக்காங்க...” கேட்டவாறே அவளிடம் சிறிது நேரம் பேசிக் கொண்டிருந்தான்.

“பரணி கொஞ்சம் திரும்பி பாரேன். ரெண்டு பேரும் எப்படி நின்னு சிரிச்சி பேசிக்கிட்டு இருக்காங்கன்னு...” காவேரி கூற,

“நமக்கு என்ன காவேரி..? அவளோட அத்தான் அவ பேசுற..? நம்ம வேலையை பார்க்கலாம் வா...” என்றவள் தன் வகுப்பிற்குள்

மாமாவை அடைக்கலமாக நாடினான். தன் அக்கா இறந்த பின் அந்த வீட்டிற்கு தங்களுக்கு இருக்கும் பந்தம் முடிந்ததென தர்மேந்திரன் நினைத்துக் கொண்டிருக்க, தமிழோ விடாது அவர்களை பிடித்துக் கொண்டான்.

விவரம் தெரியும் வரை மாமாவின் வீடே கதியென கிடந்தவனுக்கு வளர்ந்தும் அனைத்தும் புரிய, அதே நேரம் பரணியும் பெரிவளாகி இருக்க மெல்ல அவர்களின் வீட்டிற்குச் செல்வதை நிறுத்த ஆரம்பித்-தான் தமிழன்பன். அவனாகவே புரிந்து கொண்டு செய்யும் ஒவ்வொரு செயலையும் எண்ணி கிரிஜா பெருமிதம் கொண்டார்.

தமிழின் குணத்திற்கு முற்றிலும் மாறாக குணத்துடன் இருந்தான் ஜீவரஞ்சன். தான் சொல்லுவது தான் உண்மை. தான் செய்வது தான் சரி என்ற கொள்கையை பின் பற்றினான். தமிழ் மட்டுமே அவனின் மாமா வீட்டுக்கு செல்லும் பழக்கம் இருப்பதால் அவர்கள் யாரும் இவர்-களின் வீட்டுக்கு வரும் பழக்கம் இருந்ததில்லை. அதுனாலே ஜீவாவை பொறுத்தவரை பரணியின் குடும்பம் தூரத்து சொந்தமாகி போனது. வீட்-டின் மூத்தவன் என்று பெரியவர்கள் ஜீவாவை செல்லமாக வளர்த்ததின் பயனோ என்னவோ யாரு பேச்சையும் கேட்காதவனாகவே வளர்ந்தான்.

ஜீவரஞ்சன், தமிழன்பன் இருவருமே ஒரே போலே காலேஜ் படித்து வர, ஏனோ கிராமத்தில் விவாசயத்தை பார்த்து வளர்ந்து வந்தாலோ என்னவோ இருவருமே அதே படிப்பை தேர்வு செய்து படித்து முடித்-தனர். முடிக்கும் தருவாயில் நடந்த கவர்மென்ட் பரிட்சையில் தமிழன்பன் பாஸாச அந்த ஊரிலே கூட்டுறவு வேளாண் வங்கியில் வேலை கிடைத்-தது. ஜீவாவோ அதை விட மேலும் தான் விவாசயத்தை பத்தி அறிந்துக் கொண்டிருக்க வேண்டும் என்ற நினைப்பில் அருகிலிருக்கும் டவுனிலி-ருந்த வேளாண் ஆராய்ச்சி நிறுவனத்தில் தனியார் வேலை கிடைக்க அதை பார்த்து வருகிறான்.

இருவரின் உருவத்தை காணும் போது சற்று ஒரே போல் இருந்-தாலும் அவர்களின் நடை, உடை, பேச்ச அனைத்தும் வித்தியாசத்தை அளித்தது. தமிழன்பன் பெரிய மனிதன் போல் எங்குச் சென்றாலும் வேஷ்டி அணிந்து, அளவான மீசையுடன், நெற்றியில் குங்குமமிட்டே செல்வான். ஆனால் அதற்கு மாறாக ஜீவரஞ்சனோ ஜீன்ஸ் பேன்ட், நார்மல் பேன்ட், டீஷர்ட் என்று இடத்திற்கு தக்க தன்னை மாத்திக் கொள்வான்.

டவுனுக்கு வந்ததும் வீட்டில் கூறிய வேலை நியாபகம் வர நேராக பரணி படிக்கும் காலேஜ் செல்லும் ரோட்டிற்குள் நுழைந்தான் ஜீவரஞ்சன்.

உள்ளேச் சென்று அவளை தேட வேண்டுமோ நினைத்துக் கொண்டவாறே காலேஜ் கேட்டின் முன் தன் பைக்கை நிறுத்த அடுத்தநொடி அவனின் முன் தன் தோழிகளுடனே வந்து நின்றாள் பரணிச்சந்திரா.

“பாருடா குள்ளவாத்து கரெக்டா வந்து நிக்கிது. அவளுக்கு ஒன்னுனா மட்டும் இப்படி முன்னாடி வந்து நிக்கிறது. இதுல பாடிகார்டு மாதிரி கூட ரெண்டு பேரு. இவளை என்ன யாராவது கடத்திட்டா போக போறாங்க...” மனதுக்குள் நினைத்துக் கொண்டே தலையில் அணிந்திருந்த ஹெல்மட்டை கழட்டினான்.

“ஹெல்மெட் போட்டு வந்தாலும் தூரத்துல இருந்து பார்த்து கரெக்டா கண்டு பிடிச்சிராலே அவ அத்தானை...” பலத்த சிந்தனையில் இருப்பது போல் முகத்தை வைத்துக் கொண்டு காவேரி யோசிக்க,

அதை கண்ட ஜீவா, “என்ன ருக்குமணி அக்கா மகளே..! ஏதோ பலமா யோசிச்சிக்கிட்டு இருக்கிற மாதிரி இருக்கு...?” காவேரியிடம் கேட்டான்.

“ஒன்னுமில்லை மாம்ஸ் நீங்க தூரத்துலிருந்து வரும் போது பரணி வந்துட்டாங்கன்னு சொல்லி கண்டுபிடிச்சிட்டா அதான் எப்படின்னு யோசிச்சிட்டு இருந்தேன்...” தாவணி முந்தானையை பிடித்து சுத்திக் கொண்டு கேட்க,

“அது எப்படின்னு நான் சொல்லுறேன். நீ இங்கே வா...” என்றவன் அவளை தன்னருகில் அழைக்க, காரணத்தை கூற போகிறான் என்றெண்ணி அவனின் அருகில் வந்தாள்.

ஆனால் அவனோ தாவணியை சுத்திக்கொண்டிருந்த கையை அழுத்திப் பிடித்து தலையில் நங்கென்று கொட்டு வைக்க, அதை கண்ட பரணி, ராகினி இருவருமே சிரிக்க ஆரம்பித்தனர்.

“ஹோய் அது என்ன மாம்ஸ் என்னை பார்த்த வாயசானவன் மாதிரி தெரியுதா..? ஒழுங்க அண்ணன் சொல்லு, இல்ல நீ பேரை சொல்லியே கூப்பிடு. பிச்சிபுடுவேன் பிச்சி...” கைநீட்டி எச்சரிக்க,

“ஆமா நாங்க பிச்சி பூ பாரு நீங்க பிச்சி போட. என் அம்மாவை நீங்க அக்கா சொன்னீக அதான் நான் சொன்னேன். இன்னைக்கு எல்-

நுழைந்தாள்.

“அது சரி இந்த நேரம் அந்த இடத்துல மட்டும் உன் தமிழ் அத்தான் இருந்தாங்கன்னா இப்படி சும்மா இருப்பையா என்ன..?” ராகினி கேட்க புன்னகையை மட்டும் பதிலாய் தந்தவள் தன் இருக்கையில் அமர்ந்தாள்.

தமிழை பற்றி நன்கு அறிந்த பரணியின் மனமோ அவன் இப்படி ஜீவாவை போல் பெண்களிடம் நின்று பேச மாட்டான் என்பதை உறுதியாக நம்பியது. பரணியின் மனதில் எந்த நொடியிலும் ஜீவாவை விட தமிழயே அதிகமாக பிடித்தது.

அதை அவள் மட்டுமில்ல அவளின் தோழிகள் இருவரும் கூட நன்கு அறிவார்கள். அதனாலே இப்போது ராகினி அவளிடம் இந்த கேள்வியை கேட்டாள்.

3

அத்தியாயம் : 3

மாலை நேரம் கோதாவரி அப்பத்தா வீட்டின் வெளியே உள்ள திரு-ணையில் அமர்ந்து வெத்தலை மென்றுக் கொண்டிருக்க, மற்றொரு திரு-ணையில் அமர்ந்து குழந்தைகளுக்கு பாடம் சொல்லிக் கொண்டிருந்தாள் பரணி.

அதே நேரம் அந்த தெருவிற்கு வந்த சங்கரன் கையில் தண்டோ-ராவை வைத்து அடித்துக் கொண்டு, “ஊர் மக்களுக்கு ஒரு முக்கிய அறிவிப்பை நம்ம பண்ணையார் சொல்ல சொல்லிருக்காங்கோ. அடுத்த மாசம் வரப் போற திருவிழா பத்தி பேசுறதுக்கு கூட்டம் போட போறாங்-களாம். அதுக்காக நாளைக்கு காலையில நம்ம அரசமரத்தடிக்கு வீட்-டுக்கு ஒரு ஆளாவது வர சொல்லி நம்ம பண்ணையாரையா உத்-திரவிட்டிருக்காரு...” அந்த தெருவுக்கே கேட்கும் அளவுக்கு கத்திக் கொண்டுச் சென்றான்.

“அம்மாடி பரணி அந்த சங்கரன் என்ன சொல்லிட்டு போறான். காது வேற சரியா கேட்க மாட்டிங்குது...” ஒரு புறமாக தன் முகத்தை திருப்பிக் கொண்டு கேட்க,

“அடுத்த மாசம் திருவிழாக்கு கூட்டம் போட போறாங்களாம். அதை தான் சொல்லிட்டு போறாங்க...” கத்தி அவருக்கு கேட்குமாறு பரணி கூறினாள்.

“ஓ அப்படியா சரி. பத்து வருஷம் கழிச்சி இப்போ தான் திருவிழா நடக்கப் போகுது நடக்கட்டும். சரி உங்க அப்பன் வந்தா சொல்லி-

ருத்தா,..'' என்க, சரி பாட்டி என்றாள்.

“ஐய்யா..! திருவிழா வர போகுதே. பரணிக்கா நான் எங்க அப்பா கிட்ட போன தடவை தீபாவளி சங்கர் போட்டிருந்தான்ல அதே மாதிரி ட்ரெஸ் கேட்கப் போறேன். அக்கா ராட்டினம்ல, கார், குதிரை எல்லாம் வரும்ல. பரணிக்கா நான் இப்பவே காசு சேத்து வைக்கப் போறேன்...'' ஒவ்வொரு குழந்தைகளும் குதுகலத்துடன் சந்தோஷமாக கூற,

அவர்கள் கூறியதை கேட்டு புன்னகைத்தவள், “சரிடா எல்லாம் பண்ணலாம் முதல நான் சொல்லுறதை எழுதுங்க...'' என்க,

சந்தோஷத்தில் இருந்த குழந்தைகளோ அவள் கூறியதை மறுத்து, “நான் போய் இப்பவே என் அப்பா கிட்ட கேட்கப் போறேன். நான் போய் எங்க அம்மா கிட்ட சொல்லப் போறேன்...'' மகிழ்ச்சியுடன் அங்கிருந்து தங்களின் வீட்டை நோக்கி ஓடினர்.

“படிக்கணும்னா மட்டும் வேப்பங் காயா கசக்கும். பாரு எப்படி ஓடுறான்னுங்க...'' குழந்தைகள் கண்டு புலம்ப, அவளின் மனமோ, “நீயும் அப்படி தானே இருந்தே சின்ன புள்ளையில...'' என்றது.

“சரி அப்பத்தா பிள்ளைகள் எல்லாரும் போயிட்டாங்க. நான் உள்ளே போய் வேலையை பார்க்குறேன். உனக்கு எதுவும் வேணுமா..?'' காதருகே வந்துக் கேட்க,

“வேண்டாம்த்தா நீ போ..'' ஏதோ அவளுக்கு காது கேட்காதது போல் அப்பத்தா கத்த, அதை கேட்டவளோ தன் காதினை பொத்திக் கொண்டு சிரிப்புடன் உள்ளே நுழைந்தாள்.

உள்ளே நுழைந்தவளின் எண்ணங்கள் என்னவோ போன முறை திருவிழாவில் நடைபெற்றதை நினைக்க ஆரம்பித்தது.

அப்போது பரணி ஏழாம் வகுப்பு படித்துக் கொண்டிருக்க, ஊர் முழுவதும் சொந்த பந்தகள், உறவினர் என்று வருகை புரிந்திருக்க அங்கும் மிங்கும் சிறுவர்களோ ஓடியாடி விளையாடிக் கொண்டிருந்தனர்.

அரக்கு, மஞ்சள் கலரில் பட்டுபாவடை அணிந்து இருபுறமும் பின்னலிட்டு ஒரே கலரில் பேண்ட் மாட்டிருக்க, அதற்கு பொருந்துவது போல் உச்சியின் இருபுறமும் இரண்டு மொம்மை வைத்த கிளிப்பினை மாட்டிக் கொண்டிருந்தாள் பரணி.

சிறு பிள்ளையாக இருந்ததால் தங்க ஆபரணங்கள் அணிந்தால் தொலைத்து விடுவாள் என்பதால் இப்படி ஏதாவது விசேஷம் வந்தால்

மட்டுமே அதெல்லாம் தன் மகளுக்கு அணிவித்து விடுவார் ஆண்டாள்.

அன்றும் அதே போல் அவளுக்கு கழுத்தில் ஒற்றை செயின், ஜிமிக்கி வைத்த கம்மல், இரட்டை சரம் நிறைந்த கால் கொலுசு, கையில் ஒரு சின்ன மோதிரமென்று அணிவித்து விட்டார்.

தன் பேத்தியின் அழகை கண்ட கோதாவரி பாட்டி, “என் பேத்தி மேல யாரு கண்ணும் பட கூடாது. என் ராசாத்தி...” அவளுக்கு திஷ்டி சுத்திப் போட,

“அம்மா நான் காவேரிகிட்டையும், ராகினிகிட்டையும் காட்டிட்டு வரவா..?” தலையை ஆட்டிக் கொண்டு ஆசையாய் தன் அன்னையிடம் கேட்டாள்.

“அதெல்லாம் ஒன்னும் வேண்டாம். நீ எங்கையும் தனியா போக கூடாது. நம்ம பொங்கல் வைக்க போவோம்ல அப்போ காட்டிக்கோ சரியா. வீட்டுக்குள்ள போ முதல...” என்க, புன்னகை முகத்துடன் சந்தோஷமாக குதித்துக் கொண்டிருந்தவள்,

“போம்மா இதெல்லாம் எனக்கு ஒன்னும் வேண்டாம்...” அழுகையுடன் விசும்பிக் கொண்டு தலையில் மாட்டியிருந்த கிளிப், பூ அனைத்தையும் கழட்டி போட்டு உதறிக் கொண்டு உள்ளேச் சென்றாள்.

“அம்மாடி மருமகளே ஏன்மா இப்படி நல்ல நாளு அதுவுமா புள்ளையை போட்டு அழ வைக்கிற..? இப்போ என்ன அவ தனியா போக கூடாது அப்படி தானே..? சரி நான் கூட்டிட்டு போறேன் பத்திரமா. ஏத்தா பரணி வாத்தா அப்பத்தா உன்னை கூட்டிட்டு போறேன்...” என்க, அடுத்த நொடியே சலங்கை ஒலி கேட்க பொலிவுடன் அப்பத்தாவை வந்து அணைத்துக் கொண்டாள்.

“என்னமோ பண்ணுங்க...” என்ற ஆண்டாள் உள்ளேச் செல்ல, கோதாவரி அப்பத்தா தன் பேத்தியை அழைத்துக் கொண்டு நடக்க ஆரம்பித்தாள்.

தன் அப்பத்தாவின் கையை பிடித்துக் கொண்டு நடந்துச் செல்ல எதிரே வரும் அனைவரிடமும் தன்னை சந்தோஷமாக காட்டிக் கொண்டாள்.

“அப்பத்தா காவேரி இருக்கால அவ ஸ்கூலுக்கு தினமும் சைக்கிள்ள தான் போறா..? எனக்கு சைக்கிள் வேணும் அப்பா கிட்ட நீ கேட்டு வாங்கித்தா...”

“சரிடா ராசாத்தி வாங்கிட்டா போச்சு...”

“ஆனா எனக்கு சைக்கிள் ஓட்ட தெரியாதே. அவளுக்கு அவங்க அண்ணன் தான் சொல்லிக் கொடுத்தாங்க. எனக்கு அண்ணன் இல்லையே...”

“அண்ணன் இல்லைனா என்ன உனக்கு மாமன் இருக்கான்லே. நான் தமிழு கிட்ட சொல்லுறேன் சரியா. அவ காலேஜ் முடிஞ்சி வந்ததும் உனக்கு தினமும் சொல்லித் தருவான்...”

“ஐய்யா..! நான் சைக்கிள் கத்துக்க போறேன். அப்போ வா இப்பவே போய் அத்தான் கிட்ட சொல்லு. நீ அப்பறம் மறந்துருவே...” என்றவாறு தன் அப்பாத்தாவை இழுத்துக் கொண்டு தமிழன்பனின் வீட்டுக்குச் சென்றாள்.

ராகினி, காவேரி இருவருக்கும் தன்னை காட்ட வேண்டும் என்பதை கூட மறந்தவளுக்கு சைக்கிள் ஓட்டப் போகிறோம் என்பதே முதலில் தென்பட வேகமாய் தமிழின் வீட்டின் முன் தன் அப்பத்தாவுடன் வந்து நின்றாள்.

“வா அப்பத்தா உள்ளே போகலாம்...” அவரை பிடித்து இழுத்தவாறே கேட்க,

“நீ போம்மா நான் லட்சுமி அப்பத்தா கிட்ட பேசிட்டு வரேன்...” அவர்களை நோக்கி வந்துக் கொண்டிருந்த ஒரு பாட்டியை பார்த்து கூற, தலையை ஆட்டியவள் வேகமாய் உள்ளே நுழைந்தாள்.

“அத்தே..! மாமா..! அத்தான்...” கத்தியவாறே உள்ளே வர அவள் எதிரில் வந்து நின்றார் வரதன்.

“அட வாம்மா மருமகளே..! இப்பவே திருவிழாவிற்கு ரெடியாகிட்ட போல...” என்க, முத்துப்பல் தெரிய இதழ் விரிய புன்னகைத்தாள்.

அவளின் தலையை வருடிக் கொடுத்து விட்டு வரதன் செல்ல, “அட பரணியா இது நம்மவே முடியல. இம்முட்டு அழகா இருக்கே.?” கூறியவாறே கையில் இனிப்பு பணியாரத்துடன் வந்தார் கிரிஜா.

“அத்தே. அம்மா இப்போ தான் இதெல்லாம் எனக்கு போட்டு விட்டாங்க. அப்பா இந்த தடவை எனக்கு மூணு ட்ரெஸ் எடுத்து கொடுத்தாங்க. மகிழு மதினிக்கு வேணும்ன்னு சொல்லிருக்கேன். அப்பா நாளைக்கு வாங்கித் தரேன்னு சொல்லிருக்காங்க. நான் கொண்டு வரேன்...”

“என் செல்ல மருமகா. அப்படியே உன் பெரியத்தை கனகவல்லி அக்கா குணம். சரி இந்தா பணியாரம் எடுத்துக்கோ. அப்பறம் இங்கே பாரு நீ சின்ன பொண்ணு கிடையாது. இப்போ கொஞ்சம் வளர ஆரம்பிடிச்சிட்டே. உன் மதினி கூடவே இருக்கணும் எங்கையும் போயிற கூடாது. ஆம்பள பசங்க யாராவது உங்க ரெண்டு பேரையும் கிண்டல் பண்ணுனா உன் அத்தான் கிட்ட சொல்லிரு சரியா. ஆமா நீ எப்படி வந்தே..?” அவளின் கன்னத்தை வருடிக் கொண்டு கேட்க,

“சரி அத்தே. அப்பத்தா வந்திருக்கு வெளியே பேசிட்டு இருக்கு...” என்க, அதே நேரம் தாவணி அணிந்து கைகளில் வளையல் குலுங்க அங்கே வந்தாள் மகிழந்தி.

இப்போது மகிழ்ந்தி ஒன்பதாம் வகுப்பு படித்துக் கொண்டிருக்க அவர்களின் முன் வந்து நின்றவாறு, “ஏம்மா உன் பையன் ரெண்டு பேருமே இவளை கிண்டல் பண்ணி வம்பு பேசுவாங்க. இதுல வேற பசங்க வேறையா..?.” கூறினாள்.

“ஏய் லூசு உன் அண்ணன் ரெண்டு பேருக்கும் பேசற உரிமை இருக்குடி. மத்தவங்க அப்படியா...” தன் மகளிடம் பேசிக் கொண்டிருக்க, பரணியோ தன் அத்தை கொடுத்த பணியாரத்தை தின்றுக் கொண்டிருந்தாள்.

“சரிம்மா நான் போய் கலர் கோலப்போடி வாங்கிட்டு வந்துறேன். பரணி நீ வரையா என் கூட...” என்க,

தான் இங்கே வந்த வேலை நியாபகம் வர, “இல்ல நான் வரல. நீ போ மதினி...” வேகமாய் கூறினாள்.

“ஏய் பரணி அந்த பணியாரத்தை ரொம்ப திங்காதே. அப்பறம் அதே மாதிரி நீயும் புஸ்புஸ்ன்னு ஆகிருவே...” கூறியவாறே மகிழ்ந்தி வெளியேச் செல்ல, அதை கேட்டு விழிக்க, “நீ சாப்பிடுடா. அவ சும்மா சொல்லிட்டுப் போறா...” என்றார் கிரிஜா.

“அத்தே, மாமாவும், அத்தானும் எங்கே..? நான் அவங்க கிட்ட ஒன்னு சொல்லணும்...”

“மேல மாடி தான் இருக்காங்க. நீ போ நான் உனக்கு இன்னும் கொஞ்சம் சுட்டு தரேன். நீ வீட்டுக்கு போகும் போது கொண்டு போ சரியா...?” என்க, அவர் கூறியதை கேட்டு தலையையாட்டிவள் பட்டுபாவடையை தூக்கிக் கொண்டு படிகளில் ஏறினாள்.

சப்பரம் சுற்றி வரும் போது உடன் வந்ததால் இரவு முழுவதும் விழித்ததின் பலன் காலை பத்து மணியாகிரும் எழாமல் உறங்கிக் கொண்டிருந்தான் ஜீவரஞ்சன்.

தூக்க கழக்கத்துடனே வீட்டுக்கு வந்ததால் தன் அறைக்கு கூட செல்லாமல் மாடிப்படியின் ஓரம் போட்டிருந்த சோபாவிலே படுத்து உறங்கினான்.

அவன் அங்கே படுத்திருப்பதை அறியாதவளோ பட்டுபாவடையை சிறிது தூக்கிக் கொண்டு மேலே கொலுசொலி சத்தம் கேட்க ஏறி வர, அவனின் நித்திரையை மெல்ல கலைக்க ஆரம்பித்தது.

மகிழ்ந்தி தான் வருகிறாள் என நினைத்தவன், “ஏய் லூசு கொஞ்சம் மெல்ல தான் நடந்து போடி. இப்படியா ஜங்ஜங்ன்னு மோகினி பேயி நடந்து போகுற மாதிரி போவே...” கண்ணை மூடிக் கொண்டு கத்த, அவளின் செவியில் நன்கு விழுந்தது.

தன்னை அவன் மோகினி என்று கூறியதை கேட்டவளுக்கோ கோவம் சுல்லென்று தலைக்கேற, வேணுமென்றே அழுத்தி தன் காலினை பதித்து அவனின் அருகில் வர அந்த ஒலியை கேட்ட-வனுக்கோ எரிச்சலாகியது.

தன் அருகில் வந்து நின்றும் அந்த ஓசை கேட்க வேகமாய் விழி மூடி எழுந்தவாறே, “ஏய் உனக்கு எத்தனை தடவை தான் சொல்லி-றது. கால்லை வச்சிக்கிட்டு சும்மா இருக்க மாட்டையா. உன் கால்லை உடைச்சா தான் சரி வரும்...” என்றவன், அவளின் கையை பற்றி கீழே தள்ளி விட்டு, அவளின் முகத்தை கூட காணாமல் திரும்பி படுத்துக் கொண்டான்.

அவனிடம் இதை எதிர்பராதவளோ, “அம்மா...!” என்று கத்திய-வாறு கீழே விழ, திரும்பி படுத்த அடுத்தநொடி குரலில் இருக்கும் வித்தியாசத்தை கேட்டு கண்ணை திறந்து கொண்டு வேகமாய் எழுந்து அமர்ந்தான்.

அதே நேரம் அங்கே தமிழ் வர ஜீவா தள்ள பரணி கீழே விழுவதை கண்டவனோ பதறி வேகமாய் அருகில் நெருங்க அதற்குள் கீழே விழுந்து கத்தினாள்.

“பரணி என்னாச்சு. அடி எதுவும் பட்டிருக்கா..?” தவிப்புடன் கூறிய தமிழ் அருகில் வந்து அவளை எழுப்பி விட முயல,

“உங்க அண்ணன் என்னை கீழே தள்ளி விட்டுட்டான் அத்தான்...” எழ முடியாமல் காலினை பிடித்துக் கொண்டு கூறினாள்.

“டேய் என்னடா இது சின்ன பொண்ணு அவ கிட்ட போய் வம்பு பண்ணிட்டு இருக்கே..? சித்தி வரதுக்குள்ள எழுந்திருச்சி போய் குளி. நீ வா பரணி...” என்றவன் அவளை பிடித்துக் கொண்டு தூக்கி விட்டான்.

“ஆமா இவ சின்ன பொண்ணு பாரு. ஏன் தூக்கத்தை கெடுத்துட்டா ராட்ஸசி. ஆமா உன் அத்தை பொண்ணு ஏன் இங்கே வர..?” உறக்கம் கலைந்த எரிச்சலுடன் கேட்க,

ஜீவா கூறியதை கேட்டு கண்ணை கசக்கியவள் பல்லை கடித்துக் கொண்டு, “அத்தான் நான் உங்களை பார்க்க தான் வந்தேன். ஆனா இவுங்க தான் என்னை பேயின்னு சொன்னாங்க...” தமிழிடம் அவனை பற்றி குறை கூறினாள்.

“யாரு நானா...” அவளிடம் ஜீவா சண்டைக்கு வர, பயத்துடன் தமிழின் கைகளை இறுக்கி பற்றினாள்.

“சரி விடு ஜீவா. நீ வா பரணி...” என்றவன் அவளின் கால் சுழுக்கி இருப்பதை உணர்ந்து கைதாங்கலாக தன் அறைக்கு அழைத்துச் செல்ல, அதை கண்டவனோ கோவத்துடன் மறுபடியும் அந்த சோபாவிலே சரிந்தான்.

“கால் ரொம்ப வலிக்குதா பரணி. நம்ம வேணா ஹாஸ்பிட்டல் போலாமா...” கனிவான அக்கறையுடன் மென்மையாய் கேட்க, ஜீவா தன் மேல் காட்டிய கோபத்தை நினைத்துக் கொண்டிருந்தவளுக்கு, தமிழ் பேசிய பேச்சுகள் மனதை இதமாய் வருடியதை உணர்ந்தாள்.

“இல்ல அத்தான் வேண்டாம்...” என்க, அதே நேரம் தன் அறைக்குள் நுழைய அங்கே தன் தந்தை அமர்ந்திருப்பதை கண்டான்.

“என்னடா என்னாச்சு பரணிக்கு..?” தன் மகன் அவளை தாங்கிக் கொண்டு வருவதை பார்த்துக் கேட்க, அவளை மெல்ல அழைத்து வந்து தன் படுக்கையில் அமர வைத்தான்.

“மாமா என்னை இவுங்க அண்ணன் கீழே தள்ளி விட்டுட்டாங்க. என் கால் வலிக்குது தெரியுமா...?” கண்ணை கசக்கிக் கொண்டு கூற, அவரோ தன் மகனைக் கண்டார்.

“ஒன்னுமில்லப்பா அவனை பத்தி தான் தெரியும்ல. சரி நீங்க ரெண்டு பேரும் பேசிட்டு இருங்க நான் பக்கத்துல கொஞ்சம் வேலை

இருக்கு போயிட்டு வந்துறேன்...'' என்றவன் அங்கிருந்துச் செல்லப் பார்க்க,

“அத்தான் ஒரு நிமிஷம். அப்பத்தா நீங்க எனக்கு சைக்கிள் சொல்லி தருவீங்கன்னு சொன்னது. நான் ராகினி, காவேரி மாதிரி சைக்கிள்ல ஸ்கூல் போகணும். சொல்லி தருவீங்கள..?'' அப்பாவியாய் முகத்தை வைத்துக் கொண்டு கேட்டாள்.

“சைக்கிள் மட்டுமில்லை பைக்,ஸ்கூட்டி, நீச்சல் எல்லாம் சொல்லித் தரேன் சரியா...''

“ஹ்ம்ம் சரி அத்தான்..'' என்க, அவனோ சிரித்தவாறு வெளியேச் செல்ல தன் மாமாவை நோக்கித் திரும்பினாள்.

“மாமா நான் இனிமே அவங்க இருக்குற வரை இங்கே வரவே மாட்டேன். எனக்கு அவுங்கள சுத்தமா பிடிக்கல. என்னை பேய், ராட்-ஸசின்னு சொல்லுறாங்க. நான் அப்படியா இருக்கேன்...'' ஜீவாவை பற்றி குறை கூற, அவள் சின்னப் பிள்ளை என்பதால் புரியாமல் பேசு-கிறாள் என்றெண்ணி அவளை சமாதானப்படுத்தினார்.

அன்றிலிருந்து இந்த நாள் வரை பத்து வருடங்களை கடந்திருக்க, இப்போதும் அவர்கள் வீட்டிற்குச் செல்வதை தவிர்த்துக் கொண்டிருந்-தாள் பரணி. அதை விட தமிழை தவிர மற்ற அனைவரும் தனக்கு சொந்தமில்லை என்றே உணர்வே அவளை அங்குச் செல்ல தடுத்தது. அதன் பின் வந்த நாட்கள் ஜீவா அவளிடம் குறும்பாக பேசினாலும் அவளின் மனம் அவனை வெறுக்கவே செய்தது.

திருவிழா என்றதும் முன்பு நடந்ததை நேரம் செல்வதை அறியாமல் நினைத்துக் கொண்டிருக்க, தன் அப்பத்தா தன்னை அழைக்கும் குரல் கேட்டே இந்த உலகத்துக்கு வந்தாள்.

4

அத்தியாயம் : 4

திருவிழா நடக்க இன்னும் சிறிது நாட்களே இருக்க இப்போதே தேவையான ஏற்பாடுகளெல்லாம் செய்யத் தயாராகினர். வீட்டில் வர்ணம் பூசுவது, சொந்தகளை அழைப்பது, புதுயுடை எடுப்பதென்று அனைத்தும் பரப்புடன் நடந்துக் கொண்டிருந்தது..

“பரணி உனக்கு திருவிழாக்கு டிரெஸ் எடுக்கணும்ல. நீ எடுத்துக்குறையா..? இல்ல அம்மா போய் டவுனுல எடுத்துட்டு வரவா..?” காலேஜ் செல்ல கிளம்பிக் கொண்டிருக்கும் தன் மகளிடம் கேட்டவாறே அவளுக்கு மதிய உணவினை எடுத்து வைத்தார் ஆண்டாள்.

“காவேரியும், ராகினியும் வீட்டுல கேட்டுக்கிட்டு சொல்லுறேன்னு சொன்னாங்க. இந்த தடவை மூணு பேரும் சேர்ந்து போய் ஒரே போல எடுக்கலாம் நினைக்குறோம்மா...” தன் கூந்தலை பின்னலிட்டவாறே கூறினாள்.

“அப்போ சரி நீ உங்க அப்பா கிட்ட பணம் வாங்கிட்டு போ. காலேஜ் முடிஞ்சதும் சாயந்திரம் போய் எடுத்துட்டு வந்திருங்க...”

“சரிம்மா. ஆனா உங்க எல்லாருக்கும் எடுக்கணும்ல. இப்போ எடுத்தா தானே தைக்க முடியும் நீயும் சாயந்திரம் நாலு மணி பஸ்க்கு வந்திரு எல்லாரும் போய் எடுக்கலாம்....”

“இல்லமா இன்னைக்கு வீட்டுக்கு வெள்ளை அடிக்க வராங்க. அதுனால நாங்க இன்னொரு நாள் போய் எடுத்துக்குறோம். உனக்கு தான் ட்ரெஸ் தைக்க நேரமாகும். நீ சீக்கிரம் எடுத்துக்கோ...”

“சரிம்மா நான் கிளம்புறேன் நேரமாச்சு...” என்றவள் தன் அன்னை கொடுத்த மதிய உணவை வாங்கிக் கொண்டு திருனையில் அமர்ந்-திருந்த கோதாவரி அப்பத்தாவிடம் சொல்லிக் கொண்டு கிளம்பினாள் பரணிச்சந்திரா.

அதன் பின் வழக்கம் போல் மூவரும் கல்லூரி வந்து சேர, “ராகினி, பரணி நான் வீட்டுல கேட்டுட்டேன். நம்மலே ட்ரெஸ் எடுக்க சரின்னு சொல்லிட்டாங்க. நீங்க ரெண்டு பேரும் வீட்டுல கேட்டீங்களா...?” கேட்-டவாறே உள்ளே நுழைய,

“ஹ்ம்ம் கேட்டேன் எங்க வீட்டுலயும் சரின்னு சொல்லிட்டாங்க...” இருவருமே ஒரே பதிலை கூறினார்.

“சரி என்ன ட்ரெஸ் எடுக்கலாம். எப்போ போகலாம்..? எங்கே போய் எடுக்கலாம்...?” சிறு பிள்ளை போல் குதுகலத்துடன் காவேரி கேட்க, அவளின் தலையில் கொட்டினாள் ராகினி.

“ஏன்டி இப்படி கத்துறா..? கொஞ்சம் அமைதியா ஆடாம இரு..?சரி நம்ம இதை பத்தி ஈவினிங் பேசலாம். இப்போ கிளாஸ்க்கு போகலாம் எனக்கு முக்கியமான கிளாஸ் இருக்கு...” என்ற ராகினி தன் டிபார்ட்-மெண்ட் நோக்கிச் செல்ல,

“வர்ற வர்ற இந்த ராகினி ரொம்ப படிக்க ஆரம்பிடிச்சிட்டா. நல்ல வேலைப்பா என் டிபார்ட்மெண்ட் வரல. இல்லைன்னா அவ்வளோ தான் நான் செத்தேன்...” காவேரி புலம்பிக் கொண்டிருந்தாள்.

“சரி காவேரி நானும் கிளாஸ் போறேன். நீயும் போ...” என்ற பரணி அவளை அங்கையே விட்டுட்டுச் சென்றாள்.

“ஐயோ என்ன இது இப்படி ரெண்டு பேரும் போயிட்டாங்க. சரி நம்ம கேண்டீன் பக்கம் போய் எட்டி பார்த்துட்டு வரலாம்...” புலம்பிய காவேரி கேண்டீன் பக்கம் சென்றாள்.

தன் டிபார்ட்மெண்ட் நோக்கி வந்த பரணி கிளாஸ்ரூமிற்க்குச் செல்-லும் வழியில் எதிரில் கலைத்தென்றல் வர, அவளை கண்டவளோ எனக்கென்னறவென்று நடக்க ஆரம்பித்தாள்.

அதே நேரம் பரணியை கண்டு விட்ட கலை, “பரணி ஒரு நிமிஷம் நில்லு...” என்றவாறே அவளை நோக்கி ஓடி வர, அதை கேட்டவளோ வேறு வழியின்றி அந்த மரத்தடியில் அப்படியே நின்றாள்.

“ஊர்ல திருவிழா நடக்க போறதா எங்க அத்தை நேத்து போன் பண்ணி சொன்னாங்க. நானும் என் பேரெண்ட்ஸ்சும் கண்டிப்பா வருவோம்...”

“சரி அதுக்கு என்ன..?”

“ஒரு நாளுக்கு நீ எத்தனை தடவை என்னை இந்த காலேஜில வச்சி பார்க்குற. ஒரு தடவனாலும் இதை பத்தி சொன்னையா..?”

“நான் ஏன் சொல்லணும்..?” வெளியே புன்னகை முகத்துடன் கேட்டாலும் உள்ளுக்குள் ஏனோ அவளை கண்டு எரிந்துக் கொண்டிருந்தாள்.

“என்ன பரணி இது. நீயும் நானும் சொந்தக்காரங்க. அது மட்டுமில்ல நான் ஜீவா அத்தானை கட்டிட்டு அந்த வீட்டுக்கு மருமகளா வரப்போறவ. அதுக்காகனாலும் நீ என்கிட்டே சொல்லிருக்கணும்ல...”

“எட்டாத காயை பறிக்க நினைப்போம்ல அது மாதிரி நீ சொல்லுறது இருக்கு...”

“என்ன சொல்லுற நீ எனக்கு புரியல..?”

“பேராசை பெருநஷ்டம் தான். ரொம்ப ஆசைப்படாதே கலை அப்பறம் உனக்கு தான் மனவருத்தம் வரும். கிடைக்காத பொருளுக்கு நம்ம ஏங்குறது தப்பு கலை...”

“ஓ மை கார்டு நான் இப்போ என்ன சொல்லிட்டேன்னு நீ இப்படி ஏதேதோ மறைமுகமா பேசுற...?”

“ஒன்னுமில்லை நீயும் நானும் எப்படி சொந்தமாகுவோம். என்னை பொறுத்தவரைக்கும் நான் அந்த வீட்டுக்கு சொந்தம் கிடையாது...” என்க,

கலையின் மனமோ, “இதை நீயே உன் வாயிலயிருந்து சொல்லணும் தான் நான் எதிர்பார்த்தேன். உன் மனசுல இருக்கிறதை இப்போ நீயே சொல்லிட்டே எனக்கு இது போதும்....” நினைத்துக் கொண்டவள்,

“அப்போ ஜீவா அத்தானுக்கும் உங்க குடும்பத்துக்கும் எந்த சம்மந்தமும் இல்லை அப்படி தானே நீ சொல்ல வர...” புரியாதவள் போன்று கேட்டாள்.

“ஆமா. எனக்கு கிளாஸ்க்கு நேரமாச்சு நான் கிளம்புறேன்...” என்றவள் அங்கிருந்து விலகிச் செல்ல, அவள் செல்வதை கண்ட கலையோ, “எனக்கு இது தான் வேணும் பரணி உன் கிட்டேயிருந்து.

நீ அந்த குடும்பத்துக்குள்ள நுழையனும் என்னைக்கும் நினைக்க கூடாது...'' மனதுக்குள் நினைத்துக் கொண்டு அப்படியே நின்றாள்.

ஆனால் தான் அவளிடம் கேட்ட கேள்வி தவறு என்பதை புரிய தவறினால் கலைத்தென்றல். தமிழன்பனிற்கும் உன் குடும்பத்துக்கு எந்த சம்மந்தமுமில்லையா என கேட்காமல் ஜீவாவை வைத்து கேட்டது தவறு என்பதை புரியாமலிருந்தாள்.

அன்று சனிக்கிழமை கல்லூரி விடுமுறை என்பதால் வெள்ளை அடித்த வீட்டை அலசிக் கொண்டிருந்தாள் பரணி.

அதே நேரம் அவர்களின் வீட்டிற்கு வந்த பக்கத்து வீட்டு பெண்மணி, "ஆண்டாளக்கா, கோதாவரியம்மா...'' இந்த நேரம் அவர்கள் இருவரும் மட்டுமே இருப்பதால் அவர்களின் பெயரை சொல்லி அழைத்தாள்.

யாரோ வெளியே அழைக்கும் குரல் கேட்டு அலசுவதை விட்டு வெளியே வர பக்கத்து வீட்டு அக்கா வந்திருப்பதைக் கண்டாள்.

"என்னக்கா சொல்லுங்க..?'' என்றவாறு லேசாக தூக்கி சொருகியிருந்த நைட்டியை இறக்கி விட,

"என்ன பரணி நீ இன்னைக்கு காலேஜ் போகலையா..? ஆமா ஆண்டாளக்கா இல்லையா..?''

"இன்னைக்கு சனிக்கிழமை அதான் லீவ்வு. அம்மாவும், அப்பாவும் வயலுக்கு போயிருக்காங்க. என்னக்கா என்ன விசியம்..?''

"அது ஒன்னுமில்லை ரேஷன் கடையில சீனி, பருப்பெல்லாம் போடுறாங்க. திருவிழா வேற வரப்போகுது. எப்படியும் வாங்கி தான் ஆகனும். ஒரு நூறு ருபாய் இருந்த கேட்டுட்டு போகலாம் வந்தேன். நாளைக்கு கொடுத்திரலாம் நினைச்சி...'' என்க, "ஓ அப்படியா. ஒரு நிமிஷம்க்கா இதோ தரேன்...'' என்றவள் உள்ளேச் சென்றாள்.

"வெளியே ஏதோ சத்தம் கேட்டது போல இருந்ததே ஆமா யாரு வந்திருக்கா...'' கோதாவரி அப்பத்தா கேட்க, "நம்ம பக்கத்து வீட்டு அக்கா வந்திருக்காரு.ரேஷன் போடுறாங்களாம் அதான் ஒரு நூறு ரூபாய் வேணும் கேட்டாங்க...'' கூறியவாறு தன் பர்சிலிருந்து எடுத்தாள்.

"அம்மாடி உன் அப்பனுக்கு போன் பண்ணி வரச் சொல்லு. நம்மளும் இந்த மாசம் இன்னும் வாங்கலை....''

“ஐயோ அப்பத்தா அப்பா போன் இங்கே வச்சிட்டு போயிட்டா-ருல...”

“ஏற்கனவே ரெண்டு மாசமா நம்மளும் வாங்கல இதுல இது வேறையா...” கோதாவரி அப்பத்தா புலம்ப, “சரி அப்பத்தா நீங்க வீட்டை பார்த்துக்கோங்க நான் அந்த அக்கா கூட போய் வாங்கிட்டு வந்துறேன்...” என்றவள் தன் உடையை மாற்ற ஆரம்பித்தாள்.

“நீ எப்படித்தா இந்த வெயில போய்ட்டு வருவே. உங்க அப்பா வந்தா பைக்ல போய்ட்டு வந்துருவான்...”

“அதுக்கு என்ன அப்பத்தா நமக்கு வேணும்னா நாம்ம கொஞ்சம் கஷ்டப்பட்டு தான் ஆகனும். எந்தவொரு பொருளும் அவ்வளோ எளிதா கிடைச்சிறாது அப்பத்தா. சரி நான் போய்ட்டு வரேன்...” என்-றவள் பை மற்றும் ரேஷன் கார்டை எடுத்துக் கொண்டு கிளம்பினாள்.

“அக்கா நானும் உங்க கூட வரேன். எங்க வீட்டுக்கு வாங்கணும்...” வெளியே வந்து அவளிடம் கூற சரி என்றவாறு இருவரும் பேசிக் கொண்டே நடக்க ஆரம்பித்தனர்.

ரேஷன் கடையும், தமிழ் வேலை செய்யும் கூட்டுறவு வங்கியும் அருகருகே இருக்க அது மதிய நேரம் என்பதால் அவனுக்கு கூட்டம் இல்லாமல் இருந்தது.

தன் இருக்கையில் அமர்ந்து வேலைகளை பார்த்துக் கொண்டிருக்க, அவனுடன் வேலை செய்யும் மற்றொருவன், “என்ன தமிழ் சாப்பிட போகலையா. இப்படி வேலை பார்த்துக்கிட்டு இருக்கே..?” கேட்டவாறே தான் பார்த்துக் கொண்டிருந்த பைலை மூடி வைத்து எழுந்தான்.

“இல்ல வசந்த் அண்ணே நீங்க சாப்பிடுங்க. நான் கொஞ்ச நேரம் கழிச்சி தான் சாப்பிட போகணும்...”

“சரி நான் சாப்பாடு கொண்டு வந்துட்டேன். கை கழுவிட்டு வந்து-றேன்...” என்றவன் வெளியேச் செல்ல, தன் வேலையை பார்க்க ஆரம்-பித்தான்.

சிறிது நேரம் கழித்து உள்ளே வந்த வசந்த், “ஏலே தமிழு உன் மாமா மகள் ரேஷன் கடைக்கு வந்திருக்கிற மாதிரி தெரியுது...” என்க,

“யாரு பரணியா நீங்க வேற அண்ணே எங்க மாமாவாவது அவளை அனுப்பிறதாவது. நீங்க வேற யாரையாவது பார்த்திருப்பீங்க..?” பைலை பார்த்தவாறே கூறினான்.

“ஏலே எனக்கு தெரியாதா அந்த புள்ளை முகம். நீ வேணா வெளியே போய் பாரேன். அவ தான்டா வந்திருக்கா...”

“உண்மையாவா..?” கேட்டவனோ நம்ப முடியாமல் வெளியே வர அவன் கூறியது போல் கையில் பையுடன் வியர்த்துக் கொட்ட பெண்க-ளின் வரிசையில் சோர்வுடன் நின்றிருந்தாள் பரணி.

“இவ எதுக்கு இங்கே வந்தா..? இவளுக்கு எதுக்கு இந்த வேலை...” மனதிற்குள் நினைத்தவள் வேகமாய் அவள் இருக்கும் இடத்திற்குச் சென்றாள்.

“பரணி நீ இங்கே என்ன பண்ணுற..? உன்னை யாரு இங்கே வரச் சொன்னா..? முதல அதை கொடு ஆமா நீ ஏன் வந்திருக்கே மாமா எங்கே..?” சற்று கோபமாக கேட்க,

“அப்பா வயலுக்கு போயிட்டாங்க. அதான் வீட்டுல யாருமில்-லைன்னு இந்த அக்கா கூட வந்தேன். நீங்க போங்க அத்தான் நான் வாங்கிக்கிறேன்...” மெல்ல அவனுக்கு மட்டும் கேட்குமாறு கூறினாள்.

“நாங்களும் அதை தான்பா அவ வந்ததும் சொன்னோம். வயசு புள்ளை எதுக்கு இப்படி நிக்கிறே உன் அத்தை மகன் கிட்ட கொடுத்தா ஒரு நிமிஷத்துல வாங்கித்தந்திருவான்னு. ஆனா இவள் தான் அவங்கள எதுக்கு தொந்தரவு பண்ணனும் சொல்லிட்டா...” அங்கிருந்த சிலர் கூற, அவனிடம் என்ன சொல்ல என தெரியாமல் தலையை குனிந்து கொண்டு நின்றாள்.

“முதல நீ போய் அங்கே மரத்துக்கிட்ட நில்லு. நான் வாங்கிட்டு வரேன்...” என்றவன் அவள் கையில் வைத்திருந்தை வாங்கிக் கொண்டு அந்த கடைக்குள் நுழைய,

“நல்ல வேலை திட்டல. எங்கே கோவமா கேட்டதும் திட்டிரு-வாரோன்னு பயந்துட்டோம்...” மனதிற்குள் நினைத்துக் கொண்டவள் அவன் கூறிய மரத்தின் அருகேச் சென்று நின்றாள்.

நேரம் செல்ல அனைத்தையும் வாங்கிக் கொண்டு வந்தவன், அவள் நிற்பதின் அருகே இருந்த தன் பைக்கின் மீது வைத்தான்.

“இங்கே பாரு பரணி இனிமே இப்படியெல்லாம் வரதே..? கண்டிப்பா வாங்கணும்னா எனக்கு போன் பண்ணி ஒரு வார்த்தை சொல்லிருக்-கலாம்ல. நான் ஒரு நிமிஷத்துல வாங்கிட்டு வந்திருப்பேன்ல. இந்தா முதல முகத்தை துடை எப்படி வியர்த்து கொட்டிருக்குன்னு பாரு...”

கூறியவாறு தன் பேண்ட் பாக்கட்டில் இருந்து கைக்குட்டையை எடுத்து தர அதனை வாங்கிக் கொண்டாள்.

“தேங்க்ஸ் அத்தான்...”

“சரி ஏறு உன்னை வீட்டுல விட்டிருறேன்...”

“இல்ல வேண்டாம் அத்தான் நான் போயிறேன். நீங்க போய் வேலையை பாருங்க...”

“வேலை விட நீ தான் முக்கியம் முதல ஏறு போகலாம்...” என்றவாறு தன் பைக்கை எடுக்க, அவன் கூறியதை எண்ணி மகிழ்ந்தவள் பின்னே ஏறி அமர்ந்தாள்.

“ஹ்ம்ம் போகலாம் அத்தான்...” என்றதும் அவன் கிளம்ப, ரேஷன் கடையின் வருசையில் நின்றிருந்த பெண்களின் விழிகள் சிசிடிவி கேமாராவை போல் அவர்களை படம்பிடித்தது.

ரேஷன் கடையிலிருந்து அவளின் வீட்டிற்கு ஒரு கிலோ மீட்டர் தொலைவிருக்க, பத்து நிமிஷத்தில் அவளின் வீட்டின் முன் வந்து நின்றான்.

அவன் கொடுத்த அனைத்தையும் வாங்கிக் கொண்டவள், “உள்ளே வாங்க அத்தான். கொஞ்சம் மோர் சாப்பிட்டு போங்க. அப்பத்தா உங்களை பார்த்தா சந்தோஷப்படும்...” என்க, அதே நேரம் ஏதோ ஒரு ஓசை கேட்டு அந்த அப்பத்தாவே வெளியே வந்தார்.

“அடடா வாப்பா பேராண்டி. என்ன ஒரு மாசமா வீட்டு பக்கமே வர மாட்டிக்கே...?” கேட்டவாறே அங்கிருந்த திருனையில் அமர அவனும் பைக்கை நிறுத்தி விட்டு அவர் அருகில் அமர்ந்தான்.

அதை கண்டவளோ வாங்கிய பொருட்களை உள்ளே கொண்டுச் செல்ல சிறிது நேரம் அப்பத்தாவுடன் பேச ஆரம்பித்தான்.

வெயிலுக்கு இதமாய் மோரினை எடுத்துக் கொண்டு வெளியே வந்த பரணி அதை அவனுக்கு கொடுக்க, “அப்பத்தா உங்க பேத்தி நான் வேண்டான்னு முடிவு பண்ணிட்டா போல...” அவளை கண்டவாறே கூற அதை கேட்டவளோ திடுக்கித்தாள்.

“என்ன சொல்லுற பேராண்டி..? அவ என்ன பண்ணுனா...?” அவன் கூறியது அவருக்கும் புரியவில்லை பரணிக்கும் புரியவில்லை என்பது இருவரின் முகத்திலே நன்கு தெரிந்தது.

"நான் ஒருத்தன் இருக்கேன் அது கூட தெரியாம இவ வரிசையில நின்னு ரேஷன் வாங்குற. அப்போ எனக்கு என்ன மரியாதை அப்பத்தா நீங்களே சொல்லுங்க..? என்னை நீங்க எல்லாரும் இந்த வீட்டு பையனா நினைக்கல அப்படி தானே..?" அப்பத்தாவிடம் கேட்டாலும் பார்வை என்னவோ பரணியின் மீதிருந்தது.

"அப்படியில்லை பேராண்டி. நீ என்னைக்கும் இந்த வீட்டு மருமகன் தான். உனக்கும் இந்த வீட்டாளுங்களுக்கும் உள்ள பந்தத்தை என்னைக்கும் முறிக்க முடியாது...."

"ஆனா பரணி பார்வை அப்படி தெரியலையே அப்பத்தா..?"

"அது வந்து அத்தான் உங்க குடும்பத்துக்கும் எங்க குடும்பத்துக்கும் சொந்தமில்லாத மாதிரி தான் எனக்கு தோணுது. ஏன்னு எனக்கு தெரியல ஒரு வேலை அத்தை இருந்து இங்கே உங்களை மாதிரி வந்து போனா இப்படி சொந்தம் இருக்குன்னு தோணிருக்குமோ என்னவோ..." மனதில் இருப்பதை அப்படியே தயங்கிக் கொண்டு ஒரு வழியாக கூறி முடித்தாள்.

அவள் வெளிப்படையாக பேசுவது மனதிற்குள் சந்தோஷத்தை அளித்தாலும் அவள் கூறியதில் இருக்கும் உண்மையும் நன்கு புரிந்துக் கொண்டான்.

"ஆமா பரணி நீ சொல்லுறது சரி தான். சரி எனக்கு நேரமாச்சி போய்ட்டு வரேன் அப்பத்தா..." என்றவன் அங்கிருந்து கிளம்ப, தான் எதுவும் அவனிடம் தவறாக கூறிவிட்டோமோ என்ற யோசனையில் அவனை பார்த்தவாறு அப்படியே நின்றாள் பரணி.

பைக்கை கிளம்பிக் கொண்டு சென்றவனின் மனமோ அவள் கூறியதை நினைக்க ஆரம்பித்தது. தன்னை தவிர இந்த குடும்பத்துக்கும் தன் குடும்பத்துக்கும் எந்த சம்மந்தமுமில்லை என்பது உணர்ந்துக் கொண்டான்.

ரேஷன் கடையில் பரணியுடன் பேசியது அவளை அழைத்துக் கொண்டு வந்து வீட்டில் விட்டது. அவளும் வேகமாய் அவனுக்கு மோர் எடுத்துக் கொண்டு கொடுத்தது. அதை விட அவளின் கையில் இன்னும் தமிழ் கொடுத்த கைகுட்டை இருப்பதென அனைத்தையும் தாங்கள் அறியாவண்ணம் விழிகளில் விஷமத்துடன் யாரோ பார்த்துக் கொண்டிருக்கிறார்கள் என்பதை இருவரும் அறியவில்லை.

5

அத்தியாயம் : 5

ராகினி, காவேரி, பரணி மூவரும் முதலில் நினைத்தது போன்று அன்று மாலை கல்லூரி முடிந்ததும் ஜவுளிக்கடைக்கு போகலாம் என்ற முடிவிலிருந்தனர்.

எப்போது மாலை வருமென்று காத்திருந்த காவேரி கல்லூரி முடிந்ததும் தன் தோழிகள் இருவரரையும் அழைக்கவென வேகமாய் அவர்கள் இருவரின் டிபார்ட்மென்ட் நோக்கிச் சென்றாள்.

இருவரையும் ஒரு வழியாக சந்தித்து அந்த கல்லூரியை விட்டு வெளியே அழைத்துக் கொண்டு வர, “ஏன்டி எதுக்கு இந்த அவரசம் வீட்டுல தான் சொல்லிட்டு வந்துட்டோம்ல. அது மட்டுமில்லாமல் நமக்கு இன்னும் ரொம்ப நேரமிருக்குல...” கேட்டவாறே அவள் இழுத்த இழுப்பிற்க்கு பரணி, ராகினி இருவரும் வந்தனர்.

“அதெல்லாம் நேரம் பத்தாது வேகமா போயிரும். வா முதல போகலாம்...” என்றவள் அங்கே வந்த பேருந்தில் ஏற, அவளின் பின்னே இருவரும் அவளின் செய்கையை எண்ணி சிரித்துக் கொண்டு ஏறினர்.

நேரம் செல்ல ஒரு ஜவுளிக்கடையின் முன் மூவரும் வந்து நிற்க, “அடியேய் காவேரி இந்த கடையில மட்டும் எதுவும் நல்லாயில்லைன்னு வச்சிக்கோ அப்பறம் உனக்கு என் கையால தான் சாவு சொல்லிட்டேன்...” ராகினி மிரட்ட,

“அதெல்லாம் நல்லா தான் இருக்கும். நீ முதல வந்து பார்த்துட்டு பேசு. நீ வா பரணி...” உதட்டை சுழித்துக் கொண்டு கூறியவள் பரணி-

யின் கரத்தினை பற்றிக் கொண்டு உள்ளே நுழைந்தாள்.

“வெல்கம் மேடம். உங்களுக்கு என்ன வேணும்...?” முன்னிருந்த பணியாள் கேட்க,

“சுடிதார் மெட்டீரியல் வேணும். எந்த ப்ளோர்ல இருக்கு..?”

“இரண்டாவது மாடி...”

“தேங்க் யூ சார்...” என்க, மூவரும் மேலே இருக்கும் தளத்திற்குச் செல்ல ஆரம்பிக்க, பரணி அறியாதயொன்று அங்கே அவளின் சொந்தங்கள் வந்திருக்கிறதென்று.

பல வகையான மாடல்களும், கலர்களும் இருக்க ஒவ்வொன்றாக பொறுமையாக தேடிப் பார்த்து கொண்டிருக்க, ஆர்வத்துடன் வந்த காவேரியோ எதை எடுப்பது என்று தெரியாமல் குழம்ப ஆரம்பித்தாள்.

“பரணி இந்த மாடல் எனக்கு நல்லாயிருக்குமா..? ராகினி இந்த கலர் எனக்கு எப்படி இருக்கும்...?” ஒவ்வொன்றாக கேட்டு பார்த்துக் கொண்டிருக்க, அதே நேரம் அவர்களுக்கு பின்புறம் முதுகு காட்டிக் கொண்டு கலையும், மகிழ்ந்தியும் அவர்களுக்கான உடையை எடுத்துக் கொண்டிருந்தனர்.

“ஏய் உனக்கு மட்டும் பொருந்துனா போதுமா மூணு பேருக்கும் பொருந்துற மாதிரி தானே பார்க்கணும்...” கூறிய ராகினி வேறு உடையை தேடிக் கொண்டிருக்க, நன்கு அறிந்த குரல் கேட்கிறதே என்பதை உணர்ந்த மகிழ்ந்தி திரும்ப மூவரையும் கண்டாள்.

“பரணி நீ எங்க இங்கே..?” அவளின் பின் வந்து நின்றுக் கேட்க,

தன்னை யாரோ அழைத்ததும் திரும்பியவள் மகிழ்ந்தியை காண, “மதினி நீங்களா..? நீங்க எப்போ வந்தீக..? திருவிழாக்கு ட்ரெஸ் எடுக்க வந்தீகளா..? எப்படி இருக்கீக...” அவளின் கரங்களை பிடித்துக் கொண்டு புன்னகையுடன் கேட்டாள்.

“நான் நல்லாயிருக்கேன் பரணி. என்னை மதின்னு கூப்பிடாதேன்னு எத்தனை தடவை சொல்லுறது. ஒழுங்கா பேர் சொல்லி கூப்பிடுடி..”

“சரி இனிமே அப்படியே கூப்பிடுறேன்...”

“ஆமா ட்ரெஸ் எடுத்துட்டையா. அத்தை, மாமா யாரும் வரலையா..? காவேரி, ராகினி கூட வந்தியா..?”

“ஹ்ம்ம் ஆமா மதினி...சாரி..சாரி மகிழு. நீங்க ரெண்டு பேரும் மட்டும் தான் வந்திருக்கீகளா..?”

“இல்ல அம்மாவும், அண்ணனும் வந்திருக்காங்க. என்னை தங்கச்சிகளா ரெண்டு பேரும் எப்படி இருக்கீக...” பரணியின் தோழிகளை கண்டு கேட்க,

“ரொம்ப நல்லாயிருக்கும் அக்கா. நல்ல வேலை நீங்க வந்தது எங்களுக்கு ஒரு நல்லது தான். இங்கே வாங்க ஒரு உதவி. எங்க மூணு பேருக்கும் ஒரு மாதிரி எந்த ட்ரெஸ் நல்லாயிருக்குன்னு சொல்லுங்க அக்கா...” கேட்ட காவேரி அவளின் கரங்களை பிடித்து இழுத்து முன்னே நிறுத்தினாள்.

“ஏய் ஒரே போல போடப் போறீகளா..? அப்போ என்னையும் கூட சேர்த்துக்கோங்க...” மகிழ்ந்தி கேட்ட அடுத்தநொடி, “ஐயோ மகிழு நம்ம புடவை எடுக்க வந்தோம் அவங்க சுடிதார் எடுக்குறாங்க...” கலை வேகமாய் கூறினாள்.

“ஓ ஆமாலே. ஏன் பரணி நீ புடவை எடுக்க வேண்டியது தானே..?”

“இல்ல காலேஜ் போகும் போது இது எடுத்தா போட்டுக்காலம் நினைச்சேன்...” என்க, அதே நேரம், “இப்போ என்ன மகிழு நீ சுடிதாரும் எடுத்துக்கோ. புடவையும் எடுத்துக்கோ...?” கூறியவாறு தன் சித்தியுடன் வந்து நின்றான் தமிழன்பன்.

“ஐய்யோ இது சூப்பர் ஐடியா. தேங்க்ஸ் தமிழ் அண்ணா...” சந்தோஷமாக கூற தங்கையை கண்டவனோ மெல்ல தலையசைத்தான்.

பரணியை கண்டு லேசாக புன்னகை பதிலுக்கு சிறு புன்னகையை உதிர்க்க, “என்ன பரணி...” என்றவாறு கிரிஜா அவளின் அருகே வர இருவரும் பேச ஆரம்பித்தனர்.

இவர்கள் இருவரும் பேச அவர்கள் மூவரும் உடை எடுக்க முகத்தை தூக்கி வைத்துக் கொண்டு தனியே நின்றுக் கொண்டிருந்த கலையை கண்ட தமிழ், “கலை நீயும் அவங்க கூட எடுக்க வேண்டியது தானேம்மா...?” மென்மையாய் கேட்க,

“இல்ல வேண்டாம் எனக்கு புடவையே போதும். சுடிதார் ரொம்ப இருக்கு...” பட்டென்று கூறியவள் திரும்பி வேறு உடையை பார்க்க ஆரம்பித்தாள்.

“சுடிதார் எடுக்க போறேன் தானே மகிழும், இவளும் வந்தாக..? இப்போ என்கிட்டே இருக்கு வேண்டாம்ன்னு சொல்லுற. என்ன தான் நடக்குதோ..” தனக்குள் புலம்பிக் கொண்டான் தமிழன்பன்.

அதே நேரம் ஜீவாவிடமிருந்து தமிழுக்கு அழைப்பு வர, “ஹ்ம்ம் சொல்லுடா ரெண்டாவது மாடில இருக்கோம். இன்னும் முடியலடா வா உள்ளே..?” என்றவாறே தாங்கள் இருக்கு இடத்தை கூறினான்.

அதை கேட்ட கிரிஜா, “யாரு தமிழ். ஜீவாவா பேசுனான். வந்துட்டானா...” என்க,

“ஹ்ம்ம் ஆமா சித்தி வேலை முடிஞ்சிருச்சாம். வெளியே நிக்கிறான்னா வரேன்னு சொன்னா...”

“சரி வரட்டும் அவனுக்கும் சேர்த்தே எடுத்துரலாம்...” தமிழை கண்டு கூறினார் கிரிஜா.

“ராகினி நீங்க மூணு பேரும் எடுங்க நான் பாட்டிக்கு கூரப்பட்டு எடுக்கலாம் நினைக்கிறேன் போய் பார்த்துட்டு வந்துறேன்...” என பரணி கூற,

“சரி சீக்கிரம் பார்த்து வாங்கிட்டு வா. நாங்க இங்கே எடுக்குறோம். அப்போ தான் சீக்கிரம் போக முடியும்...” திரும்பி அவளை கண்டு ராகினி கூறினாள்.

“நான் போய் பார்த்துட்டு வந்துறேன் அத்தை...” என்றவள் செல்லப் பார்க்க, “நில்லும்மா நீ மட்டும் ஏன் தனியா போறே. ஏலே தமிழு அவளை கூட கூட்டிட்டு போடா...” என்றார் கிரிஜா.

“சரி சித்தி. வா பரணி...” என்றவன் அவளை மட்டும் அழைத்துக் கொண்டுச் செல்ல, தன் அன்னைக்கு கேட்காதவாறு பரணியின் தோழிகளிடம், “பாரேன் எங்க அம்மா ரெண்டு பேரையும் எப்படியெல்லாம் ஜோடி சேர்க்குதுன்னு..” மெல்ல கூற அதை கேட்ட இருவருமே சிரிக்க ஆரம்பித்தனர்.

கீழ் தளத்துக்கு பரணியை அழைத்துக் கொண்டு வந்தவன், “சரி பரணி நீ இங்கே பாரு. நான் வேற ஏதாவது நல்ல கலர் அப்பத்தாவுக்கு கிடைக்குதான்னு பார்த்துட்டு வரேன்...” என்றவன் அப்படியே பார்த்தவாறு நகர்ந்துச் சென்றான்.

பணிப்பெண் எடுத்துப் போட்ட புடவையை ஒவ்வொன்றாக பார்த்துக் கொண்டிருக்க, அங்கிருந்த கண்ணாடியின் முன் ஏதோ தனக்கே எடுப்பதை போல் மேனியின் மீது வைத்துப் பார்த்தாள் பரணி.

அதை கண்ட தமிழோ புன்னகையுடன் தலையை ஆட்டிக் கொண்டு வேறுபுறம் செல்ல, உள்ளே வந்த ஜீவாவின் பார்வையில் அவளின்

செயல் விழுந்தது.

கட்டம் போட்ட, பார்டர் வைத்த காட்டன் பட்டென்று ஒவ்வொன்றாக வைத்துப் பார்க்க, "இந்த குள்ளவாதத்துக்கு சுடிதாரை விட புடவை நல்லாயிருக்கே. ஆனா இவளை விவரம் தெரிஞ்சதுலிருந்து பார்க்குறோம் ஒரு நாள் கூட புடவை, தாவணி கட்டுனது இல்லையே. இந்த காலத்துல இதையெல்லாம் விரும்புவாளா என்ன..? சும்மா சொல்லக் கூடாது நச்சுன்னு இருக்கா..?" தன்னையும் அறியாமல் பரணியை பார்த்தவாறு ஜீவா நினைத்துக் கொண்டிருக்க, அனல்கக்கும் விழிகளுடன் அவனின் முன் வந்து நின்றாள் கலைத்தென்றல்.

"ஜீவா அத்தான்..." கோபமாக அழைக்க அருகிலிருந்த அனைவரும் அவள் கத்தியதில் திரும்பி பார்த்தனர்.

"என்னாச்சு கலை எதுக்கு கத்துறா..?" அவளின் இந்த கோபம் ஏதற்காகவென புரியாமலே கேட்க,

"உங்க பார்வை சரியில்லைன்னு தோணுனது அதான் உங்களை கூப்பிட்டேன்..." முகத்தை உர்ரென்று வைத்துக் கொண்டு கூறினாள்.

"கூப்பிடையா கத்துனேன்னு சொல்லு சரி எல்லாம் எடுத்துட்டீங்களா..?"

"இல்ல நீங்க முதல மேல வாங்க அத்தான்..." என்றவள் அவனின் கரங்களை பிடித்துக் கொண்டு மேலே அழைத்துச் செல்ல, அவளுடன் சென்றாலும் பார்வையோ திரும்பி பரணியை கண்டது.

ஒவ்வொரு புடவையாக தன் மேல் போட்டுக் கொண்டு தனக்கு தானே பிம்பத்தை பார்த்து பேசிக் கொண்டு முகத்தை சுழிப்பதென அனைத்தையும் பார்த்துக் கொண்டு படிகளில் ஏறினான் ஜீவா..

நேரம் செல்ல கீழே முழுவதும் அலசி விட்டு மறுபடியும் பரணியை விட்டுச் சென்ற இடத்திற்கு தமிழ் வர அப்போதும் அவள் இன்னும் எடுக்காமலே பார்த்துக் கொண்டிருப்பதை கண்டான்.

"என்ன பரணி இன்னுமா அப்பத்தாவுக்கு எடுக்கல..?"

"இல்ல அத்தான் யாராவது இருந்தா கொஞ்சம் உதவியா இருக்கும். எல்லாரும் மேல இருக்காங்களே..?" வருத்தத்துடன் புடவையை பார்த்துக் கொண்டே கூறினாள்.

"சரி விடு பரணி. நான் உதவி பண்ணுறேன்..." என்றவன் ஏதேதோ கலரினை கூறி எடுத்து அவளின் தோளில் உரிமையாய் வைத்துப்

பார்க்க, அவளின் பேரழக்கு எதை எடுப்பதென தெரியாது அவனுமே குழம்பினான்.

“பரணி இங்கே இருக்கிற புடவை எல்லாமே உனக்கு அவ்வளோ பொருத்தமா இருக்கு...” என்க,

“அத்தான் நம்ம அப்பத்தாவுக்கு பார்க்க வந்தோம். எனக்கு இல்லை...” என்றவள் கடைசியாக ஒரு வழியாக ஒன்றை தேர்வு செய்-தாள்.

“ஏன் நீயும் ஒன்னு எடுத்துக்கோயேன். இரு நானே உனக்கு எடுத்து தரேன்...” என்றவாறு அவளுக்காக முதல் முறை ஒரு புடவையை தேர்-தெடுக்க ஆரம்பித்தான்.

தனக்கு புடவை எடுத்து தரும் முழு உரிமை அவனுக்கு உண்டு. அவனிடம் எப்படி வேண்டாமென சொல்வது என தெரியாமல் அமை-தியாக நின்றாள் பரணி. தன் மனதிற்கு பிடித்த ஒன்றை அவளுக்கு எடுத்தவன் அதை காட்ட அவளோ நன்றாக இருக்கிறதென தலைய-சைத்தாள்.

“சரி அதையும் கொடு. நானே பில் போட்டு கொண்டு வரேன்...” என்றவன் அவள் கையில் அப்பத்தாவிற்கு எடுத்து வைத்திருந்தை வாங்க,

“இல்ல அத்தான் நான் பணம் வச்சிருக்கேன். நான் கொடுத்து-றேன்...” என்க, அவனோ முறைக்க அமைதியானாள்.

அதன் பின் பணம் கட்டி இரண்டு புடவையையும் வாங்கிக் கொண்டு பரணியின் அருகில் வர, அன்று கண்காணித்த அதே விஷமம் நிறைந்த விழிகள் இன்றும் அவர்களை கண்காணித்து. ஆனால் இவர்கள் இரு-வரும் அதனை அறியாமலே இருந்தனர்.

அதே நேரம் மேலே இருந்து தனக்காக உடைகளை எடுத்துக் கொண்டு மற்றவர்களும் வர, “என்ன பரணி. ரெண்டு புடவை எடுத்-திருக்கிற மாதிரி இருக்கு...” காவேரி கேட்க, நிமிர்ந்து தமிழைக் கண்-டாள்.

அதனை கண்ட மகிழந்தி, “என்ன தமிழ் அண்ணா பரணிக்கு புடவை எடுத்து கொடுத்த மாதிரி தெரியுது..?” கிண்டலாக கேட்க, தமிழோ பதில் கூற முடியாமல் திணற பரணியோ தலை குனிந்தாள்.

இருவரின் இந்த முகத்தை இன்று மட்டும் தமிழின் அன்னை உயிருடன் இருந்து கண்டிருந்தால் போதும் அடுத்த மூகூர்த்தமே இருவருக்கும் திருமணம் தாதென்று மனதில் நினைத்துக் கொண்டார் கிரிஜா.

“டேய் தமிழ் இந்த குள்ளவாத்து தான் புடவையே கட்டாதே. அப்பறம் ஏன் அவளுக்கு எடுத்து கொடுத்தே..?” ஜீவா கேட்க,

அதை கேட்ட கிரிஜா முறைத்தவாறே தன் மகனை அடிக்க வர அதற்குள் பின்னே நின்றிருந்த கலை அவனின் முதுகில் ஓங்கி அடித்தாள்.

“அப்படி தான்டி என்ன செல்ல மருமகளே...!” கிரிஜா கொஞ்ச, கலையை கண்டு முறைத்தான் ஜீவரஞ்சன்.

அவனின் முறைப்பை கண்டவளோ, “ஏன் அத்தான் நீ எனக்கு சுடிதார் எடுத்து கொடுத்தேலே மேல வச்சி. அதே மாதிரி அவுங்க மாமா பொண்ணுக்கு அவுங்க எடுத்து தராங்க. அவ கட்டுறது காட்டாதது அவ விருப்பம் உனக்கு என்ன அத்தான்...” அனைவருக்கும் கேட்குமாறு கலை கேட்க,

அதற்கு பதில் கூறாமல், “என்னமோ போங்க சரி போகலாம் வாங்க...” என்ற ஜீவா முன்னேச் செல்ல அனைவரும் பின்னேச் செல்ல ஆரம்பித்தனர்.

ஒரு ஆட்டோவை பிடித்து பெண்கள் அனைவரையும் ஏற்றி விட, தன் ஸ்கூட்டியில் வந்த கலை அதிலேச் சென்றாள். ஜீவா, தமிழ் இருவரும் ஒரே பைக்கில் ஆட்டோவின் பின்னேச் சென்றனர்.

அதன் பின் நாட்கள் செல்ல பரணி வழக்கம் போல் கல்லூரி போக வரவென்றிருக்க தனக்கும், தமிழுக்கும் வரப்போகும் பேராபத்து தங்கள் பின்னையே சுற்றி வருகிறது என்பதை உணராமல் இருந்தாள்.

ஊருக்குள் காப்பு கட்ட ஆரம்பித்ததும் அந்த ஊரிலிருக்கும் அனைத்து தெருக்களிலும் வேப்பிலை தோரணமாயிருந்தது. அந்த ஊரில் திருவிழா நடக்கப் போகிறது என்பதை அனைவருக்கும் காட்டும் விதமாக இருந்தது அந்த தோரணம்.

(ஆனா இந்த கொரனாவாலா இப்போ எல்லார் வீட்டுலையும் வேப்பிலை தோரணம் தான். அதுவும் எங்க வீட்டுல சொல்லவே முடியாத அளவுக்கு... பத்திரமா எல்லாரும் குடும்பத்தோட சந்தோஷமா பாதுகாப்பா இருங்க பிரெண்ட்ஸ்...)

பெண்களோ கையில் மஞ்சள் காப்பு அணிந்து முளைப்பாரி எடுப்பதற்கு தயாராகினர். தினமும் இரவு கோவில் முன் பெண்கள் அனைவரும் கும்மி பாட்டு படித்து வட்டமாக நின்று கும்மியடிக்க, ஆண்களோ ரேடியா செட், லைட், கட்டவுட் என்று பம்பரமாக சுற்றிக் கொண்டிருந்தனர்.

தினமும் கல்லூரி முடிந்து வந்து சிறிது நேரம் ஓய்வெடுப்பவள் தன் தோழிகள் மற்றும் அன்னையுடன் இரவு கோவிலுக்குச் சென்று கும்மியடிக்கவென்று தன் நாட்களை கடத்தினாள் பரணி.

ஒவ்வொரும் வீட்டிற்கு சொந்தம், உறவுகளென்று வருகை புரிய ஆரம்பிக்க, ராட்டினம், மரக்குதிரை, பொம்பை, விளையாட்டுப்பொருட்கள், வளையலென்று ஒவ்வொரு கடையாக கோவிலில் முன் தங்களுக்கு ஒதுக்கப்பட்ட இடத்தில் கடை போட ஆரம்பித்தனர்.

ஒரு வழியாக அனைத்து ஏற்பாடுகளும் தடபுடலாக நடைபெற, அந்த மாலை நேரம் திருவிழா ஆரம்பிக்கும் தொடக்க பூஜை நடக்கப் போவதாக மைக்கில் கூறி அழைப்பு விடுக்க வீட்டிலிருந்த அனைவரும் கோவிலுக்கு கிளம்பிக் கொண்டிருந்தனர்.

ஜீவாவின் வீட்டிலும் கலையின் குடும்பத்தார் வந்திருக்க அனைவரும் கோவிலுக்கு கிளம்ப, எப்போதும் தன் கைபேசியிலே கையுமாக இருக்கும் தன் மகள் மகிழந்தியை ஒரு வழியாக திட்டி கிளம்ப வைத்து குடும்பத்துடன் அங்கிருந்து கிளம்பினார் கிரிஜா.

6

அத்தியாயம் : 6

பரணியின் குடும்பத்தார், தமிழின் தந்தை மற்றும் அவனின் குடும்பம், கலையின் குடும்பமென ஊரே கோவிலில் கூடியிருந்தனர்.

(வாங்க நம்மளும் போய் சாமி கும்மிடலாம். அப்படியே அங்கே என்ன நடக்குதுன்னு பார்த்துரலாம்...)

பரணியோ தன் தோழிகளுடன் சந்தோஷமாக முகத்தில் புன்னகையுடன் நின்று கொண்டிருந்தாள். இளைஞ்சர்களோ தொடக்க பூஜைக்கு தேவையான பூ, அபிஷேகம் செய்ய தேவையான பொருட்கள் எடுக்க கொண்டு வந்து தரவென்று பரபரப்புடன் மங்கையர்கள் பார்க்கும் வண்ணம் திரிந்துக் கொண்டிருந்தனர்

கோவிலில் முன் நின்றிருந்த பெரியவர்கள் வெள்ளை வேஷ்டி சட்டையில் தங்களுக்கு தான் அனைத்தும் தெரியும் என்பது போல் அதிகார தோணியில் பேசிக் கொண்டிருக்க, பெண்களோ அணிந்திருந்த நகை அலங்காரம் என்று ஏதேதோ பேசிக் கொண்டிருந்தனர்.

அதே நேரம் இரண்டு கார்கள் வந்து நிற்க, "இதோ பண்ணையாரையா வந்துட்டாங்களே..! போடுலே அந்த வெடிய..? ஏலே கொடுலே அந்த மாலையா..?" நரைத்த மீசையுடன் இருந்த பெரியவர் கத்திக் கொண்டு வேகமாய் காரினை நோக்கிச் சென்றான்.

வானவெடிகள் எட்டூரை கேட்கும் அளவுக்கு செவிகள் பிளக்க, அனைவரின் பார்வையும் அங்கேச் செல்ல தன் காரிலிருந்து இறங்கினார் நல்லசிவம்.

(வில்லன் நினைச்சா வில்லன். டம்மின்னு நினைச்சா ஜோக்கர் அது நம்ம கதை போறதை பொறுத்து உங்க முடிவு...)

கருகருவென வளர்ந்து இருபுறமும் முறுக்கி விட்ட மீசையுடன் நெற்றியில் சந்தனம் பட்டையாக அதனுள் குங்குமமும் வைத்திருக்க, எந்தவொரு சிறு துறும்பு அழுக்கு கூட இல்லாது பட்டு வேஷ்டி சட்டை அணிந்து, கழுத்தில் தங்கச்சங்கிலி தொங்க அந்த கோவிலில் கோபுரத்தை நிமிர்ந்து வணங்கினார்.

“வாயா நல்ல நேரத்துக்கு வந்துட்டே...” என்று அவரை வரவேற்ற பல பெரியவர்கள் கையில் வைத்திருந்த மாலையை போட, இன்முகத்துடன் அதனை ஏற்றுக் கொண்டார்.

“என்ன சித்தப்பா இதெல்லாம் நீங்க வயசுல பெரியவங்க. நீங்க போய் எனக்கு மாலை போடுறீக. சரி எல்லாம் தயாரா இருக்கா..?” என்க, அதே நேரம் அவரின் குடும்பத்தார் அனைவரும் காரிலிருந்து இறங்க ஆரம்பித்தனர்.

“எல்லாரும் வந்துட்டாங்க மகனே..!”

“அப்போ திருவிழாவை கொண்டாடிற வேண்டியது தான். ஏலே கார்த்தி...” திரும்பி தன் மகனை காண,

“அப்பா சொல்லுங்க..! இந்தா தான் இருக்கேன்...” என்றவாறு அவரின் முன் வந்து நின்றான்.

ஆளவான மீசையுடன் ஆறடி உயரத்தை விட சற்று குறைந்த உயரம். அடர்ந்து வளர்ந்த புருவங்களுக்கு மத்தியில் சிறு கோடு போன்ற குங்குமம். உருமேறிய உடற்கட்டு, திராவிட நிறம், அலையலையாய் முன் நெற்றியில் படர்ந்த கேசம், தன் தந்தைக்கு நிகராக அவனும் பட்டு வேஷ்டி சட்டை அணிந்து, கழுத்தில் சின்ன செயின் மற்றும் கையில் ஒரு பிரேஸ்லேட் அணிந்திருந்தான்.

“இந்த திருவிழா முடியுற வரைக்கும் என்ன வேணும்ன்னு கேட்டு நீ தான் பார்த்துக்கணும். சரியா...” என்க, சரியென தலையசைத்தான்.

“எய்யா நல்லசிவம் அன்னைக்கு நீ தான் கூட்டத்துல வச்சி என்ன பண்ணனும் சொல்லிட்டையேப்பா. நீ சொன்ன மாதிரி தான் நாங்க எல்லாரும் பண்ணிருக்கோம். அவனை எதுக்குப்பா தொந்தரவு பண்ணனும்...” மற்றொரு பெரியவர் கேட்க,

“அதுக்கு இல்ல மாமா. எங்க குடும்பமும் இந்த ஊருல ஒரு குடும்பம் மாதிரி தானே அதான் சொன்னேன். சரி வாங்க போகலாம்...” என்றவர் முன்னே நடக்க அவரின் பின்னே மற்ற அனைவரும் நடக்க ஆரம்பித்தனர்.

“எப்பா ஊருக்குள்ள ஒரு பணக்காரன் இருந்தா போதுமே இப்படி தலையில தூக்கி வச்சி கொண்டாடுவாங்களே...? அடியேய் எனக்கு ஒரு டவுட். இவர் இந்த ஊருக்குள்ள தினமும் தானே சுத்திக்கிட்டு இருக்காரு. அப்பறம் ஏன் இவருக்கு இந்த மரியாதைன்னு தெரியலையே..?” யோசனையுடன் காவேரி தன் தோழிகளிடம் கூற,

“நமக்கு என்ன விடேன் காவேரி. வந்தம்ல இப்போ சாமிய கும்மிட்டோம்ல. நைட் பொங்கல் வைக்கிறது. மாவிளக்கு எடுக்குறது அதை பத்தி மட்டும் யோசிச்சா போதும்...” அவளுக்கு மட்டும் கேட்குமாறு பரணி கூறினாள்.

“காவேரி நம்ம திருவிழாக்கு கொடுத்த மொத்த ஊர் வரியையும் இவர் ஒருத்தரே கொடுத்திருக்காரு இந்த கோவிலுக்கு. அதான் இந்த மரியாதை பணம்னா பொணம் கூட வாயை பிளக்கும். நம்ம ஊர்க்காரங்க சும்மாவா இருப்பாங்க...” ராகினி கூற, மூவரும் தங்களுக்கு மட்டும் குசுகுசுவென பேசிக் கொண்டனர்.

அம்மனை அலங்கரித்து தீபாராதனை காட்ட அனைவரும் கண்ணை மூடி சாமியை தரிசிக்க, இப்போதும் கூட தங்களை யாரோ நேராகவே கண்காணிக்கின்றன என்பதை உணர மறுத்தனர் தமிழும், பரணியும்.

பரணி நின்றிருந்த அதே நேர்கோட்டில் பின்புறம் தமிழ் நிற்க, பரணியின் முன்புறம் அந்த விஷமம் நிறைந்த விழிகள் நின்றுக் கொண்டிருந்தது.

தீபாராதனை தொட்டிக் கொண்டு திநீரு, குங்குமம் தர கூட்டத்தோட கூட்டமாக அனைவரும் முந்திக் கொண்டு வாங்கினார்.

அதன் பின் கொண்டு வந்தவர்கள் தேங்காய் பழம் உடைக்க ஆரம்பிக்க, முதலில் நல்லசிவமிடம் வந்த பூசாரி, “ஐயா தேங்காய் பழம் உடைச்சிரலாம்மா..?” என்க,

“ஹ்ம்ம் உடைச்சிரலாம் சாமி, அம்மாடி நிறைமதி கையில வச்சிருக்கிற தட்டை அவர் கிட்ட கொடும்மா...” தன் மனைவியின் அருகே நின்றிருந்த மகளை கண்டு கூற, இதழில் புன்னகையுடன் முன் வந்-

தாள்.

ஐஸ் கிரீம்மால் செய்த சிலையை போல் அனைவரையும் உருக வைக்கும் பேரழகு. இடைவரை இருந்த கூந்தலில் சூடியிருந்த மல்லிகையை விட அவளின் சுவாசத்தின் வாசமே அனைவரையும் மயக்கும் தன்மை கொண்டது. நிறைமதி என்ற பெயருக்கு ஏற்றது போல் என்றும் முழுநிலவுடன் காட்சித் தருபவள். சிறுவயதிலிருந்தே பணத்தில் செலுப்பில் வளர்ந்தாலும் எந்தவொரு ஒப்பனையும் முகத்தில் இல்லாத இயற்கை அழகை கொண்டவள். செக்கச் சிவந்து அவள் கையில் வைந்திருந்த மருதாணி கூட அவளின் பேரழகை காட்டியது.

“இந்தாங்க சாமி...” மென்னகையுடன் கூறியவள் அவரின் கையில் தர, “எல்லாரும் குடும்பமா ஒன்னா சேர்ந்து நில்லுங்க...” என்க, தன் மனைவி பாரிஜாதம் மற்றும், மகன், மகளுடன் நின்றார் நல்லசிவம்.

“எல்லாரோட ராசி நடசத்திரம் சொல்லுங்கையா...”

“நல்லசிவம் விருச்சகம் ராசி திருவோணம் நட்சத்திரம், பாரிஜாதம் தனுசு ராசி பூராடம் நட்சத்திரம், கார்த்திகேயன் மிதுனம் ராசி திருவாதிரை நட்சத்திரம், நிறைமதி கன்னி ராசி சித்திரை நட்சத்திரம்...” அவருக்கு புரியும் வண்ணம் நிறைமதி கூற, அதை ஏற்றுக் கொண்டு சன்னதிக்குள் நுழைந்தார் அந்த ஐயர்.

அதன் பின் நேரம் செல்ல அர்ச்சனை செய்து தர சிறிது நேரம் அங்கே இருந்த நல்லசிவம் பின் தன் குடும்பத்துடன் கிளம்ப ஆரம்பித்தனர்,

“ஏய்யா மகனே..! நைட் பதினோரு மணிக்கு பொங்கல் வைக்கணும் வீட்டுல எல்லாரையும் தயாரா இருக்க சொல்லுய்யா. வழக்கம் போல கொட்டு மேளம் தெரு வழியா வந்து அழைச்சிட்டு போகும்...” ஒரு பெரியவர் நல்லசிவமிடம் கூற,

“அதுக்கு என்ன சித்தப்பா ரெடியா இருந்துட்டா போச்சு. சரி அப்போ நாங்க கிளம்புறோம்...” என்றவர் விடைபெற்று தன் குடும்பத்தை அழைத்துக் கொண்டு கிளம்பினார்.

“அப்பா எனக்கு இங்கே கொஞ்சம் வேலை இருக்கு. நீங்க போங்க நான் வந்துறேன்...” தன் தந்தையிடம் கார்த்திகேயன் கூற,

“ஏலே இருட்டாகப் போகுது அப்படி என்ன வேலை...” பாரிஜாதம் கேட்க, “ஏன்மா திருவிழால பல வேலைகள் இருக்கு அவன் செய்-

யணும் நினைக்கான்னா செய்யட்டுமே விடு...'' என்ற நல்லசிவம் தன் மனைவி மற்றும் மகளை அழைத்துக் கொண்டு சென்றார்.

தங்கள் கார் கண்ணை விட்டு மறையும் வரை நின்றவன் திரும்பி கோவிலுக்கு உள்ளே நுழைந்தான். அங்கே அனைவரும் ஒவ்வொருவ-ராக தேங்காய், பழம் உடைக்க சிறிது நேரம் நின்று விட்டு தன் வேலை-யைச் செய்தான். பின் அந்த கோவிலை விட்டு வெளியேறி வந்தவன் பின்புறம் வயற்காட்டில் இருந்த மாமரத்தின் அருகே நின்றான்.

நேரம் செல்ல கையில் வைத்திருந்த மொபைலில் மணியை பார்க்க அதே நேரம் ஆதவன் மேற்கே மறைய ஆரம்பிக்க சிறிது இருட்டவும் தொடங்கியது.

''என்னடா இது இவ்வளோ நேரமாச்சு. ஒரு வேலை நம்ம முயற்சி தப்பா போச்சே. சரி ஒரு ஐஞ்சு நிமிஷம் வெயிட் பண்ணி பார்போம் இல்லைன்னா மறுபடியும் கோவிலுக்கு போக வேண்டியது தான்...'' நினைத்தவாறு காத்திருக்க, அவனை சோதிக்க விட்டே அங்கே வந்-தாள் மகிழந்தி.

புடவை முந்தானை மடிப்பை கையில் பற்றிக் கொண்டு அந்த ஒத்-தயடி பாதியில் திரும்பித் திரும்பி யாராவது தன்னை பார்க்கிறார்களா-வென்று பார்த்துக் கொண்டு மரத்தை நோக்கி நடந்து வந்தாள்..

அந்த பெரிய மாமரத்தின் பின்னே அவளுக்காக காத்திருந்த கார்த்-திகேயன் அவளை கண்டதும் மரத்தின் மேல் கையை வைத்துக் கொண்டு நடந்து வரும் அவளின் அழகினை ரசித்தான்.

மகிழந்தி அருகில் வந்த அடுத்தநொடி அவள் இடையில் தன் வலிய கரங்களை வைத்து மரத்தின் பின்னே இழுக்க தடுமாறியவளோ அவன் நெஞ்சில் கை வைத்து நின்றாள்.

''என்னங்க இது முதல விடுங்க யாராவது வந்திற போறாங்க...?'' அவனின் கரங்களிலிருந்து விடுபட முடியாமல் போராடி நெலிந்துக் கொண்டு கூறினாள்.

''விடுறதுக்கா உன்னை இங்கே யாருக்கும் தெரியாம அந்த கூட்-டத்துலிருந்து வர சொன்னேன்...'' கூறியவனோ தன் பிடியை இன்னும் நெருக்க,

தன் முயற்சியை கைவிட்டவள், ''சரி எதுக்கு வர சொன்னீக. சீக்-கிரம் சொல்லுங்க அங்கே கோவிலை என்னை எல்லாரும் தேடுவாக...''

அவன் முகத்தை கண்டு சிணுங்கிக் கொண்டு கூறினாள்.

தன்னிடமிருந்து விலக்கியவன் தன் சட்டை பாக்கெட்டில் வைத்திருந்த தாளில் இருந்த குங்குமத்தை எடுத்து அவளின் முன்னே நீட்டியவாறு, “இதுக்கு தான் வர சொன்னேன்...” என்றவன் அதை எடுத்து மகிழந்தியின் நெற்றியில் வைத்து விட்டான்.

தன் மேல் அவன் வைத்திருக்கும் நேசத்திற்கு சாட்சி இது போதுமே..! அவனைக் கண்டு புன்னகை உதிர்த்தவள் அவனின் நெஞ்சில் சாய தன்னுயிரை தன்னுடன் அணைத்துக் கொண்டான் கார்த்திகேயன்.

“ஏன்டி எனக்காக தானே முன்னாடி முதவரிசையில நின்னே. அப்பறம் என்ன நான் வரும் போது கண்டுக்கிடாத மாதிரி முகத்தை திருப்பி எங்கையோ பார்க்குற மாதிரி நின்னுக்கிட்டே. எதுக்குடி அப்படி பண்ணுனே..?” உரிமையுடன் கேட்க,

“இல்ல உங்க கூட மாமாவும், அத்தையும் வந்தாங்லே அதான் கொஞ்சம் தள்ளி நின்னே. அவங்களுக்கு தெரிஞ்சிட்டா...” தன் மனதில் இருக்கும் பயம் அவளை அவ்வாறு பேச வைத்தது.

“இங்கே பாரு நீ என் கிட்ட இருந்து என் குடும்பத்துக்கு கிட்டயிருந்து தள்ளி போகணும் மட்டும் நினைச்சேன் வை அப்பறம் இந்த கார்த்தியை நீ உயிரோட பார்க்க முடியாது சொல்லிட்டேன்....”

“எதுக்கு நீங்க இப்படியெல்லாம் பேசுறீக. என்னால மட்டும் நீங்க இல்லாம இருந்திர முடியுமா சொல்லுங்க. என் பயமெல்லாம் உங்க வீட்டுல நம்ம காதலை ஏத்துகிடுவாங்களான்னு தான்....”

“நம்ம விரும்ப ஆரம்பிடிச்சி எட்டு வருஷத்துக்கு மேல ஆகிருச்சி. இன்னமும் என் மேல உனக்கு நம்பிக்கை வரலையா என்ன. நான் உன்கிட்ட இதை அடிக்கடி சொல்லிட்டேன் மறுபடியும் சொல்லுறேன் நல்லா கேட்டுக்கோ. யாரு என்னை சொன்னாலும் என் அப்பா என் குடும்பத்துள்ள உள்ளவங்களெல்லாம் தடையா இருந்தாலும் நான் கட்டுனா உன்னை மட்டும் தான் கட்டுவேன். கட்டுனா பொண்டாட்டியும், புள்ளையையும் கைக்குள்ள வச்சி காப்பாத்துற சக்தி எனக்கு இருக்கும். அதுக்கு அந்த கடவுள் எனக்கு படிப்பையயும் கொடுத்திருக்காரு. நல்ல வேலையும் கொடுத்திருக்காரு இதுக்கு மேல என்ன வேணும் சொல்லு...”

“எதுவும் வேண்டாம் நீங்க மட்டும் தான் வேணும். எத்தனை நாள் தான் இப்படியே யாருக்கும் தெரியாம பார்த்துக்கிட்டு இருக்கே. வீட்டுல வந்து பேசுங்க ப்ளீஸ்...”

“பேசலாம் பேசலாம் அதுக்கு முன்னாடி என்னை இவ்வளோ நேரமா இங்கே தவிக்க விட்டதுக்காக தண்டனை வாங்கிக்கோ...” இடையோடு விடாது இறுக்கி பிடித்து அவளின் பூவிதழில் தன் இதழ் பதித்தான்.

கோவிலில் கூட்டம் குறைந்திருக்க ஒரு வழியாக அம்மனை தரிசித்து தன் அண்ணனின் மனைவியுடன் வெளியே வந்த கிரிஜா தன் மகளையும், மருமகளையும் காணாது தேடினார்.

“அண்ணி எங்கே கலையும்,மகிழும்...? திடீருன்னு எங்கே போனாங்க..?”

“இங்கே தானே இருந்தாங்க ஒரு வேலை பந்தல் கிட்ட நின்னாலும் நிப்பாங்க போல வா கிரிஜா போய் பார்க்கலாம்...” என்க, சரி என்றவாறு இருவரும் முளைப்பாரி அடிக்க போடப்படிருந்த பந்தல் அருகேச் செல்ல, அவர்கள் நினைத்தது போலவே கலை ஜீவாவுடன் பேசிக் கொண்டிருந்தாள்.

“ஏய் கலை நீ எப்போ கோவிலிருந்து வெளியே வந்தே..? ஆமா எங்கே மகிழ்ந்தி...” அவளின் அன்னை கேட்க,

“முதல இந்த பிசாசே கூட்டிட்டு போங்க அத்தை. ஒட்டுண்ணி மாதிரி ஒட்டிக்கிட்டே இருக்கா...” குறும்புடன் கூறியவன் வேணுமென்றே தள்ளி நின்றான்.

அவளோ முகத்தை சுழித்துக் கொண்டு தன் அத்தையின் அருகில் வர, “நீங்க போங்கம்மா எங்களுக்கு வேலை இருக்கு. ஏய் வாலு போய் தின்னுட்டு தூங்கிராதே..! பொங்கல் வைக்க விறகெல்லாம் நீ தான் சுமக்கணும்...” முழங்கை சட்டையை முறுக்கி விட்டவாறே கலையிடம் கூறினான் ஜீவா.

“அத்தே என் கிட்ட யாரும் பேச வேண்டாம் சொல்லுங்க...” உதட்டை சுழித்தவாறு கூற,

“அப்பாடா இப்போ தான் சந்தோஷம்...” என்றதும் பெரியவர்கள் இருவரும் சிரிக்க பொதுயிடம் என்று பாராமல் ஜீவாவை அடிக்க ஆரம்பித்தாள்.

“ஏய் என்னடி இது விடு முதல உனக்கு செல்ல கொடுத்து வளர்த்தது ரொம்ப தப்பு...” கூறியவாறே அவளை இழுத்தார் கலையின் தாய்.

“சரி வாங்க போகலாம். இருட்டிருச்சி. எங்க தான் போனாலோ இந்த மகிழு...?” கிரிஜா தன் மகளை காணாது சற்று தவிப்புடனே கேட்டார்.

“அவ வீட்டுக்கு போயிட்டா அத்தை நீங்க பதறாதீங்க. ரொம்ப கூட்டமா இருக்கு எனக்கு மூச்சு முட்டுதுன்னு சொல்லிட்டு கிளம்பிட்டா. வாங்க அத்தை நம்ம போகலாம். ஜீவா அத்தான் நீ வீட்டுக்கு வருவீல அப்போ இருக்கு உனக்கு...” கூறிய கலையோ தன் அத்தை மற்றும் தாயுடன் கிளம்ப ஆரம்பித்தாள்.

அவர்கள் சென்றதும் கோவிலுக்குள் நுழைய அதே நேரம் அம்மனை தரிசித்து விட்டு தன் தோழிகளுடன் வெளியே வந்தாள் பரணிச்சந்திரா.

என்றும் இருப்பது போன்றே இன்றும் பரணி இருக்க அவளை கண்டவன் மனமோ, “டேய் தமிழு நீ அவளுக்கு எத்தனை புடவை எடுத்து கொடுத்தாலும் அவ கட்ட மாட்டாடா. அவளை பத்தி எனக்கு தெரியாதா..?” நினைத்தவாறே அவர்கள் அருகில் வந்தான்.

“அப்பறம் காவேரி மேக்கப் கடையை சொந்தமா வாங்கிட்ட போல..?” குறும்புடன் அவர்களின் முன் நின்றுக் கேட்க,

“என்ன கிண்டலா..?” முறைத்துக் கொண்டு கத்தினாள்.

“இல்லையே நான் உண்மையா தானே சொன்னேன்...” என்க, ராகினி, பரணி இருவருமே சிரிக்க ஆரம்பித்தனர்.

“நான் அப்பவே சொன்னே மேக்கப் அதிகமா இருக்கு குறைச்சிக்கோன்னு. இப்போ உனக்கு இது தேவையா...” மெல்ல ராகினி கேட்க,

“இவங்க இப்படி தான் என்னை கிண்டல் பண்ண சொல்லிக்கிட்டு இருப்பாங்க. நீயும் கூட சேர்ந்துட்டையா ராகினி, சரி விடு பரணி நீ சொல்லு நான் எப்படி இருக்கேன்...?”

இப்போதும் தன் தலை உருல ஆரம்பிக்க, ஜீவா கூட அவள் கூறும் பதிலுக்கு சுவாரசியமாக காத்திருக்க, “நேரமாச்சே நம்ம போகலாம் வாங்க ரெண்டு பேரும்...” என்றவள் ஒரு வழியாக இருவருக்கும் எதிராக பேசாதது அழைத்துக் கொண்டு அங்கிருந்து வேகமாய் கிளம்பினாள்.

ஒரு நொடி அவள் தவித்த தவிப்பு யாருக்கு சாதமாக கூறுவது என்று தெரியாமல் குழம்பியதை கண்டவன் மனமோ தன்னை அறியாமல் ரசிக்க, தோழிகளுடன் வேகமாய் செல்பவளை கண்டவாறு நின்றான் ஜீவரஞ்சன்.

7

அத்தியாயம் : 7

ஒவ்வொரு வீட்டிலும் பொங்கல் வைப்பதற்கு தேவையான பொருட்களை தயாராக வைத்துக் கொண்டிருந்தவர்கள் கொட்டு மேளம் வருவதற்காக காத்திருந்தனர்.

ஊரிலிருக்கும் பெரியவர்கள் மற்றும் ஆண்கள் பலர் திருவிழாவில் நடக்கப் போகும் எந்தவொரு சடங்கிற்க்கும் முன் ஒவ்வொரு வீட்டு பெண்களை முறைப்படி கொட்டு மேளத்துடன் ஒவ்வொரு வீதியாக வந்து அழைத்துக் கொண்டு கோவிலுக்குச் செல்வார்கள்.

அதே போலே அன்றும் கோவிலிருந்து கிளம்பிய கொட்டு மேளம் ஒவ்வொரு வீதியாக வர ஆரம்பித்தது. வீதிக்குள் கொட்டு மேளம் நுழையும் சத்தம் கேட்டதும், பொங்கல்பானை, விறகு, வெல்லம், பச்சரிசி மற்றும் அதற்கு தேவையான பொருட்களை அனைத்தையும் எடுத்துக் கொண்டு பெண்கள் வெளியே வர அவர்களை அழைத்துக் கொண்டுச் சென்றது.

கோவிலில் முதல் வீதியே தமிழன்பனின் வீடு என்பதால் அவர்கள் அனைவரும் தயாராக இருக்க, “என்ன மகிழ்ந்தி திருவிழா தொடக்க பூஜை ஆரம்பித்ததிலிருந்து உன் முகத்துல டவுஷன் வால்ஸ் பலப் எரியுதே...?” தன் மதினியை கிண்டல் செய்து கலைத்தென்றல் கேட்க,

“அதெல்லாம் ஒன்னுமில்லை உன் பார்வையில வேணா நான் அப்படி இருக்கேன் போல...” கூறியவாறு தன் வீட்டு குடும்பத்துடன் வாசலில் வந்து நின்றாள்.

சுற்றியிருப்பவர்களை பொறுத்தவரை மகிழ்ந்தியின் முகத்திலிருக்கும் பொலிவு எதனாலென்று அவள் மட்டுமே அறிந்தே..! வீட்டில் அருகில் கொட்டுமேளம் வந்ததும் முதலாளாக பெரியவர்களுடன் கார்த்திகேயன் நடந்து வர அவனை கண்ட மகிழ்ந்தியோ இடுப்பில் பொங்கப் பானை வைத்துக் கொண்டு வெட்கத்துடன் தலை குனிந்தாள்.

அவர்கள் குடும்பத்தாரின் முன் வந்து நின்றவன், "எல்லாம் தயாரா இருக்குன்னுனா கூட்டிட்டு போகலாம்மா..." பணிவுடன் கேட்க, அவனின் கேள்வியில் இருக்கும் மறைமுகமாக அர்த்தம் மகிழ்ந்தி மட்-டும் நன்கு உணர்ந்தது.

"ஹ்ம்ம் போகலாம் தம்பி நாங்க எல்லாரும் தயாரா தான் இருக்-கோம்..." என்ற கிரிஜா தன் குடும்பத்தாரை அழைத்துக் கொண்டு கூட்டத்துடன் நடக்க ஆரம்பித்தார். கொட்டுமேளம் அருகில் முன்னேச் சென்றாலும் அவன் பார்வை என்னவோ திரும்பித் திரும்பி மகிழ்ந்தி வரும் அழகையே கண்டது.

ஜீவாவும், கார்த்திகேயன் ஒரே வயதை ஒத்தவர்கள் என்பதால் நன்கு பழக்கம் இல்லையென்றாலும் ஓரளவு அடிக்கடி பேசிக் கொள்வார்கள். அன்று அதே போல் கார்த்திகேயனுடன் ஜீவாவும் உடன் முன்னே நடந்து வர, "ஆமா எங்கே உன் தம்பி தமிழன்பன்..." எதார்த்தமாக பேச்சுக் கொடுக்க ஆரம்பித்தான்.

"நம்ம கூட தான் கோவிலிருந்து கிளம்புனான் ஒரு வேலை எங்க வீடு வந்ததும் வீட்டுக்குள்ள போயிட்டானே என்னவோ..." பேசியவாறே நடக்க,

"ஆமா நீ என்ன வேலை பார்க்குற..?" அவர்கள் குடும்பத்தின் ஆதார்கார்டு, ரேஷன்கார்டு முதற்கொண்டு அனைத்தையும் மகிழந்தி கூற அறிந்து வைத்த கார்த்தி அவனிடம் பேச்சுக் கொடுக்க வேண்டு-மென கேட்டான்.

"பக்கத்து டவுன்ல வேளான் ஆராய்ச்சி நிறுவனத்துல வேலை பார்க்குறேன். அப்பறம் நீ ஊரு பக்கம் இப்படி நல்லது வந்தா தான் வர்றது மாதிரி இருக்கு. ஸ்கூல் படிக்கும் போது ரெண்டு பேரும் ஒன்னா படிச்சோம். அப்பறம் நாள் போகப் போக ஆளுக்கு ஒரு பக்கம் போன-தும் எல்லாம் மாறிடுச்சு..." ஜீவா கேட்க, அதே நேரம் அந்த கூட்-டத்தை ஓரமாக தன் பைக்கில் தாண்டிச் சென்றான் தமிழன்பன்.

“ஆமா ஜீவா நீ சொல்லுறது சரி தான் சென்னையில வேலை பார்க்குறதுனால அடிக்கடி இங்கே வர முடியல. எங்க அப்பா கூட இங்கே இருக்கிற பார்த்துக்கிட்டு இங்கையே இருக்க சொல்லுறாரு தான். ஆனா நான் தான் கொஞ்சம் நாள் போகட்டும் விட்டுட்டேன். ஆமா அந்த பைக்கில போறது தமிழ் தானே..?” பேசியவாறு அவனை பார்த்-ததும் கேட்க,

“அவனே தான் அவங்க மாமா வீட்டுக்கு போனாலும் போவான்னு நினைக்கிறேன்...”

“ஓஹோ சரி அப்பறம் உனக்கு எப்போ கல்யாணம். வீட்டுல எதுவும் பேசுறாங்களா அதை பத்தி...?”

“அதெல்லாம் மெல்ல பண்ணலாம் முதல தங்கச்சிக்கு முடிக்க-ணும்...” என்க, தன் அண்ணனுடன் ஏதோ தன்னவன் வெகுநேரமாக பேசிக் கொண்டு வருவதை கண்டவாறே தவிப்புடன் நடந்து வந்தாள் மகிழ்ந்தி.

“அம்மா தாயே...! இவுங்க ஏதாவது எங்க அண்ணன் கிட்ட உளறி வச்சிராம்மே நீ தான் காப்பாத்தணும் தாயே...” புலம்பியவாறே கூட்டத்-தோடு கூட்டமாக நடந்து வர, “என்ன மகிழு ஏதாவது சொன்னியே..?” ஒலிக்கும் ரேடியா ஓசையில் சற்று கத்தியவாறே கலை கேட்க, இல்லை-யென்று தலையசைத்தாள்.

அதன் பின் கார்த்தியின் வீட்டிருக்கும் தெருவுக்குள் நுழைந்து அவனின் வீட்டாரையும் மரியாதையுடன் அழைத்துக் கொண்டனர். கடைசி வீதி பரணியின் வீதி என்பதால் மெல்ல கிளம்பிக் கொண்டிருக்க அவர்களுக்கு முன்னறிவிப்பு கொடுப்பதற்காகவே ஜீவா கூறியது போன்றே தமிழ் அவர்களின் வீட்டின் முன் வந்து பைக்கை நிறுத்தி-னான்.

“அத்தே, அப்பத்தா, பரணி...” வெளியிலிருந்து கத்த, செவியை பிளக்கும் ரேடியோ ஒலியிலும் அவனின் குரலை கேட்ட பரணி வேக-மாய் வெளியே வந்தாள்.

“என்ன அத்தான்...? உள்ளார வர வேண்டியது தானே ஏன் வெளி-யேவே நிக்கிறீக..?” புன்னகையுடன் கேட்க,

“இல்ல பரணி இருக்கட்டும். நீங்க எல்லாரும் கிளம்பிட்டீங்களா கொட்டு பக்கத்துல வந்துருச்சி அதை சொல்ல தான்மா வந்தேன்...”

“இதோ எல்லாரும் கிளம்பிட்டோம்ல. சரி நான் எல்லாரையும் கூட்டிட்டு எடுத்துட்டு வரேன்...” என்றவள் வேகமாய் உள்ளே ஓட, அதனை கண்டவாறே அவர்கள் திருனையில் அமர்ந்தான்.

நேரம் செல்ல பரணியின் குடும்பத்தார் அனைவரும் வர தன் மாமா வைத்திருத்த விறகு கட்டினை கண்டவன், “மாமா வயசான காலத்துல இதை சுமந்துக்கிட்டு வர போறீகளா என்ன. கொடுங்க முதல...” என்றவன் அதை தன் பைக்கில் மேல் வைத்தான்.

“நம்ம ரெண்டு பேரும் பைக்ல போகலாம். அவங்க கொட்டு கூட வரட்டும்...” என்க, தன் வீட்டாரின் மேல் தமிழ் வைத்த பாசம் அவளின் இதயத்தை தொட்டு உறவாக நினைக்க ஆரம்பித்தது.

பரணியின் பார்வை தமிழின் மீதிருக்க அதே நேரம் கொட்டு மேளமுடன் அதே விஷமம் நிறைந்த விழிகள் அவர்கள் இருவரையும் இப்போதும் அருகருகே ஜோடியாக நிற்பதைக் கண்டது.

அதன் பின் அந்த வீதி முழுவதும் உலா வந்து பரணியின் வீட்டாரையும் அழைத்துச் சென்று ஒரு வழியாக பத்துமணி போல் அனைவரையும் கொண்டு வந்து கோவிலில் விட்டது.

கோவிலில் முன்னே இருக்கும் இடத்தில் ஊர்க்காரர்கள் பொங்கல் வைக்க ஆரம்பிக்க, பரணியின் குடும்பத்தார் மற்றும் தமிழின் குடும்பத்தார் இருவரும் அருகருகில் இருப்பது போல் தமிழ் ஏற்பாடு செய்திருந்தான்.

அதற்கான காரணம் அன்று ரேஷன் வாங்கிக் கொடுக்கும் போது பரணி கூறிய வார்த்தைகளே இன்று அவனை அப்படி செய்ய வைத்தது. தன் மாமாவின் குடும்பத்தை தங்கள் குடும்பத்துடன் இணைக்கும் முயற்ச்சியை கையில் எடுக்க ஆரம்பித்து செய்த இரண்டாம் செயலே இது தான். முதல் செயல் பரணிக்கு தன் கையாலே புடவை எடுத்துக் கொடுத்தது.

“அடடா வாங்க மதினி. ஆமா சாயந்திரம் நீங்க கோவிலுக்கு வரலையா என்ன..? நான் உங்க யாரையும் பார்க்கவேயில்லையே...” ஆண்டாளின் அருகில் வந்து நின்று கிரிஜா கேட்க,

“வந்தேனே அண்ணி. கூட்டத்துல பார்த்திருக்க மாட்டீக..?” புன்னகையுடன் பதில் கூறினார் பரணியின் தாய்.

தன் தந்தை,சித்தப்பா,சித்தி,மாமா,அத்தையென அனைவரும் ஒன்றாக இருப்பதை கண்டவன் மனமோ ஆனந்தத்தில் திளைக்க, அதற்கு மாறாக மகிழ்ந்தியின் அருகில் நின்றிருந்த கலையின் மனம் இருந்தது.

தன் அத்தை கிரிஜாவிற்கும் அவரின் குடும்பத்துக்கும் தாங்கள் மட்டுமே நெருங்கிய சொந்தமாக இருக்க வேண்டுமென நினைத்துக் கொண்டிருக்க, இப்போதும் பரணியின் குடும்பத்தார் ஒட்டிக் கொண்டு வருவதை துளி கூட ஏற்க மறுத்தாள்.

“சரி பொங்கலை வைக்க ஆரம்பிடிச்சிட்டே பேச வேண்டியது தானே..?” வரதன் கூற, அவர்கள் பொங்கல் வைக்க தேவையான கற்களை கொண்டு வந்து குழி தோண்டி அடுப்பை தயாரித்து கொடுத்தனர் தமிழும், ஜீவாவும். ஜீவா தன் குடும்பத்துக்கு செய்ய, தமிழோ தன்னுடைய மாமாவின் குடும்பத்துக்கு செய்தான்.

கையை தட்டிக் கொண்டு எழுந்து நின்ற ஜீவா, “எப்படி நம்ம அடுப்பு...” கலையை பார்த்து கேட்க, “சூப்பர் அத்தான்...” கையை தூக்கிக் கொண்டு புன்னகையுடன் கூறினாள்.

கிரிஜாவும், கலையின் தாயும் பொங்கல் வைக்க ஆரம்பிக்க, ஒரு வழியாக தன் அத்தைக்கு அடுப்பை தாயார் படுத்திக் கொண்டு பரணியின் அருகில் தமிழ் நிற்க, ஆண்டாலும், கோதாவரி அப்பத்தாவும் பொங்கல் வைக்க ஆரம்பித்தனர்.

“அப்போ சரி வாங்க நம்ம இங்கே என்ன பண்ண..? பொம்பளைங்க வைக்கட்டும் நம்ம பந்தல் கிட்ட போய் உட்காரலாம்...” என்ற ஆதிநாதன் தன் தம்பி மற்றும் மச்சினரை அழைத்துக் கொண்டுச் சென்றார்.

ஜீவாவும் வேலை இருப்பதாக கூறிச் செல்ல, தமிழ் மட்டும் அங்கே பரணியின் அருகில் நின்றான். இருவரும் ஜோடியாக அருகருகே நிற்பதை கண்ட கிரிஜா மகிழ்ச்சியுடன், “ஏம்மா பரணி அன்னைக்கு தமிழ் கடையில வச்சி உனக்கு புடவை வாங்கி கொடுத்தான்ல அதை கட்ட வேண்டியது தானே..? ஏன்மா கட்டலை...” என்க,

கிரிஜா கேட்ட பின்னே தமிழுக்கும் அவள் கட்டாதது நினைவு வர தன் அருகில் நின்றிருந்த பரணியை கண்டவனோ அங்கிருந்து எதுவும் கூறாமல் விலகிச் சென்றான்.

அவன் விலகிச் செல்வதை கண்ட பரணியின் மனமோ வேதனையடைய, “நல்ல கேளுங்க அண்ணி. நானும் பெரிய பொண்ணா வளர்ந்-

துட்டே. புடவை கட்டுனா கட்டவே மாட்டிக்கா..? நீங்களே சொல்லுங்க இப்படியே எத்தனை நாள் தான் சுடிதாரே போட்டுக்கிட்டு இருப்பா..?'' தன் மகளை முறைத்தவாறே ஆண்டாள் கூறினார்.

புன்னகை முகமாக இருந்தவளின் மனம் ஒரு புறம் தமிழ் தன்னிடம் எதுவும் கேட்காமல் சென்றதை நினைத்து வருந்த, இன்னொரு புறமும் இவர்கள் கேட்கும் கேள்விக்கு பதில் கூற முடியாமல் தலைகுனிந்தாள்.

அதே நேரம் ராகினி, காவேரி இருவரும் பரணியை தேடி அவளை நோக்கி வந்து கொண்டிருந்தனர்.

பரணியின் அருகில் வந்த காவேரி, ''ஆண்டாள்த்தா விறகு வேகமா எரியுது போல. நீங்க வைச்சா உலை மட்டும் அதுக்குள்ள கொதிக்க ஆரம்பிடிச்சி...'' புன்னகையுடன் கேட்க,

''சும்மா நின்னு பேசுறவ அத்தைக்கு வந்து உதவ வேண்டியது தானேடி...'' கேட்டவாறே அரிசியை போட்டார்.

''அட போங்க அத்தை நானே இந்த புகையிலிருந்து தப்புச்சி போக தான் பரணியை கூப்பிட வந்தேன். இதுல நீங்க வேற என்னை கூப்பிடுறீகளாக்கோம். இது ஆகாது இங்கே ஒரு நொடி கூட இருக்க கூடாதுத்தா...'' கூறியவளோ பரணியை கண்டாள்.

பரணியின் முகத்தை கண்ட ராகினி ஏதோ சரியில்லை என்பதை உணர்ந்து, ''ஆண்டாள் அத்தே பரணி சும்மா தானே நின்னுட்டு இருக்கா..? நாங்க கோவில் முன்னாடி இருக்கிற பந்தல் கிட்ட போய் உட்காரட்டுமா...'' தயங்கிக் கொண்டு ராகினி கேட்டாள்.

''அதுக்கென்னமா எல்லாரும் போங்க, அம்மாடி மகிழு, கலை நீங்களும் எதுக்கு இந்த புகையில நின்னுக்கிட்டு இருக்கீக. போங்கம்மா எல்லாரும்...'' மென்மையாய் ஆண்டாள் கூற, கிரிஜாவும் அதையே கூறினார்.

சரி என்ற பெண்கள் ஐவரும் அங்கிருந்துச் செல்ல, ''இந்த காலப் புள்ளைகள் ஒவ்வொரு வரும் ஒவ்வொரு விதமா இருக்காக. நாம்ம என்ன பண்ண சொல்லுக...'' கலையின் தாய் ஆண்டாளை பார்த்து கேட்க, ஏன் அப்படி கூறுகிறார் என்பதை பரணியின் தாய் நன்கு அறிந்தார்.

கோவிலில் முன்னிருந்த பந்தலுக்கு வந்தவர்கள் அங்கையே தரையில் வட்டமிட்டு அமர்ந்து தங்களுக்கு மகிழ்ச்சியுடன் பேச ஆரம்பித்-

தனர்.

பரணியை கண்ட மகிழ்ந்தி, "ஏய் பரணி விடேன், தமிழ் அண்ணாவை பத்தி தான் உனக்கு தெரியும்ல. அவுங்க வேற ஏதாவது நினைப்புல இருந்திருப்பாக. பாரேன் பொங்கல் வச்சி முடிக்கிறதுக்குள்ள உன் கிட்ட வந்து பேசும்..." பரணியின் கைகளை ஆறுதலாய் பற்றிக் கொண்டு மகிழ்ந்தி கூறினாள்.

"என்னாச்சு மகிழ் அக்கா, ஏன் பரணி ஒரு மாதிரியா இருக்கா..?" ராகினி மெல்ல கேட்க,

தன் அன்னை பரணியிடம் கேட்கும் போது தமிழ் கோபமாக சென்றதை மகிழ்ந்தி கூற அவளின் மனதை நன்கு அறிந்த தோழிகளும் அவளுக்கு ஆறுதல் கூற ஆரம்பித்தனர்.

"நான் கூட எங்க அத்தான் கிட்ட அடிக்கடி சண்டை போட்டிருக்கேன். அவுங்க எத்தனை தடவை கோவிச்சிக்கிட்டு போயிருக்காக. நான் என்ன இப்படியா மூஞ்சை தூக்கி வச்சிக்கிட்டு இருக்கேன். திருவிழா நேரம் நீங்க என்னடானா இப்படி இருக்கீக..." எரிச்சலுடனே அவர்களை கண்டு கேட்டாள் கலைத்தென்றல்.

அவள் கூறுவதில் இருக்கும் உண்மையை உணர்ந்த பரணி, "சாரி என்னால நீங்களும் என்ஜாய் பண்ணாம இருக்கீக. சரி அதை விடுங்க அப்பறம் மதினி ஸ்ஸ்..சாரி...மகிழு ஒரே போல எடுத்த ட்ரெஸ் எப்போ போடலாம்..." கேட்டவாறே பரணியோ தன் பேச்சினை மாற்றி கலகலப்பாகினாள்.

நேரம் செல்வதே தெரியாமல் பேசிக் கொண்டிருக்க, "இந்த ஊரு பொண்ணுங்கயெல்லாம் இங்கே தான் இருக்கீக போல. நானும் உங்க கூட சேர்த்துக்கலாம்மா..." அவர்களின் பின் நின்றுக் கொண்டு கேட்டாள் நிறைமதி.

நிறைமதியை கண்ட மகிழந்தியோ தவிப்புடன், "ஐய்யோ இவ எதுக்கு நம்ம கிட்ட வந்திருக்கா..? ஒரு வேலை அவுங்க சொல்லிருப்பாங்களோ நம்ம காதலை..." மனதுக்குள் நினைத்துக் கொண்டவாறு இருந்தாள்.

"நீங்க நிறைமதி அக்கா தானே..? வாங்க வந்து உட்காருங்க..." காவேரி அவளை இன்முகத்துடன் அழைக்க, இதுநாள் வரை சோபா,மெத்தையென்று அமர்ந்து பழகியவள் முதல் முறையாக தரையில்

அவர்களுடன் அமர்ந்தாள்.

“என்ன அண்ணி நல்லாயிருக்கீளா..?” மகிழந்தியை கண்டுக் கேட்க, அனைவரும் அதிர்ச்சியாக மகிழந்தியின் இதமயமோ வெடிக்க ஆரம்பித்தது.

“ஏன் எல்லாரும் அதிர்ச்சியாகுறீங்க..? நீங்க எல்லாரும் எனக்கு தங்கச்சி, இவுங்க மட்டும் தான் அண்ணி அதான் கேட்டேன். அதுக்கு ஏன் இப்படி. நான் சின்ன பிள்ளையில உங்க அம்மாவை அத்தை தானே கூப்பிடுவேன்...” மகிழ்ந்தியை பார்த்து கேட்க, அவளோ ஆம்-மென தலையசைத்தாள்.

“இவளுக்கு எங்க காதலை பத்தி தெரியுமா இல்ல தெரியாதா..? ஐய்யோ என்ன பண்ண போறாளோ...” தவிப்புடனே அமர்ந்திருந்தாள் மகிழ்ந்தி.

“அப்பறம் நீங்க யாரு நான் உங்களை இதுக்கு முன்னாடி பார்த்ததே இல்லையே..?” கலையை பார்த்து சிநேகமாய் கேட்க, தான் யார் என்-பதை அவளே கூறினாள்.

“ஓ சரி. நீங்க ரெண்டு பேரும் காவேரி, ராகினி சரியா...”

“பரவாயில்லையேக்கா நீங்க சென்னைக்கு போய் ஐஞ்சு வருஷ-மாச்சு. அப்பறமும் எங்களை எல்லாம் மறக்காம நியாபகம் வச்சிருகீக...” காவேரி கேட்க புன்னகை உதிர்த்தாள்.

“அப்பறம் பிராணி...ஸ்ஸ்..சாரி பரணி நீ ஏன் அமைதியா இருக்கே..? இவங்க ரெண்டு பேருக்கும் முன்னாடி நான் தானே உனக்கு பிரெண்ட். செகண்ட் கிளாஸ் நம்ம ரெண்டு பேரும் ஒன்னா தானே படிச்சோம். நீ தான் அதுக்கு அப்பறம் அம்மம் வந்ததுன்னு சொல்லி கிளாஸ் வரமா அடுத்த வருஷத்திலிருந்து படிக்க வந்துட்டே. அதான் நான் உன்னோட சீனியர் ஆகிட்டேன்...” பழையதை திரட்டி பரணியை கண்டு கூறினாள்.

அவள் தன்னை முதலில் பிராணி என்று அழைத்து பின் பரணி-யென அழைக்கும் போதே அவளின் இந்த அழைப்பு எதற்காகவென்று உணர்ந்துக் கொண்டாள் பரணி.

“ஆமா நீங்க இப்போ சென்னையில என்ன பண்ணுறீகக்கா..?” காவேரி கேட்க,

அவள் பதில் கூற வாயை திறக்க, “நீங்க எதுக்கு பரணியை முதல பிராணி சொன்னீக...?” ஏனோ அதை பற்றி அறிந்துக் கொள்ளும் ஆவலில் வேகமாய் கேட்டாள் கலைத்தென்றல்.

“அது என்னனா நாங்க படிக்கும் போது அவ பேரை டீச்சர் எழுத சொன்னாக அப்போ பரணிக்கு பிராணின்னு எழுதிட்டு வந்துட்டா. அதான் அவளை பார்த்ததும் அப்படி சொல்லிட்டேன். சாரி பரணி...” கெஞ்சுதலுடன் அவளை பார்த்துக் கேட்க, மற்ற அனைவரும் சிரிக்க ஆரம்பித்தனர்.

அதன் பின் தங்கள் படிப்பு, வாழ்க்கை சிறுவயது நியாபகமென ஏதேதோ பேசிக் கொண்டிருக்க, தன் காதல் நிறைமதிக்கு தெரியவில்லை என்பதை நன்கு உணர்ந்தாள் மகிழ்ந்தி.

8

அத்தியாயம் : 8

நள்ளிரவு இரண்டு மணி போல் பொங்கல் வைத்து அம்மனை தரிசித்து வீட்டுக்கு வந்து சேர்ந்தனர் அனைவரும்.

பொங்கல் வைத்ததிற்கு பிறகு மாவிளக்கு எடுக்கும் நிகழ்ச்சியிருக்க,. நான்கு மணிக்கு கொட்டு மேளம் ஒவ்வொரு வீதியாக வந்து அழைத்து செல்லுமென்று கோவிலிலே அனைவருக்கும் அறிவுறுத்திருந்தனர்.

வீட்டுக்கு வந்த பரணி கையில் வைத்திருந்த பொங்கல் பானையை இறக்கி வைத்ததும் விழிகளில் உறக்கம் தாண்டவமாட அப்படியே அங்கிருந்த தூணில் சாய்ந்து அமர்ந்தாள்.

தன் மகளைக் கண்ட ஆண்டாள், "பரணி என்ன நீ தூங்கிட்டு இருக்கே..? மாவிளக்குக்கு ரெடி பண்ணணும்ல..." கூறியவாறு மாலையில் உரலில் இடித்த மாவினை எடுத்தார்.

"அம்மா கொஞ்சம் நேரம் தூங்கிக்றேன் ப்ளீஸ் இன்னும் ரெண்டு மணி நேரம் இருக்குள்ள..." சிணுங்கிக் கொண்டு கூற, "விடு ஆண்டாள் பாப்பா தூங்கட்டும் கொஞ்சம் நேரம்..." உள்ளே நுழைந்த தர்மேந்திரன் கூறியவாறு அங்கிருந்த சேரில் அமர்ந்தார்.

"அத்தையும் நீங்களும் அவளுக்கு ரொம்ப செல்ல கொடுத்து வளர்த்திருக்கீக. அவ இஷ்டத்துக்கு தான் இருப்பேன்னு இருக்கா..." சல்லடையில் மாவினை சலித்தவாறு கூற,

"அம்மாடி பரணி நீ போய் உன் ரூம்ல படுத்தா. அப்பா வந்து உன்னை உசுப்புறேன்..." என்க, தலையை அசைத்துக் கொண்டு தூக்க

கலக்கத்துடன் எழுந்து உள்ளேச் சென்று படுத்தாள்.

“என்னாச்சு ஆண்டாள் ஏதோ மறைச்சி வச்சி பேசுற மாதிரி இருக்கு...?” தன் மனைவியை சந்தேகப் பார்வையுடன் கேட்க,

“அது ஒன்னுமில்லைடா மகனே பொங்கல் வைக்கும் போது கிரிஜாவோட அண்ணன் பொண்டாட்டி அவ பிள்ளை அவளோட பேச்சை மட்டும் தான் கேட்டு வளர்ந்திருக்கிற மாதிரி பேசுனால அதான் இவ கோவப்படுறா...” என்ற கோதவரி அப்பத்தா நடந்த அனைத்தையும் கூறினார்.

“இப்போ சொல்லுங்க அந்த கிரிஜா அண்ணி அவங்க வீட்டு மருமக அப்படியிருக்கணும் இப்படியிருக்கணும் ஆசைப்படுது. அதை தான் மறைமுகமா ஏன்மா புடவை கட்டலைன்னு கேட்குது. பரணி இப்படியிருந்தா எப்படி அவங்க வீட்டுக்கு போய் இருக்க முடியும் சொல்லுங்க...”

“அதெல்லாம் நம்ம பரணி கல்யாணத்துக்கு அப்பறம் அவங்க விருப்பபடி மாறிடுவாம்மா. இதை போய் பெரிய விஷயம்ன்னு பேசிட்டு இருக்கே...?”

“ஆமாங்க நீங்க எல்லாத்தையும் சின்ன விஷயமா தான் பார்ப்பீங்க. அவளை பெத்த எனக்கு தானே தெரியும். அப்படி என்னங்க அவ கிட்ட பெருசா கேட்டுட்டேன். அந்த பிள்ளை ஆசை ஆசையா எடுத்து கொடுத்த புடவையை கட்டுனா தான் என்னவாம் உங்க மகளுக்கு....உங்க மருமகன் எப்படி போனான்னு நீங்க அந்த இடத்துல நின்னு பார்த்திருந்தா உங்களுக்கு தெரிஞ்சிருக்கும்...” என்க, அவரோ என்ன கூறுவதென தெரியாமல் அமைதியாக இருந்தார்.

“ஏங்க உங்க அக்கா அந்த வீட்டுல இருந்திருந்தா நான் ஏன் இவ்வளோ பேசப் போறேன் சொல்லுங்க. கனகவல்லி அண்ணி என் மகளை எப்படி பார்த்திருப்பாங்கன்னு எனக்கு தெரியாதா..? ஆனா இப்போ அந்த வீட்டுல இருக்கிறவங்க இவ இஷ்டப்படி இருக்க விடுவாங்களா சொல்லுங்க. ச்சே நான் எதுக்கு இப்படி மாடு மாதிரி கத்திக்கிட்டு இருக்கேனோ...” பரபர பொரிந்து தள்ளிய ஆண்டாள் உருண்டையாக பிடித்த வைத்த மாவினை எடுத்துக் கொண்டு உள்ளே நுழைந்தார்.

அதன் பின் நேரம் செல்ல தன் மகளின் அறைக்குள் நுழைந்த தர்மேந்திரன் பரணியை காண அவளோ ஆழ்ந்த நித்திரையில் இருந்தாள்.

எழுப்ப மனமில்லையென்றாலும் கோவிலுக்குச் செல்ல வேண்டும் என்பதால் வேறுவழியின்றி அவளின் அருகில் அமர்ந்து பாசமுடன் எழுப்ப ஆரம்பித்தார்.

தன் தந்தையின் குரல் கேட்டு சிணுங்கியவாறு எழுந்து அமர, "என்னப்பா இப்போ தானே தூங்க வந்தேன். அதுக்குள்ள எழுப்பி விடுறீங்க..." தலையணையை எடுத்து மடியில் வைத்து விழிகளை மூடியவாறே சிணுங்க,

"போய்ட்டு வந்ததும் எவ்வளோ நேரமானாலும் தூங்கு உன்னை யாரும் எழுப்ப மாட்டாங்கடா. ஆனா அப்பா இப்போ ஒன்னு சொல்லுவேன் அதை நீ கண்டிப்பா கேட்கணும் சரியா..." அன்பாக பாசமுடன் கூற ஆரம்பித்தார்.

"ஹ்ம்ம் சொல்லுங்கப்பா நீங்க சொல்லி நான் மறுப்பேனா..?"

"நீ மருமகன் வாங்கி கொடுத்த புடவையை இப்போ கட்டிக்கோம்மா. பாவம் அந்த பிள்ளை நானும் பார்த்துட்டே தான் இருந்தேன். முகத்தை தொங்க போட்டு என்னமோ இழந்த மாதிரி இருந்தான்மா. அவன் அம்மா இல்லாத பிள்ளைடா அவனுக்கு அவங்க அப்பாக்கு அப்பறம் நம்ம தானேடா எல்லாம்..." மகளின் தலையை வருடிக் கொடுத்தவாறு பாசத்துடன் கூற, முற்றிலும் நித்திரை கலைந்து அமர்ந்திருந்தாள்.

"சரிப்பா நீங்க போங்க நான் இன்னைக்கு அத்தான் எடுத்து கொடுத்த புடவையை கட்டுறேன்..." புன்னகையுடன் கூற, தமிழின் மனதை புரிந்து ஒத்துக் கொள்ளும் இந்தவொரு செயலே போதுமே அவர்கள் வாழ்நாள் முழுவதும் நல்வாழ்வுடன் வாழ்வதற்கு.

"சரிம்மா நான் அம்மாவை வரச் சொல்லுறேன் சீக்கிரம் கிளம்பி வா பாப்பா..." என்றவர் வெளியேச் செல்ல, பீரோவில் வைத்த அவன் ஆசையுடன் வாங்கிய புடவையை எடுத்தாள்.

அதன் பின் நேரம் செல்ல மாவிளக்கு எடுப்பதற்கு கொட்டுமேளம் ஊர்வலம் வர ஆரம்பிக்க, தமிழ், ஜீவா இருவருமே அதுனுடனே நடந்து வந்தனர். வழக்கம் போல் ஒவ்வொரு வீதியாக அனைவரையும் அழைத்துக் கொண்டு வர பரணியின் வீட்டருகே நெருங்கினர்.

அதே நேரம் கொட்டு மேளம் சத்தம் கேட்டதும் தமிழ் தங்களை அழைக்க வராததிலே அவனின் மனநிலைமை எப்படி என்பதை நன்கு உணர்ந்துக் கொண்டனர் பரணியின் வீட்டார்கள். தன் அன்னை

கொடுத்த மாவிளக்கை கையில் வாங்கியவள் மெல்ல தளிர் நடை பயில்பவது போல் வெளியே நடந்து வந்து நின்றாள்.

“என்ன தமிழ் உங்க மாமா வீட்டுக்கு பக்கம் வந்தாச்சு நீ அவங்க வீட்டுக்கு போகலையா சொல்லுறதுக்கு...” போன முறை பைக்கில் சென்று அழைத்தது நினைத்தே இப்போது கேட்டான் ஜீவரஞ்சன்.

“இல்ல ஜீவா கொஞ்சம் அசதியா இருக்கு. அவங்க கிளம்பிருப்-பாங்க...” பேசியவாறு நடந்து வர அந்த அம்மனே அவர்களின் முன் விளக்கொலியுடன் நிற்பதை போல் காட்சி தந்தாள் பரணிச்சந்திரா.

அவளை கண்ட அண்ணன், தம்பி இருவருமே அதிசயத்தை கண்-டதும் போல் பிரமித்து நின்றனர். ஏன் அந்த விஷமம் நிறைந்த விழிகள் கூட அவளின் பேரழகை கண்டு தன் விழிகளையே மூடியது.

சுற்றிலும் இருட்டு மட்டுமே தென்பட விளக்கின் ஒளிச்சதில் அவளின் மஞ்சள் முகம் மேலும் பொலிவுடன் ஜொலிக்க, சிலையாய் அவளை வடிவமைத்து விட்டானோ அந்த ஆண்டவன் என்றே எண்-ணினான் ஜீவா.

தன் முகக்கசப்பினை தாங்க முடியாமல் தனக்காக தான் எடுத்து கொடுத்த புடவையை கட்டியவளில் முகத்தை கண்டவனுக்கு தன் அன்-னையே அங்கு நிற்பதைப் போல் உணர்ந்தான். வேகமாய் முகத்தில் புன்னகையுடன் அவர்கள் அனைவரையும் நோக்கிச் சென்றான் தமி-ழன்பன்.

“மாமா எல்லாம் ரெடியா கோவிலுக்கு போகலாம். பரணி உன்னை இப்படி புடவையில பார்க்கும் போது என் கண்ணுக்கு எங்க அம்மா என் முன்னாடி நிக்கிறது மாதிரி இருக்கும்மா. ரொம்ப நன்றி நான் எடுத்து கொடுத்த புடவையை கட்டுனதுக்கு...” பரணியை கண்டவாறே மகிழ்ச்-சியில் கூறினான்.

“ஆமா மாப்பிள்ளை நானும் என் அக்கா மாதிரி நீ இருக்கேமான்னு இப்போ தான் சொன்னேன்...” என்க, அதே நேரம் அவர்கள் கொட்டு-மேளத்துடன் கூட்டம் வர அவர்களுடன் கலந்துக் கொண்டனர்.

“பரணி நீ கூட எங்களை மாதிரி புடவை கட்ட ஆரம்பிடிச்சிட்டே போல..? ஏன்டி கட்ட மாட்டிக்கேன்னு கேட்டதுக்கு எனக்கு கட்ட வராது, நடந்தா தடுக்கும், உட்கார முடியாது, நம்ம இஷ்டத்துக்கு இருக்க முடியாதுன்னு சொல்லிட்டு இப்போ மட்டும் உங்க அத்தான்

எடுத்து கொடுத்த புடவையை கட்டிட்டு வரே...'' காவேரி மெல்ல அவளிடம் கேட்க,

''ஏய் சும்மா வாடி நானே எப்போ தடுக்கி விழப் போறேன்னு தெரி-யாம இருக்கேன். இதுல நீ வேற...'' தரையை பார்த்து நடந்தவாறே கூறினாள் பரணி.

அதன் பின் அனைவரும் கோவிலுக்கு வந்து சேர்ந்து அம்மனின் முன் மாவிளக்கு தட்டினை வைத்துக் கொண்டு நிற்க, வீரகாளியம்-மனுக்கு அபிஷேகம் செய்து பூஜை நடக்க ஆரம்பித்தது.

பரணியை கண்ட கிரிஜாவின் மனம் உட்பட அனைவருமே சந்தோ-ஷம் கொள்ள, இரு விழிகள் மட்டும் அவளை எரிக்கும் பார்வையில் இருந்தது. ஒன்று கலைத்தென்றல் விழிகள். மற்றொன்று அந்த விஷமம் நிறைந்த விழிகள்.

அனைவரும் சாமியை கும்மிட பரணியோ, ''அம்மா தாயே...! என்னை சுத்தி இருக்கிற சொந்தமெல்லாம் நான் அத்தான் எடுத்து கொடுத்ததுனால கட்டிருக்கிறேன்னு நினைக்கிறாங்க. ஆனா நான் எப்-படி எல்லார் கிட்ட சொல்ல நான் இதை கட்டிகிட்டது அப்பா சொன்ன ஒரு வார்த்தைகாக மட்டும் தான்னு...'' மனதுக்குள் நினைத்தவாறு வேண்டினாள்.

ராகினி, காவேரி, பரணி மூவரும் ஒரு ஓரமாக நின்றுக் கொண்-டிருக்க ஒவ்வொருத்தரும் தன் மாவிளக்கை எடுத்துக் கொண்டு அந்த வீரகாளியம்மனை சுற்றி வந்து தரிசனம் செய்து கொண்டிருந்தனர்.

மூவரின் பின்னே வந்து நின்ற ஜீவா வேணுமென்றே பரணியை கண்டு,

''சேலை கட்டும் பெண்ணுகொரு வாசமுண்டு
கண்டதுண்டா கண்டவர்கள் சொன்னதுண்டா
சேலை கட்டும் பெண்ணுகொரு வாசமுண்டு
கண்டுகொண்டேன் கண்களுக்குள் பள்ளிகொண்டேன்.
வானத்து இந்திரரே வாருங்கள் வாருங்கள்...
பெண்ணுக்குள் என்ன இன்பம் கூறுங்கள் கூறுங்கள்
இதுபோல் இதமோ சுகமோ உலகத்தில் இல்லை....'' மெல்ல விசில-டித்தவாறே பாட, அதை கேட்ட காவேரி வேகமாய் முறைப்புடன் திரும்-பினாள்.

“என்னை எங்களை கிண்டல் பண்ணுறீகளோ...? உங்க விளையாட்டுக்கு வேற யாருமே இல்லையா என்ன..? முதல போய் ஏதாவது வேலை இருந்தா பாருங்க...” உதட்டை சுழித்துக் கொண்டு கூற,

“என் அக்கா பொண்ணு நான் கிண்டல் பண்ணி ரசிக்கிறேன். நீயும் வேணும்னா இந்த மாமனை ரசிக்க வேண்டியது தானே...?” தன் சட்டை காலரை தூக்கி விட்டுக் கொண்டு கூறினான் ஜீவா.

“ஓ அன்னைக்கு யாரோ மாமான்னு சொல்ல கூடாதுன்னு சொன்ன மாதிரி இருந்தது. ஏய் பரணி இங்குட்டு திரும்பிடி நீ கூட அன்னைக்கு இருந்தே தானே...?” பரணியை தன் புறம் திருப்பிக் கொண்டு வேகமாய் கேட்க,

“காவேரி என்ன இது..? நம்ம கோவில்ல இருக்கோம் எதுக்கு கத்துற..? முதல நீ சாமியை கும்மிடு...” என்ற பரணி மறுபடியும் திரும்பிக் கொண்டாள்.

“இங்கே பாருங்க ஒழுங்கா போயிருங்க. இல்லைன்னு வச்சிக்கோங்க அப்பறம் நாளைக்கு திருவிழா கூடத்துல என்கிட்டே வம்பு பண்ணுறீங்கன்னு சொல்லி போலீஸ்ல பிடிச்சி கொடுத்துருவேன்...” விரல் நீட்டி மிரட்ட, அதை கேட்ட பரணியை உள்ளுக்குள் சிரித்துக் கொண்டாள்.

ராகினி புருவத்தை உயர்த்தி என்னவென்று கேட்க, “சிங்கத்தோட பிடியில சிக்கிட்டான்னு சொல்லுவாங்களா அது மாதிரி தான் இங்கே நடக்குது. அவங்க கிட்ட போய் மல்லுக்கு நிக்கிறா பாரு...” ராகினியிடம் மெல்ல கூறினாள் பரணி.

அதே நேரம் அங்கே வந்த கலை, “அத்தான் நீங்க இங்கே என்ன பண்ணுறீக..? வாங்க உங்களை அத்தை வரச் சொன்னாங்க...” என்றவளோ அவனை இழுத்துக் கொண்டு அங்கிருந்துச் சென்றாள்.

“பாரேன் பரணி உங்க ஜீவா அத்தானை...” என்க, அவளோ அதை கேட்டு முறைக்க, “சரி உங்க தமிழ் அத்தானோட அண்ணனை போதுமா..? எப்போ பார்த்தாலும் என்கிட்டையே வம்பு பண்ணிக்கிட்டு இருக்காங்க...” அவனை பற்றி பரணியிடம் குற்றம் வாசிக்க, அதை கேட்கிறாளா இல்லையா என்பது அவள் மட்டும் அறிந்தே.

அதே நேரம் அவர்களுக்கு எதிர்ப்புறம் கிரிஜா தன் மகள் மற்றும் குடும்பத்துடன் நிற்க அவர்கள் அருகில் எதிர் வீட்டு பெண்மணி தன் சொந்தகளுடன் நின்றுக் கொண்டிருந்தார்.

எதார்ச்சியாக திரும்பிய அந்த பெண்மணி கிரிஜாவை காண, “அட கிரிஜா அக்கா நீங்க தானா..? நான் கூட வேற யாரோ நிக்கிறாங்கன்னுல நினைச்சிக்கிட்டு இருந்தேன். ஆமா எப்போ வந்தீக நீங்க வரும் போது நான் பார்க்கலையே...” எப்போதும் பேசிக் கொள்வது போல் கேட்க,

“எங்கே பாக்கியம் கூடத்துல யாருன்னு என்னென்னு தெரியுது...” என்க,

“யாரு கிரிஜா இவங்க..?” கலையின் தாய் கேட்க தன் சொந்தத்தை எதிர் வீட்டு பாக்கியத்துக்கு அறிமுகப்படுத்தி வைத்தார் கிரிஜா.

அதே போல் அவரும் தன் வீட்டுக்க்காரின் தங்கச்சியை கிரிஜா மற்றும் அவரின் சொந்தகளுக்கு அறிமுகப்படுத்தி வைக்க, ஒருவருக்குள் ஒருவர் நலம் விசாரித்து பேசிக் கொண்டனர்.

“ஆமா இது யாரு மதினி உங்க பொண்ணா..?” மகிழந்தியை பார்த்து புதிதாக வந்த பெண்மணி கேட்க, “ஆமா ஏன் பொண்ணு தான். ரெண்டு பசங்க ஒரு பொண்ணு எனக்கு. இவ எங்க அண்ணன் மகள்...” என்று அங்கிருந்த கலையும் சேர்த்து அறிமுகப்படுத்தினார்.

“பக்கத்து வீடு சொந்தபந்தமா இருந்துக்கிட்டு இப்படி நல்லது பொழுது வந்தா தான் பார்க்க முடியுது பேச முடியுது. நான் சின்ன புள்ளையா இருக்கும் போது உங்க மாமியார் என்னை மகள் மாதிரி பார்த்துக்கிடும். உங்க பொண்ணு ரொம்ப அழகா இருக்காளே..? ஆமா பாப்பா என்ன படிச்சிருக்கு...” கிரிஜாவை பார்த்து கேட்க,

“எம். காம் படிச்சி முடிச்சிருக்கா..? சென்னையில ஹாஸ்டல் தங்கி படிச்சா. இப்போ முடிச்சி ரெண்டு வருஷமாச்சு. எங்க வீட்டுக்காரர் பொம்பளை பிள்ளை எதுக்கு வெளியே போய் வேலை பார்த்துக்கிட்டு இருக்கேன்னு சொல்லி வீட்டுலே இருன்னு சொல்லிட்டாங்க...” என்க,

தன் தாய் கூறியதை கேட்ட மகிழ்ந்தியோ, “இந்த அம்மா ஏன் இப்படி பண்ணுனது. அவங்க என்ன படிச்சிருக்கான்னு தானே கேட்டாங்க அதை மட்டும் சொல்லலாம்லா. என்னை பத்தி கேட்ட மாதிரி எல்லாத்தையும் சொல்லிக்கிட்டு இருக்கு...” மனதுக்குள் எரிச்சலுடன் புலம்பிக் கொண்டாள்.

“ஆமா ஆமா பொம்பள பிள்ளை வெளியே அனுப்புனா நம்மளே வயித்துல நெருப்பை கட்டிக்கிட்டு இருக்கிற மாதிரில இருக்கணும்

இருக்கட்டும் வீட்டுலையே. ஆமா பாப்பாக்கு வரன் எதுவும் பார்க்குறீங்களா..?" மெல்ல கூற நினைத்த விஷயத்தை கூற வர, எதற்கு அப்படி கேட்கிறார் என்பதை நன்கு உணர்ந்துக் கொண்டாள் மகிழ்ந்தி.

"இல்ல மதினி இனிமே தான் பார்க்கணும். திருவிழா முடிஞ்சதும் தரகர் கிட்ட இதை பத்தி பேசணும் நினைச்சிக்கிட்டு இருக்கோம்...."

"சரி கிரிஜா நல்ல விஷயம் தான். பாப்பா ஜாதகம் இருந்தா கொடுக்குறது நம்ம பையனுக்கு ஒரு தடவை பார்த்திரலாம்ல..." என்க, கிரிஜாவோ தன் கணவன் மற்றும் அவரின் அண்ணனை கண்டார்.

"அக்கா நீங்க பாக்கியம் அண்ணியை கூட்டிட்டு திருவிழா முடிஞ்சதும் வீட்டுக்கு வாங்க நாம்ம இதை பத்தி பேசிக்கலாம்..." வரதன் தன்மையுடன் கூற, அவரோ சரியென தலையசைத்தார்.

"ஐயோ..! என்ன இது வீட்டுல வேற நம்ம கல்யாணத்தை பத்தி பேசப் போறாங்களா..? நான் இதை எப்படியாவது அவுங்க கிட்ட சொல்லணுமே..." நினைத்தவளின் பார்வையோ அப்போதே அந்த கூடத்தில் கார்த்திகேயனை தேட ஆரம்பித்தது.

9

அத்தியாயம் : 9

திருவிழா முடிந்தது தனக்கு தன் வீட்டில் பெண் பார்க்க ஆரம்பித்து விடுவார்கள் என்பது நன்கு புரிய தன்னவனிடம் இதை பற்றி நேரிலோ அல்லது கைபேசிலோ பேசியாக வேண்டும் என்ற முடிவில் இருந்தாள் மகிழ்ந்தி.

நான்கு மணி போல் மாவிளக்கு பூஜை முடிந்து அனைவரும் வீட்டுக்கு வர கோவிலில் தன்னவனிடம் பேச முடியாமல் போனாதால் இப்போது கைபேசி கையுமாக தனிமை தேடி திரிந்தாள்.

திருவிழாவிற்கு வந்த கலையோ மகிழ்ந்தியின் அறையிலே தங்க தனிமை கூட கிடைக்காது வருந்த, விடிய விடிய அனைவரும் வேலை செய்து முழித்துக் கொண்டிருந்தால் இப்போது ஆங்காங்கே படுத்து உறங்கினர்.

வீட்டிலிருப்பவர்கள் நன்கு உறங்கியதை உணர்ந்தவள் தன் மொபலை எடுத்துக் கொண்டு கொலுசொலி சத்தம் கேட்காமல் மெல்ல பூனை நடை நடந்து மொட்டை மாடிக்கு வந்தாள்.

சுற்றிலும் யாருமில்லை என்பதை உறுதி செய்தவள் தன் மொபைலில் கார்த்திகேயனுக்கு அழைக்க சிறிது நேரம் சென்ற பின்னே அவனும் தூக்க கலகத்துடன் எடுத்துப் பேசினான்.

“என்ன மயிலு இந்த நேரம் கால் பண்ணிருக்கே..? கொஞ்சம் நேரம் தூங்க விடேன்டி....” நித்திரையில் இருப்பதால் புலம்பிக் கொண்டு கூறியவனுக்கு அவளின் அழுகை சத்தம் கேட்க முற்றிலும் உறக்கம் மறந்து

எழுந்து அமர்ந்தான்.

“ஏய் என்னாச்சுடி எதுக்கு அழுகுற..? இப்போ கோவில கூட நல்லா தானே இருந்தே..? முதல அழுகுறதை நிறுத்தும்மா...” தவிப்புடனே பேசிக் கேட்க,

“ஏங்க என்னை கூட்டிட்டு போயிருங்க எனக்கு ரொம்ப பயமா இருக்கு..?” அழுது கொண்டு சத்தம் கேட்காதவாறு மெல்ல கூறினாள்.

“இப்போ என்ன நடந்தது ஏன் பயப்பிடுற. நீ வேற எங்கையாவது இருக்கையா..? எதுவும் பிரச்சனையா சொல்லுடி நான் சீக்கிரம் வரேன்...” அவள் பயம் என்றதுமே இவனின் தவிப்போ அதிகரிக்க வேகத்துடன் கேட்டான்.

“இல்லை நான் எங்க வீட்டு மொட்டை மாடில தான் இருக்கேன்...” என்க, அதை கேட்ட பின்னே சற்று நிம்மதியானான்.

“சரி என்ன பிரச்சனை..?”

“அது வந்து இன்னைக்கு கோவில்ல வச்சி...” பேச ஆரம்பித்தவள் அந்த பெண்மணி கூறியது தன் அன்னை கூறியதென அனைத்தும் கூறி முடித்தாள்.

“ஏய் நீ நினைக்கிறது மாதிரி எதுவும் நடக்காதுடி. எனக்கு புரியுது மயிலு நான் இந்த திருவிழா முடிஞ்சதும் அப்பா கிட்ட பேசிட்டு உங்க வீட்டுக்கு எல்லாரும் வரோம் சரியா சம்மதம் கேட்டு...” ஆறுதலுடன் கூற,

“உங்க வீட்டுல இல்ல எங்க வீட்டுல ஒத்துக்கிடலைன்னா...” பலமுறை அவனிடம் இந்த கேள்வியை கேட்பது தனக்கே நன்கு புரிந்தாலும் ஏனோ இப்போதும் அதையே கேட்டாள்.

“ரிஜிஸ்டர் ஆபீஸ் எப்பவும் துறந்து தான் இருக்கு...” உறுதியுடன் அவளுக்கு நம்பிக்கை அளிக்கும் விதமாய் கூறினான்.

“ஹ்ம்ம் சரி நீங்க தூங்குங்க குட் நைட்...” மனதில் நின்ற பாரம் இறங்கிய பின் எப்போதும் பேசுவது போல் பேச,

“என்னது குட் நைட்டா. அடியேய் லூசு பொண்டாட்டி குட் மார்னிங்டி. என் வீட்டு சேவல் கூவிடுச்சி...”

“ஆனா எங்க வீட்டுல சேவல் இல்லையே கூவ..? கோழி தானே இருக்கு...” அவன் பேச்சின் மாற்றம் அறிந்தே கேட்க, “கோழிக்கு காவலா எங்க வீட்டு சேவலா அனுப்பி விடாவா...?” குறும்புடன் வம்-

பிலுத்துக் கொண்டு கூறினான்.

“இது நல்லாயிருக்கே பாலுக்கு காவல் பூனைன்னு சொல்லுவாங்-களா அது மாதிரியா என்ன..? அதெல்லாம் ஒன்னு வேண்டாம் நான் வைக்கிறேன்...” என்றவளோ தன் மொபைலை கட் பண்ணினாள்.

தன்னவனிடம் பேசிய பின்னே தன் மனம் நிம்மதியானதை உணர ஒரு தூக்கத்தை போட கீழே இறங்கி தன் அறைக்குள் நுழைந்தாள் மகி-ழந்தி.

அதன் பின் நேரம் சென்று அன்று மாலையை நெருங்க மறுபடியும் அந்த திருவிழா கலைகட்ட இப்போது தாங்கள் அனைவரும் எடுத்த உடையை ஒரே போல் அணிந்து கொண்டு முளைப்பாரி தூக்க ஆரம்-பித்தனர்.

மண்சட்டியில் வெளிச்சம் படாது இருட்டில் இரு வாரங்களாக வளர்த்த முளைப்பாரியை அலங்கரித்து அதை எடுத்துக் கொண்டு அம்-மனின் முன் சென்று வைக்க வேண்டும். அதன் பின் முளைப்பாரி போட்டவர்கள் மற்றும் சின்ன பிள்ளைகளென்று அனைவரும் வட்டமாக நின்று கும்மியடித்து மறுநாள் காலை அதை ஆற்றிலோ அல்லது கிணற்றிலோ கரைப்பது வழக்கம்.

அது போலே அன்றும் முளைப்பாரி வளர்த்து வைத்திருந்த இடத்தில் கெட்டிமேளம் உட்பட ஊரே கூடியிருந்தது. அம்மன் வடிவில் அலங்க-ரித்த முளைப்பாரியை மட்டும் அந்த ஊர் இளவட்டங்கள் தூக்கி முன்-னேச் செல்ல பின்னே மற்ற பெண்கள் தங்கள் முளைப்பாரியை தூக்கிக் கொண்டு வருவார்கள்.

அம்மன் முளைப்பாரியை தானே விரும்பி கார்த்திகேயன் தூக்க வேண்டுமென அனைவரின் முன் கூற, அவனுக்கு எதுக்கு கஷ்டமென நினைத்தாலும் பண்ணையாரின் மகன் என்பதால் அவனை தடுக்காமல் அதனை தூக்க விட்டனர்.

காவிவேஷ்டியில் சட்டை இல்லாமல் இடுப்பில் காவித் துண்டை மட்டும் கட்டிக்கொண்டு கார்த்தி நிற்க, சிலர் ஒன்றாக சேர்ந்து அந்த அம்மன் வடிவில் அலங்கரித்த வலிமை கொண்டு முளைப்பாரியை அவனின் தலையில் வைத்தனர்.

“ஐயோ இவன் ஏன் இப்படி பண்ணுறான். ஊருல பசங்களா இல்லை இவனுக்கு எதுக்கு இந்த வேலை...” தன் மகனுக்கு அதனை தாங்கும்

சக்தி வேண்டுமே என்ற தவிப்பில் பாரிஜாதம் புலம்ப,

“விடு பாரிஜாதம் அவனுக்கு ஏதோ ஒரு வேண்டுதல் இருக்கு போல அதை இது மூலமா நிறைவேத்திக்க பார்க்குறான். பண்ணட்டுமே நம்ம பையனுக்கு ஒன்னுமாகது. அதான் பக்கத்துல அத்தனை பேர் இருக்காங்கல...” நல்லசிவம் கூற சரியென தலையசைத்தார்.

தன்னவன் சுமக்கப் போகும் பாரத்தை கண்டு மகிழ்ந்தி கலங்க, “ஏய் என்னடி போய் வருசையில நில்லு முளைப்பாரியை தூக்கிட்டு போக..? முன்னாடி என்னத்த பார்த்துக்கிட்டு இருக்கே..?” கேட்ட கிரிஜாவும் முன்னேப் பார்க்க அவருக்கோ அங்கே தயாராக நின்ற கொட்டுமேளம் தான் விழிகளில் விழுந்தது.

அதன் பின் கொட்டுமேளம் முன்னேச் செல்ல கார்த்திகேயனை சுற்றி இளவட்டங்கள் விசில் அடித்து ஆடிக் கொண்டு வர, அவர்களின் பின்னே ஊரிலிருப்பவர் மற்றும் முளைப்பாரி தூக்கிய பெண்கள் நடந்து வந்தனர்.

“தன் காதல் தனக்கு தடையில்லாமல் கிடைக்க வேண்டும்...” என்ற வேண்டுதலே கார்த்தியின் மனதில் ஒலித்துக் கொண்டிருந்தது. அவனுக்கு தெரியும் அத்தனை எளிதில் தானும் மகிழும் சேர்ந்து விட முடியாதென்று. அதனாலே அந்த அம்மனை தன் துணைக்கு அழைத்தான்.

ஒரு சின்ன முளைப்பாரி தனக்கே இப்படி வலிக்கும் போது தன்னவனுக்கு நினைக்கும் போதே வேதனை நெஞ்சை அடைக்க, “அம்மா தாயே..! நீ தான் அவருக்கும் எங்க காதலுக்கு துணையா இருக்கணும்...”. மனதுக்குள் வேண்டிக் கொண்டே நடந்து வந்தாள் மகிழ்ந்தி.

ஒரு வழியாக கோவிலை வந்தடைய மெல்ல அவனிடமிருந்து சிலர் அதனை வாங்கி இறக்கி வைக்க மற்ற பெண்களும் அதனருகிலே தங்களின் முளைப்பாரியை வைத்தனர். தன் முளைப்பாரியை இறக்கி வைத்து மகிழ் நகர அவளின் விழிகளில் உடல் முழுவதும் வியர்த்து கண்கள் சிவந்து நின்ற கார்த்திகேயன் விழுந்தான். அவனைக் கண்டதுமே மகிழின் விழிகள் கலங்க அதை கண்டவனோ தன் விழிகளால் அவளுக்கு ஆறுதல் கூறினான்.

முளைப்பாரி பாடல் ராகமாய் பாட பெண்கள் அனைவரும் வட்டமாக அதனை சுற்றி நின்று கும்மியடிக்க மற்றவர்களோ அதனை

வேடிக்கை பார்த்துக் கொண்டிருந்தனர். முளைப்பாரி அடிப்பவர்களுக்கு மோர், தண்ணீர் மற்றும் குளிர் பானங்களென இளவட்டகள் கொண்டு வந்து தாயராக வைக்க, அந்த பாடல் முடிந்ததும் அதனை அவர்க-ளுக்கு கொடுக்க ஆரம்பித்தனர்.

ஒரு டம்ளரில் மோரினை எடுத்துக் கொண்டு பரணிக்கு அருகில் வந்து நின்று தமிழ் தர, “தேங்க்ஸ் அத்தான்...” என்றவளோ தன் முகத்தை துடைத்துக் கொண்டு புன்னகையுடன் வாங்கிக் குடித்தாள். அந்த விஷமம் நிறைந்த விழிகள் இருவரை கண்டு உச்ச கோவத்திலி-ருந்தது.

“இன்னும் வேணுமா பரணி...” குடித்த டம்ளரை வாங்கியவாறு கேட்க, “இல்ல அத்தான் வேண்டாம்....” என்றதும் அருகிலிருந்த ராகினி, காவேரியிடம் என்ன வேணுமென்று கேட்டான்.

காவேரி மோர் கேட்க, ராகினி தண்ணீர் கேட்க, “சரி ரெண்டையும் கொண்டு வரேன்...” என்றவன் அதனை எடுக்கச் செல்ல, அவன் சென்ற அடுத்தநொடி அங்கே மோருடன் வந்தான் ஜீவரஞ்சன்.

“மோரு,மோரு,மோரு. யாரோ இந்தப் பக்கம் மோர் வேணும்ன்னு கேட்டது மாதிரி இருந்ததே...” கிண்டலுடன் காவேரியிடம் கேட்க, “உங்க கிட்ட ஒன்னும் இங்கே யாரும் கேட்கல. உங்க அண்ணன் கிட்ட தான் கேட்டோம்...” உதட்டை சுழித்துக் கொண்டு கூறிய காவேரி முகத்தை திருப்பினாள்.

“அட என் அக்கா மகளே..! நான் என்னை உனக்கு கொண்டு வந்-தேன்னு நினைச்சியா என்ன..?”

“ஓ அப்போ வேற யாருக்கும் கொண்டு வந்தீக..?”

அவன் வந்தது என்னவோ அவர்களிடம் வம்பிழுக்க எண்ணி தான். ஆனால் காவேரி கேட்டதும் என்ன சொல்வதென தெரியாது, “நான் உன் பிரெண்ட்க்கு கொண்டு வந்தேன். இந்தா குள்ளவாத்து உனக்கு தான் மோருனா ரொம்ப பிடிக்கும்ல...” கூறியவனோ அவளின் முன் நீட்ட அதனை வாங்குவதா வேண்டாமா என யோசித்தாள்.

“ஐயோ இவ என்னடானா இப்படி யோசிக்கிற வாங்கலைன்னா காவேரி முன்னாடி நோஸ்கட்டாகிருமே...” புலம்ப, அவளின் மனமோ இதே திருவிழாவில் போது சிறு வயதில் இந்த மோருக்கு அவனின் பின்னால் நாய் மாதிரி ஓடியதை நினைத்தது.

“ஜீவாண்ணா அவளோட தமிழ் அத்தான் வந்து கொடுத்ததை குடிச்சிட்டா...? நீங்க ரொம்ப லேட்...” ராகினி மெல்ல கூற காவேரியோ அவனைக் கண்டு சிரித்தாள்.

“சரி ஓகே...” என்றவன் திரும்ப, “கொடுங்க அந்த மோரை...” என்றவளோ அவனின் கையில் வைந்திருந்தை வாங்கிப் பருகினாள். இப்போது அவன் காவேரியை பார்க்க அவளோ தன் தோழியை முறைத்துக் கொண்டு நின்றாள்.

“ஏன்டி இப்படி பண்ணுனே அதான் நீ ஏற்கனவே குடிச்சிட்டில..?” பரணியை பார்த்து கேட்க,

“எந்தப் பொருளும் எளிதா கிடைக்கிறது ரொம்ப கஷ்டம் காவேரி. ஒரு காலத்துல இந்த மோர் எனக்கு கிடைக்காம நான் நாயா அலைஞ்சேன்...” சிறு வயதில் நடந்ததை நினைத்துக் கொண்டு ஜீவாவை பார்த்தவாறே முறைப்புடன் கூறினாள்.

தோழிகள் இருவரும் புரியாமல் பார்க்க, “ஐயோ இவ ஏன் நம்மள முறைச்சி பார்க்குறா. தப்பான நேரமோ இது..? ஓடிரு ஜீவா...” அவனின் மனது கூற அங்கிருந்து நழுவினான்.

அதன் பின் நேரம் செல்ல முளைப்பாரி அடித்து முடிக்கும் நிகழ்ச்சி முடிய சிறிது நேரம் அங்கே அமர்ந்து ஓய்வெடுக்க பெரியவர்களோ வீட்டிற்கு கிளம்பினர்.

“அத்தை நீங்க போங்க நானும் மகிழு புதுசா போட்டிருக்கு கடையில என்ன இருக்குன்னு பார்த்துட்டு வரோம்...” கலை கூற, சரி என்ற பெரியவர்கள் அவர்களை விட்டுச் செல்ல மகிழ்ந்திக்கு இது நல்வாய்ப்பாக இருந்தது.

அதே நேரம் பரணியும், அவளின் தோழிகளும் செல்ல அவளை தடுத்த மகிழ்ந்தி, “ஏய் பரணி எங்கே அதுக்குள்ள வீட்டுக்கு போறே..? வா அப்படியே கொஞ்சம் நேரம் சுத்தி பார்க்கலாம்...” என்க, அவளின் தோழிகளும் ஒத்துக் கொள்ள கலையின் முகமோ வாடிய மலரானது.

“சரி வாங்க நாம்ம போகலாம்...” என்ற மகிழ்ந்தி கிளம்ப, அவர்களின் முன் நிறைமதி வந்து நிற்க அவளையும் தங்களுடன் அழைத்துக் கொண்டனர்.

வளையல் கடைக்கு அனைவரும் செல்ல அங்கே தங்களுக்கு பிடித்த பொருத்தமான வளையல், பொட்டு, கிளப் என்று ஒவ்வொன்றாக

வாங்க, ‘‘மதியக்கா உங்களுக்கு தான் இதெல்லாம் தேவையேபடாதே நீங்களும் ஏன் எங்க கூட வாங்குறீங்க...?’’ காவேரி எதார்த்தமாக கேட்க,

‘‘ஏன் அப்படி கேட்குற. நான் கண்ணாடி வளையல் போட கூடாதுன்னு இந்த ஊருக்குள்ள யாரும் சொல்லிருக்காங்களா என்ன..? எனக்கு தங்க வளையலை விட இந்த வளையல் தான் பிடிச்சிருக்கு...’’ என்றவள் தனக்கானதை எடுத்துக் கொண்டாள்.

காவேரி கூறியதை கேட்ட மகிழ்ந்தியின் மனமோ அவர்களின் அந்தஸ்தை நினைத்து வருந்த அதே நேரம் அங்கே வந்த கார்த்தி தன்னவளுடன் தன் தங்கை இருப்பதை கண்டு அவர்கள் அருகில் வந்தான்.

‘‘மதி நீ இங்கே என்ன பண்ணுற..? நீ வீட்டுக்கு போயிட்டேன்னு தானே நினைச்சேன்...’’ அவர்கள் அருகில் வந்து நின்றுக் கேட்க, ‘‘இல்லை அண்ணா வீட்டுக்கு போய் என்ன பண்ணே..? அதான் இங்கையே இவங்களை பார்த்தும் இருந்துட்டேன்...’’ என்றாள் நிறைமதி.

‘‘சரி சீக்கிரம் வீட்டுக்கு போ இங்கையே ரொம்ப நேரம் சுத்தாதே...’’ என்க, அதே நேரம், ‘‘மொத்தம் நீங்க வாங்கினது எல்லாம் சேர்த்து ஐநூறு ரூபாய் வருது பாப்பா...’’ கடைக்காரர் மகிழந்தியிடம் கூற, தன் பாகெட்டிலிருந்து வேகமாய் எடுத்து தங்கையிடம் கொடுத்தான் கார்த்திகேயன்.

‘‘நாங்க வச்சிருக்கோம் அண்ணா...’’ பரணி வேகமாய் உரைக்க, ‘‘நீங்களும் என் தங்கச்சி மாதிரி தானேம்மா. சரி எனக்கு கொஞ்சம் வேலை இருக்கு நான் கிளம்புறேன்...’’ என்றவனின் பார்வை மகிழ்ந்தியிடமிருந்து விடை பெற்றது.

அதன் பின் அப்படியே நடந்து வர பரணியை கண்ட டியூஷன் படிக்கும் சிறுவர்களோ, ‘‘பரணிக்கா நாங்க ராட்டினம் சுத்துனோம்மே. பக்கத்து ஊரெல்லாம் தெரியுதுக்கா...’’ குதுகலத்துடன் கூறினார்கள்.

‘‘சரிடா நீங்க போங்க போய் விளையாடுங்க...’’ என்றதும் அவர்கள் ஓட, ‘‘நம்மளும் ராட்டினம் சுத்தலாம் சூப்பரா இருக்கும். எப்படியும் நம்மள இதுக்கு அப்பறம் விடமாட்டாங்க. இப்போ கிடைச்சிருக்கிறது தான் நல்ல வாய்ப்பு. வாங்க போகலாம்...’’ காவேரி குதித்துக் கொண்டு அனைவரையும் அழைத்தாள்.

“ஏய் நம்ம என்ன சின்ன பிள்ளையா ராட்டினம் சுத்தே..?” ராகினி முறைத்துக் கொண்டு கூற,

“நீ வரலைன்னா போ நான் போறேன். கலை நீ வரையா..? அக்கா நீங்க ரெண்டு பேரும் வரீங்களா...?” மகிழந்தி மற்றும் நிறைமதியை பார்த்துக் கேட்க அவர்களோ வேகமாய் சரி என்றனர்.

“ராகினி பரணி, உன் பிரெண்ட் காவேரி சொல்லுறது சரி தான். இதெல்லாம் நம்மள பொறுத்தவரைக்கும் ஜென்மத்துல ஒரு தடவை தான் கிடைக்கும்...” நிறைமதி கூற, இருவரும் சரியென்று சம்மதித்தனர்.

பரணி சரியென்று கூறினாலும் அவளின் மனதில் ராட்டினம் என்றாலே ஒரு பயம். ஏனோ ஏறுவதற்கு முன்னே அதனின் உயரத்தை பார்த்ததும் தலை சுத்துவது போல் உணர்ந்தாள். சின்ன ராட்டினம் என்றால் பரவாயில்லை ஆனால் இங்கே இருப்பதோ பெரிது.

அவர்களுடன் சேர்ந்து டிக்கெட் வாங்க நான்கு பேர் மட்டும் அமரும் ராட்டினம் என்பதால் தோழிகள் மூவரும் அவர்களுடன் கலையும் அமர்ந்துக் கொண்டாள். மற்றொன்றில் தன்னவனின் தங்கையுடன் மகிழ்ந்தி அமர்ந்துக் கொள்ள மற்ற ஆட்களையும் ஏற்றி விட்டு சுத்த ஆரம்பித்தது.

தன் அருகில் அமர்ந்திருந்த காவிரியை இறுகப் பற்றிக் கொண்டாலும் சுற்றச் சுற்ற தன் தலையும் சேர்ந்து சுற்றுவது போல் உணர்ந்தாள் பரணி. ஒரு சுற்றோடு அவ்வளோ தான் என்று நினைத்துக் கொண்டிருக்க, மறுபடியும் மேலச் செல்ல இந்த முறை பயந்து கத்தவே ஆரம்பித்தாள்.

“ஏய் கத்தாதடி என்ஜாய் பண்ணு...” காவேரி கூற, இது மற்றும் தரையாக இருந்திருந்தால் அவளின் நிலை எப்படி இருக்கும் என்பது பரணி மட்டும் அறிந்ததே..!

“ஐயோ வேண்டாம் நான் வரல. என்னை இறக்கி விடுங்க..?” மேலேச் சென்று கீழே இறங்குவதை கண்டு கத்தி கூற, அதே நேரம் அந்த வழியாக ஜீவரஞ்சன் வந்தான்.

அவர்கள் அனைவரும் ராட்டினத்தில் இருப்பதை கண்டவனோ பரணியில் கத்தலை கண்டு அங்கையே சிரித்துக் கொண்டு நின்றான். இறங்கியே ஆக வேண்டுமென அழுது அடம்பிடித்து அதிலிருந்து இறங்க மற்றவர்களோ முடித்துக் கொண்டு தான் வருவோம்மென ராட்-

டினத்தில் விளையாடத் தொடர்ந்தனர்.

கீழே இறங்கி வந்தவளோ ஒரு அடி எடுத்து வைத்து நடக்க அடுத்தநொடி தலை சுத்தி மயங்க பார்க்க அவளை நோக்கி வேகமாய் வந்து தாங்கினான் ஜீவரஞ்சன். முதல் முறையாக அனல்கக்கும் அந்த விஷம விழிகளில் நீரினை ஊற்றியது போல் குளிர்வுடன் அவர்களைக் கண்டது.

10

அத்தியாயம் : 10

ராட்டினத்திலிருந்து இறங்கி இரண்டடி எடுத்து வைத்ததும் தலை சுற்ற விழிகள் சொக்க தள்ளாடி கீழே விழப் போனவளை வேகமாய் வந்து தாங்கினான் ஜீவரஞ்சன்.

"ஏய்..!" என்றவாறு அவளை தன் தோளோடு அணைத்து கரத்-தினை இறுகப் பற்ற, தலையை பற்றியவளோ மெல்ல தன் காலினை ஜீவாவின் உதவியால் தரையில் அழுத்தினாள்.

அப்படியே ஒரு நொடி விழிகள் மூடியிருந்தவள் பின் தன் நெற்றியை தேய்த்துக் கொண்டு விழி திறக்க, தனக்கு வெகு அருகில் ஜீவா நெருங்கி நிற்பதை கண்டதும் வேகமாய் அவனை விட்டு தானும் தள்ளி நின்றாள்.

எதார்த்தமாக பரணியை கண்டவாறு சிரித்துக் கொண்டு நின்றான். அவள் தலையை பற்றியதும் கீழே விழப் போகிறாள் என்பதை உணர்ந்து தான் வேகமாய் வந்து அவளை தாங்கினான் ஜீவரஞ்சன்.

அவளை தாங்கிய பின் பரணியின் மூச்சுக்காற்று தன்மேல் உரசும் அளவு நெருக்கத்தில் கண்ட மென்பஞ்சு முகம் தன் இதயப்துடிப்பின் உயிர்நாடியை தொட்டது போல் அந்தநொடி உணர்ந்தான். அவ்வளோ நெருக்கத்தில் அன்று தான் முதல் முறை.

பரணி தன் நிதனாத்திற்கு வரும் வரை அவளை அணைத்துக் கொண்டே தன்னையும் அறியாமல் அவளின் முகத்தை கண்டவாறே இருந்தான். பின் திடீரெண்டு அவள் தன்னை தள்ளிவிட்டு விளக்கவும் தான் இந்த உலகத்திற்கே வந்தான்.

“என்ன பண்றீங்க நீங்க..?” அவனின் நெருக்கத்தை கண்டு கோபமாக கேட்க,

அவளின் கோபம் தன்னை சூடாக்கினாலும் அதை வெளிக்காட்ட விரும்பாதவன், “ஏய் குள்ளவாத்து இம்புட்டு பெரிய பிள்ளையா வளர்ந்திருக்கே..? ஒரு சின்ன ராட்டினம் இதில சுத்தி வர இந்த பயம் பயப்பிடுற. சுத்தயிருக்குற எட்டூருக்கும் கேட்குற மாதிரிலே கத்துறே..?” கிண்டலுடன் சிரித்துக் கொண்டே கேட்டான்.

அவனின் புன்னைகை முகம் அவளை கோவப்படுத்த, “ச்சே இவங்க முன்னாடி இப்படி கேவலப்பட்டோமோ..? இப்போ என்ன சொல்லுறது..?” தனக்கு தானே எரிச்சலுடன் புலம்பிக் கொண்டாள்.

“என்ன ஏதோ முணுங்குற மாதிரி இருக்கு. இல்லை நான் பயப்புடலைன்னு சொல்ல போறையா..? நீ பயந்ததுக்கு சாட்சி தான் இறங்குனதும் கல்லு குடிச்ச மாதிரி தள்ளாடுனையே...” கேட்டதுக்கு பின்னே மறுபடியும் அதே பேச்சிற்கு வந்ததை உணர்ந்தான்

“ஐய்யோ...! மறுபடியும் எதுக்கு என்ன பிடிச்சீங்கன்னு கேட்டுருவாலோ...” உள்மனம் நினைக்க,

“அது காலையிலிருந்து சாப்பிடல அதுனால தலை சுத்துனது மாதிரி இருந்தது. மத்தபடியெல்லாம் ஒன்னுமில்லையே. எனக்கெல்லாம் இதை பார்த்து பயம்மிலை...” அவனிடம் உண்மையை கூறினால் தன்னை கீழாக எண்ணுவானோ என்றெண்ணி அப்படி கூறினாள்.

அதே நேரம் தங்களின் ராட்டினத்தை முடித்துக் கொண்டு கீழே அனைவரும் இறங்க, ஜீவா பரணியுடன் ஏதோ பேசிக் கொண்டிருப்பதை கண்ட கலையோ வேகமாய் அவர்களை நோக்கி வந்தாள்.

“ஜீவா அத்தான் நீங்க இங்கே என்ன பண்ணுறீங்க..?”

“அது ஒன்னுமில்லை கலை இந்த பக்கம் யாரோ வேண்டாம்..! வேண்டாம்..! பயமாயிருக்கு..! பயமாயிருக்கு கத்துன மாதிரி சத்தம் கேட்டதா. ஒரு வேலை ஏதோ ஒரு பொண்ணு கிட்ட பசங்க கிண்டல் பண்ணுறாங்கலோன்னு நினைச்சி வந்தேன். ஆனா அப்படி ஒன்னும் இங்கே நடந்த மாதிரி தெரியலையே..?” கலையிடம் பேசினாலும் பார்வை என்னவோ எதிரில் நின்ற பரணியின் மேல் இருந்தது.

“ஐய்யோ..! ஜீவா அத்தான் நீங்க நினைக்கிற மாதிரியெல்லாம் இங்கே நடக்கலாம். இங்கே நடந்ததே வேற..?”

“ஓ அப்படியா. அப்போ என்ன நடந்தது கலை...” குறும்புடன் ஜீவா கேட்க,

“பரணி ராட்டினம் சுத்தும் போது பயந்துட்டா. அதான் அப்படி கத்துனா...” பரணியை கண்டு சிரித்துக் கொண்டு கலை கூற, அதை கேட்டவனோ வேணுமென்றே பலமாக சிரிப்பு வந்ததை போல் சிரித்தான்.

இருவரின் முன் அவமானப்பட்டதை போல் உணர்ந்தவள் அவர்களின் முன் நிற்க பிடிக்காமல், “நேரமாச்சி நான் வீட்டுக்கு போறேன்...” என்றவளோ அங்கே ஒரு நொடி கூட நிற்காது வேகமாகச் சென்றாள்.

தன்னை காண முடியாமல் தான் அவள் செல்கிறாள் என்பதை நன்கு உணர்ந்தவனோ மெல்ல சிரித்தவாறு அவளை கண்டுக் கொண்டே நின்றான்.

அதன் பின் அன்றிரவை நெருங்க உறக்கம் வராமல் புரண்டு புரண்டு படுத்த பரணியின் மனம் முழுவதும் தமிழ் தன்னிடம் புன்னகையுடன் பேசியதை விட, ஜீவாவின் முன் தான் அவமானப்பட்டு நின்றதே நினைத்தது.

“ச்சே ஒன்னு நான் ஏறிருக்க கூடாது. சரி அப்படியே ஏறி இருந்தாலும் இப்படி கத்திருக்க கூடாது. இவுங்களே என்னை இப்படி நினைச்சிக்கிட்டாங்கனா அங்கே என்னை பார்த்த எல்லாரும் எப்படி நினைச்சிருப்பாங்க. சரி அதை கூட விட்டுறலாம் அவுங்க பயந்துட்டியான்னு கேட்கும் போது ஆமா சொல்லி ஒத்துக்காம இப்படி அவமானப்பட்டுட்டு வந்துட்டேயேடி பரணி. சும்மாவே அவுங்க குள்ளவாத்து சொல்லி கிண்டல் பண்ணுவாங்க. இன்னும் பயந்தாங்கோழி வேற சொல்லுவாங்க. என்னைய தான் அவுங்களுக்கு பிடிக்காதுல. அப்பறம் எதுக்கு சும்மா சுத்திக்கிட்டு வந்து கிண்டல் பண்ணிட்டே இருக்காங்களோ. எல்லாம் இந்த காவேரியால தான். அவ இருக்க போய் தான் இவங்க இப்படி பேசுறாங்க...” மனதுக்குள் புலம்பிக் கொண்டே அவன் நினைவில் தன் நித்திரையை தொலைத்தாள்.

அதன் பின் மறுநாள் விடியற்காலையிலே வேட்டைக்கு சென்ற கருப்பசாமி திரும்பி வந்து அனைவருக்கும் குறி கூறி ஆசிர்வதித்து பூக்குழியில் இறங்க அதனை தொடர்ந்து மற்றவர்களும் இறங்க ஆரம்பித்தனர்.

நேரம் செல்ல அம்மனின் முன் வைத்த முளைப்பாரியை தூக்கிக் கொண்டு அருகிலிருக்கும் கிணற்றில் கரைக்க, அப்போதும் கார்த்தியே அந்த அம்மனின் முளைப்பாரியை தூக்கினான்.

அந்த நிகழ்ச்சியும் ஒரு வழியாக நல்ல படியாக முடிய, இன்னும் கறிவிருந்து அதன் பின் மஞ்சள் நீராட்டு விழா இரவு தொடர்ந்து ஒரு வாரம் கச்சேரி அத்துடன் திருவிழா நிறைவு பெற்றதென அறிவுறுத்தி-னர்.

கண் மூடி திறக்கும் நொடியில் மூன்று நாட்கள் சென்று விட்டதென அனைவரும் நினைக்க, மகிழ்ந்தியின் மனம் மட்டும் திருவிழா முடிந்தால் தன் திருமண பேச்சை பேச ஆரம்பித்து விடுவார்கள் என்ற நினைப்பே ஓடியது.

முளைப்பாரியை கரைத்து முடித்து தங்களின் வீட்டை நோக்கி வந்-துக் கொண்டிருக்க, “ஏய் பரணி எதுக்கு அவங்க உன்னை பார்த்து சிரிச்சிட்டே இருக்காங்க...?” காவேரி புரியாமல் கேட்க,

“யாரை சொல்லுற நீ..?”

“அதான் உங்க அத்தானோட அண்ணன் ஜீவா...” என்றதுமே வேக-மாய் முன்னும் பின்னும் பார்த்து இப்போதும் தன்னைக் கண்டு சிரிக்கி-றார்களா என்றெண்ணி தேடினாள்.

“என்னாச்சு பரணி. யாரை தேடுற..?” ராகினி கேட்க,

“ஏய் காவேரி அவுங்க எங்கே இருக்காங்க..? இங்கே தான் இல்-லையே பின்னே ஏன் அப்படி கேட்குற..?”

“இப்போயில்லை ஆனா நான் காலையிருந்து பார்த்துக்கிட்டு தான் இருக்கேன். அவுங்க உன்னை பார்த்து சிரிச்சிக்கிட்டே இருக்காங்க எதுக்கு..? உனக்கு தான் அவுங்களை பிடிக்காதே நீயும் அமைதியா இருக்கே..?”

“அது வந்து காவேரி. நேத்து நம்ம ராட்டினம் சுத்தும் போது...” ஆரம்பித்தவள் நேற்று தங்களின் பேச்சு வார்த்தை அனைத்தையும் மெல்ல யாருக்கும் கேட்காதவாறு கூறினாள்.

பரணிக்கும் தெரியும் தான் இப்போது கூறவில்லை என்றால் காவேரி தன்னை தோண்டி துருவி கேட்பாளென்று அதானலே தன் மானம் போனாலும் பார்வையில்லையென்று தோழியிடம் கூறினாள்.

அதை கேட்டு ராகினி, காவேரி இருவருமே சிரிக்க இப்போதும் தன் தோழிகளின் முன் அவமானப்பட தலைகுனிந்தவளின் கோவம் அனைத்தும் அந்த ஜீவாவின் மீது திரும்பியது.

“நீ மட்டும் இன்னொரு தடவை என்னை பார்த்து சிரி. அதுக்கு அப்பறம் இருக்குடா உனக்கு...” மனதிற்குள் நினைத்தவள் தன் வீட்டை வந்தடைந்தாள்.

கறிவிருந்து ஆண்டாளின் கையால் தயாராக இருக்க விரதமென கூறி சரியாக சாப்பிடாமல் இருந்ததால் இப்போதும் வயிறு முட்டும் அளவுக்கு நன்கு உண்ண ஆரம்பித்தாள் பரணி. தான் உண்ணும் இந்த வேகம் மட்டும் அவனுக்கு தெரிந்தால் மறுபடியும் இதை வைத்து தன்னை கிண்டல் செய்வான் என்பதை நினைத்தவளோ தன் வேகத்தை குறைத்தாள்.

“என்னாச்சு பாப்பா ஏன் மெல்ல சாப்பிடுறே..?” தன் மகளை கண்டு தர்மேந்திரன் கேட்க,

“ஒன்னுமில்லை சும்மா தான்...” என்றவளில் மனமோ அவனை இனிமேல் நினைக்க கூடாதென முடிவு செய்தது.

அதன் பின் மஞ்சள் தண்ணீ ஊத்தி விளையாடும் விழா நடைபெற கோவிலுக்குச் செல்லாமல் பரணி வீட்டிலே இருக்க, அவளை தேடி வந்த பொடுசுகள் வீட்டிலே மஞ்சாளால் குளிப்பாட்டினார். அவளும் பதிலுக்கு புன்னகையுடன் அந்த சிறுவர்களின் மீது ஊற்றி விளையாடிக் கொண்டிருந்தாள்.

“உன் மகள் மேல உரிமையா வந்து ஊத்துறவன் இங்கே வரல. ஆனா சுத்தி உள்ள பொடுசுகளெல்லாம் வந்து ஊத்தி விளையாடுது பாரு...” தன் பேரன் தமிழன்பன் பரணியின் மேல் மஞ்சள் தண்ணீர் ஊற்றவில்லையே என்ற ஆதங்கத்தில் பேத்தியை பார்த்தவாறு தன் மகனிடம் கூறினார் கோதவரி அப்பத்தா.

“விடுங்கம்மா இந்த காலத்து பிள்ளைகள் வளர வளர அவங்க விருப்பப்படி மாறிடுறாங்க. அதுக்கு நம்ம என்ன பண்ணச் சொல்லுங்க. ஏன் இப்போ நம்ம பாப்பாவையே எடுத்துக்கோங்க. இவ வயசு பிள்ளைகளும் தானே அங்கே கோவில் முன்னாடி மஞ்சள் தண்ணீ ஊத்தி விளையாடுது இவ போறாளே என்ன..? அதெல்லாம் விளையாட நான் என்ன சின்ன பிள்ளையான்னு சொல்லுறா..? தான் பெரிய பொண்ணா

வளர்ந்துட்டோம் அவளுக்கு தோணுதோ அதுவே நமக்கு எவ்வளோ பெரிய சந்தோஷம் தெரியுமாம்மா...” தன் அன்னையிடம் மெல்ல கூறினார்.

“நீ என்ன சொன்னாலும் ஏன் மனசு தவியா தவிச்சி கிடைக்குதுடா. ஏதோ நடக்க கூடாது நடக்கப் போறா மாதிரி தோணுதுடா. பேசாமே பரணியை சீக்கிரம் நம்ம தமிழுக்கு கட்டி கொடுத்துருமேடா...”

“அம்மா நீங்க நம்ம பக்கம் மட்டுமே யோசிக்கிறீக..? அங்கையும் ஒரு பொண்ணு இருக்கு அதுக்கு கல்யாணம் முடியணும். அப்பறம் மூத்தவன் அந்த வீட்டுல இருக்கான் அவனுக்கு முடியணும். நீங்க என்னடான இப்போ இவங்க கல்யாணத்தை பத்தி பேசிட்டு இருக்கீக..?”

“அங்கே என் மகள் இருந்தாலும் நான் அமைதியா இருப்பேன். ஆனா அவளும் நம்ம எல்லாரையும் விட்டுட்டு போயிட்டாலேடா. சரி போனவ அந்த பிள்ளையை நம்ம கிட்ட நாளும் கொடுக்க கூடாதா அதை பண்ணாம அந்த வீட்டுக்கு என் பேத்தி வாழணும்ல சத்தியம் வாங்கிட்டு போயிருக்கா..?”

“அம்மா இப்போ சொன்னீங்கள இது போதும்மா. கண்டிப்பா நம்ம கனகவல்லியோட ஆசையா அவங்க மறந்திருக்க மாட்டாங்க. எனக்கு நம்ம வீட்டு மாப்பிள்ளை மேலையும், மருமகன் மேலையும் நம்பிக்கை இருக்கும்மா...” என்றவர் அதே நம்பிக்கையுடன் எழுந்துச் சென்றார்.

ஆனால் அவரின் இந்த நம்பிக்கை கூடிய விரைவிலே வேரோடு சாய்த்த மரமாக அழியும் என்பதை அறியாமலிருந்தார்.

அதன் பின் நாட்கள் செல்ல திருவிழா கொண்டாட்டம் முடிய வந்த விருந்தினர்கள் செல்ல இரவு கச்சேரி மட்டும் நடந்துக் கொண்டிருந்தது. பரணியும் அவளின் தோழிகளும் வழக்கம் போல் கல்லூரி செல்ல வரவென இருந்தனர்.

மறுநாள் சனிக்கிழமை கல்லூரி விடுமுறை என்பதால் அன்று இரவு நடக்கப் போகும் வில்லடி கச்சேரிக்கும் தோழிகள் வருவதாக கூறியதால் தானும் தன் அன்னையுடன் சென்றாள் பரணி.

கோவிலில் முன்னிருந்த இடத்தில் மேடை அமைத்து வில்லடி கச்சேரி தொடங்க, ஊர் மக்கள் ஒவ்வொருத்தராக வந்து தரையில் அமர்ந்து அதனைக் காண ஆரம்பித்தனர்.

மகிழந்தியின் மனமோ தன்னவனிடம் பேசுவதற்கு இது தான் தகுந்த நேரம் என்பதால் வீட்டில் தான் வரவில்லையென்று கூறி அனைவ-ரையும் அனுப்பி வைத்தாள். அவளுக்கு துணையாக வீட்டில் தான் இருக்கிறேன் என்ற ஆதிநாதன் ஹாலிலே படுக்க மற்றவர்கள் செல்ல மொபைலுடன் தன் அறைக்குள் நுழைந்தாள்.

இங்கே வந்த கிரிஜாவும், வரதனும் தரையில் துண்டினை விரித்து அமர்ந்து பார்க்க, அதே நேரம் தன் மகளுடன் ஆண்டாள் அங்கே வந்-தார்.

“அட மதினி இங்கே வாங்க...” என்ற கிரிஜா அவர்களை கண்டதும் தன்னருகில் அழைத்தார்.

அவர்களுக்கு நேர் எதிரில் காவேரி அமர்ந்திருப்பதை கண்ட பரணி அங்கே செல்வதாக கூற, ஆண்டாள் மட்டும் கிரிஜாவின் அருகில் அமர்ந்துக் கொண்டாள்.

தன் தோழியின் அருகில் வந்தவள், “ஆமா எங்கடி ராகினி நீ மட்-டும் வந்திருக்கே..?” கேட்டவாறே அமர, “வரும் போது கூப்பிட்டேன் என்னேன்னு தெரியல நான் வரலேன்னு சொல்லிட்டா...” என்க, சரி என்றவாறு இருவரும் அதனை காண ஆரம்பித்தனர்.

நேரம் செல்ல காவேரி சிறிது நேரத்திலே தூங்கி விழ ஆரம்பிக்க, “இது என்ன இப்படி தூக்க வருது எனக்கு. சரி வா பரணி அந்த கடை-யில சூட இஞ்சி டீ குடிச்சிட்டு வரலாம்...” என்றவளோ எழுந்து நிற்க,

“ஏய் என்னடி கொஞ்சம் நேரம் தானே ஆகுது அதுக்குள்ள போக-ணும்மா...” பரணி மெல்ல கேட்க அவளின் கையை பிடித்துக் கொண்டு எழுப்பி தூக்கினாள்.

“சரி நான் எங்க அம்மா கிட்ட சொல்லிட்டு வரேன்...” என்ற பரணி தன் அன்னையிடம் கூறிவிட்டு காவேரியுடன் அருகிலிருக்கும் டீக்க-டைக்குச் சென்றாள்.

அங்கே ஏற்கனவே சில பெண்கள், ஆண்கள் உறக்கம் வரமாலிருப்-பதற்காக இஞ்சி டீ குடித்துக் கொண்டிருக்க, இருவரையும் கண்ட ஜீவா புன்னகையுடன் தன் அன்னைக்கு டீ வாங்க வந்தான்.

“என்ன காவேரி இந்த பக்கம்...” சுந்தரபாண்டியன் படத்தில் கேட்பது போல் அவளிடம் கேட்க,

“வேற எதுக்கு வருவாங்க டீ வாங்க தான்...” முகத்தை சுழித்துக் கொண்டு பதில் கூறினாள்.

பரணியை கண்டு சிரித்தவாறே காவேரியிடம், “அப்பறம் காவேரி இந்த கோழி இருக்குள்ள கோழி பயந்தாங்கோழி அதை பார்த்திருக்கையா நீ...” கேட்டவனின் பார்வையோ பரணியின் மேலிருக்க,

“நீங்க யாரை சொல்லுறீங்கன்னு எனக்கு நல்லாவே புரியுது...?” கூறியவாறு கடைக்காரர் கொடுத்த டீயை வாங்கினாள்.

அதே நேரம் அங்கே அவனின் முன் நிற்க பிடிக்காமல் செல்வதற்கு திரும்ப, காவேரி வாங்கிய டீ சிறிது பரணியின் சுடிதாரின் மேல் விழ, வேகமாய் அவளை தன் புறம் இழுத்தான் ஜீவரஞ்சன்.

அதையும் மீறி பரணியின் உடை மீது விழுந்துவிட வேறு யாரும் பார்க்கும் முன் வேகமாய் அவனிடமிருந்து தள்ளி நின்றாள்.

“என்ன காவேரி நீ கொஞ்சம் பார்த்து கொண்டு வர மாட்டையா..?” ஜீவாவின் மீதுள்ள எரிச்சலை காவேரியின் மீது காட்ட, “யாரு நானா..? நீ தான்டி குறுக்கே வந்தே இப்போ என்னை சொல்லுற..?” பதிலுக்கு கேட்டாள்.

“சரி போ நான் வீட்டுக்கு போறேன் நீ எங்க அம்மா கிட்ட சொல்லிரு...” என்றவள் அதற்கு மேல் அங்கே நிற்காமல் வேகமாய் நகர்ந்துச் செல்ல, வேறுவழியின்றி வாங்கிய இரண்டு டீயை தானே குடித்தாள் காவேரி.

தன் வீட்டுக்கு செல்லவதற்கு பரணி தெருவில் நடந்து வந்துக் கொண்டிருக்க, யாரோ தன்னை பின் தொடர்வது போல் மனதிற்கு தோன்றுவதை உணர்ந்தாள். வேகமாய் திரும்பி பார்க்க ஒரு சிறு உயிரணம் கூட இல்லாதது வெறுச்சோடி கிடந்தது அந்த வீதி.

இரவு பதினோரு மணி வீட்டுக்கு போறேன் என்று தைரியமாக வந்தாலும் தன்னையும் அறியாமல் உடலில் ஒரு நடுக்கம் வர மெல்ல திரும்பி நடக்க ஆரம்பித்தாள்.

யாரோ ஒருவன் வேகமாய் பரணியை வாயை பின்னிருந்து பொத்த, அதிர்ந்தவளோ கத்த முடியாமல் அவனிடமிருந்து தடுமாறியவாறு தன் பலத்தை திரட்டி அவனின் வயிற்றில் தன் கை முஷ்டியால் குத்தினான்.

ஒரு மங்கை தன் கற்பினை காக்க காளியாக கூட மாறுவாள் என்பதை அவன் அறியவில்லையோ என்னவோ..? அவளுக்கு இத்தகைய

தைரியம் கிடையாதென நினைத்து இலகுவாக நிற்க, அவள் அடித்த அடியில் கையில் வைத்திருந்த கத்தி கீழே விழ அவனும் தடுமாறினான்.

முகத்தை முடியிருந்தவனை கண்டவள் வேகமாய் ஓட ஆரம்பிக்க அந்த கள்வனும் அவளை பின் துரத்தி வந்துக் கொண்டிருந்தான்.

குறுக்குச்சந்து, தெருவென மறைந்து மறைந்து மூச்சு வாங்க தவிப்-புடன் தன்னுயிரை கையில் பிடித்து வைத்துக் கொண்டு ஓடியவளோ திடீரெண்டு யாரின் மீதோ மோதி நின்றாள்.

11

அத்தியாயம் : 11

யாரென்று முகம் தெரியாத ஒருவன் ஏன் துரத்துகிறான் என்று தெரியாது தன்னை காத்துக் கொள்ள ஓடிய பரணி யாரோ ஒருவனின் மீது மோதி நின்றான்.

“ஏய் பரணி என்னாச்சு எதுக்கு இப்படி ஓடி வரே...?” தமிழின் குரல் கேட்க, நெற்றியை தேய்த்தவாறே அதன் பின்னே நிமிர்ந்து அவனை கண்டாள்.

“தமிழ் அத்தான்...”அழுகையுடன் கூறியவாறு அவனை அணைத்-துக் கொள்ள, அவளின் முகத்திலிருக்கும் வியர்வை உடலில் இருக்கும் நடுக்கம் ஏதோ சரியில்லை என்பதை உணர்ந்தவன் அவளின் தலையை வருடிக் கொடுத்தான்.

“என்னாச்சு பரணி...” மெல்ல அவளை தன்னிடமிருந்து விலக்கிய-வாறு மென்மையாய் கேட்க,

“அத்தான் நா...நான் வரும் போது யாரோ...” தடுமாறிக் கொண்டு கூறியவாறு பின்னே திரும்பி பார்க்க, அங்கே தன்னை பின் தொடர்ந்து யாரும் வந்ததிற்கான அடையாளமே இல்லாமல் இருந்தது.

“என்ன சொல்லுறம்மா..?”

“ஒரு வேளை இங்கே நடந்தது தன் பிரமையா..? ஆனாலும் அந்த கத்தி அவன் பின்னிருந்து தன் முகத்தை பொத்தியது. தன்னை பின் தொடர்ந்து ஓடி வந்தது அனைத்தும் இப்போதும் நடந்தது தானே..? ஆனால் இங்கு தங்களை தவிர யாருமில்லையே..? அப்படியென்றால்

தன்னை தாக்க வந்தவன் எங்குச் சென்றான்…" மனதுக்குள் நினைத்து தவித்தவாறே பார்வையால் அந்த வீதி முழுவதும் அலசினாள்.

"உன்னை தான் பரணி கேட்டேன் எதுக்கும்மா இப்படி ஓடி வந்தே..?" அவளை தன் புறம் திருப்பி கேட்க,

"ஒன்னுமில்லை அத்தான் கச்சேரி பார்த்துக்கிட்டு இருக்கும் போது தனியா வீட்டுக்கு போக வந்தேன்னா. அப்போ யாரோ பின்னாடி வர்ற மாதிரி இருந்தது அத்தான். அதான் பயந்து போய் ஓடி வந்தேன்…" துப்பட்டவால் தன் முகத்தை துடைத்துக் கொண்டே தவிப்புடன் கூறி-னாள்.

"இந்த அர்த்த ராத்திரில உன்னை யாரும் இப்படி தனியா வரச் சொன்னது. வா நான் கூட்டிட்டு போறேன்…" என்றவன் அவளை அழைத்துக் கொண்டு அங்கிருந்துச் சென்றாள்.

பின் தொடர்ந்து வந்தவனோ பரணி காணும் முன்னே தமிழை கண்-டதும் வேகமாய் ஒரு வீட்டின் சந்துக்குள் நுழைந்தான். அவர்கள் இரு-வரும் அந்த வீதியை விட்டுச் செல்ல, வெளியே வந்து தன் குறி தப்பிய எரிச்சலில் சென்றான்.

அவளை அழைத்துக் கொண்டு பரணியின் வீட்டுக்கு வந்து விட, "சரி பரணி நான் கிளம்புறேன் நீ உள்ளே போ. வீட்டுல யாரும் இருக்-காங்களா துணைக்கு..?" மறுபடியும் தனியே பயந்து விட கூடாதென நினைத்து கேட்க,

"அப்பாவும், அப்பத்தாவும் உள்ளே தான் இருக்காங்க ரொம்ப தேங்க்ஸ் அத்தான் கூட வந்ததுக்கு…"

"பரவாயில்லை பரணி இது என்னோட கடமை தான் நீ போ. அப்-பறம் ஒரு நிமிஷம்…" என்றவன் எப்படி தான் நினைத்ததை கூறுவதென யோசிக்க,

"என்ன அத்தான் சொல்லுங்க என்ன விஷயம்..?"

"பரணி நீ அன்னைக்கே என் குடும்பத்தை பத்தி என்ன நினைக்-கிறேன்னு சொல்லிட்டே..?ஆனாலும் எங்க அம்மாவோட ஆசை என்-னைக்கும் நாம்ம சொந்தமா இருக்கணுங்குறது. அதுனால தான் நீ அந்த வீட்டுக்கு மருமகளா வரணும் சொல்லிட்டு போயிட்டாங்க. எங்க அம்-மாவுக்காகவது தயவு செய்து என் குடும்பத்தை நீ சொந்தமா ஏத்துக்கி-டணும் நினைக்கிறேன்…" என்க, அவன் குரலில் அதிகாரம் இருக்கி-

றதா அல்லது கெஞ்சுதல் இருக்கிறதா என்பதை கூட அறிய முடியாது தலையசைத்தாள்.

“சரி அத்தான் நான் முயற்சி பண்ணுறேன்...”என்றவளோ வீட்டில் உள்ளேச் செல்ல அவளை கண்டவனோ தன் பாதையை நோக்கிச் சென்றான்.

வீட்டில் உள்ளே நுழைந்து தன் அறைக்குள் வந்தவள் மனமோ தமிழ் கூறியதையே நினைக்க ஆரம்பித்தது. அவளின் மனம் தமிழையும், அவனின் தந்தையும் தன் சொந்தமாகவும், தான் அவர்களின் சொந்தமாகவும் எண்ணியே தவிர ஜீவாவின் குடும்பத்தை தன் சொந்தமாக ஏற்க மறுத்தது. அதன் காரணம் கூட ஏனோ இதுநாள் வரை அறியாமலே இருந்தாள்.

ஆனால் இன்று தான் அந்த வீட்டு மருமகளா செல்ல வேண்டும் என்பது தன் அத்தையின் சத்தியம் என்பதை இன்று தான் முதல் முறை அறிந்தாள். இந்த வீட்டு மருமகன் என்று தமிழை தன் ரத்தத்தின் பையன் என்பதால் தான் அடிக்கடி கூறுகிறார்கள் என்று நினைத்திருக்க அத்தையின் ஆசையால் தான் கூறுகிறார்கள் என்பதை இன்று தான் அறிந்து கொண்டாள்.

இதனை பற்றி அத்தானுக்கு தெரிந்திருக்கிறது என்றால் அவர் தன்னை மனைவியாக்கிக் கொண்டு அந்த வீட்டின் மருமகளா அழைத்துச் செல்ல வேண்டும் என்பதால் தான் என் குடும்பத்தை சொந்தமாக ஏற்றுக்கொள் என்று கூறினாரோ. அப்படியென்றால் இப்போது நான் என்ன செய்ய வேண்டும்...” குழம்பியவள் மனதிற்கு விடை கண்டறியாது தவித்தாள்.

இந்த குழப்பத்தில் தன்னை தாக்க வந்தவன் எதற்காக எந்த நோக்கத்துகாக வந்தான் என்பதை நினைக்க மறந்தாள்.

அதன் பின் நாட்கள் செல்ல திருவிழா கச்சேரி முதற்கொண்டு அனைத்தும் கோவில், பஸ்டாண்டு, வியாபாரம் செய்ய போட்ட கடைவீதியென அனைத்தும் வெறிச்சோடி கிடந்தது.

ஜீவா, தமிழ் இருவரும் வழக்கம் போல் வேலைக்குச் செல்ல தன் பணிகளை செய்து கொண்டிருந்த கிரிஜாவிற்கு உதவிக் கொண்டிருந்தாள் மகிழ்ந்தி.

அதே நேரம், "கிரிஜாக்கா கிரிஜாக்கா..." அழைத்தவாறு அன்று கோவிலில் பார்த்த எதிர் வீட்டு பாக்கியம் மற்றும் அவரின் மதினியும் உள்ளே நுழைய, "இதோ வரேன்..." என்றவாறு பின்வாசலிலிருந்து உள்ளே நுழைந்தார்.

"அடடா வா பாக்கியம் நீங்களும் வாங்க மதினி. உட்காருங்க ரெண்டு பேரும் நான் குடிக்க ஏதாவது எடுத்துட்டு வரேன்..." என்றவர் அவரை அமர வைத்து செல்லப் பார்க்க,

"அதெல்லாம் இருக்கட்டும் பரவாயில்லை கிரிஜா. அப்பறம் அன்னைக்கு கோவில வச்சி பேசினோம்மே அதை பத்தி தான் பேச வந்தோம். அண்ணன் வீட்டுல இல்லையா என்ன..?" வந்த பெண்மணி கேட்டார்.

"இல்ல எங்க வீட்டுக்காரர் வயலு வரைக்கும் போயிருக்காரு. மதிய சாப்பாட்டுக்கு தான் வருவாங்க. ஆனா அவங்க அண்ணன் இருக்காங்க பொறுங்க நான் போய் அழைச்சிட்டு வரேன். அம்மாடி மகிழ்ந்தி வந்தவளுக்கு குடிக்க ஏதாவது கொடும்மா..." என்றவர் தமிழின் தந்தை இருக்கும் அறைக்குச் சென்றார்.

"அப்படி யாரு வந்திருக்கா..?" யோசித்தவாறு மகிழந்தி உள்ளே வர வந்தவர்களை கண்டதும் தலையில் இடியே விழுந்ததை போல் உணர்ந்தாள். நின்ற இடத்திலிருந்து நகர மறுத்து கால்கள் கூட தள்ளாட அருகிலிருந்த தூணினை பற்றினாள்.

"என்ன மகிழ்ந்தி இவங்க யாருன்னு நியாபகம் இருக்கா..?" எதிர் வீட்டு பாக்கியம் கேட்க, எட்டி பார்த்த கண்ணீரை மறைத்துக் கொண்டு தலையசைத்தாள்.

அடுத்தநொடி அங்கிருந்து நகர்ந்து சமயலறைக்குள் நுழைய தனிமையில் விழிகளில் கண்ணீர் வர தன் காதலும் நேசமும் அழிந்து விடுமோ என்ற பயத்தில் சத்தம் கேட்காமலே கதறினாள் மகிழந்தி.

தன் கணவரின் அண்ணனை அழைத்துக் கொண்டு கிரிஜா வர, "வாம்மா பாக்கியம், வா ருக்குமணி. கிரிஜா எதுக்கு வந்திருக்கீங்கன்னு இப்போ தான் சொன்னா.."என்றவாறு எதிரிலிருந்த சோபாவில் அமர,

"அதுக்கு தான் பாப்பா ஜாதகம் கொடுத்த எங்க வீட்டுக்காரரும், நானும் ஒரு எட்டு யோசியரை போய் பார்த்துட்டு வந்துருவோம். அதுக்கு அப்பறம் வேணா நம்ம பேசிக்கிடலாமே ரெண்டு குடும்பத்தை

பத்தியும் ஒருத்தர்கொருத்தர் நல்லா தெரியும்...''

''ஆமாம்மா நானும் என் தம்பியும் நேத்து நைட் கூட எங்க பாப்பா கல்யாணத்தை பத்தி பேசிட்டு தான் இருந்தோம். இன்னைக்கு சாயந்திரம் கூட தெரிஞ்ச பிரோகரை வரச் சொல்லிருக்கோம். சரி ஜாதகம் தரோம் நீங்களும் பாருங்க. நாங்களும் பார்க்குறோம்...''

''சரிங்க அண்ணே அப்போ ரொம்ப சந்தோஷம்...''

''அம்மாடி கிரிஜா நம்ம பாப்பா ஜாதகத்தை எடுத்துட்டு வந்து இவங்க கிட்ட கொடும்மா...'' என்க,

''சரி மாமா, இதோ எடுத்துட்டு வரேன்...'' என்ற கிரிஜா தங்களின் அறைக்குச் செல்ல, தன் பெரியப்பாவும், வந்தவர்களும் பேசிய அனைத்தும் செவியில் விழ அப்படியே தரையில் மண்டியிட்டு கரைய ஆரம்பித்தாள் மகிழ்ந்தி.

கிரிஜா வந்தவர்களிடம் ஜாதகம் தர அதனை வாங்கிக் கொண்டவர்கள் சந்தோஷமாகச் செல்ல சமையலறைக்குள் நுழைந்தவரோ முழங்காலில் முகத்தை புதைத்துக் கொண்டு கதறி அழும் தன் மகளை கண்டு பதறினார்.

''ஏய் மகிழு என்னாச்சுடி...'' தவிப்புடன் அவளின் அருகில் வர தன் தாயை அணைத்துக் கொண்டவளுக்கோ தன் காதலை வீட்டில் சொல்ல தைரியமில்லாது கல்யாணம் வேண்டாமென கதறினாள்.

''எதுக்கும்மா கல்யாணம் வேண்டாம்ன்னு சொல்லுற..?முதல அழுகுறதை நிறுத்திட்டு காரணத்தை சொல்லு...'' என்க,

''அம்மா என்னால உங்க எல்லாரையும் விட்டிட்டு போக முடியாதும்மா...'' தன் தாயின் மடி சாய்ந்து அழுதவாறு கூற, அவளின் மனதை அறிந்தவரோ இதமாய் வருடிக் கொடுத்தார்.

இருபத்தி நான்கு வருடமாக கைக்குள்ளே வைத்து வளர்த்த மகள் இனிமேல் இங்கு இருக்க போவதில்லையென நினைக்கும் போது தன் மனமே தவியாய் தவிக்க, பெற்றவர்களை விட்டால் தனக்கு வேறு உலகமே இல்லையென கதியாய் இருக்கும் தன் மகளின் மனம் எப்படி இருக்கும் என்பதை நன்கு உணர்ந்தார்.

ஆனால் ஒரு நொடி கூட தன் மகள் திருமணம் வேண்டாமென கூறும் போது அவளின் மனதில் வேறு ஒருவன் இருக்கிறானா என்பதை நினைக்க தவறினார். தன் மகள் தங்களுக்கு அவப்பெயரை செய்யும்

செயலை செய்ய மாட்டாள் என்ற என்னமோ அல்லது அவளின் மீது வைத்த நம்பிக்கையோ ஏதோ ஒன்று தவறாக நினைக்கத் தவறியது.

அதே நேரம் கல்லூரி முடிந்து பரணி வெளியே வர அவளின் மனமோ தமிழ் கூறியதை பற்றி தன் தந்தையிடம் கேட்டதை நினைத்தது.

“அப்பா அத்தையோட கடைசி ஆசை நான் தமிழ் அத்தான் வீட்டுக்கு மருமகளா போகணுங்குறதா சொல்லுங்க...?”

“ஹ்ம்ம் ஆமா உனக்கு யார் சொன்னா அப்பத்தா சொல்லுச்சா...?”

“ஆமாப்பா...” தமிழ் தன்னிடம் கூறியதை மறைத்து அப்பத்தா கூறியதற்கு ஆம்மென்றாள்.

“அதுக்காக தான் தமிழை நான் மகனா பார்க்காம மருமகனா பார்க்குறேன். உங்க அத்தை மட்டும் அப்படி சொல்லாம இருந்திருந்தா இந்த நேரம் தமிழ் நம்ம வீட்டுல என் மகனா நான் வளர்த்திருப்பேன்மா...” கூறிவிட்டுச் சென்றார்.

தன் தந்தை கூறிய வார்த்தை செவியில் ஒலித்துக் கொண்டேயிருக்க அதே நினைவுடன் கல்லூரியை விட்டு வெளியே வந்தவளோ அந்தப்புறம் செல்ல ரோட்டினை கடந்தாள்.

அந்த யோசனையிலும் இருபுறமும் ஒரு முறை எதுவும் வாகனம் வருகிறதா இல்லையாயென்று பார்த்துவிட்டு நடக்க, திடீரெண்டு ஒரு கார் எங்கிருந்து வந்ததென தெரியாது அவளை நோக்கி பாய்ந்து வர நொடிப்பொழுது யாரோ தன்னை பின்னே இழுக்க வந்த வேகத்தில் நிற்காமல் அப்படியேச் சென்றது.

“ஏய் லூசு எந்த நினைப்புல வரே..?” ராகினி, காவேரி இருவரும் பதறி பரணியை திட்ட, அதை வாங்கினாலும் அந்த காரின் நம்பரை தன் மனதில் குறித்துக் கொண்டாள்.

“முதல வா...” என்ற காவேரி அவளை இழுத்துக் கொண்டு எதிரேயிருந்த நிறுத்தத்தை வந்து நின்றனர்.

“அறிவிருக்காடி இப்படி தான் கிராஸ் பண்ணுவையா..? நான் மட்டும் பிடிச்சி இழுக்கமாக இருந்திருந்தா என்னவாகிருக்கும்...” ராகினி பரபரவென பொருந்து தள்ள,

அதை கண்ட அங்கிருந்த ஒரு பெண்மனி, “அம்மாடி அந்த பிள்ளை பார்த்து தான் வந்தது. நான் பார்த்துட்டே தான் இருந்தேன். அந்த கார்க்காரன் தான் குறுக்கே வந்தான். பாரு எப்படி நிக்காம

போயிட்டான்னு... ''பரணியின் தோழிகளிடம் கூறினார்.

''சாரி பரணி பதட்டத்துல உன்னை திட்டிட்டே...''

''ஆமா பரணியும் நானும் தான் சாரிடி. லூசுப்பையன் போறதை பாரேன் நிக்காம இவனெல்லாம் போலீசை கண்டிப்பா மாட்டுவான்...'' என்ற காவேரி அந்த கார் சென்ற திசையை பார்த்து கூறினாள்.

''விடு காவேரி. நான் தான் உங்க ரெண்டு பேருக்கும் தேங்க்ஸ் சொல்லணும்...'' என்றவளில் மனமோ ஏதோ இதில் சரியில்லையென்று தோன்றியது.

அன்று இரவும் தன்னை யாரோ தாக்க வந்தது பின் இப்போதும் தன்னை யாரோ தாக்க வந்ததை போல் உணர்ந்தவள் இதை யாரிடம் கூறவென்று தெரியாமல் யோசித்தாள்.

அன்றிரவு தன் அறையில் அமர்ந்திருந்த மகிழ்ந்தியின் மனமோ இன்று மதியம் நடந்ததையே நினைத்துக் கொண்டிருந்தது. அனைவரும் உறங்கச் சென்றதை அறிந்தவள் தன்னவனுக்கு அழைக்க சிறிது நேரத்திலே அதனை எடுத்தான்.

''என்ன மயலு சொல்லு...'' தூக்க கலக்கத்துடன் கூற,

''என்னங்க எங்க வீட்டுல இன்னைக்கு...'' கூற ஆரம்பித்தவள் பகலில் நடந்த அனைத்தையும் தேம்பிவாறு கூறினாள்.

அவள் கூறியதை கேட்ட கார்த்திகேயனோ இதற்கு மேல் நாம் காலம் தாழ்த்த கூடாது என்பதை உணர்ந்து, ''சரி மயிலு நீ கவலைப்படாதே நான் நாளைக்கு எங்க அப்பா கிட்ட பேசிட்டு இன்னும் ரெண்டு நாளுல உங்க வீட்டுக்கு வரோம்...'' உறுதியுடன் கூறினான்.

''ப்ளீஸ் சீக்கிரம் வந்திருங்க என்னால எங்க வீட்டுல எல்லாரும் முன்னாடி சாதாரணம இருக்க முடியல. நெருப்பு மேல நிக்கிற மாதிரி தப்பு பண்ணுறோம்ன்னு மனசு கிடந்து தவிக்கிதுங்க. இதுக்கு அப்பறம் என்னால நீங்க இல்லாம இருக்க முடியாது. சீக்கிரம் வந்திருங்க...''ஏங்கியவாறு கூற,

அதே நேரம் வெளியே தண்ணீர் எடுக்க வந்த தமிழன்பன் மகிழந்தியின் அறையை தாண்டும் போது அவள் பேசிய அனைத்தும் காதில் விழ அதை கேட்டு அதிர்ச்சியானான்.

''தன் தங்கை பேசியது யாரிடம். அப்படியென்றால் அவள் யாரையோ நேசிக்கிறாளா..? யார் அவன். ஏன் வீட்டில் இதை பற்றி

அவள் யாரிடமும் கூறாமல் இருக்கிறாள். தனக்கு தெரிந்த இந்த விஷ-யம் தன் சித்திக்கோ அல்லது வீட்டில் யாருக்காவது தெரிந்தால் என்-னாகும்...'' நினைக்கும் போதே அதிர, செய்வதறியாது தன் அறைக்கு வந்தான்.

“தங்களை போல் அல்லாது வீட்டிலுள்ளே அடைந்து கிடைக்கும் அவளின் மனம் எப்படி வேறு ஒருவனை நேசித்தது. யாரவன்..? அவளின் குரலில் இருந்த அந்த தவிப்பு, ஏக்கம் தங்கள் அனைவரை விட அவனிடம் உரிமையாக பேசியது அனைத்தையும் வைத்து பார்த்-தால் நீண்ட நாள் பழக்கம் இருப்பது போல் அல்லவா தோன்றுகி-றது...''நினைத்தவாறு அன்றைய நித்திரையை கைவிட்டான்.

அதே நேரம் அங்கே பரணியும் நினைவுகளும், “இரண்டு முறை தன்னை தாக்க வந்தவர்கள் யாராக இருக்கும். தான் இதுநாள் வரை ஒரு சின்ன பூச்சிற்க்கு கூட தீங்கு செய்ததில்லை. அப்படி இருக்கும் போது தன்னை அழிக்க வந்ததின் நோக்கம் என்ன..? ஒரு வேலை நான் யோசிப்பது தவறா..? இரண்டு முறையும் நடந்தது எதார்த்தமாக நடந்ததா..? இதற்கான தீர்வு என்ன..?'' யோசித்தவாறு அவளும் தன் நித்திரையை மறந்தாள்.

இவர்கள் மூவரின் கவலையை அறியாத ஜீவரஞ்சனோ எந்தவொரு கவலையுமின்றி நிம்மதியான உறக்கத்தில் இருந்தான்.

12

அத்தியாயம் : 12

ஆதவன் தன் விழி திறந்து அனவைரையும் விழிக்கச் செய்ய வெகு-நேரமாக யோசித்த பின் தூங்கியதால் வெகு தமாதகமாகவே எழுந்தான் தமிழன்பன்.

நேரமானதை உணர்ந்து குளித்து முடித்து கீழே வர, "என்ன தமிழ் என்னைக்கும் சீக்கிரம் எழுந்திரிச்சிருவே. இன்னைக்கு இப்போ தான் வரே..? நான் கூட உன்னை கூப்பிட மேல வரணும் தான் நினைச்சேன். ஆனா அதுக்குள்ள நீயே வந்துட்டே....?" கூறியவாறு கையில் காபியு-டன் வந்தார் கிரிஜா.

"ஒன்னுமில்லை சித்தி. கொஞ்சம் அலுப்பா இருந்தது அதான். நீங்க குடிச்சிட்டீங்களா..? மகிலுக்கு கொடுத்துட்டீங்களா..?" முன்னே அமர்ந்து காய்கறியை நறுக்கிக் கொண்டிருந்த தங்கையை பார்த்தவாறே கேட்டான்.

"ஹ்ம்ம் நாங்க ரெண்டு பேரும் குடிச்சிட்டோம். இப்போ தான் மாமா-வும் உங்க சித்தப்பாவும் வயலு வரைக்கு போறேன்னு போனாங்க..."

"சரி சித்தி. அப்பறம் நேத்து நம்ம வீட்டுக்கு யாரோ வந்தது மாதிரி கேள்விப்பட்டேன்..." மெல்ல தன் தங்கையை பார்த்தவாறே பேச்சை ஆரம்பிக்க, "ஆமா தமிழு நம்ம பாக்கியம் மதினி வந்துச்சு..." என ஆரம்பித்தவர் நேற்று நடந்ததை கூறினார்.

மகிழந்தியின் முகம் மெல்ல வியர்க்க ஆரம்பிக்க, அவள் கரங்கள் நடுங்குவதை கண்டவனுக்கு தான் நினைத்தது சந்தேகம் அல்ல உண்மை

தான் என்பதை உறுதிப்படுத்திக் கொண்டான்.

“அம்மா எனக்கு ரூம்ல கொஞ்சம் வேலை இருக்கு முடிச்சிட்டு வந்துறேன்...” என்ற மகிழந்தி வேகமாய் அங்கிருந்துச் செல்ல, “என்னாச்சு சித்தி மகிழு ஏன் ஒரு மாதிரி இருக்கா..?” மெல்லக் கேட்க நேற்று தங்களை விட்டு பிரிந்துச் செல்வதை நினைத்தது அவள் அழுததை கூறினார்.

“ஆமா சித்தி மகிழு இல்லாம நம்ம இனிமே எப்படி தான் இருக்கப் போறோமோ. சரி நான் போய் வேலைக்கு கிளம்புறேன்...” என்றவன் குடித்த டம்ளரை வைத்து விட்டு தன் அறைக்குள் நுழைந்தான்.

தன் அறைக்குள் வந்தவன் அலுவலகம் செல்ல கிளம்பினாலும் மனமோ மகிழ்ந்தி பற்றியே சுற்றி வந்தது.

“யாரா இருக்கும் எப்படி கண்டுபிடிக்கிறது..? மகிழு மனசுல இருக்குறது யாருன்னு அவள் கிட்டையே மெல்ல பேசி கேட்போமா..? நம்ம வீட்டுல இதுக்கு ஒத்துக்குவாங்களா..? எந்த தைரியத்துல இவ விரும்பினா..?” குழம்பிக் கொண்டே கிளம்பினான்.

அதே நேரம் இங்கே தன் தந்தையிடம் தன் காதலை பற்றிய பேச்சை எப்படி ஆரம்பிப்பதென தெரியாது குழம்பிக் கொண்டிருந்தான் கார்த்திகேயன்.

டேபிளில் தன் கைபேசியை வைத்து விட்டு யோசனையுடன் குளிக்கச் செல்ல காலை உணவினை உண்பதற்கு அவனை அழைக்க வந்தாள் நிறைமதி. அவளின் விழிகளில் குறுஞ்செய்தியாக வந்துக் கொண்டிருக்கும் அண்ணனின் கைபேசி விழுந்தது.

“யாரிது இவனுக்கு இப்படி அனுப்புறது ஒரு வேலை அங்கே சென்னை ஆபீஸ்லிருந்து வருதோ..?” யோசித்தவாறு அதனை எடுக்க அவளின் கெட்ட நேரமோ என்னவோ லாக் போட்டிருந்தான்.

பாத்ரூமில் சத்தம் வருவதை கேட்டவள், “அண்ணா சீக்கிரம் சாப்பிடா வா. அப்பறம் உன் மொபைலுக்கு ரொம்ப நேரமா மேசெஜ் வந்துக்கிட்டே இருக்கு...” கூறிய அடுத்தநொடி இடுப்பில் டவலுடன் வேகமாய் வெளியே வந்தான்.

தங்கையின் கையில் வைத்திருந்த தன் கைபேசியை பிடிங்கியவன், “நீ இங்கே என்ன பண்ணுற..? சாப்பிட தானே நான் வரேன் நீ போ...” பதறிக் கொண்டு கூற, ஏதோ தன் அண்ணன் தவறு செய்கிறான் என்-

பதை நன்கு உணர்ந்தாள் நிறைமதி.

“என்னாச்சு நீ ஏன் இப்படி பதட்டப்படுற ஏதோ உன் கிட்ட தப்பா இருக்கிற மாதிரி தோணுது. நம்ம சென்னையில இருக்கும் போது நீ இப்படி இல்ல. இங்கே வந்ததுல இருந்து உன்கிட்ட ஏதோ ஒரு மாற்றம் இருக்கு சொல்லுண்ணா...” வேகமாய் கோவத்துடன் தன் அண்ணனை கண்டு நிறைமதி கேட்க,

“என்ன சொல்ல சொல்லுற..? நானே பல குழப்பத்துல இருக்கேன் இதுல நீ வேறையா..? முதல இங்கேயிருந்து போ...” எரிச்சலுடன் கூறி-யவன் தன் கபோர்டில் இருந்த உடையை எடுத்துக் கொண்டிருந்தான்.

“சரி போறேன் ஆனா இனிமே நீ என்னைக்கும் என்கிட்டே பேசாதே..? உன் மனசுல இருக்கிற விஷயத்தை என்கிட்டையே சொல்ல மாட்டிக்கேல ரொம்ப சந்தோஷம் அண்ணா...” கலங்கிக் கொண்டு கூறி-யவள் அங்கிருந்துச் செல்ல,

“மதி ஒரு நிமிஷம் நில்லு. எப்படியா இருந்தாலும் இந்த விஷயம் இன்னைக்கு வீட்டுக்கு தெரிய தான் போகுது. அதுனால நான் உன்கிட்ட இப்பவே சொல்லுறேன்...” என்க, அடுத்தநொடி புன்னகை முகமாக அவனின் முன் வந்து நின்றாள்.

“சாரிண்ணா ஏதோ கோவத்துல பேசிட்டேன். நீ என்னைக்கும் என் செல்ல அண்ணன் தான்...” அவனின் கண்ணத்தை பிடித்து கொஞ்சி-னாள்.

“நீ காதலை பத்தி என்ன நினைக்கிற..? நம்ம வீட்டுல காதலுக்கு ஒத்துக்குவாங்களா..?” அவளை அமர வைத்து தானும் அமர்ந்துக் கொண்டு கேட்க,

தன் அண்ணனின் இந்த திடீர் கேள்வியில் அதிர்ச்சியானவள் பின் தன் முகத்தை மாற்றிக் கொண்டு, “எதுக்கு இப்படி கேட்குற..?” சந்தே-கமாய் கேட்டாள்.

“நான் ஒரு பொண்ணை எட்டு வருஷமா விரும்புறேன் மதி...ரொம்ப நல்ல பொண்ணு நம்ம குடும்பத்துக்கு ஏத்தவ. அவங்க வீட்டுல அவளுக்கு மாப்பிள்ளை பார்க்க ஆரம்பிடிச்சிட்டாங்க. சீக்கிரம் உங்க வீட்டுல சொல்லுங்க எனக்கு ரொம்ப பயமா இருக்குன்னு. என்னை கூட்டிட்டு போங்க இல்லைன்னா நீங்க இல்லாம செத்துருவேன்னு சொல்லுற..?” தன்னவளை நிலையை பற்றி கூற,

"அண்ணா அவுங்க தன் வீட்டை விட்டு உனக்காக வர்ற அளவுக்கு உன் மேல அவ்வளோ காதல் வச்சிருக்காங்களா..?" கேட்டவளின் மனமோ தனக்கு யாரும் வேண்டாம் நீ மட்டும் வேண்டுமென கூறி எதிர்ப்புகளை மீறி வருகிறாள் என்றால் அவளின் நேசம் எத்தகையது என்பதை அவள் யார் என்று அறியாமலே உணர்ந்து கொண்டாள் நிறைமதி.

"ஆமா மதி அவள் என்னை நேசிக்கிறத விட நான் அவளை அதிகமா நேசிக்கிறேன். அவள் இதுநாள் வரை எனக்காக எவ்வளோ கஷ்டங்கள் அனுபவிச்சிருக்கா தெரியுமா..?"

"என்ன சொல்லுற. கஷ்டம்மா யார் அவங்க..? எங்கே இருக்காங்க..?"

"உனக்கு அவளை நல்லா தெரியும் மதி. நம்ம ஊரு தான் அவள் பெயர் மகிழந்தி அன்னைக்கு திருவிழா கூட நீங்க எல்லாரும் ஒன்னா இருந்தீங்களா நியாபகம் இருக்கா..?" கூறிய அடுத்தநொடி அதிர்ச்சியில் இதயமே படபடக்க பட்டென்று எழுந்து நின்றாள்.

தன் தங்கையை புரியாமல் யோசனையுடன் கண்டவன், "ஏய் மதி என்னாச்சு..?" கேட்டவாறு அவளை உலுக்க,

"அண்ணா என்ன சொல்லுற நீ..? அவுங்களை நீ நேசிக்கிறையா..? உண்மையாவா என்னால நம்பவே முடியல..." இப்போதும் அதிர்ச்சி மாறாமல் கேட்டாள்.

"ஆமா மதி அவளை தான் நான் உயிரா நேசிக்கிறேன். உனக்கு ஒன்னு தெரியுமா அவள் எனக்காக தான் அவளோட குடும்பத்தையே விட்டிட்டு என் மேல உள்ள நம்பிக்கையில சென்னை வந்து ஹாஸ்டல் தங்கி ஐஞ்சு வருஷம்மா காலேஜ் படிச்சா..?"

"அண்ணா என்னால நம்பவே முடியல. அவங்க எனக்கு அண்ணியா வருவாங்கன்னு எதிர்பார்க்கவே இல்லை. ரொம்ப சந்தோஷமா இருக்குண்ணா..." ஆனந்தமிகுதியில் கூறியவள் தன் அண்ணனை அணைத்துக் கொண்டாள்.

தன் தங்கையின் இந்த சந்தோஷம் அவன் மனதிற்கு சற்று ஆறுதலாய் இருப்பதை உணர்ந்தவன், இவளை மாதிரியே வீட்டிலும் தங்கள் காதலை ஏற்றுக் கொண்டால் எத்தகைய நிம்மதி யோசித்தவாறு இருந்தான்.

“அண்ணா சீக்கிரம் வீட்டுல பேசுனா..? எனக்கு அவங்க அண்ணியா நம்ம வீட்டுக்கு வரணும் ஆசையா இருக்குண்ணா ப்ளீஸ்...” தன் அண்ணணிடம் கெஞ்ச,

“இன்னைக்கு நான் பேசியே ஆகணும் மதி. என்னை புரிஞ்சிக்கிட்டதுக்கும் அவளை உன்னோட அண்ணியா ஏத்துக்கிட்டதுக்கும் ரொம்ப நன்றிடா...” தன் தங்கையின் தலையை வருடிக் கொடுத்தவாறு கூறினான்.

“சரிண்ணா நீ சாப்பிட வா நான் போறேன்...” என்றவள் புன்னகையுடன் மனம் முழுவதும் சந்தோஷமாக அவள் தனக்கு அண்ணியாக வரப் போகிறாள் என்ற எண்ணத்துடன் கீழே செல்லாமல் தன் அறைக்குள் நுழைந்தாள் நிறைமதி.

தன் அறைக்குள் வந்தவளின் மனமோ எல்லையில்லா பேரானந்தத்தில் குதிக்க தன் அறை கதவினை சாத்தியவள் தன் மொபலை ஆன் பண்ணினாள்.

தான் விரும்பி யாரும் அறியாவண்ணம் திருவிழாவில் தன்னவனை விதவிதமாக எடுத்த போட்டோவை காண அதில் தமிழன்பன் அழகான புன்னகையுடன் வீற்றிருந்தான்.

தன் கைபேசியில் இளையாராஜா பாடல் ஒன்றை போட்டவள் தமிழின் போட்டோவை பார்த்தவாறு அந்த காலை வேலையில் அவனுடன் காதலில் மூழ்கினாள்.

“புத்தம் புது காலை..
பொன்னிற வேளை..
என் வாழ்விலே..
தினந்தோறும் தோன்றும்..
சுகராகம் கேட்கும்..
எந்நாளும் ஆனந்தம்....” பாடல் ஓட தன்னவனின் புகைப்படத்தை நெஞ்சில் புதைத்துக் கொண்டு மெய் மறந்து தன்னருகில் அவன் இருக்கிறான் என்ற நினைப்பில் ஆடினாள்.

தன் படுக்கையில் வந்து அமர்ந்தவளின் மனம் இந்த காலைப் பொன்னிற வேலை தன் வாழ்வில் மறக்க முடியாத ஒன்றாக இருக்கும் என்பதை புரிந்துக் கொண்டாள்.

ஆறுவருடமாக தான் மட்டுமே தன் மனதுக்குள் புதைத்து வைத்திருந்த காதல் கை கூடாதா என்ற தவிப்பில் வாழ்ந்திருந்த தனக்கு இப்போது தன் இன்பன் தனக்கு எளிதில் கிடைப்பான் என்பது உறுதியானது.

“இன்பன் நான் என்னை விட உங்களை அதிகமா நேசிக்கிறேன். என்னோட காதல் உங்களுக்கு தெரியாதுன்னு எனக்கு தெரியும். அதை சொல்லுறதுக்கான நேரம் எனக்கு இப்போ வந்துருச்சி. சீக்கிரமே உங்க மதி உங்க கிட்ட வரப் போறே. என் வாழ்க்கை முழுக்க உங்களோட பாசம், அன்பு, காதல், அக்கறை எல்லாம் எனக்கு கிடைக்கணும். கண்டிப்பா கிடைக்கும் எனக்கு மட்டும் தான் கிடைக்கும். என் அண்ணனோட காதலை என்னோட காதலுக்கு எப்படி ஆயுதமா பயன்படுத்தணும் எனக்கு தெரிஞ்சிருச்சி.

நான் உங்க தங்கச்சி கூட தோழியா பழகி உங்க வீட்டாளுங்க கிட்ட நல்ல பேர் வாங்கி எங்க வீட்டுல அழுது பேசி உங்களை சம்மதிக்க வச்சி ரொம்ப கஷ்டப்படணும் போல நினைச்சிக்கிட்டு இருந்தேன். ஆனா இவ்வளோ எளிதா நீங்க எனக்கு கிடைப்பீங்கன்னு நான் நினைக்கல இன்பன். ஊருக்குள்ள உங்களுக்கும் அந்த பிராணிக்கும் சாரி சாரி பரணிக்கும் தான் கல்யாணம் பண்ணுவாங்கன்னு பேசிக்கிட்டு இருந்தாங்க எல்லாரும். ஆனா நான் என் மனசை மட்டும் தான் நம்புனேன்.

ஆனாலும் நீங்க அன்னைக்கு அவளை அந்த ரேஷன் கடையில இருந்து வீட்டிக்கு கூட்டிட்டு வந்திருக்க கூடாது. சரி அதை கூட விட்டுறேன் ஆனா எதுக்கு அவளுக்கு உரிமையா புடவையெல்லாம் எடுத்துத் தரீங்க..? எனக்கு இது மட்டும் தான் உங்க கிட்ட பிடிக்கல இன்பன். இதுல நீங்க என்னை கூட கொஞ்சம் வெறுப்பேத்துற மாதிரி திருவிழால அவள் கிட்ட அப்படி நெருங்கி நின்னு பேசுறீக. எனக்கு அது சுத்தமா பிடிக்கல அதான் எனக்கு இடைஞ்சலா இருக்குற அவளை கொஞ்சம் மிரட்டிப் பார்த்து உங்க கிட்ட இருந்து பிரிக்கலாம்ன்னு முடிவு பண்ணுனேன். ஆனாலும் ரெண்டு தடவையும் என் கிட்டே இருந்து தப்பிச்சிட்டா. ஆனா இனிமே நான் அவளை எதுவும் பண்ண மாட்டேன். ஏன்னா நீங்க எனக்கு கிடைச்சிருவீங்க..? நீங்களும் நானும் இந்த ஆயுள் முழுக்க சந்தோஷம வாழணும் எனக்கு இப்பவே உங்-

களை கல்யாணம் பண்ணிக்கணும் தோணுது இன்பன்...'' தன் கைபேசி-யில் வைத்திருந்த அவனின் புகைப்படத்தை பார்த்தவாறு தன் மனதிலி-ருக்கும் அனைத்தையும் கொட்டினாள்.

ஆனால் தான் ஆதித காதலுடன் இன்பனை நேசிப்பதற்கு கார-ணமே பரணி தான் என்பதை அவளின் மனம் ஏற்க மறுத்தது.

அன்றிரவு உணவுண்டு முடித்த பின் ஹாலில் அமர்ந்து வரவு செலவு கணக்கை சித்தப்பா கூற தன் தந்தை அமர்ந்து கேட்டுக் கொண்டிருக்க அவரின் முன் வந்து தைரியமுடன் நின்றான் கார்த்திகேயன்.

''அப்பா நான் உங்க கிட்ட இப்பவே ஒரு முக்கியமான விஷயத்தை பத்தி பேசணும்...'' என்க,

''இப்பவே பேசுற அளவுக்கு அப்படி என்ன முக்கியமான விஷ-யம்...?'' நல்லசிவம் கேட்க, பாரிஜாதம் ஏதோ சரியில்லை என்பதை உணர்ந்தார்.

''நான் இனிமே சென்னைக்குப் போகல. இங்கையே நீங்க சொன்ன மாதிரி உங்க விருப்பப்படி தோப்பு, பண்ணை, மில்லு, பேக்டரி எல்லாத்-தையும் பார்த்துக்குறேன்...'' என்க, அதை கேட்ட அங்கிருந்த அனை-வரும் சந்தோஷப்பட்டனர்.

''இப்போ தாண்டா நீ நல்ல முடிவா எடுத்துருக்கே..? எங்கே நீ இதெல்லாம் விட்டுட்டு போயிருவையோன்னு அண்ணன் ரொம்ப பயந்-துட்டு இருந்தது. இப்போ தான் எங்க எல்லாருக்கும் சந்தோஷம்...'' நல்-லசிவத்தின் தம்பி கூற மெல்ல புன்னகைக்க முயன்று புன்னகைத்தான்.

''சரிப்பா கார்த்தி..! எனக்கு ரொம்ப சந்தோஷம். ஆனாலும் நீ வேற ஏதோ சொல்லணும் நினைக்கிற மாதிரி இருக்கே..?'' தன் மகனின் முகத்தை பார்த்துக் கேட்க,

''ஆமாப்பா நான் இன்னொரு விஷயமும் உங்க கிட்ட சொல்ல-ணும்...?''

''என்னப்பா நீ பார்க்கப் போற இந்த சொத்தெல்லாம் உன் பெயருல எழுதி தரணும்மா என்ன..? வேணுமா சொல்லு என்னோட பங்கு எல்-லாத்தையும் இப்பவே எழுதி தரேன்...'' அவன் தன்னிடம் இதை கேட்க போவதில்லை என்பதை அறிந்தேக் கேட்டார் அவனின் தந்தை.

''எனக்கு இதெல்லாம் தேவையில்லை. நான் சொல்லப் போற விஷ-யத்துக்கு உங்க சம்மதம் மட்டும் வேணும்ப்பா...''

“சரி சொல்லு...”

“நான் ஒரு பொண்ணை விரும்பிறேன் அவளை தான் கல்யாணம் பண்ணிக்கணும் நினைக்கிறேன். அவங்க வீட்டுல அவளுக்கு வேற ஒருத்தனுக்கு கல்யாணம் பண்ணி வைக்கணும் முடிவு பண்ணிருக்காங்க. நீங்க எனக்காக வந்து அவளோட வீட்டுல பேசுங்கப்பா...” என்க, அடுத்தநொடி அண்ணையின் கை அவனின் மீது பதம் பார்த்தது.

“என்னலே பேசுறா..? உன்னை பெத்து வளர்த்த எங்களுக்கு தெரியதாலே யாரை உனக்கு கட்டி வைக்கணும். நீயாட்டி திக்கு திசை தெரியாதா எவ்வளோ ஒருத்தியை சொல்லுவே நாங்க அவளை உனக்கு கட்டி வைக்கணுமாக்கோம். எல்லாம் எங்களை தான் சொல்லணும். உங்க ரெண்டு பேரையும் என் தங்கச்சி வீட்டுக்கு டவுனுக்கு அனுப்பி படிக்க வச்சதுக்கு நல்ல காரியம் பண்ணிட்டு வந்திருக்கேடா...” ஆத்திரத்தில் பாரிஜாதம் கத்த,

“அம்மா நான் சொல்லுறதை கொஞ்சம் புரிஞ்சிக்கோங்க. அவள் ரொம்ப நல்ல பொண்ணும்மா...?”

“உன் பார்வைக்கு நீ விரும்புறவ என்ன வேப்பங்காயாவா இருப்பா..?” ஆத்திரம் அழுகையாக மாறி தன் மகனிடம் கேட்க, தன் அன்னையை வந்து தாங்கினாள் நிறைமதி.

அமைதியாக எதுவும் பேசாமல் நிற்கும் தன் தந்தையின் முன் வந்து நின்றவனோ, “அப்பா நீங்க சொன்ன ஏதாவது நான் இதுவரைக்கும் மீறி இருக்கேன்னா சொல்லுங்க. இந்த ஒரு விஷயம் மட்டும் எனக்கு பிடிச்சதை செஞ்சிக்கிறேன்னே..? அப்பா உங்களுக்கு தெரியுமா அவளும் நம்ம ஜாதி தான். நம்ம ஊரு தான்ப்பா. உங்களுக்கு எங்க கல்யாணத்தால எந்த பிரச்சனையும் வராதுப்பா...” என்க, தன் மகன் கூறியதை கேட்ட பெற்றவர்கள் இருவரும் மேலும் அதிர்ந்தனர்.

“என்னடா சொல்லுற கார்த்தி. நம்ம ஊரு பொண்ணா..? யாருடா அது..?அப்போ நீ அந்த பொண்ணுக்காக தான் இங்கையே இருந்து எல்லாத்தையும் பார்த்துக்கிடுறேன்னு சொல்லுறையா..?” நல்லசிவத்தின் தம்பி சிவக்குமார் வேகமாய் கேட்க,

“ஆமா சித்தப்பா. அந்த பொண்ணு பேர் மகிழந்தி அவங்க அப்பா பேர் வரதன். அவங்க பெரியப்பா பேர் கூட ஆதிநாதன்...” ஏனோ ஒரே ஜாதி என்பதால் ஒத்துக் கொள்வார்கள் என்ற நம்பிக்கையில் அவளின்

குடும்பத்தை பத்தி கூறினான்.

13

அத்தியாயம் : 13

தன்னவளின் பெயர் மற்றும் அவளின் குடும்பத்தாரையும் பற்றி கார்த்திகேயன் கூற மற்றவர்கள் என்ன கூறுவதென தெரியாது அந்த வீட்டு தலைவர் நல்லசிவம் பதிலை எதிர்பார்த்துக் கொண்டிருந்தனர்.

அவர் எதையோ யோசித்தவாறு அமைதியாக இருக்க அதனை கண்ட அவரின் தம்பி சிவக்குமார், “என்னலே நீ இப்படி பண்ணி வச்சிருக்கே..? நம்ம அந்தஸ்த்துக்கும் அவங்க அந்தஸ்த்துக்கும் கொஞ்சமாவது பொருந்துமா சொல்லு. மிஞ்சிப் போனா அவங்களுக்கு ஒரு நாலு ஏக்கர் நிலமும் ஒரு வீடும் தான் இருக்கு. ஆனா நமக்கு அப்படியா சொல்லு..? சரி அப்படியே அந்த பொண்ணை நம்ம வீட்டு மருமகளா ஏத்துகிட்டாலும் நாளைக்கு நம்மள பார்த்து சொந்தபந்தமெல்லாம் என்ன நினைப்பாங்க சொல்லு..? அது எங்கே உனக்கு தெரிய போகுது. காரித்துப்புவாங்க இது நம்ம வீட்டுக்கு எவ்வளோ பெரிய கௌரவ குறைச்சல் தெரியுமா..?” ஆக்ரோசத்துடன் தன் அண்ணனுக்கு பதிலாக பேசிக் கொண்டிருந்தார்.

“ஆனா சித்தப்பா அவங்களுக்கு இந்த ஊருக்குள்ள நல்ல பேரும், மரியாதையும் இருக்குல்ல.. அவங்க வீட்டு பையன் ஒருத்தன் கூட இந்த ஊருலே அரசாங்க உத்தியோகம் பார்க்குறான். எல்லாரு முன்னாடியும் நல்ல விதமா வாழுறாங்களா அது போதுமே சித்தப்பா...” அவரின் கேள்விக்கு நல்விதமாக பதில் கூற,

“ஐயோ..! பொண்ணு எடுக்குறதுக்கே இந்த பிரச்சனைனா அந்த வீட்டுக்கு பொண்ணு கொடுக்குறதுக்கு இன்னும் என்ன ஆட்டம் ஆடப் போறங்களோ...?” அன்னையை பற்றியிருந்த நிறைமதியின் மனம் அவ்வாறே நினைத்தது.

“சரி நீ இவ்வளோ உறுதியா இருக்கேன்னா இதுக்கு நான் ஒத்துக்குறேன். நாளைக்கு காலையில அந்த பொண்ணு வீட்டுல போய் பேசலாம்...” நல்லசிவம் கூற அங்கிருந்த அனைவருமே அதை கேட்டு வியந்தனர்.

“அண்ணா நீங்க யோசிச்சி தான் சொல்லுறீங்களா...? நாளைக்கு எப்படி நம்ம வெளியே சொந்தம் முன்னாடி தலை காட்ட முடியும் சொல்லுங்க...?” சிவக்குமார் தன் அண்ணன் எப்படி இதற்கு ஒத்துக் கொள்ளாமல் என்ற நினைப்பில் கேட்க,

“என்ன பண்ண சொல்லுற சிவா. அவன் இப்போ கூட இங்கேயிருந்து எல்லாம் பார்த்துக்கிடுறேன்னு சொன்னது நமக்காக இல்லை அந்த பொண்ணுக்காக தானே. இவ்வளோ உறுதியா இருக்குறவன் நாளைக்கு அந்த பொண்ணை கட்டிக்கிட்டு வந்த நின்னாலோ அல்லது ஓடி போனாலோ நம்ம மானம் தான் போகும். அதுக்கு நம்ம ஒத்துகிடுறதே நல்லது தான்...” என்க, அதற்கு மேல அவரின் தம்பி எதுவும் பேசாமல் அமைதியானார்.

“அப்பா ரொம்ப நன்றிப்பா என்னை நீங்க புரிஞ்சிக்கிட்டதுக்கு..? எனக்கு இது போதும்ப்பா. நான் இனிமே நீங்க என்ன சொன்னாலும் கேட்குறேன்ப்பா...” தன் தந்தை ஒத்துக் கொண்ட சந்தோஷமிகுதியில் கூறினான்.

“சரி எல்லாரும் போய் படுங்க. பாரிஜாதம் காலையில அந்த பொண்ணு வீட்டுக்கு போகணும் சரியா...” தன் மனைவியிடம் கூற அவரோ சரியென தலையசைத்து சமையலறைக்குள் சென்றார்.

அண்ணன், தங்கை இருவருமே அவரவர் அறைக்குச் செல்ல தன் அண்ணனை நன்கு புரிந்து வைத்த சிவக்குமார் அங்கையே அனைவரும் செல்லும் வரை நின்றிருந்தார்.

“அண்ணா நீங்க எதுக்கு இந்த முடிவு எடுத்தீங்கன்னு தெரிஞ்சிக்கிடலாமா..?”

“இது எனக்கு கௌரவ குறைச்சல் தான் ஆனா இதையே எப்படி நமக்கு சாதமாக பயன்படுத்திக்கிடறது சொல்லுறேன் கேட்டுக்கோ. ஊருக்குள்ள நம்ம பண்ணையாரைய்யா தகுதி, தகாதரம் பார்க்காம ஒரு சாதாரன குடும்பத்துல இருந்து பொண்ணு எடுக்குறாரே எவ்வளோ நல்ல குணம் அவருக்குன்னு பேசிக்கிடனும். தவறி கூட இவங்க ரெண்டு பேரும் விரும்பினது வெளியே தெரிய கூடாது. அதே மாதிரி நம்ம கட்சி ஆளுங்களுக்கும் தெரிய கூடாது. தெரிஞ்சா இந்த உள்ளாட்சி தேர்தல நீ சொன்ன மாதிரி எனக்கு அவமானம் தான் ஏற்படும் சொல்லிட்டேன். இப்போ நீ நமக்கு சாதகமா என்ன பண்ணுமோ பண்ணு...” கூறியவர் தன் அறை நோக்கிச் செல்ல தான் என்ன செய்ய வேண்டும் என்பதை திட்டமிட ஆரம்பித்தார் சிவக்குமார்.

அதே நேரம் தன்னறைக்கு வந்த கார்த்திகேயன் தன்னவளிடம் தன் தந்தை சம்மதம் கூறிய செய்தியையும், காலையில் அனைவரும் வரும் செய்தியை குறுஞ்செய்தியாக அனுப்பினான்.

கார்த்திகேயன் அனுப்பிய செய்தியை கண்ட மகிழ்ந்தி திருவிழா-விற்கு பின் இன்று தான் நிம்மதியான சந்தோஷமான உறக்கத்தை உறங்க ஆரம்பித்தாள். இன்னும் நீண்ட நாட்களுக்கு பிறகு தான் தனக்கு இத்தைகைய உறக்கம் கிடைக்கும் என்பதை அப்போது அறி-யாமல் நித்திரைக்குச் சென்றாள்.

மறுநாள் விடிய இன்னும் சற்று நேரத்தில் தன்னவனின் வீட்டார் வருவதால் ஆனந்தத்தில் இருந்தாலும் அதையும் மீறி அவர்கள் கூறிய பின் தன் வீட்டாரின் பதிலும் அவர்கள் தன்னை காணும் விதம் நினைக்கும் போதே வேதனையே அளித்தது.

சில நொடிகள் தன் தங்கை சந்தோஷமாக இருப்பது பின் எதையோ யோசித்து வருந்துவதென அவளின் முகத்தை கண்டுக் கொண்டே இருந்தான் தமிழன்பன்.

நேரம் செல்ல ஜீவா, தமிழ் இருவருமே வேலைக்கு கிளம்ப ஆரம்-பிக்க அதே நேரம், “வீட்டுல யாரவது இருக்கீங்களா உள்ளே வரலாமா..?” வெளியே குரல் கேட்க, ஜீவா சென்று யாரென்பதை கண்-டான்.

பண்ணையாரும் அவரின் குடும்பத்தாரும் வந்திருப்பதை கண்டவன் யோசித்தவாறு, “வாங்கய்யா எல்லாரும் உள்ளே வாங்க..?” வரவேற்று

வீட்டிலுள் அழைக்க, மொத்த குடும்பத்துடன் கையில் பூ,பழம் அடங்கிய தட்டுடன் வந்து நின்றவர்களை கண்டு வீட்டிலிருந்தவர்கள் ஒருவரை ஒருவர் பார்த்துக் கொண்டனர்.

முன்னே வந்த ஆதிநாதன், “பண்ணையாரைய்யா நீங்களா வாங்க உட்காருங்க எல்லாரும்..? கிரிஜா அவங்க எல்லாரும் உட்கார சேரை எடுத்து போடும்மா...” என்க, அனைவரும் அதில் அமர்ந்தனர்.

“வீட்டுல எல்லாரும் இருக்கீங்கன்னு நினைக்கிறேன். பார்த்தா நான் சரியான நேரத்துக்கு தான் வந்திருக்கேன்னு தெரியுது. அப்பறம் எங்க குடும்பத்தை பத்தி உங்க எல்லாருக்கும் தெரியும். என் பிள்ளைகள், தம்பி, அவனோட பொண்டாட்டி பிள்ளைகள் சொந்தபந்தம், சொத்துபத்து இப்படி எல்லாமே உங்களுக்கு தெரியும். நான் வந்த விஷயம் என்னேன்னா உங்க மகளுக்கு பொண்ணு பார்க்குறீங்கன்னு கேள்விப்பட்டோம். என் பையனுக்கு உங்க பொண்ணை ரொம்ப பிடிச்சிருக்கு அதான் உங்க கிட்ட கேட்கலாம் வந்தோம்...” என்று அவர்களின் காதலை பற்றி கூறாது தன் மகனுக்கு விரும்பம் என்று கூறிக் கேட்டார்.

தன் தங்கையின் முகத்திலிருக்கும் பொலிவினை வைத்தே அவள் விரும்பும் பையன் இவன் தானென்று நன்கு புரிந்துக் கொண்டான் தமிழன்பன். ஆனாலும் அவர்கள் ஏன் அப்படி கூறுகிறார்கள் என்பதில் சந்தேகம் கொண்டது அவனின் மனம்.

ஒரு வேலை அவனின் வீட்டில் தான் மட்டும் விரும்புவதாக கூறியிருப்பானோ அப்படியிருந்தால் மட்டுமே இவர்கள் சொல்வது உண்மையாகும் யோசித்தவாறு நின்றிருந்தான்.

“உங்களுக்கே தெரியும்..எங்களுக்கும் உங்களுக்கும் எப்படி ஒத்துப் போகும்ன்னு. நீங்க இந்த ஊருக்கே பண்ணையாரு ஆனா நாங்க ஒரு சாதரமான குடும்பத்தை சேர்ந்தவங்க. அப்படியே நாங்க ஒத்துக்கிட்டாலும் நீங்க எதிர்பார்க்குற அளவுக்கு எங்களால எங்க பொண்ணுக்கு செய்ய முடியாது...” தயங்கியவாறு ஆதிநாதன் கூற,

“இங்க பாருங்க எனக்கு என்னோட பையன் ஆசை மட்டும் தான் முக்கியம். வேற எதுவுமில்லை. உங்க பொண்ணு எங்க வீட்டு மருமகளா வந்தா மட்டும் போதும். நீங்க மட்டும் இந்த கல்யாணத்துக்கு சம்மதம் சொல்லுங்க மத்ததெல்லாம் நாங்களே பார்த்துக்கிறோம்...” மென்மையாய் நல்லசிவம் கூற, ஆதிநாதன், வரதன் இருவரும் ஒருவரை

ஒருவர் பார்த்துக் கொண்டனர்.

“சரி அப்போ நாங்க எங்க பொண்ணுக்கு விருப்பமான்னு கேட்டு வீட்டுல கலந்து பேசி ஒரு ரெண்டு நாளுல தகவல் சொல்லுறோம்மே...” ஆதிநாதன் கூற,

“என்ன வரதா இது உங்க அண்ணன் இப்படி சொல்லுறாரு. நாங்க வீடு தேடி வந்தது எதுக்கு இப்படி அவமானப்படவா சொல்லுங்க...” சிவக்குமார் கேட்க, அண்ணனை மீறி பதில் கூற முடியாது வரதன் அமைதியாக இருந்தார்.

“சரி விடு சிவா பொண்ணை கொடுக்க போறோம்ன்னா கொஞ்சம் யோசிச்சி தானே முடிவெடுக்கணும் சொல்லு...நம்ம தகவல் சொல்லி வந்திருக்கணும் அதை பண்ணாம விட்டது நம்ம தப்பு. அவங்க முடிவு பண்ணி சொல்லட்டுமே. அப்போ சரி நாங்க எல்லாரும் காத்திருக்கி-றோம் நல்ல முடிவா சொல்லுவீங்கன்னு ஒரு நம்பிக்கையில...” எழுந்து நின்று இருகரம் குவிப்பி கூறியவர் தன் குடும்பத்தாரை அழைத்துக் கொண்டு விடை பெற்றார் நல்லசிவம்.

அந்த வீதியின் இருந்த அனைவரும் பண்ணையார் ஆதிநாதனின் வீட்டுக்குள் சென்று வெளியே வரும் வரை குசுகுசுவென்று பேசிக் கொண்டு அவர்களின் வீட்டையே கண்டவாறு நின்றனர்.

அதன் பின் அவருடன் வந்த ஆட்களை வைத்து விஷயமறிந்த அந்த வீதியில் உள்ளவர் அதை அப்படியே ஊர் முழுவதும் பரப்ப ஆரம்பித்தனர்.

நல்லசிவத்தின் குடும்பத்தார் வெளியேச் சென்றதும் இப்போது இதனை பற்றி என்ன முடிவு எடுப்பது யோசித்தவாறு ஆதிநாதனும், வரதனும் அமர்ந்திருக்க ஒரு முடிவுடன் தன் தங்கையை நெருங்கினான் தமிழன்பன்.

“என்ன மகிழு இப்போ நீ தான் சொல்லணும். பாரு உங்க பெரியப்-பாவும், அப்பாவும் என்னடா பண்ணனும் யோசிக்கிறாங்க...” அவளின் முன் வந்து நின்று கேட்க ஏன் அவன் திடீரெண்டு அவளிடம் கேட்கி-றான் என்பது புரியாமல் அனைவரும் குழம்பினர்.

தன் அண்ணன் தன்னிடம் இப்படி வந்து கேட்பான் என்பதை அவளும் எதிர்பார்காததால் திகைத்து நிற்க, “டேய் என்னடா நீ அவ சின்ன பொண்ணு அவ கிட்ட கேட்குற...நம்ம தான் பேசி முடிவெடுக்-

கணும் இதை பத்தி...'' என்று தன் மகனிடம் ஆதிநாதன் கூறினார்.

‘‘இல்லப்பா இதுல நீங்க முடிவெடுக்குறேன்னு சொல்லி எதுக்கு நேரத்தை செலவலிக்கிறீங்க...?''

‘‘இது நம்ம பொண்ணு வாழ்க்கை பட்டுன்னு சொல்லு முடியாதுல..?'' வரதனும் புரியாமலே அவனிடம் கேட்க,

‘‘இல்ல சித்தப்பா நான் என்ன சொல்ல வரேன்னா இப்போ அவங்க இந்த வீட்டுக்கு வந்து கேட்டுட்டு போறங்கன்னா அதுக்கு காரணமே நம்ம மகிழு தான்...? அதான் அவ கிட்ட முடிவு சொல்ல சொல்லுறேன். நீ சொல்லு மகிழு...''

‘‘அண்ணா...அது வந்து நா....நான்...'' கூற முடியாது வியர்த்துக் கொட்ட பயத்துடன் தடுமாற,

‘‘சொல்லும்மா ஏன் பயப்பிடுற நாங்க அப்படி எதுவும் கேட்கலையே..?'' மென்மையாய் கேட்டான்.

‘‘நீங்க எல்லாரும் என்ன முடிவு எடுத்தாலும் எனக்கு சம்மதம் அண்ணா...'' என்க, அடுத்தநொடி தன் உடன்பிறந்த தங்கை அதுவும் ஒரு பெண்ணென்று கூட பாராது அவளின் கன்னத்தில் தன் விரல் தடம் பதிய அறைந்தான் ஜீவரஞ்சன்.

தான் நினைக்க மட்டும் செய்த செயலை இப்போது ஜீவா செய்திருக்க அதை கண்ட தமிழ் அவனை தடுக்க அங்கிருந்த அனைவருமே அதிர்ச்சியடைந்தனர்.

‘‘டேய் உனக்கு அறிவிருக்காடா இப்படியா பொட்டப் பிள்ளையா கை நீட்டி அடிப்பே..?'' வரதன், தமிழன்பன் இருவரும் ஒரே போல் கத்த,

‘‘தமிழ் உன் கிட்ட இவ்வளோ தடவை அழுத்தி கேட்குறான்னா இதுல ஏதோ ஒரு விஷயம் இருக்கு. சொல்லு.. நீ என்ன தப்பு பண்ணுனே..? திடீருன்னு அவங்க வந்து உன்னை பொண்ணு கேட்டதுக்கு என்ன சம்மந்தம் சொல்லு மகிழு...'' கன்னத்தில் கை வைத்து அழுதுக் கொண்டிருந்த தன் தங்கையை பற்றிக் கொண்டு கோவமாக கேட்டான் ஜீவா.

‘‘என்னை மன்னிச்சிருங்க எல்லாரும் நான் பெரிய தப்பு பண்ணிட்டேன். நானும் அவங்களும் ஒருத்தருக்கொருத்தர் மனசார விரும்புறோம். நான் தான் எங்க வீட்டுல கல்யாணம் பண்ணி வைக்கப் போறங்கன்னு

சொன்னேன். அதான் அவங்க வந்து வீட்டுல பேசுனாங்க...?" அழுகையுடன் கூறி முடிக்க, அதை கேட்ட கிரிஜாவோ மகளை மாறி மாறி அடித்தார்.

"ஏன்டி இப்படி பண்ணுனே..? நம்ம குடும்ப மானம் போகுற மாதிரி இப்படி ஒரு செயலை பண்ணுவேன்னு நான் நினைச்சி கூட பார்க்கல. நீயெல்லாம் என் வயித்துல தான் பொறைந்தையா பாவி மகளே இப்படி பண்ணி வச்சிருக்கியே..!" அவளை மறுபடியும் அடித்துக் கொண்டு கேட்க தன் சித்தியை தடுத்து நிறுத்தினான் தமிழன்பன்.

"விடுங்க சித்தி பாவம் மகிழு..."

"இல்லடா எனக்கு வர்ற கோவத்துல இவளையெல்லாம் இப்பவே கொன்னுரலாம் போல இருக்கு. இந்த விஷயம் மட்டும் வெளியே தெரிஞ்சா. அப்பறம் நம்ம குடும்பம் மானம்..." கூற முடியாமல் தலையில் கை வைத்துக் கொண்டு அப்படியே தரையில் அமர்ந்து அழுது புலம்பினார்.

"விடுங்க சித்தி அந்த பையன் நல்ல பையன் தான். இப்போ கூட நம்ம மகிழை பத்தி அவங்க வீட்டுல சொல்லாம தான் விரும்பிறதா மட்டும் தான் சொல்லிருக்கான். நானும் ஜீவாவும் அந்த பையனை பத்தி நல்லா விசாரிக்கிறோம். அப்பா, சித்தப்பா நீங்க என்ன நினைக்கிறீங்க..?"

"எல்லாம் கை மீறி போச்சு இதுக்கு மேல என்ன பண்ண சொல்லு..?" கேட்ட வரதன் அங்கிருந்துச் செல்ல, "நம்ம வீட்டு பொண்ணுக்கு இது தான் சந்தோஷம்ன்னா ஒத்துக்க வேண்டியது தான்..." என்க, தன் பெரியப்பாவை வந்து அணைத்துக் கொண்டாள் மகிழ்ந்தி.

"பெரியப்பா என்னை மன்னிச்சிருங்க எனக்கு அவுங்களை பிடிச்சிருந்தது நான் உங்களை யாரையும் ஏமாத்த நினைக்கலை பெரியப்பா. ப்ளீஸ் நீங்கனாலும் என்னை புரிஞ்சிக்கோங்க. என்னால அவுங்க இல்லாத வாழ்க்கை நினைச்சு கூட பார்க்க முடியல அதான் பெரியப்பா நான் அவங்க கிட்ட சொன்னேன்..." அழுகையுடன் அவராவது தன்னை புரிந்துக் கொள்ளுவாரா என்ற நினைப்பில் இறஞ்சினாள்.

"சரிம்மா நீ ரூமுக்கு போ. அவ்வளோ பெரிய குடும்பம் அவரே சம்மதம் சொல்லும் போது நாங்க எப்படிம்மா உன் ஆசையை மீறி

வேண்டாம்ன்னு சொல்ல முடியும். உன்னோட சந்தோஷம் எங்களுக்கு முக்கியம். நீ அந்த பையனை கல்யாணம் பண்ணுனா தான் சந்தோஷப்படுவேனா நாங்க ஒத்துக்குறோம்...'' அவளின் தலையை வருடியவாறு கூறிவிட்டு அங்கிருந்துச் சென்றார்.

ஜீவாவோ தன் தங்கையை கண்டு முறைத்தவாறு தன் வேலைக்கு கிளம்பிச் செல்ல, கிரிஜாவோ அழுகையுடன் தன் அறைக்குள் சென்று முடங்க தமிழை கண்டாள் மகிழ்ந்தி

''சாரி மகிழு நான் ஜீவா அடிப்பான்னு எதிர்பார்க்கலடா நீ உண்மையை சொல்லணும் மட்டும் தான் நினைச்சேன். எனக்கு முன்னாடியே உங்க காதலை பத்தி எல்லாம் தெரியும் மகிழு. உனக்கு அவன் எவ்வளோ முக்கியம்ன்னு அன்னைக்கு நீ அத்தனை வலியோட அவன் கிட்ட மொபைல்ல பேசும் போது நான் கேட்டேன்ம்மா. ஆனா நீ விரும்பிறவன் இவன் தான் இன்னைக்கு தான்மா தெரியும். தகவல் சொல்லிரலாம் அவங்க வீட்டுக்கு...நீ ரூமுக்கு போம்மா...'' என்றவன் அவளை அறைக்கு அனுப்பி வைத்து தன் சித்தியின் அறைக்குள் அவரை சமாதானப்படுத்த நுழைந்தான்.

அதன் பின் நேரம் செல்ல இங்கே வீட்டுக்கு வந்த நல்லசிவம் வீட்டார் அனைவரின் பார்வையும் கார்த்திகேயனின் மீது பதிந்தது.

''என்னடானா நீ அங்கே நடந்ததை பார்த்தே தானே..? நம்ம போய் கேட்டு அவங்க அவமானப்படுத்துற மாதிரி யோசிச்சி சொல்லுறோம் சொல்லுறாங்க. சரி அதை விடு அந்த பொண்ணு அங்கே தானே இருந்தது அது ஒரு வார்த்தையாவது சொன்னதா சொல்லு. இத்தனைக்கும் அந்த பிள்ளைக்கு எந்த கெட்ட பேரும் வரகூடாதுன்னு தான் அண்ணன் நீ விரும்பிறாதா மட்டும் சொன்னது...'' என்க,

''இல்ல சித்தப்பா அவளோட வீட்டுக்கு தெரியாது அதான் எப்படி சொல்லேன்னு யோசிச்சிருப்பா. ஆனா கண்டிப்பா அவங்க வீட்டுல ஒத்துக்குவாங்க அவ இந்த நேரம் பேசிருப்பா சித்தப்பா...'' சிவக்குமாரிடம் கெஞ்ச,

''எல்லாரும் அவங்க வேலையை போய் பாருங்க. என் மகன் விருப்பட்ட மாதிரி இந்த கல்யாணம் நடக்கும்...'' என்ற நல்லசிவம் தன் தம்பியை கண்டு விட்டு அவரின் அறைக்குள் நுழைந்தார்.

அதன் பின் அனைவரும் அவரவர் வேலையச் செய்ய செல்ல தன் அறைக்கு வந்த கார்த்திகேயன் தன்னவளுக்கு அழைத்தான்.

தாயும் தந்தையும் தன் மனதை புரிந்து கொள்ளவில்லையே என்ற தவிப்பில் தன் அறையில் அமர்ந்து அழுதுக் கொண்டிருந்த மகிழந்தியை கார்த்திகேயன் அழைக்க வேகமாய் எடுத்தாள்.

அவன் தன் பேச்சை ஆரம்பிக்கும் முன்னே, “என்னங்க எனக்கு உங்களை பார்க்கணும் போல இருக்கு..?” அழுகை கலந்த தவிப்புடன் கூற,

தாங்கள் அனைவரும் வந்து கேட்ட பின்னும் அவர்கள் ஒத்துக்-கொள்ளவில்லையே என்ற கோவத்தில் தான் அவளை அழைத்தான். ஆனால் அவளின் அழுகை குரலை கேட்ட பின் முற்றிலும் தான் பேச வந்ததை மறந்தான்.

“ஏய்..! என்னாச்சும்மா எதுக்குடா அழுகுற வீட்டுல யாராவது எது-வும் சொன்னாங்களா..?” ஒரு வேலை அவர்களை ஒத்துக்க வைக்க தங்களின் காதலை கூறி அதனால் எதுவும் பிரச்சனையாகி விட்டதோ என்ற தவிப்பில் கேட்டான்.

“ஹ்ம்ம் ஆமா அம்மாவும், அப்பாவும் என்னோட மனசை புரிஞ்சிக்க மாட்டிக்காங்க...மாமா. நீங்க எல்லாரும் வந்துட்டு போன பிறகு எங்க வீட்டுல...” என்று ஆரம்பித்தவள் நடந்த பிரச்சனையும் அனைத்தையும் கூறினாள்.

“விடு மயிலு நம்ம கல்யாணத்துக்கு சம்மதம் சொல்லிட்டாங்களே அதுவே போதும். இன்னும் கொஞ்சம் நாளுல உன் மனசை புரிஞ்சி உன் கிட்ட அவங்களே வந்து பேசுவாங்க பாரு. அத்தை, மாமா சம்மதத்-தோட நம்ம கல்யாணம் ஜாம் ஜாம்ன்னு நடக்கும்மா. இப்போ சொல்லு உனக்கு சந்தோஷம் தானே..?”

“ரொம்ப சந்தோஷம் மாமா. நான் தமிழ் அண்ணனுக்கு ரொம்ப நன்றி சொல்லணும்.. ஆமா உங்க வீட்டுல ஏன் அப்படி வந்து பேசு-னாங்க. நம்ம ரெண்டு பேரும் தானே விரும்புறோம் நீங்க அப்படி சொல்-லையா உங்க வீட்டுல..?”

“இல்ல மயிலு அப்பா தான் நம்ம விரும்பிற விசியம் ஊருக்குள்ள தெரியாத கூடாதுன்னு நினைக்கிறார் போல...நீ இதை கண்டுக்கிடாதா சரியா நம்ம கல்யாணம் முடிஞ்சி நீ இந்த வீட்டுக்கு மருமகளா வந்-

தாலே போதும்...''

''ஓ அந்த வீட்டுக்கு மருமகளா மட்டும் வந்தா போதுமா...?'' அவனிடம் பேசிய அடுத்தநொடி மனதிலிருக்கும் கவலை தீர குறும்புடன் கேட்டாள்.

''ஹ்ம்ம் போதுமே...''

''சரி ரொம்ப சந்தோஷம் அப்போ வைங்க போனை....'' கோவமாக கூறியவள் தன் மொபலை கட் பண்ண, ''ஏய்..! ஏய்..! வைக்காதாடி போனை. அப்பறம் நான் பேச மாட்டேன் பொண்டாட்டி...'' வேகமாய் கத்த புன்னகைக்க ஆரம்பித்தாள்.

அதே நேரம் தன்னறையில் தமிழ் அளித்த ஆறுதலால் கோபம் போய் வெளியே வந்த கிரிஜா மகளின் அறையில் அவளின் சிரிப்பு சத்-ததை கேட்டார்.

''நம்ம மகிழு சந்தோஷம் தானே சித்தி நமக்கு முக்கியம் சொல்-லுங்க...'' தமிழ் கூறிய வார்த்தைகள் செவியில் ஒலிக்க, அவருக்கும் அதுவே சரியெனப்பட அங்கிருந்து அப்படியே விலகிச் சென்றார்.

14

அத்தியாயம் : 14

பரணியின் வீட்டில் அன்றிரவு அனைவரும் உணவருந்திக் கொண்டிருக்க, ஆதிநாதனின் வீட்டில் நடந்ததாக தான் கேட்ட செய்தியை கூற ஆரம்பித்தார் பரணியின் அன்னை ஆண்டாள்.

“ஏங்க ஒரு விஷயம் ஊருக்குள்ள பரபரப்பா பேசிக்கிறாங்களே நீங்க அதை பத்தி கேள்விப்பட்டீங்களா..?” தன் மகளுக்கு மேலும் ஒரு தோசையை வைத்தவாறு கேட்டார்.

“என்ன விஷயம் ஆண்டாளு அப்படி பரபரப்பா பேசுற அளவுக்கு...” வீட்டுக்குள்ளே இருந்ததால் எதையும் அறியாத கோதாவரி அப்பத்தா கேட்க,

“ஒன்னுமில்லை அத்தை நம்ம ஊரு பண்ணையாரைய்யா உங்க மகள் புகுந்த வீட்டுக்கு இன்னைக்கு சம்மந்தம் பேச போனாங்களாம்...”

“என்ன சொல்லுற அவ்வளோ பெரிய மனுஷர் நம்ம மகிழ்ந்தியை பொண்ணு கேட்டு வந்தாரா..?” ஆர்ச்சிரியமாக கேட்க, தர்மேந்திரனுக்கு இதை பற்றி தெரிந்ததால் எதுவும் பேசமால் அமைதியாக இருந்தார்.

“ஏன் அப்பத்தா நீங்க இப்படி அதிர்ச்சியாகுறீங்க..? அவங்களும் நம்மள மாதிரி மனுஷங்க தானே...?” சாப்பிட்டவாறே பரணி கேட்க,

“அட கூறுகெட்டவளே நான் எந்த அர்த்தத்துல சொன்னா நீ என்ன சொல்லுற. அவ்வளோ பெரிய மனுஷன்னா சொல்ல முடியாத அளவுக்கு சொத்துபத்து வச்சி இந்த ஊரையே ஆட்டிபடைக்கிறாருல அதை சொன்னேன். அவங்க குடும்பத்துக்கு நம்மள மாதிரி குடும்ப-

மெல்லாம் ஏணி வச்சாலும் எட்டாதுல அப்படி இருக்கும் போது எப்படி அந்த பண்ணையாரு பொண்ணு கேட்டு வந்திருப்பாரு....'' யோசனையுடன் கோதாவரி அப்பத்தா கூறினார்.

“இதுல என்ன இருக்கு அப்பத்தா அந்த பண்ணையாருக்கு நல்ல குணம் இருக்கும் போல..? சொத்துபத்தை பணத்தை மதிக்கிறவிட சொந்தபந்தத்தை மதிக்கிறவா இருப்பாரோ என்னவோ..?'' பரணி கூற,

“ஆமாம்மா நம்ம பரணி சொல்லுற மாதிரி தான் ஊருக்குள்ள பண்ணையாரை பெருமையா பேசிக்கிறாங்க. ஒரு வேலை அவர் பண்பான, அமைதியான, ஒழுக்கமான குடும்பத்தை எதிர்பார்க்குறாரே என்னவோ...?'' ஊருக்குள் பேசுவதை தர்மேந்திரன் அறிந்திருந்ததால் அவரும் அவ்வாறே கூறினார்.

“சரி உங்க மருமகன், மாப்பிள்ளை எதுவும் இதை பத்தி உங்க கிட்ட பேசுனாங்களா..? பண்ணையாரு பொண்ணு கேட்டுட்டு போனதுக்கு இவங்க என்ன பதில் சொன்னாங்களாம்...'' தன் கணவனிடம் ஆண்டாள் கேட்க,

“தெரியல ஆண்டாளு அவங்க வீட்டுலிருந்து யாரும் எனக்கு தகவல் எதுவும் சொல்லலை. இதை பத்தி என் கிட்ட பேச கூட இல்லை. ஒரு வேலை என்ன சொல்லேன்னு யோசிக்கிறாங்களோ என்னவோ. பொண்ணை கொடுக்கணும்னா விசாரிச்சி செஞ்சி தானே தரனும்...'' என்க, அவரின் மனமோ நிச்சியம் தமிழ் தன்னை அழைத்து இதனை பற்றி கூறிவான் என்றே எதிர்பார்த்திருந்தது.

அதன் பின் அதனை பற்றி பேசுவதை விட்டுட்டு உறங்கச் செல்ல பரணியின் மனம் ஏனோ இதில் ஏதோ ஒரு தவறு நடக்கப் போவதை போல் உணர்ந்தது. என்ன தான் தன் அப்பத்தாவிடம் பண்ணையாரை பத்தி நல்விதமாக பேசினாலும் மனம் அதை ஏற்க மறுத்தது.

அது மட்டுமில்லாமல் அன்று திருவிழாவின் போது கூட அந்த நிறைமதி தங்களிடம் அடிக்கடி வந்து பேசி சேர்ந்துக் கொண்டது. மகிழும் அவளுடன் நன்கு சேர்ந்துக் கொண்டது வேறு மேலும் சந்தேகத்தை அளிக்க நடப்பது நடக்கட்டும் என்ற நினைப்பில் நித்திரைக்குச் சென்றாள்.

நாட்கள் செல்ல பண்ணையார் வந்து விட்டுச் சென்ற மறுநாளே அவர் கூறியதற்கு சம்மதம் கூறி அனுப்பினர். நிச்சியதார்த்தம் வைத்துக்

கொள்ள கார்த்தியின் வீட்டில் தேதி குறிக்க முடிவு செய்தனர்.

சிவக்குமார் சென்று மகிழ்ந்தியின் ஜாதகத்தை வாங்கிக் கொண்டு கார்த்தியின் ஜாதகத்தையும் கொடுக்க அதனை இன்முகத்துடன் வாங்கிக் கொண்டார் மகிழ்ந்தி வீட்டார்.

தங்களுக்கு தெரிந்த ஜோசியரிடம் இருவரின் ஜாதகத்தை காட்டி பெண்ணின் வீட்டார் கேட்க இருவருக்கும் அத்தனை பொருத்தங்களும் சரியாக பொருந்தியிருப்பாதாக கூற கிரிஜா, வரதன் இருவரும் அதனை கேட்டு மகிழந்தனர்.

அதே நேரம் இங்கேயும் ஜாதகம் பார்த்து பூவைக்க நல்ல நாள் குறித்து முடிக்க அதனை மகிழ்ந்தியின் வீட்டில் கூற அவர்களும் சரியென ஒத்துக் கொண்டனர்.

இன்னும் ஒரு வாரத்தில் இருவருக்கும் நிச்சியம் விழா இருப்பதால் அதற்கான ஏற்பாடுகள் இருவரின் வீட்டிலும் துரிதமாக நடக்க ஒவ்வொரு செய்தியும் ஊருக்குள் பரவிக் கொண்டயிருந்தது.

கார்த்திகேயனும், மகிழந்தியும் தங்களின் காதல் பெற்றவர்கள் விருப்பத்தால் கை கூடப் போகிறது என்ற சந்தோஷத்தில் மிதந்தனர்.

மாலை பெண்ணின் வீட்டில் நிச்சியம் வைத்து கோவிலருகில் இருக்கும் மண்டபத்தில் ஊர்ச்சாப்பாடு என்று முடிவு செய்திருக்க அதற்கான ஏற்பாடுகளும் நடந்துக் கொண்டிருந்தது.

நாட்கள் சென்று நிச்சிய நாளை நெருங்க இரு வீட்டாரின் சொந்தக்காரர்கள் மற்றும் ஊரிலிருப்பவர்கள் அனைவரையும் மெல்ல அழைக்க ஆரம்பித்தனர். அதுவரை ஒரு தகவல் கூட பரணியின் குடும்பத்தாரிடம் கூறவில்லை.

இன்று மாலை நிச்சியம் என்பதால் கிரிஜா வீட்டு சொந்தங்கள் அனைவரும் அந்த காலைப்பொழுதிலே வருகை புரிந்திருந்தனர். கலைத்தென்றலின் குடும்பம் மற்றும் அவளின் பெரியப்பா குடும்பமென்று அனைவரும் வந்திருந்ததால் அந்த வீட்டிலிருந்த அனைவரும். பம்பரமாக சுற்ற ஆரம்பித்தனர்

“என்னங்க இன்னிக்கு நம்ம ஊருல இருக்கிற எல்லாருக்கும் சொல்லணும். நீங்களும் தமிழும் போய் முதல ஆண்டாள் மதினியும் அவங்க வீட்டுல இருக்குறவங்க இப்பவே கூட்டிட்டு வந்திருங்க. அவங்கள கூட்டிட்டு போய் எல்லாருக்கும் சொன்னா தான் நல்லாயிருக்கும்...” வேலை

செய்வதவாறு தன் கணவனிடம் கிரிஜா கூற அவரும் சரியென தலையசைத்து விட்டுச் சென்றார்.

“அம்மாடி கிரிஜா நாங்க எல்லாரும் உன் கூட தானே இருக்கோம். நம்ம எல்லாரும் போனா போதாதா என்ன..? அந்த தர்மேந்திரன் குடும்பமும் வரணுமாக்கோம். ஏன் ஊருல இருக்குறவங்க எல்லாரும் வர்றது மாதிரியே சாயந்திரமே வரட்டுமே அவங்களும்..?” கிரிஜாவின் மூத்த அண்ணன் கூற,

அதை கேட்ட கிரிஜா தமிழன்பன் அல்லது ஆதிநாதன் இருக்கிறாரோ என்று சுற்றி ஒரு பார்வை கோவமாய் பார்த்தார்.

“ஏண்ணே நீ என்ன பேச்சு பேசுற..? என்ன தான் இருந்தாலும் கனகவல்லி அக்கா இந்த வீட்டுல பத்து வருஷம் வாழ்ந்திருக்காங்க. எனக்கு இருக்கிற உரிமை அவங்க இருந்தாலும் இல்லைனாலும் அவங்களும் உண்டு தான். இப்போ நீங்க இந்த வீட்டுக்கு உரிமையா வரீங்கன்னா அது நான் இருக்கப் போய் தானே அதே மாதிரி தான் தர்மேந்திரன் அண்ணன் குடும்பமும். அவரும் முறைப்படி பார்த்த நம்ம மகிழுக்கு தாய்மாமா முறை தானே அதான் இப்பவே வரச் சொல்லுறேன்...” தன் அண்ணனுக்கு மட்டும் கேட்குமாறு கூறினாலும் அவர் கூறிய வார்த்தை அந்த வழியாக வந்த ஜீவாவின் காதில் நன்கு விழுந்தது.

அன்னையை எண்ணி பெருமிதம் கொண்டவன் தன் பெரியம்மா இல்லையென்றாலும் அவருக்கு இந்த வீட்டில் இருக்கும் மதிப்பு ஒரு துளி கூட குறையக் கூடாது என்பது தான் தன் வீட்டாரின் ஆசை என்பதை நன்கு அறிந்துக் கொண்டான்.

ஆனால் அவன் அறியாதொன்று இன்று இரவே இந்த வீட்டில் பரணியின் குடும்பத்தாருக்கும் தங்கள் குடும்பத்துக்கும் இடையில் இருக்கும் பாலம் உடையப் போகிறதென்று. அவன் மட்டும் என்ன அங்கிருந்த அனைவருமே அதனை எதிர்பார்க்கவில்லை.

இந்த வீட்டின் மூத்த மருமகள் கனகவல்லி இறந்த உடன் வேறு யாரும் மூத்த மருமகளென்று வந்து விடுவார்களோ எண்ணி பயந்தனர் கிரிஜாவின் குடும்பத்தார். ஆனால் அப்படி எதுவும் நடக்கப் போவதில்லை என்று தெரிந்த பின் தன் தங்கை மட்டும் தான் அந்த வீட்டின் மருமகள் அவளின் ராஜ்ஜியம் தான் இனி இந்த வீட்டில் நடக்கும்

என்றே நம்பிக் கொண்டிருந்தனர்.

இதுநாள் வரை அப்படி மட்டுமே கிரிஜாவின் இரண்டு அண்ணங்களும் நினைத்துக் கொண்டிருக்க தான் அப்படியில்லை என்பதை உறுதிப்படுத்தினார் கிரிஜா.

தன் மனைவி கூறியது போல் தமிழையும் தன் அண்ணனையும் வரதன் உடன் அழைத்துச் செல்ல, தமிழன்பன் தனக்கு வேலை இருப்பதாக கூறினான். அண்ணன் தம்பி இருவரும் தர்மேந்திரன் வீட்டுக்கு அவர்களை அழைக்க காலையிலேச் சென்றனர்.

பரணி கல்லூரிச் செல்ல கிளம்பி வெளியே வர அதே நேரம் அவர்கள் இருவரும் வீட்டை நெருங்க அவர்களை கண்டவளோ, “வாங்க மாமா...” இருவரையும் வரவேற்று உள்ளே அழைத்தாள்.

“என்னம்மா காலேஜ் போறியா..?”

“ஆமா மாமா. அப்பா,அம்மா, அப்பத்தா...” மூவரையும் அழைக்க அடுத்தநொடி மூவரும் அங்கே வந்தனர்.

“என்ன அத்தே நல்லாயிருக்கீங்களா...?” கோதாவரி அப்பத்தாவிடம் வரதன் கேட்க,

“எனக்கென்னப்பா ரொம்ப நல்லாயிருக்கேன். அப்பறம் வீட்டுல எல்லாரும் சௌக்கியமா...?” அவரும் பதிலுக்கு கேட்டார்.

ஆண்டாள் இருவருக்கும் காபீ கலந்து வந்துக் கொடுக்க அதனை வாங்கிக் கொண்டவர்கள், “மச்சான் இன்னைக்கு நம்ம பாப்பாக்கு சாயந்திரம் நிச்சியதார்த்தம் இருக்குள்ள அதான் இப்பவே உங்க எல்லாரையும் கையோட வீட்டுல கிரிஜா கூட்டிட்டு வரச் சொல்லிட்டா...” வரதன் கூற,

“ஆமா மச்சான் நீங்களும் மகிழுக்கு தாய்மாமா உறவு முறை தானே...? இதே என் பொண்ணா இருந்திருந்தா நீங்க எல்லாரும் முன்னே வந்து நின்னு பார்த்திருப்பீங்களே அதே மாதிரி இந்த கல்யாணத்தையும் நீங்க தான் முன்னே இருக்கணும்...” ஆதிநாதன் இன்முகத்துடன் கூறி அழைத்தார்.

“அதுக்கென்ன மாப்பிள்ளை வந்துட்டா போச்சு. எல்லாரும் கண்டிப்பா வந்துறோம்...” தர்மேந்திரன் உரைக்க,

“அம்மாடி ஆண்டாளு கிரிஜாக்கு வீட்டுல கொஞ்சம் வேலை அதான் வர முடியல. நீ எதுவும் நினைச்சிக்காதேம்மா அத்தை, பரணி

எல்லாரும் வந்திருங்க...'' என்க, சரி என்றவாறு தலையசைத்தார் ஆண்டாள்.

அதன் பின் அவர்கள் இருவரும் வேலை இருப்பதாக கூறிச் செல்ல, ''அம்மா நீங்க எல்லாரும் போங்க நான் சாயந்திரம் வரேன். எனக்கு காலேஜ் லீவ் போட முடியாது...'' என்ற பரணி கல்லூரிக்குச் சென்றாள்.

''சரி ஆண்டாள் அவங்க வந்து இவ்வளோ தூரம் கூப்பிட்டிருக்-காங்க. நீயும் அம்மாவும் இப்பவே கிளம்பிப் போங்க. நான் கொஞ்சம் நேரத்துல வந்துறேன்...'' என்றவர் தன் வேலையை பார்க்கச் செல்ல,

இந்த முடிவினை எடுத்த அன்றே தங்களிடம் ஒரு ஆலோசனை கூட கேட்காதவர்களுக்கு இன்று மட்டும் தாங்கள் வேண்டுமாக்கோம் என்று புலம்பிய ஆண்டாள் தன் மாமியாருடன் கடமைக்காக கிளம்ப ஆரம்பித்தனர்.

நேரம் செல்ல கோதாவரி அப்பத்தாவும், ஆண்டாளும் தமிழின் வீட்-டுக்கு வர வாசலிலே அவர்களை வரவேற்ற தமிழ் அவர்களை உள்ளே அழைத்துச் சென்றார்.

அவர்களை கண்ட கிரிஜா, ''அடடா வாங்கம்மா வாங்க வீட்டுக்கு பெரியவங்க நீங்க இப்படி பேத்தி நிச்சியத்துக்கு நாங்க சொல்லி தான் வரணுமா...'' கோதாவரி அப்பத்தாவை கண்டு கிரிஜா செல்லமாய் கூற,

''முன்னே மாதிரி எங்கையும் போக முடியலையே கிரிஜா...'' என்ற-வரின் பார்வை மாலையுடன் ஊதுபத்தி வாசனையில் இருந்த தன் மகள் கனகவல்லியின் புகைப்படைத்தை கண்டது.

''அத்தே, பாட்டி வாங்க ஆமா எங்கே பரணி..? நீங்க மட்டும் வந்தி-ருக்கீங்க...'' கலைதென்றலுடன் கையில் மருதாணி வைத்துக் கொண்டு தன் அறையிலிருந்து வெளியே வந்த மகிழ்ந்தி கேட்டாள்

''அவ சாயந்திரம் வந்திருவாம்மா ஏதோ முக்கியமான வகுப்பு இருக்குன்னு சொன்னா...?'' புன்னகையுடன் மெல்ல ஆண்டாள் கூற,

''எங்களுக்கும் தான் முக்கியமான கிளாஸ் இருந்தது நான் லீவ் போட்டு காலையிலே வந்துட்டேன்ல அதே மாதிரி அவளும் வரலாம்லா அவளுக்கு உன் பாசமே இல்லை மகிழு...'' ஆண்டாளின் காதுபட கூறினாள் கலைத்தென்றல்.

''சும்மா இரு கலை...'' என்ற மகிழ்ந்தி அவளை அங்கிருந்து அழைத்துச் செல்ல அதன் பின் நடக்க வேண்டிய வேலைகளும் துரித-

மாக நடைபெற்றது.

வெத்தலை பாக்கு, சந்தனம், குங்குமம் அடங்கிய தாம்பூல தட்டுடன் ஒவ்வொரு வீடாகச் சென்று அனைவரையும் தன் மகளின் நிச்சியதிற்கு மரியாதையுடன் அழைத்தனர்.

வீடு முழுவதும் அலங்கரித்து முன்னே பந்தல் வண்ண விளக்குகள் மற்றும் வரவேற்க்கும் விதமாக வண்ணக் கோலங்கள் கலையின் கை திறமையால் போடப்பட்டிருக்க, காலேஜ் முடிந்து வீட்டுக்கு வந்த பரணி தமிழின் வீட்டுக்கு கிளம்பினாள்.

அந்த வீட்டுக்குச் சென்று எத்தனை வருடங்களாகி விட்டது யோசித்தவள் இப்போது தான் சென்றே ஆக வேண்டும் என்பதால் ஒரு சுடிதாரை அணிந்து தன்னை சிறிது அலங்கரித்துக் கொண்டு வீட்டிலி-ருந்து கிளம்பினாள் பரணி.

அவர்களின் வீடு இருக்கும் வீதிக்கு வர, தூரத்தில் பரணி வருவதை கண்டுக் கொண்ட ஜீவா வேணுமென்றே அவள் வரும் வரை அங்கையே காத்திருந்தான்.

அவள் அருகில் வந்ததும் பந்தலில் கட்டியிருந்த வாழை மரத்தில் சற்று சாய்ந்து நின்றுக் கொண்டு, “வாங்க அம்மணி என்ன இவ்வளோ சீக்கிரம் வந்துட்டீக..? இது நல்லதில்லையே நான் வேணா கொட்டுமே-ளம் கூட்டிட்டு வந்து வெத்தலை பாக்கு வச்சி வீட்டுக்குள்ள அழைச்-சிட்டு போகட்டுமா. .ஏன்னா அம்மணி இந்த வீட்டுக்கு வந்து ரொம்ப நாள்ளாச்சுல...” கிண்டலாக கூற,

அவனை கண்டு முறைத்தவளோ எதுவும் கூறாமல் செல்லப் பார்க்க அவளின் கையை பற்றி தடுத்தான்.

“நான் ஒருத்தன் பேசிக்கிட்டு இருக்கேன் நீயாட்டி பதில் சொல்லமா உள்ளாரா போறே..?” அழுத்தமாக பற்றிக் கொண்டு கேட்க,

“முதல என்னை விடுங்க...” கோவமாக கூறியவாறு அவனிடமி-ருந்து தன் கையை பிடிங்கினாள்.

“இங்கே பாருங்க நான் எங்க மாமாவுக்காவும், தமிழ் அத்தானுக்காக மட்டும் தான் வந்தேன். உங்களுக்கு பதில் சொல்ல நீங்க அழைச்சி நான் ஒன்னும் வரல சரியா...” முகத்தை திருப்பிக் கொண்டு உள்ளேச் சென்றாள்.

“உனக்கு இந்த அவமானம் தேவையா..?” அவனின் மனசாட்சி அவனிடம் கேட்க அதற்கு மாறாக முகமோ மென்னகைத்தது.

உள்ளே வந்தவளை புன்னகையுடன் கனகவல்லியின் புகைப்படம் வரவேற்க தன் அத்தையை நோக்கிச் சென்றாள் பரணிச்சந்திரா.

அவரின் அருகில் சென்று நின்றவளுக்கு அவரின் கடைசி ஆசை தான் இந்த வீட்டு மருமகளாக வேண்டும் என்பதை நினைத்தவள், “கண்டிப்பா உங்க ஆசைக்கு நான் சம்மதிக்கிறேன் அத்தை...” மனதிற்குள் கண்மூடி வேண்ட அதனை கண்ட கிரிஜா அவளின் அருகில் நெருங்கினார்.

“வாம்மா இப்போ தான் வந்தியா உங்க அத்தை உனக்காக தான் காத்திருந்தேன். போம்மா மகிழு ரூம்ல தான் இருக்கா நீ அவ கூட இரும்மா...” பரணியின் தலையை இதமாய் வருடிக் கொடுத்தவாறு கூற, அந்த நொடி கிரிஜாவை தன் அத்தையாகவே எண்ணினாள்.

இதற்கு முன் எத்தனையோ முறை அவரை அத்தை என்று அழைத்திருக்கிறாள் தான் ஆனால் இன்று ஏதோ ஒரு உணர்வு அவளை கட்டிவைக்க முதல் முறை அவர்கள் அனைவரையும் சொந்தமாக இங்கு வந்து தன் அத்தையின் புகைப்படத்தை கண்ட பின் எண்ணினாள்.

“நான் உங்களுக்கு உதவி பண்ணுறேன் அத்தை...” மென்மையாய் கூற, அது கிரிஜாவின் இதயத்தை அசைத்தது.

“இல்லம்மா நீ போ...” என்க, அவளோ தலையசைத்து மகிழ்ந்தியின் அறைக்குள் நுழைய அங்கே கலை மற்றும் அவளின் உறவுமுறை பெண்களென்று சிலர் இருந்தனர்.

அதன் பின் நேரம் செல்ல மாப்பிள்ளை வீட்டார் வர அனைவரையும் மரியாதையுடன் இன்முகத்துடன் வரவேற்றனர்.

முதல் முறை தன்னவனின் வீட்டுக்குள் மனம் முழுவதும் சந்தோஷமாக வலது கால்லை எடுத்து வைத்து நிறைமதி உள்ளே நுழைந்தாள். அடுத்தநொடி அவளின் பார்வை அங்குமிங்கும் பட்டுவேஷ்டி சட்டையில் பரபரப்பாக சென்றுக் கொண்டிருந்த தமிழை உரிமையுடன் கண்டது.

வந்தவர்கள் அனைவரும் உபசரித்து உள்ளே அழைத்து வந்து அமர வைக்க ஊரே அவர்களின் வீட்டில் கூடியிருந்தது.

நல்ல நேரம் வர தன் பேச்சை ஆரம்பித்த நல்லசிவம், "ஏற்பாடு எல்லாம் நல்ல விதமா தான் இருக்கு. ஆனா இந்த நிச்சியம் நடக்கணும்னா அதுக்கு முன்னாடி நான் சொல்லுற ஒரு நிபந்தனையை நீங்க ஏத்துக்கணும். என்னடா இவன் இப்போ வந்து சொல்லுறான்னே பார்க்குறீங்களா..? எங்களோட சூழ்நிலை அப்படி அமைஞ்சிருச்சி..." மெல்ல கூற, ஜீவாவின் வீட்டார் அதை கேட்டு தவிப்புடன் நின்றிருந்தனர்.

ஏனோ காலையிலிருந்து தன்னை தன்னவன் தொடர்பு கொள்ளவில்லை என்பதை உணர்ந்த மகிழ்ந்தி ஏதோ சரியில்லை என்று உறுதியாக தோன்ற வேகமாய் தன் அறையை விட்டு வெளியே வர அவளுடன் பரணி கலையென அனைவரும் வந்தனர்.

சிரிப்பு சத்தமாக கேட்டுக் கொண்டிருந்த அந்த வீட்டில் ஆசாத்திய அமைதி மட்டும் நிலவ, "என்ன நிபந்தனை சம்மந்தி..?" ஆதிநாதன் கேட்க,

"என்னோட பொண்ணு நிறைமதிக்கு உங்க பையன் தமிழன்பனை நீங்க கல்யாணம் பண்ணி தரணும். அப்போ தான் இந்த நிச்சியம் நடக்கும் நான் பொண்ணு எடுத்து பொண்ணு கொடுக்கலாம்ன்னு முடிவு பண்ணிருக்கேன்..." என்க, அதை கேட்ட அனைவருமே அதிர்ந்து செய்வதறியாது நின்றனர்.

அனைவரை விட அதிகம் அதிர்ந்தது என்னவோ ஜீவாவும், பரணியும் மட்டுமே.

15

அத்தியாயம் : 15

நல்லசிவம் தமிழன்பனை தன் மருமகனாக்கி கொள்ள வேண்டும் என்ற கேள்வியால் அங்கிருந்த அனைவருமே அதிர்ச்சியுடன் சிலையாகினர்.

ஜீவாவின் பார்வையோ வேகமாய் பரணியின் மீது படிந்து அவளின் நிலையை அறிய முயன்றது. அதற்கு காரணம் சற்று முன் அவள் தன் பெரியம்மாவின் புகைப்படத்தை பார்த்தது அவரின் சத்தியம் மட்டுமே.

அனைவரும் எதுவும் சொல்லாமல் அமைதியாக நிற்கவே, "என்னாச்சு நான் கேட்டது எதுவும் தப்பா என்ன..? என் பொண்ணுக்கு உங்க பையனை ரொம்ப பிடிச்சிருக்காம். நீங்க மட்டும் சம்மதம் சொன்னா போதும் இப்பவே ரெண்டு பேரோட நிச்சியத்தை எல்லார் முன்னாடியும் ஒன்னாவே முடிச்சிரலாம்..." என்று மறுபடியும் நல்லசிவம் கூறினார்.

மகிழின் பார்வையோ தவிப்புடன் தன்னவனின் மீது படிந்து விழிகளால் வேண்டாமென கெஞ்சிக் கொண்டிருந்தது.

"கோவிச்சிக்காதீங்க சம்மந்தி நீங்க இப்படி திடீருன்னு வந்து கேட்டா எங்களால எப்படி சொல்ல முடியும்..." வரதன் மென்மையாய் கூற,

"சரி தான் நீங்க சொல்லுறது வாஸ்துவம் தான். ஆனா என்ன பண்ண என் பொண்ணு காலையில தான் எனக்கு தமிழை பிடிச்சிருக்குன்னு சொல்லுறா. இப்போ என்ன பையன் இங்கன தானே இருக்கான் அவன் கிட்டையே கேட்க வேண்டியது தானே...?" தன் மகளையும், தமிழையும் பார்த்தவாறு கூறினார் நல்லசிவம்.

தன் மகனின் காதலையே ஊர்க்காரரின் முன் மறைத்தவர் தன் மகள் தமிழை விரும்பும் செய்தியை அனைவரின் முன் கூற, அதற்கான காரணமும் அவரின் வீட்டார் மட்டும் அறிந்திருந்தனர்.

தமிழின் வீட்டாரோ நிறைமதியை காண அவர்களின் பார்வையை உணர்ந்தவள் எழுந்து நின்று, “எல்லாரும் என்னை மன்னிச்சிருங்க நான் அவுங்களை ரொம்ப நேசிக்கிறேன். அவங்க இல்லாம என்னால நிச்சியம்மா இருக்க முடியாது...” அனைவரின் முன் தயங்கிக் கொண்டு அவளின் நேசத்தை மதி உரைக்க இதனை யாருமே அங்கு எதிர்பார்க்கவில்லை.

“ஏய்யா மகனே உனக்கு விஷயமே தெரியாதா என்ன..?” அங்கிருந்த அந்த ஊர் பெரியவர் ஒருவர் நல்லசிவமிடம் கேட்க,

“என்ன விஷயம் பெரியப்பா..?”

“இந்த வீட்டு பொண்ணு பக்கத்துல நிக்கிதே ஒரு பிள்ளை அவ தான்ப்பா நீ இப்போ மாப்பிள்ளையா கேட்டையே அவனோட முறைப்பொண்ணு. அந்த பொண்ணு தான் மருமகளா வரணும் இந்த குடும்பத்தாளுங்க எப்பவோ முடிவு பண்ணிட்டாங்க. அதுவுமில்லமா ரெண்டு பேரும் அடிக்கடி ஒன்னா வேற அங்கிட்டும் இங்குட்டும் போய்ட்டு வாராங்க. அப்போ எப்படிய்யா நம்ம பாப்பாக்கு கட்டி தர முடியும் சொல்லு...” என்க,

அதை கேட்ட பரணி தன் மனதிற்குள், “ஹோய் கிழடு நீ பஸ்டாண்ட்ல இருக்குற அந்த ஆலமரத்து அடியில உட்கார்ந்துக்கிட்டு இந்த வேலையை பார்க்குறையா..? நான் என்ன பண்ணுறேன் ஏது பண்ணுறேன்னு. இரு என்னைக்காவது உன் கண்முழியை தோண்டிப்புடுறேன்...” தாங்கள் இருவரும் அடிக்கடி உரிமையுடன் பேசிக் கொள்வது, தமிழின் பைக்கில் தான் செல்வதை வைத்து தான் அவர் அப்படி கூறுகிறார் என்பதை அறிந்துக் கொண்டாள்.

மகிழ்ந்தியின் அருகில் நின்றிருந்த பரணியை கண்ட நல்லசிவம், “ஊருக்குள்ள எல்லா பையனுக்கும் தான் முறைப்பொண்ணுக இருக்காக அதுக்காக அந்த முறைப்பொண்ணுக்கே கட்டி வைக்க முடியுமா பெரியப்பா. பொண்ணு கொடுத்து பொண்ணு எடுத்தா உறவு இன்னும் கொஞ்சம் நல்லா நீடிக்குமேன்னு தான் பார்த்தேன். நீ என்னப்பா சொல்லுற..?உன் முடிவு தான்ப்பா எங்க எல்லாருக்கும் முக்கியம்...” என்று

அந்த பெரியவரிடம் கூறி விட்டு, தமிழிடம் கேட்க அவனோ தன் குடும்பத்தையும், பரணியின் குடும்பத்தாரையும் கண்டான்.

அவர்களும் தன் பதிலுக்கு எதிர்பார்ப்பது புரிய விழிகளில் கண்ணீருடன் நின்று கொண்டிருந்த தங்கையே அவனின் விழிகளுக்கு பரணியை விட முதலில் தெரிந்தது.

தன் அன்னையை ஆசையை நொடியில் மறந்து தோற்றவன், “எனக்கு சம்மதம் இந்த கல்யாணத்துல இப்பவே ரெண்டு நிச்சியத்தையும் ஒன்னா வச்சிக்கலாம்...” தன் தங்கையை மட்டுமே பார்த்தவாறு கூறினான்.

“டேய் தமிழ் நீ என்ன சொல்லுற. உங்க அம்மாவோட கடைசி ஆசையை நீ தானே நிறைவேத்தணும். அதை மறந்துட்டியா என்ன..? நீ எப்படிடா சரின்னு சொல்லலாம். உன்னால குள்ளவாத்து...” என்று ஜீவா கோபத்துடன் கத்திக் கொண்டிருக்க, வேகமாய் வந்து தடுத்தார் வரதன்.

“நல்ல யோசிச்சி தான் சொல்லுறியா..?” ஜீவாவின் தந்தை வரதன் கேட்க,

அவனின் அருகில் வந்து நின்ற அதிநாதன் தன் மகனின் முகத்தை காண அவனோ தலைகுனிந்தான்.

“சித்தப்பா அம்மா ஆசையை விட இப்போ என் முன்னாடி கண் கலங்கி நிக்கிற என் தங்கச்சியோட ஆசை தான் முக்கியம்...” கூறியவனோ மனதிற்குள் தன் அன்னையிடம் மன்னிப்பு வேண்டினான்.

தன் மாமா மற்றும் அப்பத்தாவின் அருகில் வந்த தமிழன்பன், “நீங்க ரெண்டு பேரும் என்னை மன்னிச்சிருங்க. நான் உங்களை இந்த குடும்பத்துல இருந்து விலக்கணும் நினைக்கல. இந்த நொடி அம்மா என் முன்னாடி இருந்தா இதை தான் என்னை பண்ணச் சொல்லிருப்பாங்க. ஏன்னா மகிழு என் அம்மவோட பொண்ணு மாதிரி. என்னோட தங்கச்சி. என்னை நீங்க தப்பா நினைச்சிக்கிடாதீங்க மாமா. அதுக்காக இப்போ நீங்க எங்களோட சொந்தமில்லைன்னு ஆகாது. என்னைக்கும் நான் உங்க மருமகன் தான் மாமா. அப்பத்தா நீங்க சொல்லுங்க நான் எடுத்த முடிவு சரியா தப்பா..?” மாமாவிடம் கூறியவன் தன் அப்பத்தாவின் கரங்களை பற்றிக் கொண்டு கெஞ்சுதலாய் கேட்க,

“என் மகள் சாயல் உனக்கு இருக்குன்னு அடிக்கடி சொல்லுவேன்ல அப்படி இல்லடா பேராண்டி அவளோட குணம் அப்படியே உன் கிட்ட இருக்கு. நீ எடுத்த முடிவு தான் சரி. நமக்கு நம்ம பொண்ணு வாழ்க்கை தானே முக்கியம். போயா நீ மனதார ஏத்துக்கிட்டதா சொல்லு. உங்க அம்மா இருந்தா நிச்சியம் சந்தோஷப்படுவாய்யா...” தன் பேரனின் தலையை வருடியவாறு மனதார கூறினார்.

மகிழ்ந்தியோ மனமோ, “தன்னால் தானே இத்தனையும் நடக்கிறது. தன் பெரியாம்மாவின் ஆசையை தானே நிறைவேற விடாமல் செய்து விட்டோமே..! தன் அண்ணன் பரணியை திருமணம் செய்துக் கொள்ள வேண்டுமென்று எத்தனை கனவுகளுடன் இருந்திருப்பான். பரணியும் அப்படி தானே நினைத்திருப்பாள். தன்னால் தானே இருவரின் வாழ்க்-கையும் பறிப்போகி விட்டது...” என்று பரணியையும், தமிழையும் தவறாக நினைத்து குற்றவுணர்வுடன் கலங்கினாள்.

தன்னவளின் வாடிய முகம் காண முடியாமல் கார்த்திகேயன் தவிக்க, அதற்கு மாறாக தமிழ் சம்மதம் கூறிய சந்தோஷத்தில் திளைத்திருந்தால் நிறைமதி.

மகிழ்ந்தி, நிறைமதி, குடும்பத்தார்கள், சொந்தங்கள், ஊர்க்காரர்க-ளென்று அனைவருமே பரணி, தமிழ் இருவரும் தான் திருமணம் செய்-துக் கொள்வார்கள் என்று நினைத்திருந்தனர்.

இப்போதும் தமிழ் பண்ணையாரின் மகளை திருமணம் செய்துக் கொள்ள சம்மதம் கூறியதும் அங்கிருந்த அனைவரும் பரணியை பரிதா-வமாய் கண்டனர். இதில் ஜீவாவும் தமிழ் எடுத்த முடிவால் சற்று கோவ-மாகவே இருந்தான்.

இருவீட்டாரும் ஊர்க்காரர்கள் மற்றும் சொந்தங்களில் முன்னிலை-யில் வெத்தலை பாக்கு மாற்றிக் கொள்ள அன்றே திருமண தேதியும் குறிக்கப்பட்டனர்.

அதன் பின் நால்வரையும் ஜோடியாக அமர வைத்து அனைவரும் வாழ்த்தி கூறி மாலை அணிவித்து சந்தனம், குங்குமம் பூச மனநிறைவு-டன் ஏற்றுக் கொண்டனர்.

தமிழ் ஒரு நொடி கூட அருகில் இருக்கும் தன்னை பார்க்க-வில்லையே என்ற ஏக்கம் மனதை வருத்தினாலும் அவன் சம்மதித்தே போதுமென நினைத்தாள் நிறைமதி. திருமணத்திற்குள் தன் காதலை

அவனுக்கு நிச்சியம் உணர்த்தி விடலாம் என்ற நம்பிக்கையை பெரும-ளவு கொண்டாள்.

வாழ்த்து கூறியவர்களை கண்டு புன்னகைத்தவளின் மனமோ இன்று காலையில் தன்னவனின் கரம் பற்ற தான் வீட்டில் செய்த செயலை நினைத்தது.

இன்று மாலை நிச்சியவிழா இருக்க இன்னும் சிறிது நேரத்தில் தன் வீட்டுக்கு சொந்தகளும் வருவார்கள் என்பது அறிந்த நிறைமதி ஒரு முடிவுடன் இருந்தாள். அவளின் முடிவால் வயிற்றுக்குள் இறங்கிய விஷம் வேலை செய்ய ஆரம்பிக்க தன்னறையில் தலையை பிடித்துக் கொண்டு அமர்ந்திருந்தாள்.

சிறிது நேரத்திலே உதட்டோரம் சிறிது உதிரம் கசைய தொண்டைக்-குழியில் எரியும் எரிச்சலை தாங்க முடியாது தடுமாற அதே நேரம் தன் மகளை காலை உணவு உண்பதற்கு அழைக்க அவளின் அறைக்குள் நுழைந்தார் பாரிஜாதம்.

மகளின் செயலை கண்ட அடுத்தநொடி, “ஐய்யோ மதி...! ஏன்டி இப்படி பண்ணுனே..?” அந்த வீடே அதிரும் அளவுக்கு கத்தியவர் அவளை வந்து வேகமாய் தாங்கினார்.

“இப்போ என்ன நடந்து போச்சுன்னு நீ இப்படி பண்ணி வச்சி-ருக்கே...” புலம்பிக் கொண்டு தவிப்புடன் பாரிஜாதம் கேட்க, வீட்டிலி-ருந்த அனைவரும் அங்கே விரைந்தனர்.

தன் செல்ல மகளின் விபரீத முடிவினை கண்டு நடுங்கிய நல்லசி-வம், “ஏலே கார்த்தி சீக்கிரம் டாக்டரை வரச் சொல்லுலே. நீ ஏன்டி புலம்பிக்கிட்டு இருக்கே போய் உப்பு தண்ணி கொண்டு வாடி...” தன் மனைவி மற்றும் மகளிடம் பரபரத்தார்.

“ஏம்மா இப்படி பண்ணுனே. உனக்கு என்ன பிரச்சனையா இருந்தா-லும் அப்பா கிட்ட சொல்லிருக்கலாம்ல. எதுக்கும்மா இப்படி விஷத்தை குடிச்சே..?” தன் மகளை தாங்கியவாறு தவிப்புடன் கேட்க,

“அப்பா நான் விஷத்தை குடிக்கல. அரளி விதையை தான் அரைச்சி குடிச்சேன்...” அவதிப்படும் வலியிலும் புன்னகையுடன் கூறி-னாள்.

ஒன்று தான் தமிழை கரம் பற்ற வேண்டும் அல்லது தன்னுரையே விட வேண்டும் இதில் ஏதாவது ஒன்னு தான் நிறைவேறும். அதனை

இப்போதே நிறைவேற்ற நினைத்து விஷத்தினை அருந்தினாள் நிறைமதி. அவள் மனம் முழுவதும் தமிழன்பன் மட்டுமே நிறைந்திருந்தான். தன் இதயம் துடிக்கும் ஒவ்வொரு துடிப்பும் தான் செலுத்தும் நேரம் ஒவ்வொன்றும் அவனுக்காகவே இருக்க வேண்டுமென முடிவில் இருந்தாள்.

“அம்மாடி நான் என்ன பிரச்சனைன்னு கேட்டேன்மா. அடியேய் என்னடி பண்ணுற சீக்கிரம் வாடி...” தன் மகளிடம் கேட்டுவிட்டு வெளியே மனைவியிடம் கத்த,

“எனக்கு பிடிச்ச வாழ்க்கை வாழணும் நினைக்கிறேன்ப்பா ஆனா அது நடக்குமான்னு தெரியல. அதான் நான் இப்படி பண்ணுனேன்...” திணறிக் கொண்டு மெல்ல கூற, அதற்குள் உப்பு தண்ணியை அவளுக்கு புகட்ட அதனை குடிக்க முடியாமல் வாந்தி எடுத்தாள்.

அதே நேரம் கையோடு கார்த்தி மருத்துவரை அழைத்து வர அவள் அருந்திய விஷத்தினை முதலில் வெளியேற்றியவர் அது மேலும் பாதிக்காமலிருக்க என்ன செய்ய வேண்டுமோ அனைத்தையும் வேகமாய் செய்தார்.

ஒரு மணி நேரத்துக்கு மேலாக கடந்திருக்க, இப்போது அரை மயக்கத்திலிருக்க முழுவதுமாக பரிசோதித்து முடித்த மருத்துவர், “இப்போ பயப்பிட தேவையில்லை சீக்கிரம் பார்த்ததுனால எந்த பிரச்சனையும் இல்லாம விஷத்தை எடுத்தாச்சி. இன்னைக்கு நீர் ஆகாரம் மட்டும் கொடுங்க...” கூறியவர் வெளியேச் செல்ல,

“டாக்டர் ஒரு நிமிஷம்...” என்ற நல்லசிவம் தன் தம்பி சிவக்குமாரை காண அண்ணனின் பார்வையிலே அர்த்தம் புரிந்துக் கொண்டவர் அவரை அழைத்துக் கொண்டு வெளியே வந்தார்.

“வயசு பொண்ணு விவகாரம் வெளியே யாருக்கும் தெரிய வேண்டாம் டாக்டர்...” மென்மையாய் கூற, அவரும் சரியென கேட்டுக் கொள்ள அதற்கான பணத்தை கொடுத்தும் வாங்கிக் கொண்டுச் சென்றார்.

தன் மகளின் அருகில் வந்து அமர்ந்த நல்லசிவம், “உன் ஆசை என்னேன்னு சொல்லும்மா. நீ எப்படி வாழணும் நினைக்கிறே சொல்லு அப்பா கண்டிப்பா நிறைவேத்துறேன்ம்மா...” பேச கூட முடியாதிருக்கும் தன் மகளின் தலையை வருடிக் கொண்டு கேட்டார்.

‘‘நீங்க இன்னைக்கு நிச்சியம் பண்ணப் போறீங்களா அந்த வீட்டு பையன் தமிழன்பனை நான் விரும்பிறேன்ப்பா. என்னை மன்னிச்சிருங்க ஏற்கனவே அண்ணா பண்ணுனா விஷயத்துலே நீங்க அதிகமா கோவப்-பட்டீங்க அதான் என்னால தைரியமா உங்க கிட்ட சொல்ல முடியல. என் காதல் இன்னும் அவருக்கு கூட தெரியாதுப்பா அவங்க இல்லாம என்னால வாழ முடியாதுப்பா. ஊருக்குள்ள அவங்களுக்கும் அவங்க மாமா பொண்ணு பரணிக்கும் தான் கல்யாணம் சொல்லி பேச்சு வார்த்தை நடக்குது. அதை கேட்டதுனால தான் நான் இப்படி பண்-ணுனேன்...’’ திணறிக் கொண்டு அழுகையுடன் தன் மனதிலிருக்கும் காதலை தந்தையிடம் கூறி முடித்தாள்.

இதை கேட்ட அங்கிருந்த அனைவருமே அதிர இதில் கார்த்திகே-யனுக்கோ இதயமே நின்றதை போல் உணர்ந்தான். ஊர் என்ன தன்ன-வளே அடிக்கடி அவளின் அண்ணனையும் பரணியையும் இணைத்துக் பேசியிருக்கிறாள். இதில் தன் தங்கை அவனை விரும்பும் செய்தி மட்-டும் அவளுக்கு தெரிந்தால் பின் அவர்கள் வீட்டாரின் முடிவு நினைக்-கும் போது அவனை அந்த நொடியே கதிகலங்க வைத்தது.

தன் இரு பிள்ளைகளும் தன்னை படுத்தும் பாடு உள்ளுக்குள் எரி-மலையாய் கொந்தளிக்க அதனை மறைத்துக் கொண்டவர், ‘‘இப்போ என்னம்மா நீ அந்த பையனை கல்யாணம் பண்ணிக்கணும் அதான்னே சரி இன்னைக்கே உங்க நிச்சியத்தையும் முடிச்சிரலாம். இது அப்பா உனக்கு கொடுக்கிற வாக்கு...’’ கூறி விட்டுச் சென்றார்.

நின்றுக் கொண்டிருந்த தன் அண்ணனை கண்டவள் தவிப்புடன் பார்க்க அவனோ என்ன கூறுவதென தெரியாது மாலை நடக்கும் போவதும் என்னவென்று தெரியாது அங்கிருந்து நகர்ந்தான்.

காலையில் நடந்த அனைத்தையும் நிறைமதி நினைத்துக் கொண்-டிருக்க அவளின் நினைவினை கலைப்பது போல், ‘‘வாழ்த்துக்கள் அத்தான், வாழ்த்துக்கள் மதி...’’ புன்னகையுடன் இருவருக்கும் கூறிய பரணி, மதியின் முகத்தில் சந்தனமிட்டாள்.

‘‘தேங்க்ஸ் பரணி...’’ இருவரும் ஒரே போல் ஒரு மாதிரியாக கூற அதனை உணர்ந்த தமிழ் தன்னருகில் அமர்ந்திருந்தவளை முதல் முறை கண்டாள்.

பளிங்கு போன்ற சந்தனமிட்ட மதி முகத்தில் தன்னை கரம் பற்றிய சந்தோஷம் தோன்றினாலும், அதையும் மீறி சோர்வு விழிகளில் அப்பட்டமாக தெரிந்தது. அவளின் விழிகளை முதல் முறை கண்டவனோ தன் மதியையே அவள் வசம் இழந்தான் தமிழன்பன்.

அவர்கள் இருவரையும் கண்ட பரணி விலகிச் சென்று அதே புன்னகையுடன் மகிழ்ந்தி, கார்த்திகேயனை வாழ்த்த, "என்ன மன்னிச்சிரு பரணி என்னால தானே உனக்கு இந்த கஷ்டம்..." என்க,

"கஷ்டம்மா எனக்கு என்ன கஷ்டம் நான் நல்லா தானே இருக்கேன்..." மென்மையாய் புன்னகையுடன் கூறனாள்.

"பெரியம்மாவோட ஆசை..." தயங்கிக் கொண்டு மகிழந்தி கூற நொடிப் பொழுதில் பரணியின் முகம் வாடி விலகிச் செல்ல அது தமிழின் நெஞ்சை வதைத்து.

சொந்தமில்லை என்று கூறியவளிடம் தான் தேடிப் போய் தன் குடும்பத்தையும் சொந்தமாக்கிக் கொள்ள முயற்சி செய்யென்று அன்னையின் ஆசையை கூறிவிட்டு இப்போது தானே அதை உடைதெரிந்தது வருத்தத்தை அளிக்க நின்றிருந்தான். தன்னவனின் முக வாட்டத்தை நொடிப் பொழுதில் அறிந்துக் கொண்டாள் நிறைமதி.

"சாரி இன்பன் நான் பண்ணுனது தப்பு தான். நீங்க இப்படி வருத்தப்படுறது என் மனசுக்கு ரொம்ப கஷ்டமாயிருக்கு. ப்ளீஸ் உங்களை கெஞ்சி கேட்குறேன்..." மெல்ல அவனுக்கு மட்டும் கேட்குமாறு கூறி முடிக்கும் முன்னே,

"இங்கே பாருங்க நான் ஒன்னும் வருத்தப்படல நீங்க எதுவும் நினைக்காதீங்க..." அவள் அருகில் சற்று குனிந்தே கூறினான். அவள் தன்னை உரிமையாய் இன்பன் என்று அழைத்ததையும் அவனின் மனம் குறித்துக் கொண்டது

யாரோ போல் அவன் தன்னிடம் மரியாதையாய் பேசுவதை கேட்டவளுக்கோ தன் நெஞ்சில் ஈட்டியால் குத்தியதை போல் தோன்றியது. அதன் பின் எதுவும் பேசாமல் மௌனமாய் இருந்தனர் இருவரும்.

அனைவரும் வாழ்த்தி விட்டுச் சென்றதும் நால்வரையும் ஒன்றாக உணவருந்த மண்டபத்திற்கு அழைத்துச் செல்ல, கூட்டம் ஓரளவு கலந்துச் சென்றிருக்க ஜீவாவின் விழிகளோ பரணியை தேடி தோல்வியடைந்தது.

அதே நேரம் மண்டபத்திற்கு நடந்துச் செல்லும் வழியிலே தன் வீட்டில் காலையில் நடந்தது அனைத்தையும் கார்த்திகேயன் தன்னவளிடம் கூற, அதை கேட்டவளோ நிறைமதியின் காதலை எண்ணி வியந்தாள்.

தன்னிடம் திருவிழாவின் போது அடிக்கடி வந்து சேர்ந்துக் கொண்டதில் உண்மை காரணமும் இப்போது புரிய தங்களின் பின்னே வரும் அண்ணனையும், மதியையும் கண்டாள். மதியின் காதலை இன்றே தன் அண்ணனுக்கு தெரிவிக்க வேண்டும் என்பதை மனதில் குறித்துக் கொண்டாள் மகிழ்ந்தி.

அதன் பின் அனைத்தும் நல்லபடியாக முடிய ஊர்க்காரர்கள் அவரவர் வீட்டுக்குச் செல்ல நல்லசிவம் வீட்டார் மற்றும் சொந்தங்கள் கிளம்ப ஆரம்பிக்க, தன்னவனிடம் கூற அவனின் முகத்தை தயக்கத்துடன் கண்டாள் நிறைமதி.

“தமிழு மருமக உன் கிட்ட ஏதோ பேச நினைக்கிறா என்னேன்னு கேளு...” கிரிஜா கூற, ஓரமாக நின்றுக் கொண்டிருந்தவனோ சரி என்றவாறு காரின் அருகில் நின்று கொண்டிருந்தவளின் அருகில் வந்தான்.

“நா..நான் போய்ட்டு வரேன். என் மேல நீங்க கோவமாக இருக்கீங்களா..?” என்க, இல்லையென்று அவன் கூற வேண்டும் மனம் நினைக்க, அதில் அவளின் விழிகளில் அப்பட்டமாக தெரிய அதை கண்டவளோ அவள் எண்ணியதே கூறினான்.

தான் கூறியதும் அவள் முகத்திலிருக்கும் மலர்ச்சியை கண்டவன் மனமோ எதற்கென்று தெரியாது சந்தோஷப்பட லேசாக இதழ் விரித்து முதல் முறை அவளை கண்டு புன்னகைத்து வழியனுப்பினான் தமிழன்பன்.

16

அத்தியாயம் : 16

தன் மகள் மற்றும் மகனின் செயலில் மனதிற்குள் ரௌத்திரம் பொங்க அதை தீர்ப்பதற்காக தன் தோப்பு வீட்டில் அமர்ந்து மது அருந்திக் கொண்டிருந்தார் நல்லசிவம்.

தன் அண்ணன் வெகு நேரமாகியும் வீட்டுக்கு வராததால் அவரைத் தேடி சிவக்குமார் தோப்பு வீட்டிற்கு வர அண்ணனின் செயலை கண்டு வியந்தார்.

“ஏண்ணே உங்களுக்கு என்னாச்சு எதுக்கு இப்போ இந்த நல்ல நாள் அதுவுமா குடிச்சிக்கிட்டு இருக்கீங்க..?” கேட்டவாறு அவர் குடிப்பதை தட்டிவிட்டு அருகில் அமர,

“விடுலே என்னே..? இது நல்ல நாள்லா என் வாழ்க்கையில நான் மறக்க முடியாது அவமானப்பட்ட நாள் இது தாண்டா...” கூறியவரோ தன் தம்பியை தடுத்து மேலும் அருந்தினார்.

“பிள்ளைகள் வளர்ந்துட்டாங்க அவங்க முன்னாடி குடிச்சிட்டு இருந்தா நல்லா இருக்காதுன்னு நீங்க தானே அண்ணே சொல்லி கொஞ்சம் வருஷம் முன்னாடி இந்த குடி பழக்கத்தை விட்டீங்க இப்போ மறுபடியும் குடிச்சா என்னண்ணே அர்த்தம்...”

“ஆமா பிள்ளைகளுக்காக தான் குடிக்கிறத விட்டேன். ஆனா இப்போ நான் குடிக்கிறதுக்கு காரணமும் அதே பிள்ளைகள் தாண்டா. பார்த்தீல நீ அதுங்க ரெண்டும் நாள் வளர்த்த பிள்ளைகளா சொல்லு..? இன்னிக்கு ரெண்டும் சேர்ந்து என்ன காரியம் பண்ணி வச்சிருக்கு.

அதுங்கள வச்சிக்கிட்டு என்னால எப்படிடா இனி மரியாதையோட வாழ முடியும்...'' போதையில் வீரியத்தில் உரைக்க,

“நீங்க தானே அண்ணே நம்ம கார்த்தி சந்தோஷம் தான் முக்கியம். ஊருக்குள்ள இதுனால நல்ல பேர் எப்படி வாங்குறது சொல்லிக் கொடுத்தீங்க..? இப்போ நீங்களே இப்படி சொன்னா என்ன அர்த்தம்ண்ணே. இப்போ கூட இந்த ஊருக்குள்ள உங்கள பெருமையா தானே பேசிக்கிட்டு இருக்காங்க...''

“டேய் உனக்கு என் மனசு புரியலையாடா. இந்தா நீயும் என் கூட சேர்ந்து குடி...'' போதையில் இந்த ஊர்க்காரர்கள் போற்றும் தான் ஒரு பெரிய மனுஷன் என்பதையும் மறந்து தன் தம்பிக்கு அழிக்க, சிவக்குமாருக்கோ தினமும் அதையே அருந்தி வாழ்ந்ததால் அவனும் குடிக்க ஆரம்பித்தான்

தன் அண்ணனின் செயலை தடுக்க வந்த அவனும் சேர்ந்து குடிக்க இப்போது இருவரும் போதையில் உச்சத்தில் இருந்தனர்.

“இப்போ சொல்லுண்ணே நீ..? உன் மனசுல என்ன இருக்கு நான் என்ன பண்ணனும்...'' தன் அண்ணனுக்கு கொடுத்த மரியாதை கூட போதையில் காற்றில் மறைந்தது.

“நான் எப்படிலே நாளைக்கு ஏதாவது ஒரு விசேஷம்ன்னா அந்த ஆதிநாதன் வீட்டில போய் நிக்க முடியும். அவன் சம்மாரிச்சு போட்ட சோத்தை நான் அங்கே போய் திங்கணும்மா. கார்த்தி விருப்பதுக்காக ஏதோ அந்த வீட்டு பொண்ணை கட்டிவச்சா வேலைக்காரி மாதிரி இருந்துட்டு போறான்னு நினைச்சேன். ஆனா இந்த மதி இப்படி பண்ணி வச்சிருக்காலே..? அப்படி என்னடா ரெண்டு பேருக்கும் அவன் வீட்டு பசங்கள மேல காதல்.

என் பொண்ணு எப்படி வாழ்ந்தவடா ஒரு சின்ன கஷ்டம் கூட அவளுக்கு தரக்கூடாது அவள் சந்தோஷமா இருக்கணும் வசதி, வாய்ப்போட செழிப்பா வாழணும் தானேடா பிரிஞ்சி இருந்தாலும் பரவாயில்லைன்னு ரெண்டு பேரையும் அவங்க சித்தி வீட்டுக்கு அனுப்பி வைச்சேன். என்ன குறைடா வச்சே அதுங்க ரெண்டு பேரும் இப்படி பண்ணிட்டு வந்து இருக்காங்களே. என்னால எப்படிடா நம்ம மதி பாப்பாவை ஒன்னுமில்லாதவனுக்கு கட்டிகொடுக்க முடியும் சொல்லு..? முதல என் வீட்டு மருமகன் சொல்லுற அளவுக்கு அந்த பையனுக்கு

என்ன தகுதிடா இருக்கு சொல்லு..? இதை எதையவாது மதி புரிஞ்சிக்கிறாளா..? எவனோ ஒருத்தனுக்காக நம்ம எல்லாரையும் தூக்கி எறிஞ்சிட்டு சாக போயிட்டாடா என் செல்லப் பொண்ணு.

இவன் என்னடானா எவளோ ஒருத்தியை கட்டி வச்சா தான் பொறுப்பை ஏத்துக்குவேன்னு சொல்லுறான். நான் தானே அதுகளை பெத்தேன் அப்போ ஏன் பேச்சை தானே அதுக கேட்டணும் நான் ஏன்டா அதுக ரெண்டுபேரும் பேச்சையும் கேட்டணும். என்னை என்ன கேனையன் முட்டாக் கழுதைன்னு நினைச்சிக்கிட்டு இருக்காங்களா..? பாசத்தை காட்டி வளர்த்து தப்பு பண்ணிட்டேன்டா நானு..? எந்த தகுதியும் இல்லாத அந்த ஆதிநாதன் வீட்டு வாசலை மிதிக்க வேண்டியதா போச்சு...விட மாட்டேன் இந்த கல்யாணத்தை நடத்தணும் சொன்ன என் பிள்ளைகளை வச்சே நிறுத்துறேன்...'' போதையின் வீரியம் உச்சந்தலை ஏறி விஷமத்துடன் கூறினார்.

"இந்த கல்யாணத்தை எப்படிண்ணே நிறுத்தே..? அப்படியே நிறுத்தினா நம்மள தானே குத்தம் சொல்லுவாங்க. ஒரு சாதராண குடும்பத்துல சம்மந்தம் வச்சிக்கிற மாதிரி பண்ணிட்டு இப்போ வேண்டாம்ன்னு சொல்லி அவர் புத்தியை காட்டுறான்னு சொல்லுவாங்கள...?'' உளறிக் கொண்டு நடக்கப் போவதாக கூறினான் சிவக்குமார்.

"கல்யாணத்தை நிறுத்தப் போறது என் பிள்ளைகள் தான் ஆனா அதுக்கு காரணம் அந்த வீட்டு பிள்ளைகளா தான் இருப்பாங்க. குத்தம் சொல்லப் போறது நம்மள இல்ல அந்த ஆதிநாதன் குடும்பத்தை... என்ன நினைச்சிக்கிட்டு இருக்கான் அவன் என் கூட சம்மந்தம் வச்சிக்கிட்டு என் உசரத்துக்கு வரணும் நினைக்கிறானா அது மட்டும் நடக்கவே நடக்காது. அப்பா நாங்க எடுத்த முடிவு தப்புன்னு என் பிள்ளைகளே சொல்லுவாங்கடா என்கிட்டே. அப்போ தெரியும்டா எப்பவும் இந்த நல்லசிவம் தன் பிள்ளைகளுக்கு நல்லதை மட்டும் தான் நினைப்பான்னு....'' போதையில் தத்தளித்தவாறு கூறியவரோ அப்படியே அந்த சோபாவிலே சாய, அவரின் அருகிலே சிவக்குமாரும் சாய்ந்தான்.

நல்லசிவம் நினைக்காத ஒன்று தான் காட்டிய பாசம், தன் இரு பிள்ளைகளின் ஆதீத சக்தி பெற்ற காதலால் தன்னையே விழுங்கிவிடும் என்பதை அறியாமலிருந்தார்.

அதே நேரம் இங்கு ஜீவாவின் வீட்டில் கிரிஜாவின் சொந்தங்கள் மற்றும் வந்த உறவினர்கள் அனைவரும் பக்கத்துக்கு ஊர் என்பதால் நிச்சியம் முடிந்த உடனே கிளம்பிச் சென்றனர்.

கிரிஜாவும் மகிழந்தியும் வீட்டை சுத்தம் செய்துக் கொண்டிருக்க, வெளியில் இருக்கும் வேலைகள் அனைத்தையும் ஆண்கள் செய்ய ஒரு வழியாக நிச்சியம் முடிந்த நிம்மதியில் இருந்தனர். ஆனாலும் ஒவ்வொ-ருத்தரின் மனதிலும் கனகவல்லியின் கடைசி ஆசையை நிறைவேற்ற முடியவில்லையே என்ற கவலையை மனதிற்குள்ளே பூட்டிக் கொண்-டனர்.

அந்த நொடி அவர்கள் யாரும் யோசிக்காத ஒன்று ஜீவாவிற்கு கூட பரணியை திருமணம் செய்து வைத்தால் கனகவல்லியின் ஆசை நிறை-வேறுமென்று. கனகவல்லி கூறி விட்டுச் சென்ற அந்த நொடியிலிருந்து தமிழ், பரணி என்றே நினைத்திருந்ததால் இதனை பற்றி நினைக்க மறந்-திருந்தனர்.

வேலைகளை முடித்த அனைவரும் அவரவர் அறைக்குச் செல்ல தான் செய்த தவறுக்கான பிராயிசித்தற்க்கு வழி தேடிக் கொண்டிருந்தாள் மகிழந்தி. எந்தவொரு வழியும் கிடைக்காதுப் போக அதே நேரம் மதி-யின் காதல் நினைவு வர தன் அண்ணனிடம் அதனை பற்றி கூற அவனின் அறை நோக்கிச் சென்றாள்.

தன் படுக்கையில் அமர்ந்து எதையோ யோசித்துக் கொண்டிருந்த தமிழன்பனின் முன் வந்து நின்றவள் அவனை அழைக்க கலங்கிய தன் தங்கையின் முகத்தை யோசனையுடன் கண்டான்.

“என்னாச்சு மகிழு இது நீ சந்தோஷமா இருக்க வேண்டிய நாள் நீ என்னடானா இப்படி கலங்கிக்கிட்டு இருக்கே..? சரி என்ன விஷயம் சொல்லும்மா...?” தன் தங்கையை அமர வைத்து மென்மையாய் கேட்க,

“சாரிண்ணே என்னால தானே உனக்கும் பரணிக்கும் கஷ்டம். இப்போ எங்க கல்யாணம் மட்டும் முடிவு பண்ணாம இருந்திருந்தா பெரி-யம்மா ஆசை நடக்கும்ல நானே இப்படி தடைகல்லாய் இருந்துட்-டேன்னே அண்ணா...”

“விடும்மா நடக்க வேண்டியது தான் நடக்கும். இதை பத்தி நீ எது-வும் நினைச்சி கவலைப்படாதே சரியா. நான் முழு மனசோட தான் இந்த நிச்சியத்துக்கு ஒத்துக்கிட்டேன் போதுமா..?”

“ஆனா அண்ணா நீயும் பரணியும்...” கூற முடியமால் தயங்க,

“நம்ம எல்லாரும் சொந்தமே இல்லைன்னு நினைச்சிக்கிட்டு இருந்தவ கிட்ட நான் தான் வழிய போய் பேசி கஷ்டப்படுத்திட்டேன். பாவம்டா அப்பத்தா, மாமா எல்லாருமே ரொம்ப ஆசையா இருந்திருப்பாங்க. ஆனாலும் பாரேன் என்னை புரிஞ்சிக்கிட்டாங்க...” அவர்களை எண்ணி வருத்தத்துடனே கூறினான்.

“சரிம்மா இதை விடு நீ போ போய் ரெஸ்ட் எடு...” என்றவன் தன் தங்கையை அனுப்பி வைக்க, தான் வந்த விஷயத்தை கூற மறந்து விட்டோமோ நினைத்தவள் மதியை பற்றி பேச ஆரம்பித்தாள்.

“அண்ணா நான் உன் கிட்ட ஒரு முக்கியமான விஷயம் பேசணும் மதியை பத்தி...” மெல்ல கூற,

“மதியா யாரும்மா அது...” தன்னுடன் நிச்சியம் செய்த பெண் தான் நிறைமதி என்பது கூட தெரியாமல் இருந்தான். அவளை அழைக்கும் போதெல்லாம் அவளின் வீட்டார்கள் பாப்பா, குட்டிம்மா என்றும் தன் வீட்டார்கள் மருமகள் என்றுமே அழைக்க அவளின் பெயரினை கேட்கத் தவறினான்.

“என்ன அண்ணா இது யாருன்னு கேட்குற..? இன்னிக்கு உனக்கு நிச்சியம் பண்ணுன பொண்ணுனா மதி. இந்த வீட்டுக்கு மருமகளாகவும், உனக்கு பொண்டாட்டியாகவும் வரப் போறா..? நீ என்னடானா பேர் கூட தெரியாம இருக்கே..? உண்மையை சொல்லு உனக்கு இந்த கல்யாணத்துல துளி கூட விருப்பமில்லை தானே...?” சந்தேகத்துடன் கேட்க,

“அப்படியெல்லாம் இல்லைம்மா அந்த பொண்ணை இதுக்கு முன்னாடி நான் பார்த்ததில்லை பேசுனதில்லை அதான் யாருன்னு கேட்டேன். போகப் போக சரியாகிடும்மா...” உறுதியுடன் கூறினான்.

“நீ இப்படி சொல்லுற ஆனா அந்த பொண்ணு உன் மேல உயிரையே வைச்சிருக்கா. உனக்காக இன்னைக்கு அவ சாக கூட முயற்சி பண்ணிருக்காளாம்..” என்றவள் கார்த்திகேயன் அவனின் வீட்டில் நடந்ததை தன்னிடம் கூறியதை கூற அதை கேட்டவனோ அதிர்ந்தான்.

தன் மகளுக்கு விரும்பமென்று சபையில் வைத்து நல்லசிவம் கூறியதையும் மதி கூறியதையும் கேட்டவனுக்கு தன் தந்தையின் விருப்பத்தால் தான் அவளும் கூறுகிறாள் என்று நினைத்திருக்க, அவள் தன்னை மனதார நேசித்து கரம் பற்ற நினைத்திருக்கிறாள் என்பதை இப்போது

தான் அறிந்தான்.

அவளின் முகத்தில் தான் இன்று கண்ட சந்தோஷத்தையும் மீறிய சோர்வின் உண்மையான அர்த்தம் என்னவென்று உணர்ந்தவனுக்கு அவளின் காதலை எண்ணி பெருமிதம் கொண்டான்.

“அண்ணா என்னாச்சு என்ன யோசிக்கிறே..?”

“ஒன்னுமில்லைம்மா இன்னிக்கு நடந்ததை பத்தி தான் யோசிச்சேன். நீ போம்மா...” என்க, சரி என்றவளோ போகும் போது மதியின் மொபைல் நம்பரை தன் அண்ணனிடம் கொடுத்து விட்டுச் சென்றாள்.

அதனை கையில் வாங்கியவனுக்கு தன் வருத்தம் கண்டு அவள் வாடியது போதும். கிளம்பும் போது கூட தன்னிடம் தயங்கிக் கொண்டு பேசியதை நினைத்தவனோ தனக்கே தெரியாமல் தன்னை விரும்பிய அவளின் காதலை என்ன என்பதை அறிய நினைத்தான்.

மகிழ்ந்தி கொடுத்த நம்பருக்கு அழைத்தவன் அந்த அழைப்பு எடுக்கும் வரை காத்திருக்க அதே நேரம் இங்கே தன் அறையில் தன்னவனின் போட்டோவை பார்த்தவாறு அவனை பற்றியே நினைத்துக் கொண்டிருந்தாள் நிறைமதி.

திடீரெண்டு புது நம்பரில் இருந்து அழைப்பு வர அதுவும் இரவு பதினொரு மணி யாராக இருக்கும் யோசனையுடன் எடுத்தவள், “ஹலோ யாரு..?” மெல்லிய குரலில் கேட்க,

அருகிலிருக்கும் போது பதியாத அவளின் குரல் இப்போது ஒரு நொடியில் தன் மனதிற்குள் புகுந்ததை உணர்ந்தான்.

“நான் தமிழன்பன் பேசுறேன்...” என்க, அதை கேட்டவளுக்கோ தன் இதயப் துடிப்பு பலமாக துடிக்க, அவனிடம் பேச முடியாது உதடு வறண்டு போக சற்று படபடத்தாள்.

அவள் எதுவும் பேசமால் மௌனமாகவே இருப்பதை அறிந்தவன், “ஹலோ மதி லைன்ல இருக்கையா...?” சற்று உரக்க அழைக்க, ஹ்ம்ம்மென மெல்ல கூறினாள்.

“இப்போ தான் எனக்கு எல்லா விஷயமும் தெரிஞ்சது. எதுக்காக நீ இப்படி பண்ணுனே..? யாராவது உன்னை பார்த்து காப்பாத்தாம போயிருந்தா என்னவாகிருக்கும்...” சற்று கோபமாக கேட்க,

அவனின் இந்த உரியமையான அழைப்பினை கேட்க தானே இத்தனை நாட்களாக காத்திருந்தோம் எல்லையிலா ஆனந்தத்தில்

திளைக்க, “செத்துருப்பே இன்பன்...” சந்தோஷமாக கூறினாள்.

“ஏய் என்ன வார்த்தை பேசுற..? அப்படி என்ன பண்ணுனேன் நான் இந்தளவுக்கு நீ விரும்பிறா என்னை..? இதை பத்தி என் கிட்ட ஏன் நீ ஒரு வார்த்தை கூட சொல்லலை. சரி அதை விடு எத்தனையோ முறை நீ என்னை பார்த்துருக்கீல ஆனா என்கிட்டே பேச ஏன் முயற்சி பண்ணல...” அவளின் காதலை அறிந்துக் கொள்ளும் ஆர்வம் அவனை கேள்வி மேல் கேள்வி கேட்க,

“ஐ லவ் யூ இன்பன் இந்த வார்த்தை என் மனசுக்குள்ள ஆறு வருஷமா ஒலிச்சிக்கிட்டே இருக்கு. ஆனா இதை உங்க கிட்ட சொன்னா நீங்க ஏத்துகிட மாட்டீங்க அந்த பயம் தான் என்னை சொல்ல விடல. உங்க முன்னாடியும் வர விடல..” அப்போது வராத தைரியம் இப்போது வரை தைரியத்துடன் அவனிடம் தன் காதலை கூறினாள் நிறைமதி.

“நான் உன் காதலை தெரிஞ்சிக்கணும் நினைக்கிறேன் மதி...”

“அதுக்கு நீங்க என் காதலை ஏத்துக்கிடணும்...”

“ஏய் ஏத்துக்காம தான் இன்னைக்கு நமக்கு நிச்சியம் நடந்ததா..?”

“நீங்க உங்க தங்கச்சிக்காக தானே சம்மந்தம் சொன்னீக..?”

“ஆனா இப்போ என் தங்கச்சிக்காக பேசல. என் மேல ஒருத்தி உயிரா இருக்காளே அவளுக்காக அவள் என் மேல வச்சே காதலுக்காக. நான் உன்னை முழு மனசார ஏத்துக்கிட்டு தான் இப்போ பேசிக்கிட்டு இருக்கேன்...” என்க, அதை கேட்டவளோ மௌனமாய் அவன் கூறியதையே நினைத்துக் கொண்டிருந்தாள்.

“ஹலோ மதி ஹலோ...” அழைக்க,

“சொல்லுங்க இன்பன்...”

“சொல்லுங்கவா நீ தான் சொல்லணும் உன் காதலை..?”

“உன் காதல் இல்ல நம்ம காதல். எனக்கு எப்படி வந்ததுன்னு தெரியல இன்பன். ஆனா உங்களை பார்க்கும் போதெல்லாம் என்னையே அறியாம என் மனசுக்குள்ள ஏதேதோ தோணும். நான் ஸ்கூல் படிக்கும் போது நீங்க உங்க தங்கச்சி அப்பறம் அந்த பரணி ரெண்டு பேரையும் கூட்டிட்டு போக விட அவங்க மேல நீங்க கோவப்படாம காட்டின பாசம். பிடிக்காதவங்க கிட்ட கூட முகம் கொடுத்து பேசுறது. தன்மையா நடந்துக்கிறது. உதவி பண்ணுறது. பெரிய மனுஷன் மாதிரி காலேஜ் முடிஞ்சதுமே வேஷ்டி சட்டையோட சுத்திறது. நெத்தில எப்ப-

வும் வச்சிருக்கிற அந்த அழியாத குங்குமம். குழந்தை முகமா இருந்தாலும் எதையும் கண்டு பயப்பிடாத வீரம். அப்பறம் திருவிழால...'' கூறிக் கொண்டே போக,

தன்னை ஒரு பெண் உருகி உருகி நேசித்திருக்கிறாள் கூறியதை கேட்டவனுக்கோ அவள் மட்டும் தன்னருகில் இருந்திருக்க கூடாதா..? அவளை தன் நெஞ்சில் புதைத்துக் கொள்ள ஆவல் தூண்ட இன்னமும் மூச்சு விடாது பேசிக் கொண்டிருப்பதை கேட்டான்.

‘‘ஐ லவ் யூ...'' அதை கேட்டவளோ அப்படியே தான் பேசுவதை நிறுத்தினாள்.

‘‘ஏதாவது சொன்னீங்களா..?'' அவன் தன்னிடம் இப்படி கூற வேண்டுமென அடிக்கடி தான் நினைத்துக் கொண்டிருப்பதால் அப்படி கேட்டதோ நினைத்துக் கேட்டாள்.

‘‘ஹ்ம்ம் ஆமா சொன்னேன்...''

‘‘என்ன சொன்னீங்க. நான் பேசிக்கிட்டு இருந்ததுனால சரியா கேட்கல. மறுபடியும் சொல்லுறீங்களா..?'' தயங்கிக் கொண்டு கேட்டாள்.

‘‘சொல்லுறேன் ஆனா இப்போ இல்லை. உன் முன்னாடி நின்னு சொல்லுறேன். சரி அதை விடு ரொம்ப நேரமாச்சு மாத்திரை போட்டியா..?'' கனிவுடன் கேட்க, அவனின் அந்த கனிவான அக்கறை அவளின் இதயத்தை இதமாய் வருடியது.

‘‘போட்டேன்...''

‘‘சரி நீ தூங்கு குட் நைட்...''

‘‘மறுபடியும் எப்போ பேசுவீங்க..?'' வேகமாய் கேட்க, கேட்ட பின்னே தன் கேள்வியின் அர்த்தம் புரிந்து வெட்கத்துடன் தன் நாக்கை கடித்துக் கொண்டான்.

அவளின் இந்த கேள்வியை கேட்டு சிரித்தவன், ‘‘தினமும் என் பொண்டாட்டி கூட பேசுவேன்...'' என்க, மெல்ல சரி என்றாள்.

அதன் பின் இருவரும் தன் மொபைலை வைத்து விட்டு படுக்கையில் சாய, ஒரு நாளில் தன் வாழ்க்கையே இந்த அளவுக்கு மாறும் என்பதை எதிர்பார்க்காதிருந்தான் தமிழன்பன்.

ஒரு நாள் தன் நேசத்தை தாங்க முடியாது அவளிடம் இப்போதே பேசிவிட ஆறு வருடங்களாக தன்னை நினைத்துக் கொண்டிருக்கும் அவளின் காதலில் சுகம் எத்தகையது நினைக்கும் போதே என்ன செய்-

வதென தெரியாது திண்டாடினான். தனக்கு புது உலகத்தை காட்டப் போகும் தன்னவளின் வருகைக்காக மற்ற அனைத்தையும் மறந்து காத்-திருக்க ஆரம்பித்தான்.

17

அத்தியாயம் : 17

நாட்கள் செல்ல திருமணத்திற்கு இன்னும் ஒரு மாதம் மட்டுமே இருப்பதால் திருமண அழைப்பிதழ் அடிக்க அரம்பித்தனர்.

ஒரே பத்திரிக்கையில் நால்வரின் பெயர் மற்றும் போட்டோவை போட்டு அழைப்பிதழ் அடித்து வர, தினமும் இரவு ஏதாவது ஒன்றை பற்றி தமிழிடம் கூறுபவள் இன்று அழைப்பிதலை பற்றி கூறினாள் நிறைமதி.

தமிழும் தன் வீட்டு மொட்டை மாடியில் அமர்ந்து வருங்கால மனைவியுடன் சந்தோஷமாக பேச, அதே நேரம் கீழே மகிழ்ந்தியும் தன்னவனுடன் மகிழ்ச்சியாக பேசிக் கொண்டிருந்தாள்.

திருமண கொண்டாத்தில் இருவரும் இருக்க பெரியவர்களும் அதற்கான ஏற்பாடுகளை செய்வதிலிருக்க, ஜீவாவோ காலையில் அலுவலகம் செல்ல மாலை வர உணவருந்தி அறைக்குள் முடங்கவென்று இப்படியே நாட்கள் சென்றது.

அதே நேரம் இங்கே பரணியும் எதை பற்றியும் நினைக்காது கல்லூரிச் செல்ல வரவென்று இருக்க அவளது பொழுதும் நிம்மதியாக நன்றாகவே கழிந்தது.

அன்று தன் அலுவலகத்தில் அமர்ந்து வேலை பார்த்துக் கொண்டிருந்த ஜீவாவை நோக்கி வந்த ஒருவர், ‘‘ஜீவா உங்களுக்கு இன்னைக்கு அதிகமா வேலை இருக்கா..?’’ என்க,

"இல்லை கொஞ்சம் வேலை தான் சீக்கிரம் முடிச்சிருவேன். என்ன விஷயம் சார்..?"

"இன்னைக்கு ஈவினிங் எங்க வீட்டுல ஒரு விசேஷம் அதுனால நான் சீக்கிரம் வீட்டுக்கு போகணும். நீங்க எனக்கு ஒரு உதவி பண்ணு-நீங்களா ஜீவா..."

"என்ன உதவி சார் சொல்லுங்க கண்டிப்பா செய்யிறேன்..."

"கிருஷ்ணசாமி காலேஜ் பக்கம் திருமலை நகர்ல ஒரு லேன்ட் இருக்காம்..? அங்கே விவசாயம் பண்ணுனா நல்ல விளைச்சல் வரும்-மான்னு ஒரு கஸ்டமர் கேட்டுருக்காங்க போல. அதை போய் எம்.டி சார் என்கிட்டே சொல்லிட்டாங்க நீங்க கொஞ்சம் வீட்டுக்கு போகும் போது அதை பார்த்து ரிப்போர்ட் தரீங்களா..?"

"சரி ஓகே போகும் போது தானே நான் பார்க்குறேன். நீங்க எந்த இடத்துல இருக்குன்னு மட்டும் மேசேஜ் பண்ணுங்க நான் பார்த்து ரிபோர்ட் பண்ணிறேன்..." என்றதும் சரி என்றவாறு நன்றி கூறி விட்டு அவர் தன் வேலையை பார்க்க அரம்பித்தான்.

அதன் பின் நேரம் சென்று மாலை வர அவர் கூறிய இடத்தை பார்க்க வேண்டும் என்பதால் சீக்கிரமே அலுவலகத்திலிருந்து கிளம்பி-னான் ஜீவரஞ்சன்.

அவர் அனுப்பிய குறுஞ்செய்தியை வைத்து அந்த இடத்திற்குச் சென்று மண்ணை பரிசோதித்தவன் அதன் உரிமையாளருக்கு என்ன செய்ய வேண்டும் விளைச்சல் பற்றி, இடத்தின் தன்மை என்று அனைத்-தையும் கூறினான்.

அந்த உரிமையாளரும் தனக்கு தேவையானதை அனைத்தையும் கவனமுடன் கேட்டுக் கொள்ள அவரிடம் சொல்லிக் கொண்டு அங்கி-ருந்து கிளம்பினான். தன் வீட்டுக்குச் செல்ல பரணி படிக்கும் கிருஷ்-ணசாமி கல்லூரி சாலைக்கு வரவும் அவளின் நினைவும் வந்தது.

"இந்த நேரம் அந்த குள்ளவாத்துக்கு காலேஜ் விடுவாங்களே..? சரி போற வழில வெளியே நிக்கிறாலான்னு பார்க்கலாம்..." நினைத்துக் கொண்டு வர அவன் நினைப்பும் சரியாகவே இருந்தது.

அதே நேரம் பரணியும் கல்லூரி முடிந்து வெளியே பேருந்துக்காக காத்திருக்க அவளின் தோழிகள் இருவரும் இன்னும் வராமலே இருந்-தனர்.

தூரத்தில் வரும் போதே பேருந்து நிறுத்தத்தில் பரணி நிற்பதை கண்டவன் அவளை நோக்கி தன் பைக்கை திருப்ப தலைகவசம் அணிந்திருந்தும் ஜீவா வருவதை கண்டு கொண்டாள் பரணிச்சந்திரா.

“இவன் எதுக்கு இப்போ இங்கே வர்றான்...” யோசித்தவாறு அவனைக் காண, அவளின் முன் வந்து நின்று தன் தலைகவசத்தை கழட்டினான்.

“ஊருக்கு தானே போறே வா வீட்டுல விட்டுறேன்...” பரணியை அழைக்க முறைப்புடன் பதில் கூறாமல் நின்றாள்.

“ஏய் குள்ளவாத்து உன் கிட்ட தானே பேசுறேன். இப்படி பதில் சொல்லாமே முறைச்சிக்கிட்டு இருந்தா என்ன அர்த்தம். ஆமா எங்கே உன்னோட ரெண்டு பார்டிகார்டு...” கிண்டலாக கேட்க,

“இப்போ எதுக்கு என் முன்னாடி வந்து நின்னுக்கிட்டு இருக்கீங்க. அதான் பஸ் வரும்ல நான் வந்துக்குறேன் நீங்க போங்க முதல...” கோபமாக வெடுக்கென்று கூறினாள்.

“எதுக்கு இவள் முறைக்கிறா..? இதுல கோபமா வேற பேசுற..? ஒரு வேலை தமிழ் மேல எதுவும் கோபாமா இருந்து அதை என்கிட்டே காட்டுறாலோ...” நினைத்தவனோ அதை அவளிடம் கேட்டான்.

“ஏய் பயந்தாங்கோழி எதுக்குடி இப்போ தேவையில்லாம என் மேல கோபப்படுற...?”

அவன் தன்னை டி போட்டு அழைப்பதை கேட்டவள் அதே ஆக்ரோஷத்துடன் அவனின் அருகில் வந்து, “இங்க பாருங்க எதுக்கு நீங்க டி போட்டு பேசனீங்க. நான் என்ன உங்க முறைப்பொண்ணா இல்லை கட்டிக்கப் போறவளா. இப்படியெல்லாம் பேசாதீங்க எனக்கு சுத்தமா பிடிக்காது. முதல நீங்க போங்க. நாங்க ஒன்னும் உங்க கிட்ட உதவி கேட்கல. உதவி கேட்கும் போது உபத்திரம் பண்ணுங்க....” கோபத்தில் இருந்ததால் பழையதையும் சேர்த்தே பேசினாள்.

அவன் அறியாதொன்று தன்னை சார்ந்த சிறு விஷயங்களை கூட பரணி மறக்காமல் இருப்பாளென்று.

“இவ எப்போ நம்ம கிட்ட உதவி கேட்டா நம்ம எப்போ உபத்திரம் பண்ணுனோம்...” யோசித்தவாறு இருக்க மேலும் முறைக்க அதே நேரம் அவனைக் கண்டு அங்கு வந்தாள் கலைத்தென்றல்.

“என்ன அத்தான் இங்கே நின்னு இவ கிட்ட பேசிக்கிட்டு இருக்கீக..?” கேட்டவாறு அவன் அருகில் நிற்க,

“நம்ம வர்றதை எப்படி தான் மோப்பம் பிடிச்சி வராலே ஒரு வேலை வெளியே என்ன நடக்குது பார்த்துக்கிட்டே இருப்பாளோ...” மனதிற்குள் நினைத்தவன், “பக்கத்துல ஒரு வேலை இருந்தது அதை முடிச்சிட்டு வீட்டுக்கு போகலாம்ன்னு இந்த வழியா வந்தேன்னா அப்போ இந்த குள்ளவாத்தை பார்த்ததும் சரி உதவி பண்ணலாம் வந்தேன்...” அவளின் கேள்விக்கு பதில் கூறினான்.

“ஐய்யோ..! நல்லதாப் போச்சு ரொம்ப தேங்க்ஸ் அத்தான் நீங்க வந்ததுக்கு. என் ஸ்கூட்டி பஞ்சர் அதான் நானும் பஸ்ல போகலாம் வந்தேன். நீங்க எங்க ஊரு முக்கு தாண்டி தானே போகணும். அங்கே என்னை இறக்கி விட்டுறீங்களா...?”

“ஐயோ..! இது என்னடா வம்பா போச்சு நானே குழியை தோண்டி விழுந்த கதையால ஆகிருச்சி. சரி சாமாளிப்போம். இந்த குள்ளவாத்து வேற கோபமா இருக்கு...” புலம்பியவாறு தன் மொபைலை எடுத்து யாருக்கோ அழைத்தான்.

காலேஜ் பெயரை சொல்லி கலையின் வண்டி நம்பரையும் கூறியவன் சீக்கிரம் வருமாறு கூறி தன் அழைப்பை துண்டித்தான்.

“யாருக்கு அத்தான் போன் பண்ணுனீங்க..? எதுக்கு என் வண்டி நம்பர் சொன்னீங்க..?”

“அதுவா என் ஆபீஸ் பக்கம் இருக்குற மெக்கானிக் ஒருத்தனுக்கு. ஐஞ்சு நிமிஷத்துல வந்துருவான். வந்ததும் நீ வீட்டுக்கு போ சரியா. எப்படியும் நான் முக்குல இறக்கி விட்டு அதுக்கு அப்பறம் நீ ஒரு கிலோ மீட்டர் தூரம் நடக்கணும் அதான் வரச் சொன்னேன். நானும் பரணியும் இப்போ கிளம்புறோம்...”

“ஏன் அவளை கூட்டிட்டு போற உங்களால என்னை கூட்டிட்டு போக முடியாதாக்கோம்....” பரணியின் முன் அவன் தன்னை தவிர்த்ததில் வந்த கோபத்தில் பஸ்டாண்ட் என்றும் பாராமல் கத்தினாள் கலைத்தென்றல்.

அதே நேரம் பரணி ஊருக்குச் செல்லும் பேருந்து வர சொல்லிக் கொள்ளாமல் பரணி பேருந்தில் ஏறிக் கொண்டாள். பேருந்து கிளம்பியதும், “இப்போ பாருங்க அத்தான் நீங்க கூட்டிட்டு போக தானே நின்-

னீங்க. வாராலோ வரலையோ ஒரு வார்த்தை உங்க கிட்ட சொல்லிட்டு போகலாம்லா...'' இது தான் நேரமென்று அவளை பற்றி குற்றம் கூறினாள்.

''ஐய்யோ..! கலை உனக்கு தான் தெரியும்ல அன்னைக்கு தமிழ் அப்படி சொன்னதுல இருந்து இவ எங்க மேல கோபமாகவும் வருத்தமாகவும் இருக்கான்னு. நான் ஏதோ கொஞ்சம் சரி பண்ணலாம் பார்த்தா நீ குறுக்கே வந்துட்டே...'' இருவரும் சண்டையிட்டுக் கொண்டிருக்க அந்த நேரம் மெக்கேனிக்கும் வர அங்கிருந்து கிளம்பினான் ஜீவா.

''இந்த அத்தானுக்கு என்னாச்சு அவ எப்படியோ போகட்டும் விட வேண்டியது தானே..? சரியானவ தாண்டி பரணி. முதல தமிழ் அத்தான்னை உன் பின்னாடி சுத்த வச்சே. இப்போ என் ஜீவாவை உன் பின்னாடி சுத்த வைக்கிறையா..? முதல இந்த கல்யாணம் முடியட்டும் அப்பறம் இருக்கு...'' புலம்பிக் கொண்டு நின்றிருந்தாள் கலை.

அதே நேரம் இங்கே தன் ஊருக்கு வந்து இறங்கிய பரணி பஸ்டாண்டிலிருந்து வீட்டை நோக்கி நடக்க அவளின் முன் வந்து நின்றான் ஜீவா.

''ஏய் நில்லுடி முதல..? நீயாட்டி இப்படி வந்தா என்ன அர்த்தம்...?'' வழி மறித்து நின்று கேட்க,

''இப்படி வந்தானா என்ன அர்த்தம்மா இந்த வழியா தானே எங்க வீட்டுக்கு போகணும்...'' அவனின் மேல் இருக்கின்ற கடுப்பில் ஏதோ ஒன்றை கூறினாள்.

''நீ பண்ணுறது ரொம்ப தப்பு. முதல எதுக்கு இந்த கோவம் சொல்லு அன்னைக்கு தமிழ் எதுக்காக அந்த முடிவை எடுத்தான்னு சொல்லும் போது அமைதியா இருந்துட்டு இப்போ கோபப்பட்டா என்ன அர்த்தம்..?'' அவளின் கோபத்திற்கான காரணம் தெரியாது தன் மனதில் நினைப்பதை கேட்டான். .

''லூசா நீங்க..? நாங்க எல்லாரும் அன்னைக்கே சரின்னு சொல்லிட்டோம். அப்பறமும் நான் அதையே நினைச்சி கோபபடுறேன்னு நீங்க எப்படி சொல்லலாம்..?''

''அப்போ எதுக்கு என்னை முறைக்கிற...? கோபமாக பேசுற..?''

''ஓ இதுக்கு முன்னாடி நான் உங்களை பார்த்து சிரிச்சிருக்கேன்னா..? இல்ல நல்லா தான் பேசிருக்கேன்னா...?''

அவள் கேட்ட கேள்வியை நினைத்தவனுக்கு, இதுநாள் வரை அவள் தன்னிடம் முகம் கொடுத்து கூட பேசியது கிடையாது. தானாகச் சென்று பேசினால் ஓரிரு வார்த்தை தான் அதுவும் வழக்கமாக அனைவரிடமும் பேசும் முகத்துடன் தான். ஆனால் இன்று மட்டும் அவளின் பேச்சிலும், முகத்திலும் தனக்கு வேறுபாடு தெரிவது ஏன் யோசித்தவனுக்கு ஒன்றும் புரியவில்லை.

“எனக்கு ஒன்னும் புரியல குள்ளவாத்து...”

“நீங்க உதவி பண்ணனும் வந்தீங்களா அதான் எனக்கு சுத்தமா பிடிக்கல. இன்னைக்கு நடந்த அதே செயல் அதாவது உங்க உதவி ஒன்றரை வருஷத்துக்கு முன்னாடியும் நடந்தது. அன்னைக்கு நீங்க என்ன பண்ணுனீங்க யோசிங்க. அப்போ புரியும் என் கோபம் எதுக்குன்னு...” கூறியவள் விலகிச் செல்ல, யோசித்தவாறு அவனின் நினைவுகள் பின் சென்றது.

இன்று நடந்ததை போல் பல மாதங்களுக்கு முன் ஒரு நாள் தன் வேலையை முடித்துக் கொண்டு கிளம்பும் நேரம் ஜீவாவை அழைத்தான் தமிழன்பன்.

“சொல்லு தமிழ்...” அலுவலகத்தை விட்டு வெளியே வந்தவாறுக் கேட்க,

“நீ கிளம்பிட்டையா இல்ல டவுன்ல தான் இருக்கையா..?”

“கிளம்பப் போறேன் என்ன விஷயம்டா...?”

“நீ ஊருக்கு போகும் போது பரணியை சேர்த்து கூட்டிட்டு போடா. இன்னைக்கு பஸ் எதுவும் ஓடாது. நானும் டவுனுக்கு தான் வந்திருக்கேன். மாமா என்ன தான் வரும் போது கூட்டிட்டு வரச் சொல்லுச்சி. ஆனா என் வேலை முடிய ராத்திரி ஆனாலும் ஆகும்ன்னு நினைக்கிறேன். நீ கூட்டிட்டு போயிருடா...”

“டேய் என்ன விளையாடுறையா அவள் உன் மாமன் பொண்ணா இல்லை என் மாமன் பொண்ணா...? சும்மாவே என்னை பார்த்தேலே எரிஞ்சி விழுவா. இதுல நான் வேற கூட்டிட்டு போகனுமாக்கோம்...?”

“ஆமா நீ தான் கூட்டிட்டு போகணும். நீ அவள் கிட்ட வம்பு பண்ணாம இருந்தா அவ ஏன்டா எரிஞ்சி விழப் போறா. சரி சரி எனக்கு வேலை இருக்கு நான் வைக்கிறேன்...” என்றவன் வேகமாய் அழைப்பை துண்டிக்க, தன் பைக்கை எடுத்துக் கொண்டு அவளின் கல்லூரி நோக்-

கிச் சென்றான்.

தந்தை கூறியதால் தமிழின் வருகைக்காக பேருந்து நிறுத்தத்தில் காத்திருக்க அவளின் முன் வந்து நின்றான் ஜீவரஞ்சன்.

“ஏய் குள்ளவாத்து வா போகலாம்...”

“தமிழ் அத்தான் எங்கே..?”

“ஏன் அவன் எங்கேன்னு சொன்னா தான் நீ ஏறுவையோ...”

“இல்ல அப்பா அத்தான் வர்றதா தான் சொன்னாங்க அதான் கேட்டேன்...”

“அவனுக்கு வேலை இருக்காம் இன்னும் முடியலையாம்...” கூறிக் கொண்டிருக்கும் போதே பரணி வந்தாள்.

“ஹாய் அத்தான் ரொம்ப நல்லது நீங்க வீட்டுக்கு தானே போறீங்க என்னை கூட்டிட்டு போறீங்களாம். என் வண்டி பஞ்சர்...”

“ஏய் ரெண்டு பேரும் விளையாடுறீங்களா..? எல்லாம் என்ன சொல்லணும் இங்கே வந்ததே என் தப்பு...”

“இங்கே பாருங்க அத்தான் நீங்க மட்டும் என்னை கூட்டிட்டு போகலைன்னு வச்சிக்கோங்க அப்பறம் நான் எங்க அப்பா, அத்தை கிட்ட சொல்லுவேன். பிள்ளையே தனியா விட்டுட்டு வந்துட்டையேன்னு உங்களை தான் திட்டுவாங்க...” கூறியவாறு வேகமாய் தன் மொபலை எடுக்க,

இப்போது பரணியை விட்டுச் சென்றால் அழைத்து வர தமிழ் இருக்கிறான் என்பதால் கலையை அழைத்துச் செல்ல முடிவெடுத்தான்.

“சரி வா போகலாம்...” கலையிடம் கூறியவன் அப்போதே அங்கு வைத்தே தமிழை தன் மொபைலில் அழைத்தான்.

“டேய் தமிழ் நீயே உன் மாமா மகளை கூட்டிட்டு வா. இங்கே கலை இருக்கா நான் அவளை வேற கூட்டிட்டு போகணும். உனக்கு தான் அம்மாவை பத்தி தெரியும்ல கலையை கூட்டிட்டு போகலைன்னா பெரிய பிரச்சனை தான்...” கூறி விட்டு தன் மொபலை வைத்தவன் நின்றிருந்த பரணியின் புறம் திரும்பினான்.

“ஏய் குள்ளவாத்து உன் தமிழ் அத்தான் வருவான் நீ அவன் கூடவே வா...” கூறியவனோ அவன் வரும் வரை கூடாது நிற்காது தன் பைக்கை எடுத்துக் கொண்டு கலையுடன் சென்றான்.

ஜீவா சென்ற சிறிது நேரத்திலே தான் வந்த வேலையை கூட விட்டுட்டு பரணியை அழைக்க வந்தான் தமிழன்பன்.

அன்று நடந்ததை இப்போது நினைத்த ஜீவா, “அடிப்பாவி அப்போ காட்டாத கோவத்தையா இப்போ காட்டுறா. இருடி இரு...” பரணி சென்ற பாதையை பார்த்தவாறு கூறியவன் வீட்டுக்குச் சென்றான்.

அதன் பின் நாட்கள் செல்ல இன்னும் சிறிது நாட்களே திருமணத்திற்கு இருக்க மதியின் நினைவுகளுடன் தன் அலுவகத்தில் அமர்ந்து வேலை செய்துக் கொண்டிருந்தான் தமிழன்பன்.

“என்ன தமிழ் இப்போயெல்லாம் ரொம்ப சந்தோஷமா இருக்கே..? எல்லாம் கல்யாணம் நடக்க போற நினைப்பில தானே..?” அவனுடன் பணிபுரியும் ஒருவன் கேட்க,

“ஐயோ..! அண்ணே நீங்க வேற அதெல்லாம் ஒன்னுமில்லை நீங்க போங்கண்ணே...”

“ஏன் நான் அங்குட்டு போனதும் நீ உன் வருங்கால பொண்டாட்டி கூட பேசவா. அதெல்லாம் முடியாது இன்னும் ஆபீஸ் முடியலப்பா. நீ எப்படி பேசுறேன்னு பார்க்கலாம்...” கூறியவாறு வேணுமென்றே அவனின் எதிரே அமர்ந்து கொண்டான்.

அதன் பின் ஏதேதோ பேசிக் கொண்டிருக்க அந்த வங்கிக்குள் ஆர்.ஐ,வி.ஈ.ஓ,வருமான வரித்துறை, போலீஸ் என்று சிலர் திடிரெண்டு வர வேகமாய் எழுந்து அங்கிருந்த அனைவரும் வரவேற்றனர்.

அடுத்தநொடி அந்த கூட்டுறவு வங்கியின் மேலாளர் அவர்களின் முன் வந்து, “சார் என்ன...?” பணிவுடன் கேட்க,

“ஒரு கம்பிளைன்ட் வந்தது அதான் வந்தோம். எல்லா டாக்குமெண்ட்ஸ் கொண்டு வந்து கொடுங்க...” என்றவர் இடத்தை சுற்றி பரிசோதிக்க இது தனக்கு வரப் போகும் ஆபத்து என்பது தெரியாமல் நின்றான் தமிழன்பன்.

18

அத்தியாயம் : 18

திடீரெண்டு ரைடு வந்து கம்பிளைண்ட் கொடுத்திருப்பதாக கூறி சரி-பார்ப்பதற்கு அனைத்து கோப்பு மற்றும் பதிவுகளையும் எடுத்து தரச் சொல்லி கேட்டனர்.

மொத்தம் அந்த வங்கியில் மூன்று ஆண் மற்றும் ஒரு பெண் பணி-புரிய பரப்புடன் அவர்கள் கேட்ட அனைத்தையும் எடுத்து கொண்டு வந்து முன் வைக்க அதனை பரிசோதித்தனர்.

உடன் வந்த சிலர் அங்கிருந்த சீக்ரட் லாக்கர் திறந்து அதனை சரிப்பார்க்க இன்னும் சிலர் பின்னே இருக்கும் குடவுனுக்கு சென்று உரம் மூட்டை மற்றும் விதைகளை சரி பார்த்தனர்.

நேரம் செல்ல அவர்கள் சோதித்து கொண்டிருக்க அங்கே வந்த பியூன் வந்தவர்களுக்கு குடிப்பதற்கு குளிர்பானம் வாங்கிக் கொண்டு வந்து தர அதனை மறுத்து தன் வேளையில் தீவிரமாக இருந்தனர்.

ஒரு கோப்பினை மற்றும் வேகுநேரமாக மாறி மாறி அங்கிருந்து அனைவரும் சரிபார்க்க அதிலிருந்த தவறினை கண்டுபிடித்தவர்கள், "இந்த அக்கௌவுன்ஸ் பைல் யார் பார்க்குறாங்க...?" தன் கையில் வைத்திருந்தை காட்டி கேட்டார்.

"நான் தான் பார்க்குறேன் என்ன சார் எதுவும் பிரச்சனையா..?" கேட்டவாறு தமிழன்பன் முன்னே வந்து நிற்க,

"எஸ் இதுல கொஞ்சம் டேலியாகல. இந்த வருஷம் மொத்தம் அரசாங்கத்துல இருந்து இருநூறு உரை மூட்டைகள் கொடுத்துருக்-

காங்க. நீங்க இதுநாள் வரைக்கும் அதுல நூற்றைம்பத்து நான்கு மூட்டைகள் விவாசயிங்களுக்கு கொடுத்திருக்குறதா இதுல இருக்கு. ஆனா குடவுன்ல மீதி இருபத்திரெண்டு மூட்டைகள் தான் இருக்கு. கணக்குள்ள வர்றாத மூட்டைகள் எங்கே..? சரி ஓகே அதை அப்பறம் பார்க்கலாம் நீங்க கொடுத்த மூட்டைகள் மொத்த அமௌண்ட் கம்மியா தான் இருக்கா..? அப்போ அந்த மீதி பணம் எங்கே..?'' தமிழை பார்த்து தெளிவுடன் கேட்டார்.

அதே நேரம் குடவுனிலிருந்து வந்த இன்னொருவர், ''சார் இந்த விதை பாக்கெட் எக்ஸ்பெராகி ரெண்டு மாசம் ஆகிருச்சி ஆனா இன்னும் அதை எடுக்காம குடவுன்ல வச்சி விவசாயிகளுக்கு கொடுக்குறாங்க. இதே மாதிரி விதை பாக்கெட் இன்னும் பத்துக்கு மேல இருக்கு சார்...'' கூறியவரோ தன் கையிலிருந்து விதையை அவர்களின் முன் வைக்க அதனை எடுத்து பார்த்து அவர் கூறியதை உறுதிப்படுத்தினர்.

''எஸ் கந்தன் நீங்க சொல்லுறது உண்மை தான் இதையெல்லாம் நிலத்துல போட்டா ஒரு விதை கூட முளைக்காது. இந்த வேலையை யாரு பார்க்குறாங்க இங்கே..?'' வங்கி மேலாளரிடம் கேட்க, அவரோ இப்போது தமிழை கண்டார்.

''சார் இதுவும் என்னோட பொறுப்பு தான். ஆனா நான் சரி பார்க்கும் போது இதெல்லாம் குடவுன்ல இல்லை. நான் தேதி பார்த்து தான் எல்லாருக்கும் தரேன்...''

''அப்பறம் எப்படி மிஸ்டர் தமிழன்பன் இது வந்தது சொல்லுங்க. நீங்க இன்னும் நான் கேட்ட முதல் கேள்விக்கே பதில் சொல்லலை...''

''சார் நான் ரெண்டு நாளுக்கு முன்னாடி கூட பார்த்தேன் குடவுன்ல எல்லாம் உரை மூட்டையும் சரியா தான் இருந்தது. ஆனா இப்போ எப்படி அது காணாம போச்சுன்னு எனக்கு தெரியல...'' தன்னை சுற்றி என்ன நடக்கிறது என்பது பற்றி தெரியாதிருந்தான்.

''இங்கே பாருங்க தமிழன்பன் நீங்க சரியான காரணம் சொல்லிட்டா ஏதோ நீங்க செய்த தப்புக்கு குறைந்த தண்டனை கிடைக்கும். நீங்க சொல்லலைன்னா நாளைக்கு கோர்ட் தான் என்ன தண்டனைன்னு சொல்லும். இப்போ நாங்க இதை பத்தி விசாரிச்சே ஆகணும். சார் நீங்க இவரை கூட்டிட்டு போய் விசாரிங்க...'' தன் அருகில் நின்றிருந்த போலீஸிடம் ஆர்.ஐ கூற,

“ஓகே சார். கான்ஸ்டபில் அவனை கூட்டிட்டு வாங்க...”

“சார் நான் தான் எனக்கு எதுவும் தெரியாது தப்பு பண்ணலைன்னு சொல்லுறேன்லே நீங்க எப்படி என்ன கூட்டிட்டு போகலாம்...”

“நீங்க காரணம் சொல்லலைன்னா நாங்க கூட்டிட்டு போய் தான் விசாரிக்க முடியும்...” கூறியவர் முன்னேச் செல்ல கான்ஸ்டபிள் அவனை அழைக்க வேறு வழியின்று அவர்களுடன் வெளியே வந்தான் தமிழன்பன்.

இந்த செய்தியை அறிந்த அக்கம் பக்கத்திலிருந்த சிலர், “ஏய்யா எதுக்கு அந்த பிள்ளைகளை கூட்டிட்டு போறீங்க. அந்த தம்பி ரொம்ப நல்ல பையன் எந்த தப்பும் பண்ணிருக்காது...” ஒரு பெரியவர் கூற,

“அதானே..! நீங்க யாரு எப்படி எங்க ஊருக்குள்ள வந்து எங்க ஊரு பையனை கூட்டிட்டு போகலாம். அவன் அரசாங்க உத்தியோகம் பார்க்குறவன். விடுங்க முதல...” வேணுமென்றே வந்தவர்களிடம் வம்பு பண்ணுவதை போல் பேசினர் சிலர்.

“ஏய் நாங்களும் அரசாங்க அதிகாரி தான். உன் ஊரு பையன் உங்க ஊருக்கு வந்த உரை மூட்டை விதை எல்லாம் வித்துட்டான். இது மட்டுமில்லை இன்னும் ரொம்பவே பண்ணிருக்கான். விசாரிச்சா தான் தெரியும் முதல அவனை கூட்டிட்டு வாங்க...” என்ற அதிகாரி முன்னே தன் காரில் செல்ல பின்னே போலீஸ் ஜீப்பில் தமிழை ஏத்திக் கொண்டு சென்றனர்.

தமிழ் செல்ல இதனை கண்ட அங்கிருந்தவர்கள் ஊருக்குள் அந்த செய்தியை நாலு விதமாக பரப்ப தமிழின் வீட்டிற்கும், நிறைமதியின் வீட்டிற்கும் நொடிப் பொழுதில் சென்றடைந்தது.

இந்த செய்தியை அறிந்த கிரிஜாவோ அப்படியே தரையில் அமர்ந்து அழுக, மகிழ்ந்தி அவரை சமாதானப்படுத்த ஆதிநாதனோ என்ன செய்வதென தெரியாது இருந்தார்.

வரதன் வேகமாய் ஜீவாவை அழைத்து நடந்ததை கூறிவிட்டு தனக்கு தெரிந்த வக்கில் யாராவது இருந்தால் ஸ்டேஷன் அழைத்து வருமாறு கூறி கிளம்ப ஆரம்பித்தார்.

“அண்ணா நீங்க எதுவும் பயப்பிடாதீங்க நானும் போய் பார்த்து பேசி எப்படியாவது கூட்டிட்டு வந்துறேன். மகிழு நீ உங்க அம்மாவை பத்திரமா பார்த்துக்கோ...” என்றவர் அங்கிருந்து செல்ல, அதே நேரம் படபட-

டப்புடன் வீட்டுக்குள் நுழைந்தார் பரணியின் தந்தை தர்மேந்திரன்.

“என்ன மாப்பிள்ளை ஏதேதோ சொல்லிக்கிட்டு இருக்காங்க என்னாச்சு..?”

“அதான் எங்களுக்கு ஒன்னும் தெரியல ஸ்டேஷன் போனா தான் தெரியும் மச்சான்...”

“சரி வாங்க நானும் உங்க கூட வரேன்...” என்ற தர்மேந்திரன் தன் வண்டியிலே வரதனை அழைத்துக் கொண்டுச் சென்றார்.

அதே நேரம் இங்கே இந்த செய்தியை கேட்டு வேகமாய் ஓடி வந்து தன் அண்ணனிடம் கூறினான் சிவக்குமார். தங்கள் இருவரின் திட்டம் தான் என்பது அவர்கள் மட்டும் அறிந்ததே.

“என்னடா சொல்லுற நம்ம வீட்டுக்கு வரப் போற மாப்பிள்ளை போலீஸ் பிடிச்சிட்டு போயிட்டாங்களா..? மதி ஏலே கார்த்தி ரெண்டு பேரும் எங்கே இருக்கீங்க சீக்கிரம் வாங்க...” ஹாலில் இருந்தவாறு வீடே அதிரும் அளவுக்கு கோவத்துடன் கத்த, அடுத்தநொடி இருவரும் மற்ற அனைவரும் அங்கே இருந்தனர்.

“அப்பா என்னாச்சு...” அண்ணன் தங்கை இருவரும் ஒரே போல் வேகமாய் கேட்க,

“என்னாச்சா இதுக்கு மேல என்ன நடக்கணும் சொல்லு பார்க்கலாம். நம்ம வீட்டுக்கு வரப் போற மருமகன் பண்ணி வச்சிருக்கிற காரியத்தை கேளுங்க ரெண்டு பேரும் அப்போ புரியும்...” என்க, சிவக்குமார் நடந்ததை ஒன்றுக்கு இரண்டாக கூற இருவருமே அதிர்ச்சியடைந்தனர்.

“ஆமா நீ என்ன சொன்னே மதி அன்னைக்கு...ரொம்ப நேர்மையானவருப்பா அவருன்னு சொன்னேல இதான் அவரு நேர்மையா..? நீ என்னடா சொன்னே அன்னைக்கு அவங்க குடும்பம் ரொம்ப நல்ல குடும்பம், மரியாதையான குடும்பம் சொன்னேன்ல இப்போ சொல்லு என்ன இதெல்லாம். நாளைக்கு என்னால எப்படி வெளியே தலை காட்ட முடியும் சொல்லுங்க ரெண்டு பேரும். கல்யாண பத்திரிக்கை அடிச்சி சொந்தக்காரங்க எல்லாருக்கும் கொடுத்தாச்சு இப்போ இந்த விஷியம் மட்டும் எல்லாருக்கும் தெரிஞ்சா காரித்துப்புவாங்க என்னை. அசிங்கமா இருக்கும்டா. உங்களுக்கு என்ன அவமானப்பட போறது நான் தானே...” ஆதங்கத்துடன் கோவத்தில் தன் இரு பிள்ளைகளிடம் நல்லசிவம் கொட்டித் தீர்க்க,

“ஐயோ..! அப்பா ஏன்ப்பா இப்படி பேசுறீங்க..?”

“வேற எப்படிம்மா பேசணும் நானு. சரி நான் பார்த்து உனக்கு நிச்சி-யம் பண்ணிருந்த மாப்பிள்ளையா சொல்லு அதுவுமில்லை நீயா எனக்கு இவன் தான் வேணும் சொன்னே சரின்னு ஒத்துகிட்டேன். இப்போ அவமானம் யாருக்கு..? இதுக்கு தான் எல்லாரும் பெத்தவங்க விருப்-பட்டவன கட்டி வைக்கிறாங்க. நீங்களா முடிவெடுத்தா இப்படி தான் இருக்கும். அரை கஞ்சி வயித்துக்கு ராப்பகலாக வேலை பார்க்குற விவசாயிங்க கிட்ட இருந்து கொள்ளை அடிச்சிருக்கானே அதுவும் சொந்த ஊருலே இதுக்கு மேல என்னம்மா வேணும் அவன் நல்லவன் அந்த குடும்பம் மரியாதையான குடும்பம்ன்னு சொல்லப் போற..? இதுல போகும் போது இன்னும் ரொம்ப தில்லு முள்ளு பண்ணி வச்சிருக்-கான்னு சொல்லிட்டு போயிருக்காங்களாம்...” ஆத்திரத்துடன் பொரிந்து தள்ள,

“அப்பா அவங்களை விசாரிக்க தானே கூட்டிட்டு போயிருக்காங்க. நீங்க ஏன்ப்பா இப்படி டென்ஷன் ஆகுறீங்க...” பயந்துக் கொண்டே கேட்க, தன் செல்ல மகளின் கன்னத்தில் முதல் முறை கைதடம் பதித்-தார்.

“அப்பா..! என்னங்க...!” பாரிஜாதம் மற்றும் கார்த்தி இருவரும் வந்து வேகமாய் தன் வீட்டு பெண்ணை காக்க,

“செல்லம் கொடுத்து வளர்த்தது எவ்வளோ பெரிய தப்புன்னு எனக்கு நல்லாவே நீருபவிச்சிட்டே...” தன் மகளின் முன் கை நீட்டி கோவத்-துடன் கூற, தன்னவனை காக்க முடியாது கன்னத்தில் கை வைத்து கலங்கினாள் நிறைமதி.

“ஏங்க அந்த பையன் பண்ணுனா தப்புக்கு நம்ம பொண்ணு மேல கை வக்கிறது தப்பு. நீங்க தான் அவளுக்கு சொல்லி புரிய வைக்க-ணும்...” பாரிஜாதம் தன் கணவனிடம் கூறிவிட்டு அழுது கொண்டிருக்-கும் தன் மகளை அழைத்துக் கொண்டுச் சென்றார்.

தர்மேந்திரன், வரதன் இருவரும் ஸ்டேஷன் வந்து சேர அதே நேரம் ஜீவாவும் அங்கே வந்தான்.

“டேய் வக்கில் யாரவது கூட்டிட்டு வரச் சொன்னா..? நீ மட்டும் வந்திருக்கே..? எங்கடா வக்கீல்..?” தவிப்புடன் கேட்க,

“அப்பா தமிழை ஒன்னும் கைது பண்ணி கூட்டிட்டு வரல. விசாரிக்க தான் கூட்டிட்டு வந்திருக்காங்க. இதுக்கு வக்கிலெல்லாம் தேவையில்லை நீங்க பதறாதீங்க...? வாங்க முதல போகலாம்...” என்ற ஜீவா தன் தந்தை மற்றும் பரணியின் தந்தையை அழைத்துக் கொண்டு சென்றான்.

தமிழிடம் நடந்ததை பற்றி எஸ்.ஐ விசாரித்து கொண்டிருக்க அவனை நோக்கி மூவரும் வந்தனர்.

“தமிழு என்னப்பா ஆச்சு..?” வரதன் பதறிக் கொண்டு கேட்க, “சார் ஒரு நிமிஷம்...” போலீசிடம் கூறியவன் வந்தவர்கள் அருகில் வந்தான்.

“சித்தப்பா, மாமா நீங்க ஏதுக்கு வந்தீக..? நான் தான் வீட்டுக்கு வந்துருவேனா அப்பறம் எதுக்கு நீங்க இங்கே வரீங்க..? ஜீவா நீனாலும் அவுங்களுக்கு சொல்லி புரிய வைக்க வேண்டியது தானே இது சும்மா ஒரு விசாரணைன்னு..?”

“எங்கடா கேட்குறாங்க உன்னை ஸ்டேஷன் கூட்டிட்டு வந்துட்டாங்கன்னு தெரிஞ்சதும் பயந்துட்டாங்க. அதான் கூட்டிட்டு வர வேண்டியதா போச்சு..? சரி இப்போ என்னாச்சு..?”

ரைடு வந்து அதிகாரி கூறிய அனைத்தையும் கூறியவன், “எப்படி இந்த தப்பு நடந்ததுன்னு எனக்கும் தெரியல..? தப்பு என் மேல தான் சொல்லி இன்னும் உறுதியாகல. அதான் நானே விசாரிக்கச் சொல்லி கம்பிளைன்ட் கொடுக்க வந்தேன். சரி நீங்க போங்க நானே வீட்டுக்கு வந்துறேன்...” என்க,

“இல்லப்பா நாங்க உன் கூடவே இருக்கோம் எவ்வளோ நேரமானாலும் பரவாயில்லை...” தர்மேந்திரன் தன் மருமகனிடம் உரைக்க,

“மாமா அதெல்லாம் பிரச்சனை எதுவுமில்லை...”

“மச்சான் சொல்லுறது சரி தான் நாங்க இங்கையே இருக்கோம் நீ முடிச்சிட்டு வா...” என்றதும் வேறுவழியின்றி ஜீவாவிடம் வெளியே அழைத்துக் செல்லுமாறு கூறிவிட்டு எஸ்.ஐயிடம் வந்தான்.

அதன் பின் நேரம் செல்ல இரவை நெருங்க வெளியே வந்த தமிழன்பனை அவனின் குடும்பத்தார் அழைத்துக் கொண்டுச் சென்றனர். ஊருக்குள் ஒன்றுக்கு இரண்டாக பரவிய செய்தி ஆதிநாதனின் குடும்பத்தை தவாறாக பேசும் நிலைக்கு தள்ளியது.

“பெரிய வீட்டுல சம்மந்தம் பேசியாச்சி இன்னும் நம்ம என்னனாலும் பண்ணலான்னு நினைச்சிட்டாங்க போங்க...”

“ஹ்ம்ம் ஆமா ஆனாலும் இந்த பையன் பார்க்க அமைதியா இருந்திட்டு என்ன வேலை எல்லாம் பண்ணி வச்சிருக்கான் பாரேன்…”

“ஆமாடி இப்படி எத்தனை வருஷமா கொள்ளை அடிச்சிருக்கானோ. போன மாசம் கூட அந்த நாராயணன் வயக்காட்டை வாங்குனாங்களே இந்த காசை வச்சி தான் வாங்கிருப்பாங்க…”

“அப்படி தான் இருக்கும். இதுக்கு அப்பறமும் அந்த பண்ணையாரை எப்படி இவங்க வீட்டுல சம்மந்தம் வச்சிக்கப் போறாரோ…” ஊருக்குள் தமிழை அழைத்துக் கொண்டு நுழையும் போதே அவர்களின் காதுபட ஒவ்வொரு வரும் ஒவ்வொரு விதமாக பேசிக் கொள்ள அனைத்தையும் ஆதிநாதன் வீட்டாரும் கேட்டுக் கொண்டே இருந்தனர்.

“மருமகனே நீ எதுவும் நினைச்சிக்காதே அவங்களெல்லாம் அப்படி தான் பேசுவாங்க. உனக்கு தெரியும் நம்ம குடும்பத்துக்கு தெரியும் தப்பு பண்ணலைன்னு அப்பறம் என்னய்யா விடு பார்த்துக்கலாம்…” தன் மருமகனுக்கு ஆறுதல் கூறியவாறு தமிழை தன் பைக்கில் அழைத்துக் கொண்டு வந்தார் தர்மேந்திரன்.

“ஆமா மாமா. ஆனா இன்னும் ரெண்டு நாளுல இதுக்கு யார் காரணம் நான் கண்டு பிடிக்கிறேன் அப்போ இருக்கு…” கூறியவன் தன் வீட்டில் இறங்க, பின்னே தன் தந்தையுடன் பைக்கில் வந்து இறங்கினான் ஜீவரஞ்சன்.

“சரி அப்போ நான் கிளம்புறேன். நீ வீட்டுக்கு போய்யா…” இறக்கி விட்டு கூற,

“உள்ளே வாங்க மாமா…”

“இருக்கட்டுமே மருமகனே வீட்டுல எல்லாரும் என்னாச்சோன்னு தவிச்சிக்கிட்டு இருப்பாங்க. நான் கிளம்புறேன்…” என்றவர் பின்னே வந்து நின்றவர்களிடமும் கூறிக் கொண்டு அங்கிருந்து கிளம்பினான் பரணியின் தந்தை.

வீட்டுக்குள் நுழைந்ததும் கிரிஜா அழுக தன் சித்தியை சமாதானப்படுத்தியவன் நடந்த அனைத்தையும் கூறினான்.

“சித்தி, அப்பா எனக்கு ஒன்னுமில்லை நீங்க பதறாதீங்க..?”

“அதுக்கில்லை கல்யாணத்துக்கு இன்னும் பதினைந்து நாள் தான் இருக்கு. இப்போ போய் இப்படி நடந்திருச்சே. சம்மந்தி வீட்டுக்காரங்க என்ன நினைப்பாங்களோ..? என்ன முடிவு எடுக்க போறாங்களோ…”

இதில் மகிழ்ந்தி வாழ்க்கையும் அடங்கி இருப்பதால் ஆதிநாதன் சற்று பதட்டமடைந்து கூறினார்.

“ஐயோ..! கடவுளே என் மகன் மேல எந்த தப்பு இல்லைன்னு முடி-வாகி இந்த கல்யாணம் நல்லபடியா நடக்கணும்...” கிரிஜா கடவுளை வேண்ட, இதுவரை தைரியாமாக இருந்தவள் தன் அன்னை கூறியதை கேட்டதும் அழுகையுடன் தன் அறைக்குள் மகிழ்ந்தி.

திருமணம் மட்டும் நின்றால் தன் தங்கையின் வாழ்க்கை நினைக்க கூட முடியாது தன் முட்டாள் தனத்தை எண்ணி இதிலிருந்து விடுபட வேண்டுமென நினைத்து மாடியேறினான் தமிழன்பன்.

அதே நேரம் இங்கே தன் தந்தை கூறியதையே நினைத்துக் கொண்டு தன் அறையில் அமர்ந்து அழுது கொண்டிருந்தாள் நிறைமதி.

அவளின் அழுகை சத்தம் அறைக்குள் வெளியே கேட்க பாரிஜா-தமும், சிவகுமாரின் மனைவி ரேவதியும் என்ன செய்வதென தெரியாது அமர்ந்திருந்தனர்.

அறையில் நல்லசிவம் வெற்றியுடன் அமர்ந்திருக்க, “அண்ணே நீங்க சொன்னது மாதிரி பண்ண வச்சிட்டேன். இப்போ அந்த தமிழ் தான் காரணம் எல்லாரும் நம்புறாங்க. ஆனா நாளைக்கு விசாரிச்சா நம்ம தான் பண்ணச் சொன்னோம் எல்லாருக்கும் தெரிஞ்சிரும்ல...” சிவக்கு-மார் தன் அண்ணனின் முன் நின்று கொண்டு கேட்டார்.

“விசாரிச்சாலும் நம்ம மாட்ட மாட்டோம் அதுக்கான ஏற்பாடெல்லாம் பண்ணி வச்சாச்சு. எனக்கு தேவை ஒரு நாளாவது அந்த குடும்பம் அவமானத்தை சந்திக்கணும். அதுனால என் மகனுக்கு மகளுக்கு அவங்க விரும்பினவங்க கூட பிரச்சனை வரணும். அதான் நமக்கு இப்போ வேணும்...” வில்லங்கத்துடன் கூறினார் நல்லசிவம்.

தன் தந்தை சொன்ன வார்த்தைகளே மனதில் ஒலிக்க தன் வீட்டு மொட்டை மாடியில் அமர்ந்து, அங்கே அழுது கொண்டிருந்த மகிழந்-தியை அழைத்தான் கார்த்திகேயன்.

அவள் ஹலோ என்று அழைக்கும் முன்னே எடுத்ததும், “என்ன மயிலு இதெல்லாம் உங்க அண்ணன் ஏன் இப்படி பண்ணுனான்...?” கோவத்துடன் கேட்க,

“என்னங்க நீங்க இதை நம்புறீங்களா..? அப்போ எங்க அண்ணன் தான் திருடிட்டான் எல்லாரும் சொல்லுற மாதிரி தானே நீங்க நினைக்-

கீங்க..?'' அழுகையுடனே தன்னவனிடம் கேட்டாள் மகிழ்ந்தி.

''பின்னே என்னை என்னச் சொல்ல சொல்லுறடி..? கேட்டியா இந்த ஊரு முழுக்க இன்னைக்கு உங்க வீட்டை பத்தின பேச்சு தான். எங்க அப்பா என்னை எப்படி கேட்குறாரு தெரியுமா..? ஒழுக்கமான குடும்பம். நல்ல பொண்ணு அதுன்னு இதுன்னு அன்னைக்கு சொன்னேன். இப்போ என்னாச்சி பாருன்னு சொல்லுறாரு..?'' தன் கோவத்தை உரிமையானவர்களிடம் மட்டுமே காட்ட முடியும் என்பதால் அவளின் கவலையும் அறியாமல் காட்டினான்.

''ஏங்க எங்க அண்ணன் இதை கண்டிப்பா பண்ணல..?''

''நீ நம்பலாம் ஆனா என்னால எப்படி நம்ப முடியும் சொல்லு. என் தங்கச்சி வாழ்க்கை என் கண்ணு முன்னாடியே கருகணும்மா. சரி உங்க அண்ணன் இதை பண்ணலைன்னு உறுதிபடுத்தி காட்டச் சொல்லு அப்போ தான் இந்த கல்யாணம் நடக்கும். இதான் என்னோட முடிவு...''

''அப்போ நம்ம கல்யாணம். உங்க தங்கச்சிய பத்தி யோசிச்சி நீங்க என்னை பத்தி மட்டும் ஏன் கொஞ்சம் கூட யோசிக்க மாட்டிகீங்க..? நீங்க இப்போயெல்லாம் ரொம்ப மாறிட்டீங்க...''

''ஆமாடி மாறிட்டேன் தான் அதுக்கு என்ன இப்போ..? நாளைக்கு எங்க அப்பா எப்படி வெளியே நடமாட முடியும் சொல்லு. இந்த குடும்பத்துல போய் சம்மந்தம் பண்ணப் போறீங்காளான்னு கேவலமா பேசுவாங்க. நம்ம காதலுக்காக தான் அவர் அந்தஸ்து கூட பார்க்காம ஊரில இருக்குறவங்க என்ன பேசுனாலும் பரவாயில்லைன்னு பெத்த மகனுக்காக சம்மந்தம் பேச வந்தாரு. ஆனா நீங்க அன்னைக்கே அவமானப்படுத்துற மாதிரி யோசிச்சி முடிவு சொல்லுறோம் சொன்னீங்க..? எனக்கு அப்பவே உன் குடும்பத்துக்கு ஆளுங்க மேல கோவம் தாண்டி. ஆனாலும் உனக்காக தான் பொறுத்துக்கிட்டேன். இனிமே அது முடியாது இது என் வாழ்க்கை மட்டுமில்லை என் தங்கச்சி வாழ்க்கையும் சேர்ந்து இருக்கு. இப்போ சொல்லுறேன் கேட்டுக்கோ இந்த கல்யாணம் நடக்கணும்மா இல்லையான்னு உங்க அண்ணன் தாண்டி சொல்லணும்...'' மூச்சு வாங்க கொட்டித் தீர்க்க,

தான் விரும்பிய தன்னவனா இன்று தன்னிடம் இப்படியெல்லாம் பேசுகிறான் வேதனையுடன் நினைத்தவளுக்கு இப்போதே தான் இந்த உலகை விட்டுச் சென்றாள் என்ன என்றே எண்ணினாள்.

“நம்மளோட காதலுக்காக நீங்களும் நானும் சேரணும் நினைச்சி தான் எங்க பெரியம்மா கொடுத்த வாக்கையும் மீறி அண்ணே இந்த கல்யாணத்துக்கு ஒத்துக்கிட்டாங்க தெரியுமா..?”

“அப்படி ஒன்னும் அவனை யாரும் கெஞ்ச சொல்லி அன்னைக்கு கேட்கல. இப்போ வேணாலும் சொல்லுறேன் உங்க அண்ணன் உன் அத்தை பொண்ணையே கட்டிக்கிட்டும் என் தங்கச்சியை எப்படி பார்த்-துக்கணும் எனக்கு தெரியும். இதுக்காக நம்ம காதலை இழக்க கூட தயாரா தான் இருக்கேன். எனக்கு என் குடும்பம் மானமும், தங்கச்சி வாழ்க்கையும் தான் முக்கியம். வைடி முதல...” என்று கார்த்திகேயன் பொரித்து தள்ளி வைக்க,

“ஏங்க...ஒரு நிமிஷம்...” மகிழ்ந்தி கூறிய வார்த்தை காற்றோடு சென்றதை உறுப்படுத்தியது மௌனம்.

19

அத்தியாயம் : 19

மகிழ்ந்தி தன்னிடம் கெஞ்சுவது தெரிந்தும் வேகமாய் எங்கே விட்டால் தானே அவளிடம் கரைந்து விடுவோமே என்றெண்ணி பயத்துடன் கட் பண்ணினான் கார்த்திகேயன்.

இப்போது தான் பேசிய அனைத்தையும் வெளியே நின்று தன் சித்தப்பா கேட்டுக் கொண்டு அதை தன் தந்தையிடம் கூறுவார் என்பதை அறிந்தே தன் மனதை கல்லாகிக் கொண்டு தன்னவளிடம் அந்தநொடி பேசினான்

இன்று தமிழுக்கு நடந்த அவமானம் அனைத்திற்கும் காரணம் தன் தந்தையும், சித்தாப்பாவும் தான் என்பதை சற்று முன் அவர்கள் பேசுவதை கேட்டறிந்து கொண்டான்.

சிறிது நேரத்திற்கு முன் தன் தந்தையிடம் பேசுவதற்கு அவரின் அறைக்குச் செல்ல அங்கே இருவரும் பேசிக் கொண்டிருப்பதை கேட்டான். அவர்களின் விருபப்படியே தன் அறைக்கு வந்து தன்னவளிடம் அழைத்து சண்டையிட்டான்.

“அப்பா நீங்க இப்படி ஒரு காரியம் பண்ணுவீங்கன்னு நான் நினைக்கல. இது நம்பிக்கை துரோகம். உங்களுக்கு இந்த சம்மந்தம் பிடிக்கலைன்னா சொல்லிருக்க வேண்டியது தானேப்பா. அது எப்படி சொல்லுவீங்க..? அப்படி சொன்னா தான் நான் மகிழந்தியை கூட்டிட்டு ஓடி போயிருவேனே. அப்பறம் உங்களுக்கு அவமானம் ஏற்படும் அது தெரிஞ்சி தானே எங்க கல்யாணத்துக்கு ஒத்துகிடுற மாதிரி ஒத்துக்கிட்டீங்க..?

இன்னைக்கு ஒரு நாள் வேணா உங்க விருப்பபடி தமிழ் குடும்பத்தை அவமானப்படுத்திருக்கலாம். ஆனா நாளைக்கு உண்மை தெரிஞ்சா கண்டிப்பா அவங்களை இந்த ஊர் தப்பா பேசிட்டோம்ன்னு குற்றவு-ணர்ச்சில இருப்பாங்க. அப்போ புரியும்ப்பா உங்களுக்கு..? தமிழ் பத்தி உங்களை விட எனக்கு நல்லா தெரியும். அவன் நிச்சியம் இதுக்கு பின்னாடி அதாவது நீங்க யாரை வச்சி இந்த தப்பு பண்ணீங்கன்னு கண்டுபிடிச்சி இந்த கல்யாணத்தை நடத்துவான். அப்போ உங்களுக்கு எந்த மரியாதை குறைச்சலும் வராது. நீங்க அவமானப்பட மாட்டீங்க..? ஆனா உங்க மனசுல என்ன இருக்குன்னு எனக்கு தெரிஞ்சிருச்சே இது போதும்ப்பா நீங்க இனிமே இந்த கல்யாணத்தை தடுக்க எவ்வளோ முயற்சி பண்ணுனாலும் அதை நான் நடக்க விட மாட்டேன்...'' மனதிற்-குள் உறுதியுடன் கூறிக் கொண்டான்.

அதே நேரம் இங்கே தன்னவன் கூறிய வார்த்தை செவியில் ஒலித்-துக் கொண்டே இருக்க படுக்கையில் சரிந்து கதறினாள் மகிழந்தி.

தன்னால் தான் இரவு உணவு யாரும் உண்ணவில்லை என்பது புரிய ஜீவாவிடம் கூறி அனைவருக்கும் கடையில் உணவு வாங்கிக் கொண்டு வந்து சமாதானப்படுத்தி உண்ண வைத்தான் தமிழன்பன்.

தன் தங்கை இன்னும் அறையிலே முடங்கி கிடக்க அதை உணர்ந்-தவன், ''சித்தி நான் போய் மகிழுக்கு சாப்பாடு கொடுத்துட்டு வந்-துறேன்...'' என்றவாறு சாப்பாட்டை எடுத்துக் கொண்டு அவளின் அறைக்குச் சென்றான்.

உள்ளே நுழைய அதே நேரம் கதறி அழுது கொண்டிருந்தவள் யாரோ வரும் ஓசை கேட்டு வேகமாய் எழ, அவளின் நிலையை கண்டு கலங்கியவாறு அருகில் வந்து அமர்ந்தான்.

''என்னாச்சு மகிழு..? மாப்பிள்ளை வீட்டுல இருந்து போன் பண்ணி எதுவும் சொன்னாங்களா..?'' தங்கையின் தலையை வருடிக் கொண்டு கேட்க, கார்த்தி தன்னை அழைத்து கூறிய அனைத்தையும் அழுகையு-டன் கூறினாள்.

''நீ கவலைப்படாதே மகிழு இந்த கல்யாணம் நிச்சியம் நடக்கும். உன் அண்ணனுக்கு ஒரு ரெண்டு நாள் டைம் கொடு நான் கண்டிப்பா இந்த ஊர் முன்னாடி தப்பு பண்ணலைன்னு நிருபவிக்கிறேன்...''

“ஆனாலும் அண்ணா இதுக்கு முன்னாடி அவர் என்கிட்டே இப்படி பேசினதே இல்லை..? இன்னைக்கு அவர் பேசினது கேட்டா எனக்கு ரொம்ப பயமா இருக்கு...”

“அவங்க அப்பா அப்படி பேசினா கோவத்துல பேசிருப்பாங்க. வேற ஒன்னுமில்லை சரியா இந்தா முதல சாப்பிடு...” என்றவாறு கொண்டு வந்த உணவினை தங்கைக்கு கொடுத்து விட்டு வெளியே வந்தான்.

உரை மூட்டைகள் காணாமல் போனது. அக்கவுண்ட்ஸ் பைலில் திடிரென்டு ஏற்பட்ட மாற்றம் காலாவதியான விதைகள் தன்னை மீறி குடவுனுகுள் நுழைந்தது இதை அனைத்தையும் யோசித்தவாறு இதற்-கான தீர்வினை காண வழி தேடினான்.

மறுநாள் விடிய அவரவர் வேலையச் செய்ய இன்னும் மகிழந்தி அவளின் அறையை விட்டு வராமல் இருந்தாள். காலை வேலையிலே தமிழ் எங்கோ கிளம்ப அதனை கவனித்த ஜீவா எனக்கென்னவென்று தன் அலுவலகம் கிளம்பினான்.

ஜீவாவின் மனமோ தன் தங்கைக்காக அவன் நிறைமதியை ஏற்றுக் கொண்டதை மறந்து பரணியை அவன் தவிர்த்தே பெரிதாக எண்ணி தமிழ் மீது சற்று கோவத்துடனே இருந்தது.

தன் பைக்கை எடுத்துக் கொண்டு ஆர்.ஐயை சந்திக்கச் சென்றான் தமிழன்பன். உண்மையை தெரிந்து கொள்ளும் வரை கூட்டுறவு வேளாண் வங்கிக்குள் நுழைய கூடாதென்று நேற்று தமிழுக்கு உத்திரவு பிறப்பித்திருந்தனர்.

தான் வங்கிக்கு சென்று விசாரிக்க வேண்டுமென்றால் அதிகாரியின் உத்திரவு தேவை அதனாலே அவரை காணச் சென்றான். அலுவலகம் வந்தவன் ஒரு வழியாக அவரிடம் மன்றாடி அனுமதி வாங்க அவரோ தன் ஆட்களை உடன் அனுப்பி வைப்பதாக கூற சரி என்றான்.

அதன் பின் காஸ்ன்டபிள் மற்றும் அதிகாரி அனுப்பி வைத்த இரு-வருடன் தன் ஊருக்கு வந்தவன் நேரகாக தான் பனிபுரியும் வங்கிக்குள் நுழைந்தான்.

அவன் உள்ளே நுழைந்ததும் நேராக கிளைமேலாளர் அறைக்குச் செல்ல, “வாப்பா தமிழ் உன்னை நான் நம்புறேன். ஆனா அந்த சாட்-சிகளெல்லாம் உனக்கு சாதகமா எப்படி வந்தது. சரி இப்போ எதுவும் உதவி வேணுமாப்பா..?” அவனுடன் அழைத்து வந்திருப்பவர்களை

கண்டு கேட்டார்.

“ரொம்ப நன்றி சார். நான் ரெண்டு நாளுக்கு முன்னாடி குடவுன்க்கு போய் பார்க்கும் போது எல்லாம் சரியா தான் இருந்தது. அதுக்கு அப்பறம் நான் போக வேண்டிய அவசியம் வரல. ஆனா இதெல்லாம் நடந்திற்குனா யாரோ கண்டிப்பா போயிருக்கணும் தான் நினைக்கிறேன். அதே மாதிரி என்னோட அக்கவுண்ட்ஸ் பைல்ல இருக்கிற பணம் டேலி ஆகாத மாதிரி யாரோ என் கபோர்ட்ல இருக்கிற பணத்தை நான் இல்லாத நேரம் எடுத்திருக்காங்க. நான் யாருன்னு கண்டுபிடிக்கணும்...”

“ஆனா எப்படி உன்னை மீறி உன்னோட இடத்துக்கு வந்து பண்ண முடியும். அதுவுமில்லைமா குடவுன் கீ உன் கிட்டே தானே இருக்கும்...”

“எப்படின்னு எனக்கும் தெரியல. ஆனா கீ நான் கொண்டு போக மாட்டேன். என்னோட டிரால தான் வச்சிட்டு போவேன். அதை யாராவது எடுத்திருக்கலாம் தான் தோணுது சார்..? ஒரே ஒரு உதவி நான் சி.சிடிவி பூட்டேஜ் செக் பண்ணனும் ப்ளீஸ். என்னோட நிலைமை என்னேன்னு உங்களுக்கு தெரியும். இப்போ நான் கண்டு பிடிக்கலைன்னா சஸ்பென்ட் பண்ண மாட்டாங்க என்னை வேலையை விட்டே ஒரேடியா தூக்கிருவாங்க. ப்ளீஸ் சார் கொஞ்சம் கன்சிடர் பண்ணுங்களேன்...” தன் நிலையை கெஞ்சுதலுடன் கூற அவரும் சரியென்று ஒத்துக் கொண்டார்.

அதன் பின் கிளைமேலாளர் மற்றும் வந்தவர்கள் அனைவரும் ஒன்றாகவே தமிழ் வந்து சென்ற பின் நடந்த அனைத்தையும் நேரம் செல்வது கூட தெரியாது கண்காணிக்க ஆரம்பித்தனர்.

அலுவலகம் முடிந்து அனைவரும் சென்ற பின் யாருமில்லா நேரம் எவனோ ஒருவன் தன் இருக்கையில் அருகில் நின்று ஏதோ செய்வதை கண்டான். அவன் முகமூடி அணிந்திருந்ததால் முகம் தெரியாது போக அதுவும் சற்று இருட்டாகவும் இருக்க அவன் ஏதோ செய்கிறான் என்ன செய்கிறான் என்பது மட்டும் சரியாக தெரியாது இருந்தது. நேரம் செல்ல அவன் தன் இருக்கையை விட்டு செல்வது தெரிந்தது.

“தமிழ் யாரோ ஒருத்தன் உள்ளே வந்திருக்கான் பாருங்க அப்போ இவன் தான் காரணமா இருக்கும். ஆனா இவன் யாருன்னு தெரியலையா..?”

“சார் ஒரு வேலை குடவுன் பூட்டேஜ் தெரியலாம்ல. எனக்கு என்னமோ இந்த இடத்தை பத்தி நல்லா தெரிஞ்சவன் மாதிரி தான்

தோணுது...''

''எஸ் தமிழ் எனக்கு அப்படி தான் தோணுது. ஒரு நிமிஷம் நம்ம அதையும் பார்த்திரலாம்...'' என்ற கிளைமேலாளர் அதனையும் போட, இப்போதாவது அவனை தான் கண்டு பிடிக்க வேண்டும் வேண்டிக் கொண்டே அதனை கண்டான் தமிழன்பன்.

அவர்கள் நினைத்தது போன்றே யாரோ மூவர் இரவு நேரங்களில் குடவுனை திறந்து உர மூட்டைகள் தூக்கிச் செல்ல, யாராவது வருகிறார்களா என்று ஒருவர் கவனித்துக் கொண்டிருக்க அனைத்தையும் சி.சிடிவி வழியாக கண்டனர்.

''யாரா இருக்கும் தமிழ் இவங்களோட அடையாளம் ஏதாவது உங்களுக்கு பார்த்தது மாதிரி தெரியுதா..?''

''நானும் அதை தான் பார்க்குறேன் சார்...'' என்றவன் சற்று நேரம் அதிலே மூழ்கியதை போல் கண்டு கொண்டிருக்க சிறிது நேரத்திலே அது யார் என்பதை அறிந்து கொண்டான்.

''எஸ் ஐ காட் இட். இது யாருன்னு நான் கண்டுபிடிச்சிட்டேன் சார்...'' தான் குற்றவாளி இல்லை என்பதை நிருபவிக்கும் ஆதாரம் கண்டு பிடித்த சந்தோஷத்தில் கூறினான் தமிழன்பன்.

தாங்கள் செய்ய வேண்டிய வேலையை அவனே கண்டு பிடித்து கொடுத்தால் வேலை மிச்சமென்று நிம்மதியில் இருந்தனர் கான்ஸ்டபிள்.

''சார் இங்கே பாருங்க அவன் போட்டிருக்கிற செயின் நம்ம பேங்க் பியூன் போட்டிருக்கிறது தான். உடலமைப்பு பார்த்தாலும் எனக்கு அவனை மாதிரி தான் தோணுது. நம்ம பேங்க்ல எல்லா இடமும் அவனுக்கு தெரியும். சோ அவன் தான் இதை பண்ணிருக்கணும்...''

''தமிழ் அவன் இன்னைக்கு வரல. நேத்து ஏதோ தாத்தாக்கு உடம்பு சரியிலைன்னு ஊருக்கு போறேன் சொல்லி ஒன் வீக் லீவ் போட்டான். எனிவே உன் மேல தப்பு இல்லைன்னு தெரிஞ்சிருச்சில அதுவே போதும். இதை இப்பவே நேத்து வந்த அதிகாரி கிட்ட கொடுத்திரு இனிமே அவங்க பார்த்துபாங்க...?''

''தேங்க்ஸ் சார் எனக்காக நீங்க உங்க நேரத்தை செலவு பண்ணுனதுக்கு...''

''பரவாயில்லை தமிழ் நீ இல்லைன்னா எனக்கு ஒரு கையே போனது மாதிரி இருக்கு. சரி சீக்கிரம் மறுபடியும் வேலைக்கு வந்திரு.

இன்னும் கல்யாணம் லீவ் வேற எடுப்பே...”

“நாளைக்கு வந்துறேன். சரி சார் நான் கிளம்புறேன்...” என்றவாறு தன்னுடன் வந்தவர்களை அழைத்துக் கொண்டு வெளியே வந்தான்.

“ஏப்பா தமிழு என்னாச்சுப்பா நேத்து உன்னை கூட்டிட்டு போனாங்க...?” அங்கே வந்த ஒரு பெரியவர் கேட்க,

“தாத்தா என் மேல தான் தப்புன்னு ஊருல இருக்குறவங்க எல்லாரும் பேசுனாங்களா இப்போ நான் நிருபவிச்சி காட்டிடேன் என் மேல தப்பு இல்லைன்னு...” கூற அதை கேட்டு அங்கே கூட்டம் கூடியது.

இப்போது நேற்று பேசிய அதே மனிதர்கள் இன்று அவனை புகழ்ந்து பேச இந்த செய்தியும் காட்டு தீயாய் அனைவருக்கும் பரவியது.

அதன் பின் நேற்று வந்த அதிகாரியிடம் சென்று குற்றவாளி இல்லை என்பதை உறுதிப்படுத்தும் அந்த ஆவணத்தை கொடுத்தவன் போலீஸ் ஸ்டேஷன் சென்று நடந்ததை கூறினான்.

தப்பு செய்தவனை தேடி கைது பண்ணுவதாக எஸ்.ஐ உறுதியளிக்க நன்றி கூறிவிட்டு தன் வீட்டுக்கு வர இரவை நெருங்கியது. காலையில் சென்று இப்போது வர உணவினை கூட மறந்து ஒரே நாளில் தன் நேர்மையை அனைவருக்கும் காட்டினான்.

விஷயம் அறிந்த கார்த்திகேயன் தன் வேலையை சிறப்பாக செய்ய ஆரம்பித்தான் அவனின் தந்தையின் முன்.

“அப்பா கேள்விப்பட்டீங்களா நம்ம வீட்டு மருமகன் மேல எந்த தப்பும் இல்லைன்னு அவனே எல்லாருக்கும் இன்னைக்கு உணர்த்திட்டான். நீங்களோ நானோ பார்த்தா கூட இப்படி ஒரு மாப்பிள்ளையை நம்ம மதிக்கு பார்த்திருக்க மாட்டோப்பா...” தந்தைக்கு நன்றாக உரைக்கும் வண்ணம் கூற,

“ஆமாங்க. கார்த்தி சொல்லுறது சரி தான் எப்படி ஒரு தங்கமான பையன். நீங்க அவசரப்பட்டு மதியை அடிச்சிருக்க கூடாதுங்க. இனிமே இந்த கல்யாணத்துல எந்த தடங்கலும் இல்லை. இப்போ நடந்த இந்த விஷயத்தால ஊருக்கு மட்டுமில்லை சுத்து வட்டாரத்துக்கே அந்த பையன் குணம் தெரிஞ்சிருக்கும்...” பாரிஜாதம் சந்தோஷமாக கூறிக் கொண்டு தன் மகள் அறைக்குச் சென்றார்.

“அப்பா இப்போ உங்களுக்கு எந்த அவமானமும் இல்லைன்னு நினைக்கிறேன். இதுக்கு அப்பறம் கல்யாணம் வேலையை ஆரம்பிடிச்சி-

ரலாம்ப்பா...'' தன் தந்தையை பார்த்து கேட்க,

உள்ளுக்குள் அடங்க முடியாத கோவம் இருந்தாலும் வெளியே காட்டிக் கொள்ளாமல் தலையை அசைத்து விட்டு தன் அறைக்குள் நுழைந்தார்.

உண்மையை கண்டுபிடிக்க மூன்று நாள் அல்லது ஒரு வாரமாகும் அது வரை அவர்கள் குடும்பம் அவமானத்தை மட்டுமே சந்திக்கும் என நினைத்திருக்க, இத்தைகைய விரைவில் நடக்குமென்று நல்லசிவம் எதிர்பார்க்கவில்லை.

தன் முயற்சி தோல்வியடைந்த கோவத்தில் தந்தை இருக்க, தன் முயற்சி வெற்றியடைந்த சந்தோஷத்தில் மகன் இருந்தான்.

20

அத்தியாயம் : 20

திருமணத்திற்கு இன்னும் சிறிது நாட்களே இருப்பதால் அதற்கு தேவையான மூகூர்த்தப்பட்டு மற்றும் திருமாங்கல்யம் எடுக்க முடிவு செய்தனர்.

நல்லசிவம், சிவக்குமார் இருவரும் திருமண அழைப்பிதழ் கொடுக்கும் வேலை இருப்பதாக கூறி வர மறுக்க சந்தோஷம் என்ற நினைத்த கார்த்திகேயன் தன் தங்கை, சித்தி, அன்னையை மட்டும் அழைத்துக் கொண்டுச் சென்றான்.

அதே நேரம் இங்கே ஜீவா வேலைக்குச் செல்ல ஆதிநாதன் நெருங்கிய சொந்தம் ஒன்றிக்கு அழைப்பிதழ் வைக்கச் செல்ல மற்ற அனைவரும் சென்றனர்.

ஒன்றாகச் சென்ற அனைவரும் முதலில் இரு ஜோடிகளுக்கும் திருமாங்கல்யம் வாங்க, அன்று கார்த்தி கோவமாக பேசியதிலிருந்து மகிழ்ந்தி அவனிடம் பேசாமலே இருந்தாள்.

பெரியவர்களுக்கு தெரியாமல் தமிழ், நிறைமதி இருவரும் ஜாடையிலும், விழியசைவிலும் ரகசியம் பேசுவது போல் பேசிக் கொண்டனர். எத்தனையோ முறை முயன்றும் தன்னிடம் பேசாமல் இருக்கும் மகிழந்தியை பேச வைக்க முயற்சி செய்யும் பணியில் இருந்தான் கார்த்திகேயன்.

பட்டு எடுக்க ஜவுளிக்கடைக்குச் செல்ல அந்த இடத்தை கண்ட நிறைமதி மெல்ல தன்னவன் அருகில் வந்து, “இந்த கடையில வச்சி தானே அன்னைக்கு அவ்வளோ ஆசையா அந்த பரணிக்கு நீங்க

புடவை எடுத்து கொடுத்தீங்க..?'' முறைப்புடன் கேட்க,

“ஆமாடி உனக்கு எப்படி தெரியும். பரணி சொன்னாலா..?''

“நான் இந்த ஊருக்கு வந்ததுலிருந்து உங்க பின்னாடி தான் சுத்திகிட்டு இருக்கேன். அன்னைக்கு நானும் எடுக்க வந்தேன் அப்போ தான் பார்த்தேன். எனக்கு இன்னைக்கு நீங்க தான் கல்யாணப்பட்டு எடுக்கணும். நல்லா மட்டும் இல்லைன்னு வச்சிக்கோங்க கல்யாணத்துக்கு அப்பறம் நீங்க சாமியாரா தான் இருக்கணும் சொல்லிட்டேன்...'' அவனுக்கு மட்டும் கேட்குமாறு கூற,

“அடிப்பாவி ஏன்டி உனக்கு இந்த நினைப்பு..? அன்னைக்கு அந்த பிள்ளைக்கு எடுத்து கொடுத்ததுக்கு ஒரு காரணம் இருந்தது...''

“அந்த காரணம் எனக்கு தேவையில்லை நீங்க தான் எடுத்து தரணும் சொல்லிட்டேன். வேற யாரு எடுத்து கொடுத்தாலும் நான் கட்ட மாட்டேன்...'' கூறிவிட்டு முன்னேச் செல்லும் மகிழ்ந்தியுடன் கலந்து கொண்டாள்.

அவள் செல்வதை கண்டு சிரித்தவன், “ஒரு புடவை என்னடி உனக்கு ஓராயிரம் புடவை கூட எடுத்துத் தர தயாரா தான் இருக்கேன்...'' மனதிற்குள் நினைத்துக் கொண்டு நடந்தான் தமிழன்பன்.

அதன் பின் அனைவரும் ஒன்றாக அமர்ந்து மூகூர்த்த புடவை இருவருக்கும் எடுக்க எனக்கென்னவென்று கரங்களை கட்டிக் கொண்டு நிற்கும் கார்த்தியை கண்டு முறைத்தாள் மகிழந்தி.

“என்னடா இது பார்க்கவே மாட்டிக்கான்னு நினைச்சி தள்ளி நின்னா இப்படி முறைக்கிற..? என்னவா இருக்கும்...'' யோசனையுடன் நின்றவாறு இருக்க, தமிழோ தன் தங்கை, அவன் தங்கை இருவருக்கும் பெண்களை போல் பார்த்துப் பார்த்து எடுத்துக் கொண்டிருந்தான்.

மகிழ்ந்தியின் பார்வை அண்ணனை ஒரு முறை பார்த்து பின் தன்னை பார்க்க, “ஓ புரிஞ்சி போச்சு அவன் உதவி பண்ணுறான். நம்ம சும்மா நின்னுக்கிட்டு இருக்கோம்ன்னு நினைக்கிற. உன் மனசு எனக்கு நல்லாவே புரியுது மயிலு. இப்போ பாரு இந்த மாமன் உதவியா..?'' சட்டை காலரை தூக்கி விட்டுக் கொண்டு நினைத்தவாறு அங்கிருந்து நகர்ந்தான்.

திடீரெண்டு காணாமல் போன தன்னவனை விழிகளால் தேட அவளின் முன் கரங்களில் பழச்சாறுடன் வந்து நின்றான் கார்த்திகேயன்.

“இந்தாங்க அத்தை, அம்மா,சித்தி எல்லாரும் தாகமா இருப்பீங்க இதை குடிச்சிட்டு தெம்பா எடுங்க...” கூறியவாறு அனைவருக்கும் எடுத்துத் தர,

“எதுக்கு மாப்பிள்ளை நீங்க எடுத்துட்டு வரீங்க..? அதான் கடையில வேலை பார்க்குறவங்க தருவாங்களே..?” கேட்டவாறு கிரிஜா எடுத்துக் கொண்டார்.

“அவங்க கொஞ்சம் வேலையா இருந்தாங்க அத்தை அதான் சும்மா தானே இருக்கோம்ன்னு நானே வாங்கிட்டு வந்துட்டேன்...” என்றவன் தன் தங்கைக்கு கொடுத்து விட்டு மகிழுக்கு புன்னகையுடன் கொடுத்-தான். அதனை வாங்கியவளோ அவனின் முகத்தில் ஊற்றினாள் என்ன என்ற நினைப்பில் முறைப்புடன் வாங்கிக் கொண்டாள்.

“எப்படி மயிலு நம்ம உதவி. உங்க அண்ணன் தான் உதவி பண்ணு-வானா நானும் பண்ணுவேன்...” அவளுக்கு மட்டும் கேட்குமாறு கூற,

“நீங்க செய்யிற இந்த உதவியை நான் காலத்துக்கு மறக்க மாட்-டேங்க போங்க பக்கத்துல இருக்குறவங்களுக்கு கொடுங்க. அப்படியே இந்த கடையிலே வேலைக்கும் சேர்த்துக்கோங்க...” உதட்டை சுழித்துக் கொண்டு கூறினாள்.

“ஓ இது நல்ல ஐடியா. அப்போ நீங்க எடுங்க நான் அதுவரைக்கும் இந்த கடையில வேலை பார்க்குறேன்...” என்றவாறு கையில் வைத்துக் கொண்டிருந்த ட்ராவை சுழட்டிக் கொண்டு சென்றான்.

அவன் இதுவரை செய்த செயலால் முறைத்துக் கொண்டே இருந்-தவள் இப்போது தான் கூறியதற்கும் சரி சென்று செல்லவும் அவனை நினைத்து புன்னகைக்க, சென்றவனோ திரும்பி தன்னவனை கண்டு கண் சிமிட்டினான்.

மெரூன் கலர் பட்டுபுடவை ஒன்றை எடுத்த மதி அதனை தன் மேல் வைத்து அனைவருக்கும் காட்ட. அந்த புடவையை விட அவளின் அழகே தன்னை கவர்ந்திழுக்க கன்னத்தில் வைத்துக் கொண்டு அவளையே கண்டான் தமிழன்பன்.

“ஹலோ மாப்பிள்ளை போதும் இது கடை வாங்க முதல...” கூறிய கார்த்தி அவனை இழுத்துக் கொண்டுச் செல்ல தன் அண்ணனின் தலையில் கொட்டினாள் நிறைமதி.

அதையும் தங்கை தந்த பரிசாக ஏற்றுக் கொண்டு தமிழை அழைத்துச் செல்ல, தன்னவன் எடுத்துக் கொடுத்த தன் மூகூர்த்தப்பட்டை அன்னை மற்றும் அத்தையிடம் காட்டி அதனை எடுத்துக் கொண்டாள் நிறைமதி.

அதன் பின் நேரம் செல்ல ஒரு வழியாக அனைத்தையும் எடுத்துக் கொண்டு ஊருக்கு கிளம்ப அந்த நாளே முடிந்து இரவை நெருங்கியது.

நாட்கள் செல்ல இருவரின் வீட்டிலும் சொந்தங்களை அழைத்து மஞ்சள் காப்பு கட்டி பந்தல் கால் நட்ட கல்யாண வீடாக முற்றிலும் தயாராக ஆரம்பித்தது. திருமண ஏற்பாடுகளும் பரபரப்புடன் நடைபெற தன் தந்தை வராதது கிரிஜாவின் மனதில் நெருடலாய் இருந்தது.

தன் அண்ணனிடம் தந்தை வராததிற்கு காரணம் கேட்க திருமணத்திற்கு வந்து விடுவார் என்று கூறி கிரிஜாவை சமாதானப்படுத்தினார் கலையின் தந்தை.

நெருங்கிய சொந்தங்கள் அனைவரும் கார்த்தியின் வீட்டில் வருகை புரிய ஆரம்பிக்க ஏக கடுப்பில் நல்லசிவம் இருந்தார். அதற்கு மாறாக தன் தந்தையை கவனித்துக் கொண்டு சந்தோஷமாக வலம் வந்தான் கார்த்திகேயன்.

நிச்சியத்திற்கு பின் மகிழ்ந்தி வீட்டாரிடம் தன் தந்தை முகம் கொடுத்து பேசாதது அவர்களுடன் ஒன்றிப் போகலாம் காரணம் கூறி தள்ளிச் செல்வது, ஒரு சில நேரங்களில் பரணியின் தந்தையை கண்டு ஜாடையாக ஆதிநாதன் பொண்டாட்டியின் வாக்கை மீறியதை பற்றி பேசுவது.

“இந்த கல்யாணம் பேச்சு வார்த்தை ஆரம்பிடிச்சதுல இருந்து ஏதாவது ஒரு தடங்கல் வந்துகிட்டே இருக்கு...” என்று ஹாலில் அமர்ந்து புலம்புவது அனைத்தையும் பின் தொடர்ந்து கண்டுக் கொண்டே அவரின் ஒவ்வொரு தோல்வியையும் ரசித்தான் கார்த்திகேயன்.

ஆனாலும் உள்மனதில் ஒரு பயம் தன்னை அறியாமல் தந்தை எதுவும் திருமணத்தை நிறுத்த செய்து விடுவாரோ என்ன நினைப்பு ஓடிக் கொண்டே இருந்தது.

பரணியின் வீட்டார் அனைவருக்கும் புது உடை எடுத்துக் கொடுத்து தமிழுக்கு தாய் மாமா என்பதால் முறைப்படி அழைத்தனர் தமிழன்பனின் வீட்டார்.

நாட்கள் சென்று திருமணத்திற்கு முன் தினம் வர இரு வீட்டாரும் ஒரே ஊர் என்பதால் அனைவருக்கும் வசதியாக அருகில் இருந்த டவு-னில் ஒரு மண்டபத்தில் திருமணம் வைத்திருந்தனர்.

வெள்ளிக்கிழமை அவர்களது திருமணம் இருப்பதால் வியாழன், வெள்ளி இரு நாட்கள் பரணி விடுமுறை எடுத்திருந்தாள். அதன் பின் தொடர்ந்து வந்த நாட்கள் வார விடுமுறை என்பதால் அவளும் மகிழ்-வுடனே இருந்தாள்.

மாலை பெண்ணை அழைக்கும் வைபவம் இருப்பதால் காலை உணவினை முடித்துக் கொண்டு தேவையான அனைத்தையும் எடுத்து வைத்து தமிழின் வீட்டுக்கு கிளம்பினர் பரணியின் குடும்பத்தார்.

தன் அன்னை மற்றும் அப்பத்தாவுடன் பரணி நடந்து வர அதே நேரம் வீட்டின் முன் வாழை மரம் நட்ட உதவி செய்து கொண்டிருந்தான் ஜீவரஞ்சன்.

அவர்கள் அனைவரும் வருவதை கண்டவன், "வாங்க அப்பத்தா..! வாங்க அத்தை..! மாமா எங்கே அத்தை..?" உரிமையுடன் முதல் முறையாக உறவு முறை வைத்து அழைத்தான்.

இதற்கு முன் எத்தனையோ முறை அவர்களிடம் பேசியிருக்கிறான் தான் ஆனால் ஒரு நாள் கூட உறவு முறை வைத்து அழைத்ததில்லை. அவனின் மனதில் இவர்கள் அனைவரும் தமிழின் சொந்தமாக மட்டுமே எண்ணிக் கொண்டிருந்தாலோ என்னவோ அழைக்க தவறினான். ஆனால் இன்று ஏனோ அவர்களை கண்டதும் அவனை அறியாமலே உறவு முறை வைத்து அழைத்தான்.

"இதோ பின்னாடியே வந்துவாருப்பா..."

"சரிங்க அத்தை நீங்க உள்ளே போங்க..." என்றவன் அவர்களை உள்ளே அனுப்பி வைக்க சந்தேகமாய் அவனை பார்த்தவாறு உள்ளேச் சென்றாள் பரணி.

"இவ இப்போ எதுக்கு நம்மல இப்படி பார்க்குறா..?" யோசனையுடன் பரணியை கண்டு புருவம் உயர்த்த முகத்தை திருப்பிக் கொண்டு உள்ளே நுழைந்தாள்.

நேரம் செல்ல கிரிஜாவின் சொந்தமும் வந்து சேர இப்போதும் தன் தந்தை வராதது கிரிஜாவை வருந்த வைத்தது.

“என்ன அண்ணா இது பந்தல் கால் நட்டும் போது கல்யாணத்துக்கு வந்திருவான்னு சொன்னீங்க. நாளைக்கு கல்யாணம் நீங்க எல்லாரும் வந்துட்டீங்க மண்டபத்துக்கு கூட கிளம்ப போறோம். ஆனா அப்பா ஏன் வரல..? அன்னைக்கு பத்திரிக்கை வைக்கும் போது கூட முகம் கொடுத்து பேசல. என்ன தான் நடக்குது வீட்டுல..? ஒரு வேலை அப்பாக்கு இந்த கல்யாணத்துக்கு விருப்பம் இல்லையா என்ன சொல்லுண்ணா..?” கலையின் தந்தையிடம் கலங்கிக் கொண்டு கேட்க,

“நாளைக்கு அவர் பேத்தி கல்யாணத்துக்கு சரியான நேரத்துக்கு வந்திருவேன்னு மட்டும் என்ன சொல்லச் சொன்னாரு. வேற என்ன காரணம் எனக்கு தெரியாதும்மா. மனசை போட்டு குழப்பிக்காமே போய் கல்யாண வேலையை பாரு...” சமாதானப்படுத்தி தன் தங்கையை அனுப்பி வைத்தார்.

மாலை நெருங்க அனைவரும் கிளம்பி மண்டபம் செல்லத் தாயராக இருக்க, “அம்மாடி பரணி, கலை ரெண்டு பேருல யாராவது ஒரு ஆள் பொண்ணை அழைக்க கூட போங்க. ஒரு ஆள் மட்டும் இங்கே மகிழுக்கு துணையா இருங்க...” கிரிஜா கூறிவிட்டுச் செல்ல,

“பரணி நீ போ நான் இங்கே இருக்கேன். என்னை விட பொண்ணை அழைக்கிற முழு உரிமை உனக்கு தான் இருக்கு. தமிழ் அத்தான் உனக்கு தானே நெருங்கிய சொந்தம்...” என்க,

“ஏன்டி அவளை போன்னு சொன்னா போகப் போறா..? அதுக்கு எதுக்குடி இப்படி பேசுறே. பரணி எனக்காக நீ போய்ட்டு வா ப்ளீஸ்...” கெஞ்சுதலுடன் மகிழந்தி உரைக்க, சரி என்றவாறு அங்கிருந்து கிளம்பினாள் பரணிச்சந்திரா.

சிவக்குமாரின் மனைவி மற்றும் பாரிஜாதத்தின் சொந்தம் சிலர் இங்கே மகிழ்ந்தியை அலங்கரித்து மண்டபம் அழைத்துச் செல்ல வர, பரணி மற்றும் கிரிஜாவின் சொந்தம் சிலர் அங்கே மதியை அலங்கரித்து அழைத்து வரச் சென்றனர்.

நல்லசிவம் வீட்டின் முன் வேனில் வந்து அனைவரும் இறங்க பாரிஜாதம் அனைவரையும் இன்முகத்துடன் வரவேற்று மதியின் அறைக்கு அழைத்துச் சென்றார்.

கையில் பூ,புடவை அடங்கிய தாம்பாலத்துடன் வந்தவர்கள் அதனை மதியின் கையில் தர புன்னகையுடன் வாங்கிக் கொண்டு அந்த புட-

வையை கட்டி வந்தாள். பரணி மற்றும் இன்னும் சில பெண்கள் நிறைமதியை அலங்கரித்து முடித்து மண்டபவம் அழைத்துச் செல்ல கிளம்பினர்.

அனைவரும் முன்னேச் செல்ல பரணியோ மதியை அழைத்துக் கொண்டு வர, “என் மேல உனக்கு எதுவும் கோபமா பரணி..?” அவளுக்கு மட்டும் கேட்குமாறு கேட்டாள்.

“எனக்கு உன் மேல என்ன கோபம். அதெல்லாம் இல்லை ஏன் கேட்குற மதி..?” பேசியவாறு அழைத்துக் கொண்டு வர,

“இல்ல இந்த இடத்துல நீ தானே இருக்கணும் அதான் கேட்டேன். இன்பனை நீ தானே கல்யாணம் பண்ணிக்கணும். நான் குறுக்கே வந்துட்டேன்லே...”

“தமிழ் அத்தானும் நீயும் தான் கல்யாணம் பண்ணிக்கணும் முன்னவே அந்த கடவுள் எழுதி வச்சிட்டாரு. அதை யாராலையும் மாத்த முடியாது உங்க கல்யாணத்தால எனக்கு எந்த வருத்தமும் இல்லை சந்தோஷம் மட்டும் தான்...”

“ஆனா உங்க அத்தையோட ஆசை என்னால நிறைவேறமா போச்சில என்னை மன்னிச்சிரு பரணி ப்ளீஸ்...” மெல்ல கேட்க, பதில் கூற முடியாது அமைதியானாள் பரணி.

தான் கேட்ட இந்த கேள்வியால் அவள் முகம் வருந்துவதை கண்டவள் அதன் பின் அமைதியாக அவளிடம் பேசாமலே வந்தாள் நிறைமதி.

மதியை மண்டபவம் அழைத்து வரும் அதே நேரம் அங்கே மகிழ்ந்தியையும் அழைத்து வர கலைத்தென்றல் இரு மணப்பெண்ணையும் ஆரத்தி எடுத்து மண்டபத்திற்குள் வரவேற்றாள்.

மணமக்கள் நால்வரையும் ஜோடியாக நிற்க வைத்து சில போட்டோஸ் எடுக்க, வந்தவர்கள் சிலரும் இப்போதே வாழ்த்து கூற நேரம் சென்று இரவினை நெருங்கியது.

அதன் பின் இரவு உணவை மண்டபத்திலே அனைவரும் முடிக்க யாரோ வீட்டு கல்யாணம் போல் என்னகென்னவென்று தன் முயற்சிகள் அனைத்தும் தோல்வியடைந்த விரக்தியில் நல்லசிவம் இருந்தார்.

வந்தவர்கள் சிலர் மதியின் சொந்தகளும் மகிழந்தியின் சொந்தகளும் என்பதால் பரணிக்கோ மண்டபத்தில் அனைத்து முகங்களும் புதிதான

முகமாக தெரிந்தது. மணமகள் அறையிலே முடங்க ஆனால் கலையோ அதற்கு மாறாக சிறுப் பிள்ளை போல் அங்கும் மிங்கும் சுற்றிக் கொண்டு ஜீவாவை வம்பிழுத்துக் கொண்டிருந்தாள்.

அதிகாலையில் திருமணம் என்பதால் அனைவரும் சீக்கிரமே நித்திரைக்குச் செல்ல ஆரம்பித்தனர்.

ஆதவன் விழி திறக்க மறுநாள் விடிய அனைவரும் கிளம்பித் தயாராகிக் கொண்டிருக்க ஊர்கார்கர்கள் வர ஆரம்பித்தனர். வரவேற்கும் இடத்தில் கலை, பரணி மற்றும் சில பெண்கள் வந்தவர்கள் அனைவருக்கும் பண்ணீர் தெளித்து பூ,கல்கண்டு கொடுத்தனர்.

அதன் பின் நேரம் செல்ல கிரிஜாவின் தந்தையை அழைத்துக் கொண்டு கலையின் பெரியப்பா வர, "தாத்தா சொன்ன மாதிரி சரியா நேரத்துக்கு வந்துட்டீங்க..?" கலை சந்தோஷமாக உரைக்க,

சிறு வயதில் அவரை பார்த்தாலும் அவரின் முகம் நன்கு நினைவில் இருந்தது பரணிக்கு.

"வாங்க தாத்தா..! என்னை ஆசிர்வாதம் பண்ணுங்க..?" புன்னைகை முகமாக கூறி அவரின் காலில் விழுந்து ஆசிர்வாதம் வாங்கிக் கொண்டாள் பரணி.

"நல்லாயிரும்மா..." வாழ்த்தி விட்டு தள்ளல் நடையுடன் நடக்க அவரை தாங்கிக் கொண்டு சென்றனர்.

ராகினியும், காவேரியும் வர அவர்களை இன்முகத்துடன் வரவேற்று தன் தோழிகளுடன் கலந்து கொண்டாள் பரணிச்சந்திரா.

தன் தந்தையை கண்ட கிரிஜாவும், வரதனும் முன்னேச் சென்று வரவேற்க இருவரையும் கண்டு முறைத்தவர் மெல்ல அங்கிருந்து சேரில் அமர்ந்தார்.

வயதான கிரிஜாவின் அப்பாவை அங்கிருந்த அனைவருக்குமே நன்றாக தெரிந்ததால் அந்த ஊர் பெரிய மனுஷர்கள் மற்றும் சொந்தங்கள் அனைவரும் அவரின் அருகில் வந்து நலம் விசாரித்தனர். ஆதிநாதனோ தன் சம்மந்தி வீட்டார்க்கு அவரை அறிமுகப்படுத்தி வைத்தார்.

"என்ன ஐயா இது சொந்த பேத்தி, பேரன் கல்யாணத்துக்கு இப்போ வரீங்க இது உங்களுக்கே நல்லாயிருக்கா..?"

"எது நல்லாயிருக்குன்னு நான் வரே சொல்லுங்க..?" கலங்கிக் கொண்டு கண்ணீருடன் கேட்க,

"அப்பா என்னாச்சு எதுக்குப்பா இந்த நல்ல நேரம் பார்த்து அழு-குறீங்க..?" கலையின் தந்தை கேட்க அடுத்தநொடி அங்கே கூட்டமே கூட ஆரம்பித்தது.

பேரன், பேத்திகள், மகன், மகள், மருமகள், மருமகன் அனைவரும் புரியாது விழிக்க, "மூத்தவன் இருக்கும் போது எப்படிம்மா நீங்க இரண்-டாவது பையனுக்கு கல்யாணம் முடிவு பண்ணலாம். அந்த பிள்ளை என்னம்மா பண்ணுனா நீங்க இப்படி ஒதுக்கே...?" ஜீவாவை பார்த்து கேட்க,

அவர் கேட்ட பின்னே தான் தாங்கள் செய்த தவறினை ஆதிநாதன் குடும்பத்தார் முதல் முறை உணர நல்லசிவம் இதனை தனக்கு வாய்ப்-பாக பயன்படுத்திக் கொண்டு முன்னே வந்தார்.

21

அத்தியாயம் : 21

கிரிஜாவின் தந்தை கூறிவிட்டு அழுது புலம்ப அனைவரும் செய்த தவறினை நினைத்து வருந்த முன்னே வந்தார் நல்லசிவம்.

“இந்த ஐயா சொல்லுறது சரி தானே..? என்ன சம்மந்தி இதெல்லாம் நாங்க தான் இந்த விஷயத்தை மறந்துட்டு அன்னைக்கு ஏதோ தெரி-யாம வந்துக் கேட்டோம். ஆனா நீங்களாலும் மூத்தவன் ஒருத்தன் எங்க வீட்டுல இருக்கான்னு சொல்லிருக்கலாம்ல. இப்படி இந்த நேரம் இங்கே வந்து சொன்னா என்ன அர்த்தம்...” நல்லசிவம் கோபத்துடன் கேட்க,

“ஆஹா அப்பாவும் ஏத்திவிடுறாரே. இப்போ என்ன பண்ணே..?” யோசித்த கார்த்திகேயன் தன் தந்தையை நோக்கிச் செல்ல அவன் கரத்-தினை பற்றி தடுத்தாள் மகிழ்ந்தி.

“போகாதீங்க..,” கரத்தினை இறுக்கிப் பிடித்து கூற, ஏதோ இருக்கி-றது என்பதை உணர்ந்தவனோ அமைதியானான்

“தாத்தா என்ன இது நல்ல நாளும் அதுவுமா இதுக்கு போய் கலங்-கிக்கிட்டு இருக்கீங்க..? இது ஒன்னும் பெரிய பிரச்சனையே இல்லை. இந்த நாட்டுல எத்தனையோ பேரு இப்படி பண்ணுறாங்க தெரியுமா..? இதெல்லாம் சகஜம் தாத்தா...” என்று தன் தாத்தாவின் முன் மண்டி-யிட்டு கொண்டு ஜீவா உரைக்க,

“சுத்தி நடக்கலாம் ஆனா என் வீட்டுல எப்படி இது நடக்கும் சொல்லு..? என்னால இதுக்கு அனுமதிக்கவே முடியாதுடா பேராண்டி. உனக்கு இருக்குற இந்த மனசு யாருக்குமே இல்லையேடா..? அந்த

பிள்ளைக்கு எல்லாம் செய்யிற போது உன் மனசு எப்படி வேதனைப்படும்ன்னு வாழ்ந்தவன் எனக்கு தெரியும்டா...'' என தன் பேரனின் தலையை வருடிக் கொடுத்தவாறு கூறினார்.

“நல்லவேளை நான் இவ்வளோ சீக்கிரம் இந்த கல்யாண வாழ்க்கையில சிக்கலையேன்னு சந்தோஷப்பட்டா இவரு என்ன இப்படி சொல்லுறாரு...'' ஜீவாவின் மனம் நினைக்க,

“இங்கே இருக்கிற எல்லாரையும் விட பெரியவரு இவர். இவரே சம்மதிக்கலைன்னா நாளைக்கு என் பொண்ணு எப்படி இவங்க வீட்டுல போய் சந்தோஷமா வாழ முடியும் நீங்களே சொல்லுங்க...?'' என்று நல்லசிவம் வந்தவர்களை கண்டு கேட்க, மதியோ உயிரற்ற ஜடம் போல் நின்றாள்.

“அதானே பண்ணையார் சொல்லுறது சரி தான் நாளைக்கு அந்த பொண்ணு எப்படி ஆதிநாதா உன் வீட்டுல வந்து வாழ முடியும். பெரியவங்க சம்மதத்தோட கல்யாணம் எதுக்கு பண்ணுறோம் அந்த பொண்ணு வாழ்க்கை நல்லா இருக்கணும் தானே..?'' அந்த ஊர் பெரியவர் ஒருவர் கேட்க,

“தாத்தா ப்ளீஸ் இந்த கல்யாணத்துக்கு சம்மதம் சொல்லுங்க...?'' என்று கெஞ்சலுடன் தாத்தாவிடம் ஜீவா மன்றாடி வேண்டினான்.

“மாட்டேன்டா. நான் இப்போ வந்தது கூட என் பேத்தியோட கல்யாணத்துக்கு தான். அதுக்காக தமிழ் என் பேரன் இல்லைன்னு நான் சொல்லலை உன்னை மாதிரி தான் அவனும் எனக்கு. ஆனா உனக்கு ஒரு கல்யாணம் நடக்காம என்னால அவனோட கல்யாணத்தை பார்க்க முடியாதுடா...'' கலங்கிக் கொண்டிருந்தவர் உறுதியுடன் கூறினார்.

“அப்போ நீங்க என்ன சொல்லுறீங்க பெரியவரே. உங்க பேத்தி கல்யாணம் மட்டும் இப்போ நடந்தா போதும்ன்னு சொல்லுறீங்களா..?'' நல்லசிவம் கேட்க,

“நான் உங்க மகள் வாழ்க்கை கெடனும் நினைக்கலைப்பா...''

“நீங்க சொல்லுறதை பார்த்தா அப்படி தானே இருக்கு பெரியவரே...''

“என் மூத்த பேரன் கல்யாணம் முடியணும்ன்னு ஆசைப்படுறேன். அதுக்கு அப்பறம் வேணா நீங்க உங்க பொண்ணை என் ரெண்டாவது பேரனுக்கும் கட்டி வைங்க...''

“நீங்க சொல்லுற நியாயம் நல்லாயிருக்கே..? மணமேடை வரை வந்து என் பொண்ணு கல்யாணம் நிக்கணும்மா..? என் பொண்ணு கல்யாணம் நடக்கலைன்னா இப்போ என் பையன் கல்யாணமும் நடக்காது. அவ்வளோ தான் நான் சொல்லுவேன்...” நல்லசிவம் உறுதியுடன் உரைக்க, இரு ஜோடிகளும் தங்களின் இணையை பார்த்துக் கொண்டு தவித்தனர்.

“அப்பா இப்போ என்ன தான் முடிவு சொல்லுங்க. இப்படி மேடை வரைக்கும் வந்து கல்யாணம் நின்னா அந்த பிள்ளைகள் பாவம்ப்பா. நாளைக்கு ஊருக்குள்ளையும் நம்மல தானே தப்பா பேசுவாங்க சொல்லுங்க...” கிரிஜா தன் தந்தைக்கு புரிய வைக்க முயல,

“ஆமாப்பா. பாப்பா சொல்லுறது சரி தான் கொஞ்சம் உங்க முடிவை மாத்திக்கோங்க. நம்ம வேணா அடுத்த மாசமே ஜீவாவோட கல்யாணத்தை வச்சிக்கிடலாம்...” கலையின் தந்தையும் மென்மையாய் தந்தையிடம் கூறினார்.

அவரோ அப்போதும் தன் பிடியிலிருந்து இறங்காமல் இருக்க, “ஏம்மா கிரிஜா உங்க அப்பா தான் மூத்த பேரன் கல்யாணத்தை பார்க்கணும் அவ்வளோ ஆசைப்படுறாருல. அடுத்த மாசமே பண்ணி வைக்கிறேன்னு சொல்லுற கல்யாணத்தை இந்த மேடையில இப்ப வச்சே பண்ண வேண்டியது தானே...” தாத்தாவின் வயதை ஒத்த பெரியவர் ஒருவர் கூற,

இப்போது என்ன செய்வதென தெரியாது ஆதிநாதன், வரதன், கிரிஜா மூவரும் யோசிக்க, “ஏம்மா இதுல யோசிக்க என்ன இருக்கு..? அதான் ஒன்னுக்கு ரெண்டு முறைப்பொண்ணு இங்கையே இருக்காங்களே அவங்க குடும்பத்துல எல்லார் கிட்ட பேசி இப்போ கட்டி வச்சிற வேண்டியது தானே..?” இன்னொருவர் கூற, பரணி, கலை, ஜீவா மூவருமே அதிர்ந்தனர்.

“ஐயோ இவரு என்ன இப்படி செக் வச்சிட்டாரு எனக்கு..? இதுங்க ரெண்டு பேருமா...” பரணி, கலை இருவரையும் கண்டு ஜீவா யோசிக்க, அதே நேரம் அவர்கள் இருவரின் பார்வையும் அவனின் மீதே இருந்தது.

“ஜீவா நீ என்ன சொல்லுற உனக்கு சம்மதம்மா..? எங்களை மன்னிச்சிருப்பா நாங்களும் இதை பத்தி யோசிக்கவே இல்லை...” வரதன்

மகனிடம் மன்னிப்பு வேண்ட,

“ஏப்பா நீங்க வேற என்னால இதுக்கு சம்மதிக்க முடியாது அவங்க ரெண்டு பேருமே சின்ன பொண்ணுங்க. அதுவும் படிக்கிற பிள்ளைங்க. என்ன எல்லாரும் சேர்ந்து விளையாடிக்கிட்டு இருக்கீங்களா...?” ஜீவா கோபமாக கேட்க,

“உங்க அண்ணன் என்ன இப்படி இருக்கான். 90' kids எல்லாம் ஒரு பொண்ணுக்கே வழியில்லாம இருக்கான். இதுல உங்க அண்ணனுக்கு ஒன்னு ரெண்டா கிடைக்குது. ஏதாவது ஒன்ன எடுத்துப்பானா அதை விட்டுட்டு வேண்டாம்ன்னு சொல்லிக்கிட்டு இருக்கான். எனக்கு மட்டும் இந்த வாய்ப்பு கிடைச்சா ரெண்டையும் தூக்கிருவேன்...” தன் அருகில் நின்றிருந்த மகிழந்தியின் காதில் மெல்ல கார்த்திகேயன் உரைத்தான்.

அவனை கண்டு முறைத்தவள், “அவங்க ரெண்டு பேரும் உங்க தங்கச்சிங்க. என்கிட்டே லவ் சொல்லவே உங்களால முடியல. இதுல ரெண்டா உங்களுக்கு...” பல்லை கடித்துக் கொண்டு கூற தலை கவிழ்ந்தான்.

“டேய் அப்போ உன்னால இந்த ரெண்டு கல்யாணமும் நிக்கணும் சொல்லுறையா..?” வரதன் சற்று கோபத்துடன் கேட்க,

“நான் ஒன்னும் அப்படி சொல்லலையே...?”

“ஜீவா நீ நம்ம குடும்பத்துக்காக ஒத்துக்கிட்டு தான் ஆகணும். ஏன்னா இது நம்ம எல்லாரோட ஆசை கிடையாது உன்னோட பெரியம்மா ஆசைடா....” இதுவரை தோன்றாத இந்த விஷியம் இப்போது கிரிஜாவிற்கு தோன்ற அதனை கூறினார்.

“பெரியம்மா ஆசையா நீங்க என்ன சொல்லுறீங்கம்மா எனக்கு புரியல..?”

“பரணி நம்ம வீட்டுக்கு மருமகளா வரணும்ன்னா அது தமிழை கல்யாணம் பண்ணுனா மட்டும் தான் நடக்கும்ன்னு இல்லையே. நீ கல்யாணம் பண்ணுனாலும் நடக்கும் தானே..? தயவு செஞ்சி இதுக்கு ஒத்துக்கோப்பா...” என தன் மகனிடம் கிரிஜா கேட்க, அதை கேட்ட பரணியின் குடும்பத்தார் மற்றும் கலையின் குடும்பத்தார் இருவருமே அதிர்ந்தனர்.

தமிழன்பன், ஆதிநாதன் இருவருமே கிரிஜா கூறியதை கேட்டு சந்தோஷப்பட தன் சொந்த ரத்தம் கலை இருக்கும் போது கிரிஜா பரணியை எப்படி தேர்ந்தெடுக்கலாம் என்ற நினைப்புடன் கலையின் குடும்பத்தார் உட்ச கோவத்தில் இருந்தனர்.

“அண்ணா...! என்னை மன்னிச்சிருங்க. நான் கலையை சொல்லாம பரணியை சொன்னதுக்கு உங்களுக்கு கோவம் இருக்கும் தான். ஆனா எனக்கு வேற வழி தெரியல. கனகவல்லி அக்கா என்னை நம்பி தமிழை என் கையில கொடுத்துட்டு என் அண்ணன் மகள் தான் நம்ம வீட்டுக்கு மருமகளா வரணும் சொன்னாங்க. எனக்கு அந்த நொடியில இருந்து தமிழுக்கு தான் அவங்க கட்டி வைக்க சொல்லுறாங்கன்னு தான் நினைச்சிக்கிட்டு இருந்தேன். ஆனா எனக்கு இப்போ தான் புரிஞ்சது ஜீவாவை கட்டிக்கிட்டாலும் அக்காவோட ஆசை நிறைவேறும்ன்னு...”

“அப்போ நீ இத்தனை நாள் என் பொண்ணை மனசார மருமகளேன்னு கூப்பிடல. சும்மா வாய் வார்த்தையால தான் கூப்பிட்டுருக்கே அப்படி தானே..?” கலையின் தந்தை கோபத்துடன் கேட்க,

“நிறுத்துடா முதல. வீட்டுக்கு மூத்தவரு நான் சொல்லுறேன் என் பேராண்டி அந்த பிள்ளையை தான் கட்டிக்கிடனும். இப்போ இதுக்கு நீங்க யாரும் சம்மதம் சொல்லைன்னா அப்பறம் என் உயிரு இந்த மண்டபத்திலே போகும்...” கிரிஜாவின் தந்தை அனைவரையும் கண்டு உரைத்தார்.

இவர்கள் பேசுவதை கேட்ட கலையோ அழுகையுடன் இருக்க, அவளை கண்ட பரணியோ தன் தோழியின் அருகில் தவிப்புடன் நின்றாள்.

“சரி எனக்கு சம்மதம் ஆனா ஒன்னு இனிமே எனக்கும் உங்க வீட்டுக்கும் எந்த சம்மந்தமும் இல்லை அவ்வளோ தான். இந்த நாளோட உறவு முறிஞ்சது...” கலையின் தந்தை உரைக்க கிரிஜாவோ அதனை கேட்டு பதறினார்.

“நான் என் பொண்ணை ஆதிநாதன் வீட்டுக்கு அந்த கனகவல்லியை நம்பி தான் அனுப்புனேன். அவளும் என் மகள் தான். அவளோட கடைசி வாக்கு இது தான்னா இப்போ நடந்தே ஆகனும். ஏலே பேராண்டி நான் சொல்லுறேன் நீ அந்த பிள்ளை கழுத்துல

தாலி கட்டு. யார் இருக்கணும் ஆசைப்படுறீங்களோ அவங்க மட்டும் இருங்க...'' பெரியவர் கூற வேறுவழியின்றி கலையின் தந்தை அமைதியானார்.

இப்போதும் அனைவரின் பார்வையும் ஜீவா மற்றும் பரணியின் மீதிருக்க, நல்லசிவமோ ‘‘என்னடா இது இரண்டு கல்யாணத்தை நிறுத்தலாம் பார்த்தா மூணு கல்யாணம் நடக்க போகிறதே..'' என்ற கடுப்பில் இருந்தார்.

தோழிகளின் அருகில் நின்றிருந்தவளோ மறுப்பாய் ஜீவாவை பார்த்து தலையசைத்து தன் தந்தையின் நோக்கி ஓடிச் சென்று அவரை அணைத்துக் கொண்டாள். இதிலே அவளுக்கு இந்த திருமணத்தில் விருப்பமில்லை என்று நன்கு தெரிந்தும் தான் என்ன செய்வதென தெரியாது நின்றான் ஜீவரஞ்சன்.

‘‘என்னலே நின்னுக்கிட்டு இருக்கே..? அத்தை, மச்சான் உங்களுக்கு இந்த கல்யாணத்துல விருப்பம் தானே...? நீங்க என்ன சொல்லுறீங்க..?'' வரதன் முன்னே வந்து நின்று கோதாவரி அப்பத்தா மற்றும் தர்மேந்திரனிடம் கேட்க,

‘‘என்ன மாப்பிள்ளை என்னால எப்படி மறுக்க முடியும். என் தங்கச்சி கடைசியா கேட்ட வாக்கு. எங்க குடும்பத்துல எல்லாருக்கும் இதுல சம்மந்தம் தான்...'' அனைவருக்கும் சேர்ந்து தர்மேந்திரன் உரைக்க, தன் தந்தையை விழிகளில் கண்ணீருடன் கண்டாள் பரணிச்சந்திரா.

தன் மகளின் பார்வை தன்னை வேறோடு உலுக்கினாலும் அவளின் நல்வாழ்க்கைகாக அமைதியாகவே இருந்தார்.

‘‘சரி மகிழு இங்கே வா வந்து பரணியை கூட்டிட்டு போயி அலங்காரம் பண்ணு. உங்க தாத்தா ஆசைப்பட்டது மாதிரியே இவங்க கல்யாணம் முதல நடக்கட்டும்...'' கிரிஜா கூற,

‘‘சரிம்மா...'' என்றவள் அவளின் அருகில் வந்து அவளை அழைத்துக் கொண்டுச் செல்ல நகராது அப்படியே நின்றாள்.

ஜீவாவின் இதயத்தில் குண்டூசி குத்துவது போல் தோன்ற, தன் தந்தை மற்றும் அன்னையுடன் தவிப்புடன் கண்டாள் பரணி. அவர்களோ அமைதியாக இருக்க அந்த செயல் ஜீவாவின் மனதை மேலும் அசைத்தது.

மகிழ் மற்றும் பரணியின் தோழிகள் அவளை அழைத்துக் கொண்டுச் சென்று அலங்காரம் செய்ய, இங்கே ஜீவாவை அழைத்துக் கொண்டு அவனை தயார்ப்படுத்த சென்றனர் தமிழும், கார்த்தியும்.

“சம்மந்தி எங்களை மன்னிச்சிருங்க..? இப்படி நடக்கும்ன்னு நாங்க எதிர்பார்க்கல...” ஆதிநாதன் தன் சம்மந்தி வீட்டாரிடம் மன்னிப்பு வேண்ட,

“நீங்க மன்னிப்பு கேட்க வேண்டிய அவசியமே இல்லை. இப்போ என்ன நல்ல காரியம் தானே நடக்குது...” மகிழ்வுடன் நல்லசிவம் கூறு-வதற்கு பதிலாக பாரிஜாதம் கூற, அங்கிருந்து விலகிச் சென்றார் நல்ல-சிவம்.

“மாமா இப்போ இன்னொரு திருமாங்கல்யம் வாங்கணும். கையில இருக்கிறதை முதல ஜீவா கட்டட்டும். நீங்க வேற ஒன்னு வாங்கிட்டு வந்துருநீங்களா..?” ஆதிநாதனிடம் கிரிஜா உரைக்க,

“அதெல்லாம் வாங்க வேண்டாம் கிரிஜா. கொஞ்சம் நேரம் இரு அம்மாடி மருமகளே நம்ம கொண்டு வந்த பையில ஒரு மஞ்சப்பை இருக்கும் அதை போய் எடுத்துட்டு வா...” தன் மருமகளிடம் கோதாவரி பாட்டி கூற சரி என்றவாறு அதனை எடுத்துக் கொண்டு வந்து கொடுத்-தார் ஆண்டாள்.

ஆண்டாள் கொடுத்த பையிலிருந்து ஒரு திருமாங்கல்யத்தை எடுத்-தவர், “இது கனகவல்லியோட தாலி. அது அவ மருமகளுக்கே போகட்-டும். நீ உன் ரெண்டு மருமகள்ல யாருக்கும் கொடுக்கணும் நினைக்-கையோ அவங்களுக்கு கொடும்மா...” கூறிய பாட்டி அதனை கிரிஜா-வின் கையில் கொடுத்தார்.

அதனை மனமகிழ்வுடன் வாங்கிக் கொண்டவர், “அம்மா இதை ஜீவாவே நம்ம பரணி கழுத்துல கட்டட்டும் நான் ஐயர் கிட்ட கொடுத்-துட்டு வரேன்...” என்றவர் விலகிச் செல்ல, தன் ஆசை நிறைவேறிய சந்தோஷத்தில் கோதாவரி அப்பத்தா இருந்தார்.

அதன் பின் நேரம் செல்ல ஜீவாவை அழைத்துக் கொண்டு வந்து மனையில் அமர வைக்க அவர் கூறச் சொன்ன மந்திரங்களை கடை-மையே கதியென்று கூறினான். பரணிக்கு கஷ்டம் கொடுத்து இந்த திரு-மணம் நடப்பது ஒன்றே ஜீவாவை நோகடித்தது.

மனப்பெண்ணை அழைத்து வரக் கூற ராகினி, காவேரி, மகிழு மூவரும் சேர்ந்து அவளை அழைத்து வந்தனர். பொலிவிழந்த முகத்துடன் தலை கவிழ்ந்து கலங்கிய விழிகளுடன் நடந்து வந்தவளை ஜீவாவின் அருகில் அமர வைத்தனர்.

அவளோ நிமிர்ந்து கூட காணாது அமர்ந்திருக்க நேற்று வரை தான் வம்பிழுத்து பேசி சீண்டிக் கொண்டிருந்த பெண் இன்னும் சற்று நேரத்தில் தன் மனைவி நினைக்கும் போதே இப்போது நடப்பது கணவு என்றே நினைக்க தோன்றியது.

இதில் கணவு அல்ல உண்மை என்பதை நன்றாக நிருபவிப்பது போன்று அவளின் கை மேல் தன் கை வைத்துக் கொண்டு அக்கினியில் மந்திரங்களை கூறியவாறு அர்ச்சதை தூவியது இருந்தது.

இருவரும் ஜோடியாக மனையில் அமர்ந்திருப்பதை கண்ட கலையின் அழுது வீங்கிய முகம் இப்போது விழிகளில் அனல்கக்கும் பார்வையுடன் அதனை கண்டது.

கிரிஜாவின் தந்தையின் கரத்தால் மனமகிழ்வுடன் திருமாங்கல்யத்தை ஜீவாவின் கரங்களில் தர அதனை வாங்கியவன் தலை குனிந்து அமர்ந்திருந்த பரணியின் மணமாலை நிறைந்த சங்கு கழுத்தில் முடிச்சிட்டான்.

பின்னே நின்றிருந்த மகிழ்ந்தி மற்ற இரண்டு முடிச்சினை போட அனைவரும் மணமக்களை வாழ்த்தி சந்தோஷத்துடன் அர்ச்சதை தூவினர்.

அதன் பின் குங்குமத்தை கொடுத்து அவளுக்கு வைத்து விடுமாறு கூற அவளை தன் கை வளைவுக்குள் கொண்டு வருவது போல் நெருங்கி வந்து வலது கையால் பிறைநெற்றியில் வைக்க அவளின் கண்ணீர்துளிகள் ஜீவாவின் இடது கையில் விழுந்தது.

தன்னிடம் ஏன் இங்கே இருக்கும் அனைவரிடமும் திருமணத்திற்கு சம்மதமா என்று கேட்டார்கள் தான் ஆனால் அவளிடம் யாரும் ஒரு வார்த்தை கூட கேட்கவில்லை என்பதே நன்கு அறிந்தான்.

பரணியின் கரங்களை மென்மையாய் பற்றிக் கொண்டு அக்கினியை வலம் வந்து அவளின் பொற்பாத விரல்களில் அம்மி மிதித்து அனைவரின் முன் மெட்டி அணிவித்தான் ஜீவா. எத்தனை சந்தோஷங்களுடன் நடைபெற வேண்டிய இந்த நிகழ்வு இப்படி தனக்கு மனமில்லாமல் நடப்பதை எண்ணி கலங்கினாள் பரணி.

முதலில் கிரிஜாவின் தந்தையிடம் ஆசிர்வாதம் வாங்கியவர்கள் மற்ற அனைவரிடமும் ஆசிர்வாதம் வாங்க கலையின் குடும்பத்தை தவிர மற்ற அனைவருமே மகிழ்வுடன் ஆசிர்வதித்தனர்.

நேரம் செல்ல மகிழந்தி, நிறைமதி இருவரையும் அலங்கரித்து அவர்களின் திருமணமும் நல்ல நேரம் முடிவதற்குள் செய்ய ஆரம்பித்தனர்.

இரண்டு ஜோடிகளையும் மனையில் வந்து அமர வைத்து திருமணம் நடக்க ஜீவாவின் அருகிலே பரணி மனைவி என்ற உரிமையுடன் நின்றாலும் இருவரும் ஒரு நொடி கூட பார்க்காமலே பேசாமலே இருந்தனர்.

22

அத்தியாயம் : 22

தன் அன்னையின் ஆசை நிறைவேறிய சந்தோஷத்தில் மனமகிழ்வுடன் தமிழ் மணமேடையில் அமர்ந்திருக்க, மதியின் மனமோ பரணியும், தானும் ஒரே வீட்டில் வாழப் போகிறோம் என்று நினைக்கும் போதே வேப்பங்காயை போல் அவளின் மனம் கசந்தது.

கார்த்திகேயன் மனமோ தன் தந்தையின் தடையை தாண்டி திருமணம் நடக்கப் போகிறது என்றெண்ணி சந்தோஷம் கொண்டது. இதுநாள் வரை குற்ற உணர்வுடன் இருந்த மகிழந்தியோ பரணி தங்கள் வீட்டில் மருமகளாகி விட்டாள் என்ற நினைப்பில் பாரம் இறங்கிய நிம்மதியில் இருந்தாள்.

இப்போதும் கிரிஜாவின் தந்தையே திருமாங்கல்யம் எடுத்து தர இருவரும் அவரவர் துணைவியின் கழுத்தில் மகிழ்ச்சியுடன் முடிச்சிட்டனர்.

அதன் பின் நடக்க வேண்டிய சடங்குகள் அனைத்தும் வழக்கம் போல் நடக்க தன் தாத்தாவின் காலில் விழுந்து ஆசிர்வாதம் வாங்கிய மகிழந்தி அவருக்கு நன்றி கூறினாள்.

“ரொம்ப நன்றி தாத்தா இப்போ என்னோட சந்தோஷத்துக்கு முழு காரணமும் நீங்க மட்டும் தான்...” அவரின் கரங்களை பற்றிக் கொண்டு கேட்க,

“நான் என்ன பண்ணுனேன் சொல்லு. சின்ன பொண்ணு உனக்கு தோணுன இந்த விஷயம் எனக்கு தோணலையே..? உன்னோட பெரியம்மா ஆசை நிறைவேருனா தான் என்னால சந்தோஷமா வாழ முடி-

யும்ன்னு சொல்லி நீ தானேம்மா ஜீவாக்கு கட்டி வைக்க சொன்னே. அதை தானேடா நான் பண்ணிருக்கேன்...'' தன் பேத்தியின் தலையை வருடிக் கொடுத்தவாறு கூற, அருகில் நின்றிருந்த கார்த்திகேயனோ அதிர்ச்சியுடன் தன் மனைவியை கண்டான்.

மேடையில் இரண்டு ஜோடிகளும் ஒன்றாக நிற்க வந்தவர்கள் அனைவரும் வாழ்த்து கூற, ‘‘டேய் ஜீவா என்ன இது இப்படி ஓரமா வந்து நின்னுக்கிட்டு இருக்கே..? போடா பரணியை கூட்டிட்டு நீயும் போய் நில்லு...'' கிரிஜா வற்புறுத்த,

‘‘ஏம்மா விடும்மா அதான் இங்கே இருக்கோம்ல அப்பறம் என்னம்மா. ஒரு மேடையில எத்தனை பேர் தான் நிக்க முடியும் சொல்லு. போ போய் வேற வேலையா பாரு...'' எரிச்சலுடன் கூறிய ஜீவா தன் அன்னையை ஒரு வழியாக அனுப்பி வைத்தான்.

தன் அன்னை அண்ணிடம் கேட்பதை புரிந்துக் கொண்ட மகிழ் தன் கணவனிடம் கூற, ‘‘அதுக்கென்ன அவங்களையும் சேர்த்து நிக்க வச்சிட்டா போச்சு..? இப்போ உன் மாமன் என்ன பண்ணுறேன்னு மட்டும் பாரு...'' என்றவாறு மணமேடையில் இருந்து இறங்கி அவர்கள் அருகில் வந்தான்.

‘‘என்ன மச்சான் நீங்க புதுமாப்பிள்ளையா இருந்துக்கிட்டு இப்படி ஓரமா நிக்கிறீக. வாங்க முதல ஏம்மா தங்கச்சி நீயும் வாம்மா...'' இருவரையும் மேடைக்கு அழைத்து சென்றவன், ‘‘ஏப்பா போட்டோகிராபர் அண்ணே இவங்க ரெண்டு பேரையும் முதல எடுப்பா....'' தங்களை எடுத்துக் கொண்டிருந்த போட்டோகிராபரை கண்டு கூறினான்.

‘‘இல்ல வேண்டாம் பரவாயில்லை நான் போறேன்...'' என்ற பரணி தயக்கத்துடன் விலகப் பார்க்க,

‘‘என்ன பரணி நீ கொஞ்சம் நேரம் இங்கே நின்னா தான் என்னவாம். முதல நில்லு...'' என்ற மகிழ் தன் அண்ணனின் அருகில் அவளை நெருங்கி நிற்க வைத்தாள்.

அதனை கண்ட தமிழ் அவர்கள் அருகில் வந்து, ‘‘ஏய் ஜீவா பரணி கையை பிடிச்சி நில்லுடா போட்டோக்கு நல்லா போஸ் கொடுடா...'' புன்னகையுடன் தன் தங்கையின் அருகில் நின்று தமிழன்பன் கூற, இவர்கள் செய்யும் அட்டூழியத்தை தாங்க முடியாது நல்லசிவம் அங்கிருந்து வெளியேறினார்.

பரணியின் குடும்பத்தாரும், ஜீவாவின் குடும்பத்தாரும் சந்தோஷமாக அவரவர் வேலையை செய்ய, வந்தவர்கள் வாழ்த்தி விட்டு சாப்பிட சென்று கொண்டிருந்தால் கூட்டம் சற்று இல்லாமல் இருந்தது.

“இங்கே நம்ம போட்டோ எடுக்க போஸ் கொடுக்க மட்டும் மாட்-டிக்கீங்க இதுல அங்கே போய் கமெண்ட் அடிக்கிறது...” எரிச்சலுடன் நிறைமதி தனியே புலம்பிக் கொண்டு மேடையில் ஓரமாக நின்றாள்.

அவளின் அருகில் வந்த சிவக்குமாரின் மனைவி, “என்னடி இப்படி தனியா நிக்கிறே..? பாரு அங்கே எப்படி போட்டோ எடுக்குறாங்-கன்னு...” அவர்களை கண்டு உரைக்க,

“நான் என்ன பண்ணனும் சித்தி அவரே அங்கே போய் நிக்கிறாரு. நான் தனியா நிக்கிறேன்னு அவருக்கு கொஞ்சமாவது தோணுதா பாருங்க...” கோபத்துடன் புலம்பினாள்.

“இங்கே பாருடி அவ மூத்த மருமகள் ஆனா நீ அந்த வீட்டுக்கு ரெண்டாவது மருமகள் தான். அதுவும் இல்லாம அந்த பொண்ணு மேல உன் புருஷன், வீட்டுக்காரங்க எல்லாருக்கும் அப்படியொரு பாசம். நீ தான் ஜாக்கிரதை இருக்கணும். யாருமில்லாத நேரம் உனக்கு நான் நல்லா சொல்லுறேன். இப்போ நீ போய் அவங்க கூட நின்னுக்கோ..” என்க, தலையை ஆட்டிக் கொண்டு தமிழின் அருகில் சென்று நின்றாள் நிறைமதி.

“பரணி நீ அண்ணா தோள் மேல கை வைச்சி போஸ் கொடு. ஜீவா அண்ணா நீங்க பரணி தோளோடு சேர்த்து நிக்கிற மாதிரி போஸ் கொடுங்க. மச்சான் ரெண்டு பேரும் கையை கட்டிக்கிட்டு எதிர் எதிரா திரும்பி நில்லுங்க. ஜீவா நீ பரணியை பின்னாடி நின்னு முன்னாடி அவள் கையோட சேர்த்து பிடிச்சி போஸ் கொடு...” என்று மூவரும் மாறி மாறி கூறினர்,

பரணியோ தவிப்புடன் நிற்க அதனை உணர்ந்த ஜீவா, “ஐய்யோ..! நீங்க சொல்லுற போஸ்சை எங்களால செய்யவே முடியாது....” மெல்ல கூற,

“ஏன்டா செய்ய முடியாது...?” வேகமாய் கேட்டான் தமிழ்.

“டேய் இவ குள்ளவாத்துடா பாரு எவ்வளோ குள்ளமா இருக்கா. இவளால எப்படிடா என் தோள்பட்டை மேல கை வச்சி போஸ் கொடுக்க முடியும். இதுக்கு தான் வளரணும் சொல்லுறது...” பரணியை

பார்த்து கிண்டலுடன் கூற அவளோ அவன் முகத்தை கண்டு முறைத்-தாள்

“யாரு நான் குள்ளவாத்தா நீங்க தான் லேம் போஸ்ட் மாதிரி வளர்ந்திருக்கீங்க. இங்கே பாருங்க உங்க தங்கச்சியும், நானும் ஒரே உயரம் தான்...” கோபத்துடன் கூறியவளோ மகிழந்தியின் அருகில் சென்று நின்று காட்டினாள்.

“ஓ இதான் மோதலுடன் ஆரம்பிக்கும் காதலோ...” அவர்கள் சண்-டையை பார்த்து சிரித்துக் கொண்டு கேட்க, அதன் பின்னே தன் நாக்கை கடித்துக் கொண்டு தமிழின் முகத்தை தயக்கத்துடன் கண்டாள் நிறைமதி.

“அப்படியா பரணி...” கேலியாக மகிழ் கேட்க, தவிப்புடன் இருந்த பரணியின் முகத்தில் முதல் முறை வெட்கம் வர ஆரம்பித்தது.

“சரி சரி நேரமாகுது போட்டோஸ் எடுக்கலாம்...” மதி கூற, சரி-யென்று தங்கள் ஜோடியுடன் போஸ் கொடுக்க ஆரம்பித்தனர் மற்ற இரண்டு ஜோடிகளும்.

பரணி மேடையை விட்டு விலகிச் செல்ல அவளுடனே கீழே வந்த-வன், “எங்கே போறே குள்ளவாத்து..?” மனைவியின் கரத்தினை பற்றிக் கொண்டு கேட்க,

“ப்ளீஸ் என்ன தயவு செய்து குள்ளவாத்துன்னு கூப்பிடாதீங்க எனக்கு பிடிக்கல. நான் கொஞ்சம் நேரம் தனியா இருக்கேன்னே என்னை விடுங்க...” அவனின் முகத்தை கண்டு கூறினாள்.

“சரி எங்கே இருப்பேன்னு சொல்லிட்டு போ அப்போ தான் யாரா-வது கேட்டா சொல்ல முடியும்...” என்க,

“வேற எங்க போக முடியும் அந்த ரூமுக்கு தான்...” மணமகள் அறையை காட்டி கூறியவள் திரும்பிச் செல்ல, ஏதாவது வேலையை பார்க்கலாமென்று நினைத்த ஜீவாவும் அங்கிருந்து விலகிச் சென்றான்.

கலையின் குடும்பம் மண்டபதிலிருந்தே அப்போதே கிளம்ப அதனை கண்ட கிரிஜா, “என்ன அண்ணா அதுக்குள்ள போறீங்க..? வீட்டுக்கு வந்துட்டு நாளைக்கு போகலாம்ல. கலைக்கு ரெண்டு நாள் லீவ் தானே..?” எதார்த்தமாக கேட்க,

கோபமாக இருந்த கலையின் தந்தை, “எதுக்கு இருக்கணும் சொல்லு. இப்போ வரை இருந்தோம்ன்னா அதுக்கு காரணம் கூட

அப்பா சொன்ன ஒரு வார்த்தைக்காக மட்டும் தான். நேத்து இருந்த பொண்ணு இப்போ எப்படி இருக்கான்னு பாரு...” அழுது சிவந்த விழிகளுடன் இருந்த தன் மகளை காட்டி கூறினார்.

“கலை நீனாலும் அத்தை எதுக்காக இந்த முடிவு எடுத்தேன்னு புரிஞ்சிக்கோம்மா...” கலையின் கரங்களை பற்றிக் கொண்டு கிரிஜா கேட்க,

“அப்பா வாங்க போகலாம்...” என்றவளோ கிரிஜாவின் முகத்தை கூட காணாது அழுதுக் கொண்டுச் செல்ல அவளின் பின்னே பெற்றவர்களும் சென்றனர்.

கிரிஜாவின் பெரியண்ணன் சிறிது நேரம் சமாதானப்படுத்தி தன் தந்தையை அழைத்துச் செல்ல, “கிரிஜா என்ன பண்ணுற..? எல்லாரையும் சீக்கிரம் சாப்பிட சொல்லும்மா வீட்டுக்கு வேற அழைச்சிட்டு போகணும்...” தன் மனைவியிடம் கூறியவர் கிரிஜாவை அங்கிருந்து அனுப்பி வைத்தார்.

அவள் ஏதாவது பரபரப்பாக வேலை செய்தால் இதனை மறந்து விடுவாள் என்று நினைத்தே அனுப்பி வைத்தார் வரதன்.

மண்டபத்தில் வாசலில் நின்று தோல்வியுற்ற கோபத்தில் தன் தம்பியுடன் பேசிக் கொண்டிருந்த நல்லசிவம் அருகில் வந்த அவரின் சொந்தக்காரர் ஒருத்தர், “என்ன அண்ணே இது நீங்க எவ்வளோ பெரிய மனுஷன் உங்களை போய் இப்படி வாசப்படியில நிக்க வச்சிட்டாங்களே...” கிண்டலுடன் கேட்டார்.

“டேய் நான் எங்கே நின்னா உனக்கு என்னடா..? வந்தியா சாப்பிட்டையா பின்னாடி நம்ம ஆளுங்க கொடுக்குற சரக்கு பாட்டில வாங்குனையா போனாமான்னு இரு சரியா...” ஏற்கனவே கடுப்பில் இருக்க இதில் வந்தவனும் ஏற்றிவிட மேலும் கோபத்துடன் கத்தினார்.

“இப்போ என்ன நடந்ததுன்னு இப்படி கோவச்சிக்கிறீங்க. ஆனாலும் பாருங்களேன் உங்க சம்மந்தி வீட்டுக்காரங்களே..! உங்க காசுலையே அவங்க இன்னொரு பையன் கல்யாணத்தையும் முடிச்சிட்டாங்க...”

“ஏய் உன்ன..?” நல்லசிவம் அடிக்க கை ஓங்க தன் அண்ணனை பற்றி தடுத்த சிவக்குமார் வந்தவனை அனுப்பி வைத்தான்.

“அண்ணே இங்கே இருக்கிறவங்க எல்லாரும் உங்களை தான் பார்க்குறாங்க. கொஞ்சம் பொறுத்துக்கோங்க அண்ணா. இதுக்கு மேல

நம்மால ஒன்னும் பண்ண முடியாது...'' சிவக்குமார் தன் அண்ணனிடம் கூற தன் கணவனை தேடி வந்தார் பாரிஜாதம்.

''ஏங்க நீங்க இங்கே தான் இருக்கீங்களா..? உங்களை தான் தேடிட்டு இருந்தேன். வந்து சாப்பிடுங்க வீட்டுக்கு வேற மாப்பிள்ளையும், பொண்ணையும் கூட்டிட்டு போகணும்ல...''

''அடியேய் இப்போ தான் ஒருத்தன் போனா இதுல நீ வேறையா..? போ போய் நல்லா கொட்டிக்கோ...'' எரிச்சலுடன் கத்த, ''இந்த மனு-ஷனுக்கு திடீருன்னு என்ன வந்ததோ...'' புலம்பியவாறு அங்கிருந்துச் சென்றார் பாரிஜாதம்.

''எப்படி இருந்த என்னை இன்னைக்கு எப்படி கொண்டு வந்து நிக்க வச்சிட்டாங்கன்னு பாரு. விட்டா கையில ஒரு பொம்மை ட்ரெஸ் கொடுத்து போட்டுக்கிட்டு ஆட சொல்லுவாங்க போல...'' தன் தம்பியி-டம் கத்த, அவரோ அதனை எப்படி இருக்குமென்று நினைத்து பார்த்-தார்.

''விட மாட்டேன் கல்யாணம் வேணா நல்லபடியா முடியலாம். ஆனா அந்த பொண்ணு என் வீட்டுல எப்படி வாழ்ந்திருவான்னு பார்க்கலாம்...'' மனதிற்குள் வன்மத்துடன் நினைத்துக் கொண்டு நின்றார்.

தன் மகனுக்கு தன்னை பற்றி தெரிந்து விட்டது என்று அவர் இன்-னும் அறியாமலிருந்தார். இப்போதே தனக்கு இந்த நிலை வந்திருக்க இதை விட மேலும் தன் மருமகளால் அனுபவிப்போம் என்பதையும் அவர் அறியவில்லை.

ஊரிலிருப்பவர் மற்றும் சொந்தங்கள் அனைவரும் வாழ்த்தி கூறி-விட்டு உணவருந்திச் செல்ல மணமக்கள் உணவருந்தி முடித்தால் வீட்-டுக்கு அழைத்துச் செல்லலாமென்று நினைத்தனர்.

கார்த்திகேயன், தமிழ் இருவரும் தங்கள் மனைவியை அழைத்துக் கொண்டு உணவருந்த செல்ல பரணியை காணாது ஜீவாவை ஒவ்வொ-ருத்தரும் மாறி மாறி கேட்டுக் கொண்டிருந்தனர்.

''ஜீவா எங்கடா மருமக நீ மட்டும் இருக்கே..? போ போய் அவளை கூட்டிட்டு சாப்பிட போ அப்போ தான் நம்ம வீட்டுக்கு கிளம்ப முடி-யும்...'' ஆதிநாதன் கூற,

''பெரியப்பா உங்களோட சேர்த்து குறைஞ்சது இருபது பேருக்கு மேல கேட்டீங்க அவ எங்கையும் போகல இங்கே தான் இருக்கா..? சரி

நான் அவளை கூட்டிட்டு சாப்பிட போறேன்...'' என்றவாறு அங்கிருந்து நகர்ந்தவன் மணமகள் அறை அருகே வர பரணியின் விசும்பல் சத்தம் வெளியே கேட்டது.

''ஏய் எதுக்குடி இப்போ அழுதுகிட்டு இருக்கே..? என்ன நடக்கணும் இருக்கோ அது தான் நடக்கும்...'' ராகினி கூற,

''ஆமாடி எங்களுக்கும் புரியுது உனக்கு உங்க தமிழ் அத்தானை தான் பிடிக்கும்ன்னு ஆனா விதி உன்னை அவங்க அண்ணன் கூட சேர்த்து வச்சிருச்சி. உன் மனசு எவ்வளோ கஷ்டப்படும்ன்னு எங்களால புரிஞ்சிக்க முடியுது பரணி...'' என்ற காவேரி, பரணியின் மனதில் என்ன இருக்கிறது என்பது தெரியாமல் அவளாகவே கூறினாள்.

பரணியோ அழுதுக் கொண்டு அமைதியாகவே இருக்க அவர்கள் இருவரும் இன்னும் ஏதேதோ பேச தன்னுயிர் தோழிகளோ தன்னை புரிந்து கொள்ளவில்லை என்ற தவிப்பில் மேலும் கரைந்தாள்.

அவர்கள் பேசுவதை வெளியே கேட்டுக் கொண்டிருந்த ஜீவா தான் அவசரப்பட்டு விட்டோமோ என்றே எண்ணினான். பரணிக்கு தன்னை பிடிக்காது என்பது சிறு வயதிலிருந்து அனைவருக்கும் தெரிந்த ஒன்று தான். ஆனால் தமிழை அவளுக்கு பிடிக்கும் என்று அவளின் தோழி-கள் கூறுவது என்ன அர்த்தத்தில் என்பது புரியாது நின்றான்.

''ஏதாவது பேசு பரணி நீ இப்படி இருந்தா என்ன அர்த்தம் சொல்லு...'' ராகினி கேட்க, தன் தோழியை வெற்றுப் பார்வை ஒன்றை பார்த்தாள் பரணிச்சந்திரா.

அவர்கள் இருக்கும் அறை கதவினை வேணுமென்றே தட்டாமல் வேகமாய் திறக்க ஜீவாவை கண்ட மூவரும் வேகமாய் எழுந்து நின்றனர்.

ஒரு நொடி தான் பரணியின் விழிகளை கண்டான் அதற்குள் அவள் மறுபுறம் திரும்பி தன் கண்ணீரை துடைத்துக் கொள்ள, அவள் விழிக-ளில் கண்ட தவிப்பு, குழப்பம் அனைத்தையும் நன்கு அறிந்தான். முத-லில் அவளின் மனதில் என்ன இருக்கிறது என்பதை தான் அறிய வேண்டுமென்றே நினைத்தான்.

''ஓ ஏதோ பேசிக்கிட்டு இருக்கும் போதே நான் தொந்தரவு பண்ணி நல்ல காரியம் பண்ணிட்டேனோ...''

''நல்ல காரியம்மா...'' காவேரி புரியாமல் கேட்க,

“நீ அப்பறம் யோசி முதல உன் பிரெண்டை சாப்பிட கூப்பிட்டாங்க நேரமாச்சாம்..? கூட்டிட்டு வா...” பரணி திரும்பி நின்றதால் காவேரியிடம் கூறினான்.

“ஹலோ மாமா அவ எங்க பிரெண்ட் தான் நான் இல்லைன்னு சொல்லலையே ஆனா இப்போ அவ உங்களோட பொண்டாட்டி. அதுனால அவளை நீங்களே கூட்டிட்டு போங்க. நாங்க ரெண்டு பேரும் சாப்பிட்டோம்...”

“அது சரி தான் ஆமா நீ சாப்பிட்டையே மொய் செஞ்சிட்டையா...” கிண்டலுடன் காவேரியை கண்டு கேட்க, அவனை கண்டு முறைத்தவள், “முதல நீங்க உங்க பொண்டாட்டிய கூட்டிட்டு போங்க...” என்றவாறு பரணியை கரங்களை பற்றி இழுத்து அவனை நோக்கி தள்ளினாள்.

காவேரி தள்ளினாலும் சுதாரித்து நின்ற பரணி அவனின் முகத்தை காண, “நீ ஊருக்கு வா உன்னை வச்சிக்கிறேன்...” காவேரியிடம் கூற,

“என்னது வச்சிக்கிறீங்களா..? இனிமே அந்த உரிமையெல்லாம் இல்லை...” என்க, அதே நேரம் கிரிஜா ஜீவாவையும், பரணியையும் அழைக்க மனைவியை அழைத்துக் கொண்டு சென்றான் ஜீவரஞ்சன்.

உணவருந்தும் இடத்திலும் போட்டோ எடுக்கும் தொல்லை கார்த்தி மற்றும் தமிழின் செயலால் ஜீவாவிற்கும், பரணிக்கும் நடக்க அமைதியாகவே அதனை இருவரும் செய்தனர்.

அதன் பின் நேரம் செல்ல மண்டபத்திலிருந்து கிளம்ப, “சம்மந்தி முதல நாங்க எங்க வீட்டுக்கு கூட்டிட்டு போறோமே..?” பாரிஜாதத்தை கண்டு கிரிஜா கூற, அவரும் சரி என்று சம்மதம் கூறினார்.

“போச்சா இப்பவே உரிமை கொண்டாட ஆரம்பிடிச்சிட்டாங்க. இனிமே நமக்கு மரியாதையை கிடைச்ச மாதிரி தான்...” மனதிற்குள் நினைத்துக் கொண்ட நல்லசிவம் தன் தம்பியுடன் மண்டபத்திலிருந்து தன் வீட்டுக்கு கிளம்பினார்.

மூன்று ஜோடிகளையும் முதலில் தன் வீட்டுக்கு அழைத்து வந்த கிரிஜா அவர்களுக்கு தன் கையாலே ஆரத்தி எடுத்து உள்ளே வரவேற்றார்.

இனிமேல் தான் இந்த வீட்டின் மருமகள் என்ற நினைப்புடன் தமிழின் கரங்களை பற்றிக் கொண்டு வலதுகாலை எடுத்து வைத்து மதி உள்ளே நுழைந்தாள்.

தன் அத்தையின் ஆசையான தான் இந்த வீட்டு மருமகளாக வேண்டும் என்ற நினைப்பு மட்டுமே மனதிலிருக்க, அதை தான் இன்று நிறைவேற்றி விட்டோம் என்ற எண்ணத்துடன் வலது காலை எடுத்து வைத்து உள்ளே நுழைந்தாள் பரணிச்சந்திரா.

தான் வளர்ந்த வீட்டில் தன்னவனுடன் முதல் முறையாக அவன் இந்த வீட்டு மருமகன் என்ற உரிமையுடன் கார்த்தியின் கரம் பற்றி உள்ளே அழைத்து வந்தாள் மகிழ்ந்தி.

அதன் பின் பூஜை அறை சென்று மருமகள் இருவரையும் விளக்கேற்ற கூற வேண்டிக் கொண்டு அவர்கள் கூறியதை மதி, பரணி இருவரும் ஒன்றாக செய்தனர்.

பால், பழம் கொடுத்து தங்கள் ஜோடிகளுடன் பகிர்ந்து உண்ணச் சொல்ல, அதன் பின் குடத்து நீரில் மோதிரம் போட்டு எடுப்பது, இருவரின் தலையில் மாறி மாறி இருக்கும் அப்பளத்தை உடைப்பதென்று சிறு சிறு விளையாட்டு போன்று சடங்குகள் நடந்தனர்.

நேரம் செல்ல மகிழ்ந்தி தன்னவனுடன் புகுந்த வீடு செல்லக் கிளம்ப, மதியும் தன்னவனுடன் மறுவீடு கிளம்ப இரண்டு ஜோடிகளையும் அழைத்துக் கொண்டு சிவக்குமாரின் மனைவி மற்றும் மதியின் சொந்தங்கள் கிளம்பினர்.

இப்போது பரணியின் குடும்பத்தாரும் ஜீவாவின் குடும்பத்தாரும் மட்டுமே இருக்க, திடீரெண்டு பரணியின் திருமணம் முடிந்ததால் தன் மகளுக்கு என்ன செய்ய வேண்டும் என்பதை பற்றி அனைவரிடமும் பேச ஆரம்பித்தார் தர்மேந்திரன்.

23

அத்தியாயம் : 23

மணமக்கள் இருவரும் மற்றும் அவர்களின் சொந்தங்கள் சென்றதும் இப்போது தன் ஒற்றை செல்ல மகளுக்கு செய்ய வேண்டியதை பற்றி பேச ஆரம்பித்தார் தர்மேந்திரன்.

“நாங்க எல்லாரும் பரணிக்கு படிப்பு முடிஞ்சதுக்கு அப்பறம் தான் அவளோட கல்யாணம் பத்தி நினைக்கணும் முடிவுல இருந்தோம். ஆனா அதுக்குள்ள இப்பவே இப்படி நடக்கணும்ன்னு எதிர்பார்க்கலா..?” மெல்ல தன் பேச்சை ஆரம்பிக்க,

“ஆமா மச்சான் நாங்களும் இருந்த வேளையில ஜீவா மூத்தவங்கிறதையே மறந்துட்டோம். நல்ல வேலை மாமனாரு எங்களுக்கு புரிய வச்சி ஒரு வழிய இந்த நல்ல காரியத்தை நடத்திட்டாரு...” ஆதிநாதன் தன் தவறினை கூறினார்.

“இந்தாங்க எல்லாரும் மோர் எடுத்துக்கோங்க...” கிரிஜா கொண்டு வந்து தர அதனை அமர்ந்திருந்த அனைவரும் வாங்கிக் கொண்டனர். மணப்பெண் அலங்காரத்தில் தன் அன்னையின் அருகில் பரணி நின்றிருக்க, ஜீவாவோ தன் பெரியப்பாவின் அருகில் அமர்ந்திருந்தான்.

“அப்பறம் பரணிக்கு நாங்க என்ன சீர்வருசை செய்யணும் சொன்னா அதை செஞ்சிரலாம். இதெல்லாம் முன்னாடியே பேச வேண்டியது...”

“என்ன மச்சான் இதெல்லாம் பரணி யாரு நம்ம வீட்டு பொண்ணு. நாங்க என்ன இதை எதிர்பார்த்தா அவளை எங்க மருமகளாக்கிட்டோம்...” வரதன் வேகமாக கூற,

“அது சரி தான் மாப்பிள்ளை இருந்தாலும் சம்பிரதாயம்ன்னு ஒன்னு இருக்குள்ள. அதுவுமில்லாம சொல்லுறேன்னு தப்பா நினைக்காதீங்க இந்த வீட்டு இன்னொரு மருமகள் பண்ணையார் வீட்டு பொண்ணு. அவரு அவரோட சக்திக்கு பொண்ணுக்கு சீர் கொடுத்து அனுப்புவாரு. அதே மாதிரி நானும் ஏதோ என்னால முடிஞ்சதை என் பொண்ணுக்கு செஞ்சா தானே ஒரு மரியாதை இருக்கும். நாளைப்பின்னே பிரச்சனை வரக் கூடாதுல அதான் சொல்லுறேன்...” அவர்கள் அனைவருக்கும் புரியும் படி மென்மையாய் கூறினார்.

“நீங்களும் சொல்லுறது சரி தான் மச்சான். உங்க விருப்பப்படி நீங்க என்ன செய்யணும் நினைக்கிறீங்களோ அதையே செஞ்யுங்க. அதுக்காக தமிழ் பொண்டாட்டிக்கு செஞ்சி அனுப்புற அளவுக்கு செய்யணும் சொல்லி கடனை வாங்கிக்கிறாதீங்க மச்சான்...” ஆதிநாதன் கூற,

“சரிங்க மாப்பிள்ளை...”

“சரி சரி பேசினது போதும். எய்யா மகனே..! பிள்ளைகள் ரெண்டு பேரையும் மறுவீடு கூட்டிட்டு போகலாம்ப்பா. இப்போ போனா தான் திரும்பி ரெண்டு பேரும் வர சரியா இருக்கும்...” கோதாவரி அப்பத்தா கூற, பரணியின் மனதிலோ அவன் தன் வீட்டுக்கு வருவானோ என்ற எண்ணமே உதிர்த்தது.

தனக்கு தெரிந்த வரை இந்த குடும்பத்திலிருந்து தன் வீட்டுக்கு வரும் ஒரே நபர் தமிழ் மட்டுமே. ஜீவா தன் வீட்டுக்கு கடைசியாக வந்தது எப்போது என்று யோசித்தவளுக்கு பதில் மட்டும் கிடைக்கவேயில்லை.

“ஆமா..! ஆமா..! அம்மா சொல்லுறது சரி தான். மருமகளே நீ உங்க வீட்டுக்கு போயிட்டு சீக்கிரம் வந்திரு சரியா...? இனிமே இதான் உன்னோட வீடு...” கிரிஜா கூற, இந்த வீட்டில் தான் இருப்பது ஒன்றும் தனக்கு புதிதில்லை தான். ஆனால் இனிமேல் தன் வீடு தனக்கு சொந்தமில்லை என்ற நினைப்பு அவளை மேலும் கவலைப்படுத்தியது.

அதன் பின் ஜீவா பரணி இருவரையும் அழைத்துக் கொண்டு பரணியின் வீட்டுக்குச் சென்றனர். ஜீவா மறுப்பு கூறாமல் வருவது பரணிக்கு அதிர்ச்சியை ஏற்படுத்தியது. அவளை பொறுத்தவரைக்கும் தான் எப்படி அவனின் குடும்பத்தை சொந்தமாக ஏற்க மறுத்து நின்றோமோ அதே மாதிரி தான் அவனும் என்றே எண்ணினாள்.

ஆண்டாள் இருவருக்கும் ஆரத்தி எடுத்து உள்ளே வரவேற்க ஜோடியாக இருவரும் உள்ளே நுழைய ஜீவாவின் நினைவுகள் முழுவதும் கடைசியாக தன் பெரியம்மாவின் கரங்களை பற்றிக் கொண்டு இந்த வீட்டுக்குள் நுழைந்தது நியாபகம் வந்தது.

அப்போது ஒன்பது வயது சிறு குழந்தை தான் ஆனாலும் தமிழுக்கும் தனக்கும் வித்தியாசமே காட்டாது இந்த வீட்டுக்குள் நுழைந்ததும் பரணி-யின் தந்தை புன்னகையுடன் இருவரையும் இருகைகளில் தூக்கி சுற்றிய செயல் இன்றும் நினைவிலிருக்க மெல்ல புன்னைகை உதிர்த்தான்.

“என்ன மாப்பிள்ளை என்னாச்சு எதுக்கு நீங்க திடீருன்னு சிரிக்-கிறீங்க..?” ஆண்டாள் கேட்க, அதன் பின்னே ஜீவாவின் புன்னைகை தவழும் சந்தோஷமான முகத்தை கண்டாள் பரணி.

“ஒன்னுமில்லை அத்தை பழைய நினைவுகள் தான். நீங்க தமிழ் கிட்ட பேசுற மாதிரியே என்கிட்டே உரிமையா பேசுங்க. நீங்க வாங்-கன்னு சொல்ல வேண்டாம் அத்தை...” தன் மாமியாரை கண்டு கூற, ஜீவாவோ முற்றிலும் புதிதாக பரணியின் விழிகளுக்கு தெரிந்தான்.

“சரி மாப்பிள்ளை உட்காருங்க நான் போய் உங்களுக்கு சாப்பிட செய்யிறேன்...” என்ற ஆண்டாள் சமயலறை நோக்கிச் சென்றார்.

தர்மேந்திரன், ஜீவா இருவரும் ஹாலிருந்த சேரில் அமர கோதாவரி அப்பத்தா கீழே அமர பரணியோ, “அப்பா நான் இதோ வந்துறேன்...” என்றவாறு தன் அறைக்குள் நுழைந்தாள்.

“என்ன மாப்பிள்ளை அமைதியாவே இருக்கே..? ஏதாவது பேசுடா...” தர்மேந்திரன் உரிமையாக தமிழுடன் பேசுவது போல் பேச,

“ஒன்னுமில்லை மாமா. பெரியம்மா இருக்கும் போது அடிக்கடி அவங்க இங்கே கூட்டிட்டு வருவாங்க. ஏன்னு தெரியல மாமா தமிழ் மாதிரி என்னால பெரியம்மா இல்லாம இங்கே வர பிடிக்கல. இப்போ கூட இங்கே வந்ததும் அவங்க நினைப்பு தான் வருது...” வருத்ததுடனே கூறினான்.

“புரியுது மாப்பிள்ளை நம்ம என்ன பண்ண முடியும் சொல்லு. விடு இப்போ எதுக்கு அதை பத்தி பேசிக்கிட்டு...” கூறியவரோ தன் பேச்சை மாற்ற அவனும் அதை புரிந்துக் கொண்டு பேசினான்.

அதன் பின் நேரம் செல்ல பரணி தன்னறையிலிருந்து வெளியே வர இப்போது புதுப்பெண் அலங்காரத்தை கலைத்து எப்போதும் இருப்பது

போல் வந்து நின்றாள். சாதாரண புடவையில் ஒற்றை சின்ன செயின் மட்டும் அணிந்திருக்க ஜீவா கட்டிய மஞ்சள் கயிறு அவளை பொன்னிற பொலிவாய் காட்டியது.

அதே நேரம் உணவினை முடித்து அவர்களை அழைக்க வந்த ஆண்டாள், “என்ன பரணி இது. இப்போ நீ கல்யாணப் பொண்ணு எப்பவும் போல வந்து நிக்கிறே..? போ போய் உன்னோட நகையெல்லாம் எடுத்து போட்டுக்கோ...” முறைப்புடன் தன் மகளிடம் கூறினார்.

“அம்மா நான் என்ன அதையெல்லாம் போட்டுக்கிட்டு சரவணா ஜொல்லரி நகை கடைக்கு விளம்பரமா நடிக்கப் போறேன்...” கோவத்துடன் பட்டென்று தன் வீடு தானே என்று நினைத்து வழக்கம் போல் கூறினாள்.

கூறிய பின்னே ஜீவா அங்கே இருப்பது புரிய அன்னை, மகள் இருவருமே ஒரே சேர அவனை கண்டனர். அவனோ அதனை கேட்டு அவள் அப்படிச் சென்று நின்றால் எப்படி இருக்கும் என நினைத்து சிரித்தான்.

ஜீவாவின் சிரிப்பை கண்டு பரணி கோபம் கொண்டு அன்னையை முறைக்க, “சரி வாங்க எல்லாரும் சாப்பிடலாம்...” என்றவர் அனைவரையும் அழைத்துக் கொண்டு சென்றார்.

மகள், மருமகன் இருவருக்கும் தன்னால் முடிந்த விருந்தினை வேகமாய் செய்து வைத்து அவர்களுக்கு மனநிறைவுடன் பரிமாறினார்.

நேரம் செல்ல உணவு முடித்து ஹாலுக்கு வர, “அம்மாடி பரணி மாப்பிள்ளையை உன் ரூமுக்கு கூட்டிட்டு போ கொஞ்சம் நேரம் ஓய்வெடுத்துட்டு அங்கே போங்க ரெண்டு பேரும்...” என்க, சரி என்றவாறு ஜீவாவை கண்டான்.

“வாங்க...” என்றவளோ முன்னேச் செல்ல, மனைவியின் அறைக்குள் முதல் முறை அவளுடன் சென்றான்.

உள்ளே நுழைந்தவளோ அவளின் அறையை தன் விழிகளால் பார்வையிட, “உங்க ரூம் அளவுக்கு என் ரூம் இல்லை. ரொம்ப சின்ன தான்...” அவனின் பார்வையை வைத்து கூறினாள்.

“ஆனா என் ரூம் அளவுக்கு ஒன்னும் குப்பையா இல்ல. நீட்டா தான் இருக்கு அப்போ என்னோட ரூம் உனக்கு நியாபகம் இருக்கு...” கூறியவனின் பார்வையோ அவளின் சிறு வயது போட்டோவின் மீது

விழுந்தது.

அவனுடன் இதற்கு முன் எத்தனையோ முறை எதார்த்தமாக, சகஜமாக பேசியிருக்கிறாள் தான் ஏன் இப்போதும் கூட அப்படி தான் பேசினாள். அப்போதெல்லாம் தன்னை சுற்றி யாராவது இருந்திருப்பார்கள். ஆனால் இன்று தங்களின் தனிமை ஏதோ ஒரு நடுக்கத்தை அளிக்க, "நீங்க ரெஸ்ட் எடுங்க. நான் வந்துறேன்..." பதட்டத்துடன் தடுமாறியவாறு கூறியவள் நகரப் பார்த்தாள்.

"ஏய் நில்லு..."

"என்ன சொல்லுங்க..."

"திரும்ப எப்போ வருவே..?"

"நீங்க எப்போ வெளியே வருவீங்களோ அப்போ தான் நான் உள்ளே வருவேன்..." தன் மனதிலிருப்பதை அப்படியே கூறினாள்.

கூறிய பின்னே தான் சொன்னதை அவன் எவ்வாறு எடுத்துக் கொள்வானோ என்றெண்ணி தவித்தவளோ அங்கிருந்து வேகமாக வெளியேறினாள்.

"எதுக்கு இவ இப்படி சொல்லிட்டுப் போறா..?" புரியாமல் யோசித்த ஜீவா அவளின் படுக்கையில் வந்து அமர்ந்தான்.

அதே நேரம் வெளியே வந்த பரணி தன் அன்னையை தேடி சமையலறைச் செல்ல அவரோ அனைத்தையும் ஒதுங்க வைத்துக் கொண்டிருந்தார்.

"என்னடி அதுக்குள்ள வந்துட்டே..? மாப்பிள்ளை கிட்ட ஏதாவது பேசிக்கிட்டு இருக்க வேண்டியது தானே..? இல்ல வேற எதுவும் வேணுமா..."

"அதெல்லாம் ஒன்னுமில்லை சும்மா தான் வந்தேன்..." என்க, சரி என்றவாறு தன் மகளுக்கு அவர்களின் வீட்டில் எவ்வாறு நடந்து கொள்வது. செல்லும் போது எடுத்துச் செல்ல வேண்டியதென்று நேரம் செல்வதே தெரியாது அறிவுரை கூறிக் கொண்டிருந்தார்.

ஆதவன் மேற்கில் மறைய ஆரம்பிக்க தன் வீட்டின் செல்ல மகளை அவளின் கணவனுடன் தர்மேந்திரனும், ஆண்டாளும் புகுந்த வீட்டுக்கு முறைப்படி அனுப்பி வைத்தனர்.

இருவரும் இங்கே வீடு வந்து சேர அதே நேரம் பாரிஜாதமும், ரேவதியும் கூறிய அறிவுரைகளையும் கேட்டுக் கொண்டு அவர்களுக்கு

முன்னே தன் கணவனுடன் வந்திருந்தாள் நிறைமதி.

“வா பரணி நீயும் வந்துட்டியா..? இவங்களும் இப்போ தான் வந்தாங்க. உட்காரும்மா நான் எல்லாருக்கும் டீ போட்டு கொண்டு வரேன்..” தமிழ் மற்றும் மதியை கண்டு கூறிய கிரிஜா உள்ளேச் சென்றார்.

இருவரும் அவர்களுக்கு எதிரில் அமர, “மகிழு உங்க கூட வரலையா..?” தமிழை கண்டு ஜீவா கேட்க,

“அவ எதுக்குடா இங்கே வரணும் இனிமே அவளோட வீடு அது தான்...” வரதன் வேகமாய் கூறினார்.

“ஏன்ப்பா ஒரு பொண்ணு கல்யாணம் முடிஞ்சி போயிட்டா அவளோட புகுந்த வீடு மட்டும் தான் அவளோட வீடா என்ன..? பிறந்த வீடும் அவளோடது தானே..? நீங்க சொல்லுறதை பார்த்தா அப்படி தெரியலையே. ஏதோ இனிமே அவளுக்கு இந்த வீட்டுக்கும் சம்மந்தம் இல்லாத மாதிரில தெரியுது...” தன் தந்தையை பார்த்து கேட்க,

“என்ன இது நம்ம மனசுல இருக்கிறதை அப்படியே சொல்லுறாங்க...” தன்னவனை பார்த்து பரணி நினைத்துக் கொண்டாள்.

“போடா முதல நான் என்ன சொன்னா நீ என்ன சொல்லுற..? சரி விடு அம்மாடி மருமகளே நீங்க ரெண்டு பேரும் இனிமே இந்த வீட்டுல தான் வாழப் போறீங்க. இந்த வீட்டுல உங்களுக்கு பிடிக்காதது ஏதாவது இருந்தாலோ அல்லது நடந்தாலோ உங்க வீட்டு ஆளுங்களா நினைச்சி தயங்காம எல்லார் கிட்டையும் சொல்லிருங்க சரியா...” தன் இரு மருமகளையும் பார்த்து வரதன் கூற, சரியென்றனர்.

இந்த வீட்டை பொறுத்தவரை மதியின் பார்வையில் தன் வீட்டை விட இரண்டு மடங்கு வசதி குறைவாக இருக்கும். பரணியை பொறுத்தவரை அவளின் வீட்டை விட ஒரு மடங்கு உயர்வு தான். இப்படி இரு மருமகளும் இரு வேறு பாதையில் வாழ்ந்து வந்திருக்க இருவருக்கும் முதலில் பொருந்துமா என்ற எண்ணத்துடனே அந்த வீட்டில் இருக்கும் மற்றவர்கள் இருந்தனர்.

இரவின் தனிமையில் தன்னவளின் வருகைக்காக கார்த்திகேயன் காத்திருக்க சிறிது நேரத்திலே கையில் பால் சொம்புடன் கொலுசொலி சத்தத்தில் வெட்கத்துடன் தயங்கிக் கொண்டு உள்ளே நுழைந்தாள் மகிழ்ந்தி.

.

தன் மனம் கவர்ந்த காதலன் தான் எனினும் மனமோ நிமிர்ந்து அவனை காண முடியாது தயங்க அதனை கண்டவளோ இதழ் சிரிப்புடன் தன்னறை கதவினை சாத்தி விட்டு வந்தான்.

கையில் வைத்திருந்தை வாங்கி அருகில் வைத்து தன்னவளை பின்னிருந்து அணைக்க நெலிந்து கொண்டே, “விடுங்க மாமா...” மென்மையாய் கூறினாள்.

“இதுநாள் வரை நீ விடுங்கன்னு சொன்னதுக்கு விட்டுட்டேன். ஆனா இனிமே விட மாட்டேன்டி உன்னை. நீ எனக்கு மட்டுமே சொந்தம்...” அவளின் கழுத்து வளைவில் தன் முகத்தை வைத்து உரசியவாறு உரைக்க, திரும்பி அவனின் முகம் காண தயங்கி நெஞ்சில் சாய்ந்தாள்.

தன்னுடன் சேர்த்து அணைத்தவன் மனைவியின் கூந்தலை வருடிக் கொடுத்தவாறு, “இப்போ தான் ரொம்ப சந்தோஷமா நிம்மதியாவும் இருக்குடி...” மனம் உணர்ந்து கூற,

“ஏன் அப்படி சொல்லுறீங்க...?” தன் மாமானாரின் சூழ்ச்சி தெரியாது கேட்டாள்.

“ஒன்னுமில்லை நம்ம கல்யாணம் முடிவு பண்ணுன ஒவ்வொரு நொடியும் எங்கே தடபட்டிருமோன்னு பயந்துட்டே இருந்தேன்டி. ஆனா அப்படி எதுவும் நடக்கல...” தன் தந்தையின் செயலை நினைத்தே கூறினான்.

“என்ன சொல்லுறீங்க எனக்கு புரியல...” நிமிர்ந்து தன்னவனின் முகத்தை பார்த்து கேட்க,

“எல்லாம் காலையில சொல்லுறேன். இப்போ பேசுறதுக்கு எல்லாம் நேரமேயில்லை...” கூறியவனோ உரிமையுடன் தன்னவளிடம் எல்லை மீறி பயணிக்க ஆரம்பித்தான்.

அதே நேரம் இங்கே வண்ண மலர்களால் அலங்கரிப்பட்ட அறையில் நின்று கொண்டிருந்த தமிழை கண்டவாறு முகத்தில் வெட்கப் பூக்கள் மின்ன ஜதிபாடும் கொலுசொலி ஓசையுடன் உள்ளே நுழைந்தாள் நிறைமதி.

தன்னை தன்னுயிரிலும் மேலாக நேசிக்கும் ஒருத்தி தனக்கு மனைவியாக கிடைத்ததில் நிம்மதி கொண்ட தமிழன்பன் தன்னவளை உரி-

மையுடன் நெருங்கினான்.

தன் ஆசை காதலன் தன் அருகில் வருவதை உணர்ந்தவள் விழிகள் இரண்டையும் மூடி அவனுக்கு தன்னை கொடுக்க தயாரானாள். தன் காதல் அவனுக்கு தெரியாத நொடியே தன்னை தொலைத்தவள் இப்போது அவன் காதலோடு நெருங்கியிருக்க தன்னை அவனிடம் முழுவதுமாக தொலைக்க ஆரம்பித்தாள்.

அவளை தன் முன் திருப்பியவன் மென் பஞ்சாய் விழி மூடி லயித்திருந்தவளின் நெற்றியில் தன் முதல் இதழ் ஒற்றலை பதித்து, தன் நேசம் முழுவதும் அதில் பறைசாற்றினான்.

அவன் மூச்சுக்காற்றின் வெப்பத்தை தாங்க முடியாது தவித்தவளோ முகம் சிவந்து திரும்ப முயல, அவள் செவ்விதழில் தன் இதழை பதித்து அவளின் முயற்சியை தோல்வியடைய வைத்தான் ஆசைக்கணவன்.

நேரம் செல்ல மூச்சுக்கு தன்னவள் திறனுவது புரிய ஏனோ அவள் செவ்விதழை விட மனமில்லாமல் மீண்டும் மீண்டும் அதை நாட அவளின் கரங்களோ அவன் கேசத்துக்குள் கைவைத்து தன்னுடன் சேர்த்து இறுக்கியது.

அவளின் இந்த செயல் அவனுக்கு வேகத்தை அளிக்க, வெட்கத்துடன் தன் முகம் காண தயங்குபவளை அள்ளிச் சென்று படுக்கையில் கிடத்தினான்.

தன்னவனின் மேல் வைத்த தீராக் காதலுடன் ஒர்ருடலாய் கலந்து புது சங்கமத்தை தோற்றுவிக்க முயல, தன் பெண்மை என்னவென்று தனக்கே உணர்த்திய தன் மனம் கவர்ந்தவனுக்கு தன்னை முழுதாய் அர்பணித்து புதுயுகம் கண்டாள்.

கூடல் முடிந்து களைத்து போய் இருவரும் விலக, அவளை சுருட்டி அள்ளி தன் மேல் போட்டுக்கொண்டவன், கலைந்திருந்த அவன் கூந்தலை விலக்கியவாறு, "மதி..!" மையலுடன் அழைத்து இதுவரை நடைபெற்ற மௌனம நாடகத்தை முடித்து வைத்தான்.

“நான் நினைச்சி கூட பார்க்கல மதி. என்னை ஒரு பொண்ணு எனக்கே தெரியாம விரும்பி தன் உயிரை கூட விடுற அளவுக்கு அவ்வளோ நேசம் வைச்சிருப்பான்னு. ஐ லவ் யூ டி பொண்டாட்டி..” மையலுடன் கூற,

“ஐ லவ் யூ டு இன்பன்....” அவனின் வெற்று மார்பில் இதழ் பதித்து மென்மையாய் கூறினாள்.

தன் அன்னை சென்றதுக்கு பின் சுற்றி அனைவரும் இருந்தாலும் ஏதோ ஒரு காட்டில் தனித்து விடப்பட்டத்தை போன்றே உணர்ந்து கொண்டிருந்தவனுக்கு இன்று தான் தனக்காக ஒரு உயிர் இருக்கிறது என்பதை தன்னவளின் மூலம் உணர்ந்தான் தமிழன்பன்.

24

அத்தியாயம் : 24

எதிர்பார்க்காது நடைபெற்ற திருமணம் என்பதால் அன்னையும், அப்பத்தாவும் மாறி மாறி இந்த வீட்டில் எப்படி நடந்து கொள்ள வேண்டுமென்று இன்று முழுவதும் கூறிய அறிவுரைகளையெல்லாம் எங்கோ வைத்து விட்டு ஜீவாவின் அறைக்குள் நுழைந்தாள் பரணிச்சந்திரா.

படுக்கையில் படுத்து தன் கைபேசியை நோண்டிக் கொண்டிருந்த ஜீவா, முகத்தில் எந்தவித உணர்வும் இல்லாமல் நுழையும் பரணியின் கொலுசொலி ஓசையிலே அவள் வருவதை அறிந்தான்.

“வா குள்ளவாத்து. ரொம்ப சீக்கிரம் வந்துட்டே போல...” கேட்டவாறே எழுந்து அமர, கையில் பால்சொம்புடன் முகத்தில் எந்தவொரு சலனமும் இல்லாமல் கடமையின் கதியாய் நின்றாள்.

தான் குள்ளவாத்து என்று அழைத்தால் தன்னிடம் சண்டைக்கு வருவாள் அல்லது முறைப்பாள் என்று எதிர்பார்த்திருக்க அமைதியாக நிற்பவளை யோசனையுடன் கண்டான் ஜீவரஞ்சன்.

“எதுக்கு இப்படி வந்ததுல இருந்து நின்னுகிட்டே இருக்கே. போய் உட்காரு இல்லை படுத்து தூங்கணும்னா தூங்கு...” என்க, அவளின் விழிகள் கலங்க ஆரம்பித்தனர்.

“என்னால இந்த கல்யாணம்...” தயங்கிக் கொண்டு கலங்கியவாறு கூற வர,

“இங்க பாரு உன் மனசு எந்த நிலையில இருக்குன்னு எனக்கு நல்லாவே புரியும். ஏன்னா என் மனசும் இப்போ அதே நிலைமையில

தான் இருக்கும். இது நம்ம ரெண்டு பேருக்கும் எதிர்பார்க்காது திடீ-ருன்னு நடந்த கல்யாணம். நீ நீயா இரு நான் நானா இருக்கேன் அவ்-வளோ தான். உனக்கு என்ன பண்ணனும் தோணுதோ அதை பண்ணு. நீ தூங்கணும் நினைச்சா தூங்கு நான் மொட்டை மாடிக்கு போறேன்...'' பட்டென்று உரைத்து விட்டு அங்கிருந்த தலையணை எடுத்தான்.

``ஆனா இது இப்படியே எத்தனை நாளைக்கு தான் போகும்...'' மெல்ல கேட்க,

``எனக்கு தெரிஞ்சி எல்லா விசியங்களுக்கும் ஒரு முடிவு இருக்கும். அதே மாதிரி தான் இதுவும் நம்ம வாழ்க்கையில கண்டிப்பா ஒரு முடிவு வரும் அது நல்லதோ கெட்டதோ அப்போ பார்த்துக்கலாம். குட் நைட்...'' என்றவனோ அதற்கு மேல் அங்கு நிற்காது வெளியேறினான்.

அவன் கூறி விட்டுச் சென்ற அனைத்தையும் மனமும் மூளையும் ஏற்க மறுக்க, வண்ண மலர்களால் அலங்கரிப்பட்ட அறையை தன் பார்-வையால் அலசியவள் கையில் வைத்திருந்த பால் சொம்பினை அருகில் வைத்து படுக்கையை கண்டாள்.

இந்த இடம் முழுவதும் அவனின் வாசமும் அவனின் உருவ-மும்(போட்டோ) மட்டுமே நிறைந்திருக்க தன்னால் இங்கே இருக்க முடி-யுமா.? அவனை தன்னால் ஏற்றுக் கொள்ள முடியுமா..? முதலில் அவன் தன்னை ஏற்றுக் கொள்வானா..? இருவருக்கும் இடையில் இருக்கும் இந்த பாலம் வலுப்பெறுமா..? தன்னால் அவனை புரிந்துக் கொள்ள முடியுமா..? இதுநாள் வரை அவனிடம் அறியாத பல விசி-யங்களை இப்போது தான் அறிந்துக் கொள்ள வேண்டிய கட்டாயத்தில் இருக்கிறோம் என்பதை நன்கு உணர்ந்துக் கொண்டாள்.

இனிமேல் எது நடந்தாலும் தன்னுடான பயணம் முழுவதும் இனி அவனை சார்ந்தே இருக்கும் என்பதை தன் மனதில் ஆழமாக பதித்துக் கொண்டு தன்னுடைய இந்த புது வாழ்க்கைக்கு தயராக ஆரம்பித்தாள்.

மொட்டை மாடிக்கு வந்த ஜீவா தரையில் விரிப்பை விரித்து நில-வினை பார்த்தவாறு படுக்க அவனின் எண்ணம் முழுவதும் பரணியை சுற்றி வந்தது.

இதன் பிறகு தான் என்ன செய்ய வேண்டும் முதலில் தன் மனதில் அவளை பற்றி என்ன இருக்கிறது. அவள் மனதிலும் தன்னை பற்றி என்ன இருக்கிறது என்பதை அறிய நினைத்தான். பிறந்தது முதல் இது-

நாள் வரை தன் கண் முன்னே அவள் சுற்றி வந்து கொண்டிருந்தும் அவளை பற்றி அறியாத தன் முட்டாள் தனத்தை எண்ணி தன்னையே திட்டிக் கொண்டான்.

எப்படியிருந்தாலும் இனிமேல் தன்னுடான வாழ்க்கை அவளுடன் மட்டுமே என்பதில் உறுதியாக இருந்தான். எந்த நொடி அக்னி சாட்சி-யாக துணை நிற்பேன் என்று வாக்களித்து அவளின் கரம் பற்றினானோ அந்த நொடியிலிருந்து தன்னுள் பாதி அவள் என்பதை உணர்ந்துக் கொண்டான்,

இருவரின் மனமோ ஒன்றை மட்டுமே நினைத்து. புரிதல் என்ற ஒன்று மட்டுமே தங்களின் வாழ்க்கையை என்றும் நிலைகுலையாமல் வைக்கும் என்பதை. முதலில் அந்த புரிதலில் பின் தங்களின் வாழ்க்-கையை ஆரம்பிக்க நினைத்தனர்.

இருள் சூழ்ந்து காட்சியளித்த இந்த பூவுலகத்தை காண ஆதவன் விழி திறந்து வர அதனை கண்ட பறவைகளும், விலங்குகளும் கூச்ச-லிட்டு வரவேற்க அந்த சத்தத்தில் அனைவரும் விழி திறந்தனர்.

இரவு வெகுநேரமாக யோசித்து புதுயிடம் என்பதால் தாமதமாக நித்-திரைக்குச் சென்ற பரணி இன்னும் எழாமல் இருக்க, சிறு வெளிச்சம் பட்டதுமே எழுந்த ஜீவா தன் பெட்ஷீட் தலையனையுடன் கீழே இறங்கி தன் அறைக்கு வந்தான்.

வேகமாய் கதவினை திறந்துக் கொண்டு உள்ளே நுழைய சத்தம் கேட்டு பதறி அடித்துக் கொண்டு ஒரு புறமாக படுத்துக் கொண்டிருந்த பரணி பயத்துடன் பட்டென்று எழுந்து அமர்ந்தாள்.

“ஏய்..!ஏய்..! எதுக்கு இப்படி நான் தான் வேற யாருமில்லை...” வேகமாய் உரைக்க எழுந்து படுக்கையின் ஓரத்தில் நின்றாள்.

“இல்லை திடீருன்னு சத்தம் கேட்டதும் பயந்துட்டேன்...” மெல்ல கூற,

“இங்க பாரு இது இனிமே நம்மளோட ரூம். எப்பவும் இந்த ரூமுக்-குள்ள உன்னையும் என்னையும் தவிர யாரும் வரவே மாட்டாங்க. அப்-படியே இந்த வீட்டுல உள்ளவங்க வந்தா கூட வெளியே நின்னு கூப்-பிட்டு தான் வருவாங்க சரியா...” அவளின் மிரட்சியை கண்டு சிறு குழந்தைக்கு கூறுவது போல் கூறினான்.

“ஹ்ம்ம்…” தலையை ஆட்டிக் கொண்டு கூற, அவளின் தலையாட்டலுக்கு ஏற்றவாறு ஆடும் ஜிமிக்கியை ரசனையுடன் ஒரு நொடி கண்டான்.

“சரி இந்த நேரம் உன் ரூம்ல இருந்தாலும் நீ இப்படி தான் பயப்பிடுவையா…” அவளை பற்றி அறிந்துக் கொள்ளும் முதல் கேள்வியை கேட்க ஆரம்பித்தான்.

“தெரியல…” என்றவளின் மனமோ இதற்கு முன் தன்னறையில் இப்படி ஒன்று நடந்ததில்லை என்பதால் அவனிடம் அப்படி உரைத்தாள்.

“முதல் கேள்விலே விக்கட்டா. சரி இனிமே அப்பறம் பார்த்துக்கலாம்…” மனதிற்குள் நினைத்தவன் படுக்கையில் கொண்டு வந்த பெட்ஷீட் தலையனையை வைத்தான்.

படுக்கையில் கசங்காமல் அப்படியே இருந்த பூக்களை கண்டவன், “என்ன இது இவ இங்கே தானே படுத்தா..? ஆனா இது என்ன அதிசயம் கொஞ்சம் கூட இந்த பூவெல்லாம் கசங்கவே இல்லையே…” படுக்கையை பார்த்தவாறு தேவையில்லாத விசியத்தை பற்றி யோசிக்க,

அவனின் பார்வை தான் படுத்த இடத்தில் இருப்பதை கண்டவளோ, “என்னாச்சு…” வேகமாய் கேட்டாள்.

“ஒன்னுமில்லை. சரி நான் போய் குளிச்சிட்டு வந்துறேன்…” என்றவாறு தன் உடைகளை எடுக்க படுக்கையில் கிடந்த பூக்களை ஒதுங்க வைக்க ஆரம்பித்தாள்.

“நான் இது வரைக்கும் உன்னை பார்க்கும் போதெல்லாம் நீ வேற மாதிரி இருந்தே குள்ளவாத்து..? ஆனா நேத்தில இருந்து நீ ரொம்ப மாறிட்டே. எனக்கு உன்னை முன்னாடி பார்த்தது மாதிரி பார்க்கணும் தான் தோணுது…” கூறியவாறு குளியலறை நோக்கிச் செல்ல,

“என்ன சொல்லுறீங்கன்னு எனக்கு புரியல…” மெல்ல கேட்டாள்.

“என்னை ஒன்னுக்கு ரெண்டு தடவை சொல்ல வைக்கிறீல இப்படி தயங்கிக்கிட்டே அதான் தான் சொன்னேன். முன்னாடி நீ இப்படி இல்ல…” கூறியவாறு உள்ளே நுழைந்து பாத்ரூம் டோரினை சாத்தினான்.

நேரம் சென்று குளித்து முடித்து இடுப்பில் டவல் மட்டும் அணிந்துக் கொண்டு வெளியே வர அலங்கரிப்பட்ட பூக்கள் அனைத்தும் இருந்த இடம் தெரியாமல் காணாமல் போனது.

“பரவாயில்லையே ரொம்ப வேகமா தான் இருக்கே...” தலையை துவட்டியவாறு கூற,

“என்னது...” குரல் வந்த திசையை கண்டு திரும்பிய அடுத்தநொடி மறுபடியும் நின்ற புறமே திரும்பிக் கொண்டாள்.

அவன் நின்ற விதத்தை கண்டவளுக்கு தன் இதயதுடிப்பின் ஓசை தனக்கே கேட்க மின்விசிறி ஓடியும் வியர்த்து கொட்டியது. தன்னை கண்டதும் ஏன் அவள் பட்டென்று திரும்பிக் கொண்டாலென புரியாது எப்போதும் போல் கண்ணாடியின் முன் சென்று நின்றான் ஜீவரஞ்சன்.

கண்ணாடியில் தன் பிம்பத்தின் பின்னே முதுகு காட்டி நின்றிருந்த பரணியின் பிம்பம் விழ அதன் பின்னே அவள் வேகமாய் திரும்பியதன் அர்த்தம் உணர்ந்து மெல்ல புன்னகை உதிர்த்தான்.

அதன் பின் உடை மாற்றும் வரை அவள் திரும்பாமலே ஒரே புறம் பார்த்தவாறு இருக்க அவனின் புன்னகையோ.அதிகரித்துக் கொண்டே இருந்தது.

“சரி நான் கீழே போறேன்...” என்றவனோ அங்கிருந்து வெளியேற முயல,

“நான் இப்போ என்ன பண்ண..?” கேட்கும் முன்னே சென்று விடுவானோ என்ற நினைப்பில் வேகமாய் கேட்டாள்.

அவள் அருகில் சற்று இடைவெளி விட்டு வந்து நின்றவன், “நைட் என்ன பண்ணனும். காலையில எழுந்ததும் என்ன பண்ணனும் சொல்லித் தானே விட்டுருப்பாங்க...” அவளின் முகத்தை நோக்கி குனிந்து மெல்ல கேட்டான்

அவனின் மனமோ தன் அத்தையை பற்றி தெரியாது தான் ஆனால் தன் அன்னையை பற்றி நன்றாக தெரியும் தானே..? இந்த வீட்டில் நடைபெறும் கட்டுப்பாடுகள் என்னென்னவென்று மருமகளுக்கு கூறியிருப்பார் என்பதை உறுதியாக தெரிந்ததால் அவ்வாறு கேட்டான்.

“சொன்னாங்க. ஆனா...” அவனிடம் கூற முடியாமல் தயங்க,

“இவ ஏன் இப்படி தயங்குற நம்ம சொன்னதை வேற மாதிரி எடுத்துக்கிட்டாலே...” மனதுக்குள் நினைத்தவன், “ஆனா என்ன சொல்லு...” மெல்லக் கேட்டான்.

“அவங்க சொன்னதை என்னால இப்போ பண்ண முடியாது...” தயங்கிக் கொண்டு தலை குனிந்து கூற,

“பண்ண முடியாதா அப்படி என்ன சொன்னாங்க...” தான் நினைத்தது போல் அல்லாது வேறேதுவும் கூறிவிட்டார்களோ நினைத்தவாறு கேட்டான்.

“காலையில எழுந்திருச்சி தலைக்குளிச்சி புடவை கட்டிட்டு வரச் சொன்னாங்க. ஆனா எனக்கு புடவை கட்ட வராது...” தயங்கியவாறு கூற, அதனை கேட்டு சிரிக்க ஆரம்பித்தான்.

அவன் சிரிப்பினை கண்டவளோ கலங்க, “ஏய் முன்னாடியெல்லாம் நான் சிரிச்சா நீ கோபப்படுவே ஆனா இப்போ என்ன புதுசா அழுதுக்கிட்டு இருக்கே. நான் கூட வேற எதுவோ சொல்லிட்டாங்கன்னு நினைச்சேன். உனக்கு புடவை கட்டத் தெரியாதுன்னு எனக்கு தான் முன்னாடியே தெரியுமே. சரி அதை விடு நீ எப்பவும் போலவே கீழே வா. அங்கே இருக்குறது நீ எப்பவும் பார்க்குற உன்னோட மாமா, அத்தை தான்...” என்றவனோ வெளியேறிச் செல்ல,

“ச்சே அம்மா புடவை கட்டுன்னு சொல்லும் போதே கட்டிப் பழகிருக்கலாம். இப்போ பாரு எவ்வளோ அவமானம் இவங்க முன்னாடி. எனக்கு தெரியாதுன்னு இவுங்களுக்கு கூட தெரிஞ்சிருக்கு..?” தன்னை தானே திட்டியவாறு தன் உடையை எடுத்துக் கொண்டு குளியலறைக்குள் நுழைந்தாள்.

அதே நேரம் இங்கே குளித்து முடித்து தன் தலையை துவட்டிக் கொண்டிருந்த மகிழ்ந்தியை பின்னிருந்து அணைத்தான் கார்த்திகேயன்.

“ஐயோ மாமா என்ன இது விடுங்க..? நான் இப்போ தான் குளிச்சிட்டு வந்தேன்...” தன்னவனிடமிருந்து விலக முயல, அவளின் முயற்சியை தோற்கடித்து அவளுடன் படுக்கையில் சரிந்தான்.

“முடியாது ஒரே ஒரு முத்தம்...” தன் கரத்தினால் அவனை சிறை செய்து கொண்டு கேட்க, “விளையாடாதீங்க போங்க மாமா முதல...” அவனின் நெஞ்சில் கை வைத்து கெஞ்சலுடன் தள்ளினாள்.

“இங்க பாரு ஒழுங்கா நீயே கொடுத்திரு. தரலைன்னு வச்சிக்கோ அப்பறம் நேத்து நைட்..” கூற வர அதற்கு அவனின் இதழில் தன் இதழ் பதித்தாள்.

நேரம் செல்ல தன்னவனை தன்னிடமிருந்து தள்ளி விட்டு எழுந்து அமர அவளுடன் சேர்ந்து எழுந்து அமர்ந்தவனோ தன் கை வளைவிற்கு கொண்டு வந்து நெஞ்சில் சாய்த்துக் கொண்டான்.

“மயிலு நான் உன்கிட்டே ஒரு முக்கியமான விசியம் ஒன்னு சொல்லணும். அதுக்கு முன்னாடி இந்த வீட்டுல உனக்கு என்ன நடந்தாலும் அதை நீ என்கிட்டே மறைக்காம இனிமே சொல்லணும் சரியா..? ஏன்னா நான் முழு நேரமும் இந்த வீட்டுல உங்க கூடவே இருக்க மாட்டேன். எனக்கு வெளி வேலைகளும் இருக்கு அதான் சொல்லுறேன் நீ புரிஞ்சிக்கிட்டே தானே..?”

“புரியுதுங்க ஆனா எதுக்கு அப்படி சொல்லுறீங்க. என்னை யாருன்னு தெரியாத இடத்துலையா விட்டுட்டு போகப் போறீங்க..? அத்தை, மாமா எல்லாரும் கூட தானே இருக்கப் போறேன்...”

“ஆமாடி அதான் சொல்லச் சொல்லுறேன்...”

“எனக்கு புரியலைங்க எதுக்கு இப்படி தயங்குறீங்க உங்க மனசுல என்ன தான் இருக்குன்னு முதல சொல்லுங்க. நேத்து நைட் கூட கேட்டதுக்கு பேச நேரமில்லைன்னு சொல்லிட்டீங்க. இப்பவும் ஏதேதோ சொல்லுறீங்க. அப்படி என்ன தான் பிரச்சனை..?” நடந்த அனைத்தையும் பற்றி தெரியாததால் குழம்பிக் கொண்டு கேட்டாள்.

“பிரச்சனை எங்க அப்பா தான்ம்மா அவருக்கு உன்னை இந்த வீட்டுக்கு மருமகளா கொண்டு வந்தது பிடிக்கல...” என்றவனோ தன் தந்தை அவனின் அண்ணனுக்கு செய்த துரோகம், தன்னவளை ஒரு வேலைக்காரி இடத்தில் வைப்பேன் என்று கூறியதென அனைத்தையும் மெல்ல கூறினான்.

அதை கேட்டவளோ விழிகளில் கண்ணீருடன் அழுது கரைய அவளை தன்னுடன் சேர்த்து அணைத்து ஆறுதல் அளித்தான் கார்த்திகேயன்.

“எங்க அப்பா பண்ணுன தப்புக்கு நான் மன்னிப்பு கேட்குறேன்ம்மா. அவரை மன்னிச்சிரு. என்னை மீறி இந்த வீட்டுல யாரும் உன்னை எதுவும் பண்ண மாட்டாங்கடி...” கதறி அழும் தன்னவளை தேற்ற வழி தெரியாது அவனுமே அவளின் அழுகையில் கரைந்தான்.

“உங்க அப்பா சொல்லுறது சரி தான். நான் என் தகுதிக்கு மீறி உங்க மேல ஆசைப்பட்டிருக்க கூடாது எல்லாம் என்னோட தப்பு தான். எனக்கு இந்த வீட்டு மருமகளா வரதுக்கு எந்த தகுதியும் இல்லை...” தன் மாமனாரின் மனநிலை என்ன என்பதை நன்கு அறிந்து கூறினாள்.

“ஏய் லூசாடி நீ. என்ன பேசுற..? தகுதி, தகாதரம், அந்தஸ்து பார்த்து வர்றதில்லை காதல்ன்னு உனக்கு தெரியும் தானே..? சொல்லப் போனா நான் தானேடி உன் பின்னாடியே சுத்தி சுத்தி வந்து என்னை காதலிக்க வைச்சேன். அப்போ தப்பு என் மேல தானே..?”

“ஐயோ என்னங்க நீங்க. நான் உங்க அப்பா இடத்துல இருந்து பேசுறேன்...”

“நீ யாரு இடத்துல இருந்து பேச வேண்டாம். நீ நீயா மட்டும் இரு எனக்கு அது போதும். எனக்காக கூட நீ உன்னை மாத்திக்க வேண்டாம். என் அப்பாவோ அல்லது இந்த வீட்டுல உள்ளவங்களோ உன்னை என்ன சொன்னாலும் நீ எதிர்த்துப் பேசு. அன்பை காட்டு-றேன்னு சொல்லி பயந்து போய் அவங்களுக்கு சேவகம் செய்யாதே. உனக்கு இந்த வீட்டுல எல்லாம் உரிமையும் இருக்கு. அதையும் மீறி அவங்க உன்னை ஏதாவது பண்ணுனா அப்பறம் உன் புருஷன் யாருன்னு இந்த வீட்டுல அவங்களுக்கு நான் புரிய வைக்கிறேன்...” உறுதியுடன் அவளுக்கும் துணையாக இருப்பேன் என்ற நம்பிக்கையுடன் தைரியம் அழித்தான்.

அவன் கூறிய அனைத்தையும் கேட்டவளோ எதுவும் பேசாமல் மௌனமாய் அவனின் நெஞ்சில் சாய அன்புடன் அணைத்துக் கொண்-டான்.

ஆதிநாதன் ஹாலில் அமர்ந்து பேப்பர் படித்துக் கொண்டிருக்க வரதன் தரையில் அமர்ந்து டீ குடித்துக் கொண்டிருக்க அங்கே வந்து அமர்ந்தான் ஜீவரஞ்சன்.

“வாடா எங்கடா பரணி. நீ மட்டும் வந்திருக்கே..? கிரிஜா உன் பையன் வந்துட்டான் பாரு அவனுக்கு காபி கொண்டு வா...” தன் மகனிடம் கேட்டுவிட்டு சமையலறை பார்த்து குரல் கொடுத்தார் வரதன்.

“இதோ வந்துருவாப்பா...” என்ற ஜீவா அங்கிருந்த பேப்பரை எடுத்து படிக்க ஆரம்பித்தான்.

கிரிஜா காபி கொண்டு வந்து தர அதனை வாங்க அதே நேரம் முகத்தில் புன்னகையுடன் மகிழ்ச்சி பொங்க ஜோடியாக தமிழ்,மதி இரு-வரும் இறங்கி வந்தனர்.

“வாம்மா வா. இந்தாங்க ரெண்டு பேரும் காபி எடுத்துக்கோங்க...” என்றவர் அவர்கள் இருவருக்குமே தர அதனை வாங்கிக் கொண்டனர்.

கிரிஜா சமயலறை நோக்கிச் செல்ல, "அத்தே நானும் வரேன்..." என்றவள் தமிழை ஒரு பார்வை பார்த்துவிட்டு அவருடன் செல்ல அங்கிருந்த சோபாவில் அமர்ந்தான் தமிழன்பன்.

"கல்யாணம் முடிஞ்சதும் பொண்ணு மாப்பிளையை கூட்டிட்டு கோவிலுக்கு போகணும் இது ஒரு வழக்கம். மறுவீடு போய்ட்டு வந்ததுக்கு அப்பறம் எப்போ போகலாம்ன்னு மருமகள் கிட்ட கேட்டுட்டு சொல்லுங்கடா..." ஆதிநாதன் கூற,

"பெரியப்பா கோவில் தானே இன்னைக்கே போகலாம்லே அதுக்கு எதுக்கு மறுவீடு போனதுக்கு அப்பறம்ன்னு சொல்லுறீங்க. லீவ் கிடைக்காது பெரியப்பா..." ஜீவா வேகமாய் கூறினான்.

"டேய் கோவில்ன்னா பக்கத்துல இருக்கிற கோவில் இல்லை. ஆறுபடை வீடு மாதிரி பெரிய தலம் போகணும்டா..." வரதன் கூற,

"சரிப்பா எங்கேன்னு சொல்லுங்க அதுக்கு ஏத்த மாதிரி நாங்க ஆபீஸ்ல லீவ் சொல்லிறோம்..." புரிந்துக் கொண்டு கேட்டான் தமிழ்.

"திருச்செந்தூர் போகலாம்ப்பா..." என்க, அதே நேரம் தயக்கத்துடன் என்ன சொல்லப் போகிறார்களோ நினைத்தவாறு சுடிதார் அணிந்து மெல்ல இறங்கி வந்தாள் பரணிச்சந்திரா.

25

அத்தியாயம் : 25

பரணி தயங்கிக் கொண்டு வருவதை கண்ட வரதன், “அட வாம்மா பரணி. ஏன் தயங்குற..? உங்க அத்தை சமையல்கட்டுல தான் இருக்கா போம்மா...” என்க, சரி என்றவாறு சமையலறை நோக்கிச் சென்றாள்.

அங்கே காலை உணவினை சமைப்பதற்கு நிறைமதி உதவி செய்து கொண்டிருக்க கிரிஜா பேசியவாறே உணவினை தயார் செய்ய உள்ளே நுழைந்தாள் பரணி.

பரணியை கண்ட கிரிஜா அவளின் அருகில் வந்து, “என்ன பரணி இது. நான் உன்னை புடவை தானே கட்டிட்டு வரச் சொன்னேன். அப்படியே கட்ட தெரியலைனாலும் ஜீவா கிட்ட சொல்லி என்னை கூப்பிட்டுருக்கலாம்ல. இன்னைக்கு வேற அக்கம் பக்கத்து பொம்பளைங்க வந்துட்டு போவாங்க அதான் அப்படி சொன்னேன்...” அவளுக்கு மட்டும் கேட்குமாறு மெல்ல கூறினாலும் அது மதியின் காதில் நன்றாகவே விழுந்தது.

“சாரி அத்தை...”

“சரி விடு பரவாயில்லை பிரிஜ்ல பூ வச்சிருக்கேன் எடுத்து வச்சிக்கோ. நான் உனக்கு காபீ போட்டு தரேன்...” என்க,

“இல்லை வேண்டாம் அத்தை எனக்கு காபீ குடிக்கிற பழக்கமில்லை. நானும் உங்களுக்கு உதவி பண்ணுறேன்...” என்றவளோ உதவ நினைத்தாள்.

தன் வீட்டு சமையலறை பக்கம் செல்வதே அபூர்வம் அப்படியிருக்கையில் இப்போது தான் அவர்களுக்கு என்ன உதவி செய்ய முடியும் நினைத்தவாறு மதியை பார்க்க அவளோ அடுப்பில் எதையோ செய்துக் கொண்டிருந்தாள்.

அதன் பின் நேரம் செல்ல காலை உணவினை மருமகள்களின் உதவியால் சீக்கிரமே செய்த கிரிஜா அதனை அனைவருக்கும் பரிமாறினார்.

“ஏம்மா இனிமே உனக்கு எல்லா வேலையும் மிச்சம் தான். நீ நல்லா தூங்கி தூங்கி எழுந்திருக்கலாம்...” உண்டவாறே ஜீவா கேட்க,

“ஏன்டா இந்த வீட்டுல தூங்கத் தான் நேரமிருக்காக்கோம்...”

“அதான் இனிமே ஒன்னுக்கு ரெண்டு மருமகள்கள் வந்துட்டாங்களே. அவங்க தலையில நீ வேலையை கட்டிற மாட்டே. அப்படி தானே சொல்லுற ஜீவா...” தன் மகனை பார்த்து கேட்டவாறு கூறினார் வரதன்.

“ஏங்க என்னை பார்த்தா மாமியார் கொடுமை பண்ணுறவ மாதிரியா இருக்கு. உங்க ரெண்டு பேருக்கும் சோறு போடுறதே தப்பு. அம்மாடி பரணி அவனுக்கு பரிமாறாதே பட்டினியா கிடந்தா தான் தெரியும்...” தந்தை மகன் இருவரையும் கண்டு முறைப்புடன் கூற,

அதே நேரம் அவனுக்கு பரிமாறிக் கொண்டிருந்த பரணி புன்னகையுடன், “சரிங்க அத்தை...” என்றவாறு பரிமாறுவதை நிறுத்தி விட்டு தன் அத்தையின் அருகில் வந்து நின்றாள்.

“ஜீவா இனிமே இந்த வீட்டுல நீ பேசவே முடியாது. அதையும் மீறி பேசுனா என்ன நடக்கும்ன்னு இப்போ நல்லாவே தெரிஞ்சிருச்சி. மாமியார் மருமகளும் இப்பவே கூட்டு சேர்ந்துட்டாங்க பாரு...” தமிழரசன் புன்னகையுடன் கூற,

“நீ பேசாதேடா வெளியே உதவி பண்ணுறே..? உன் சித்தப்பா அப்பாக்கு கூட உதவி பண்ணுறே. என்னைக்காவது இந்த அம்மாக்கு உதவி பண்ணிருக்கையா...” கேட்டவாறே தமிழின் காதினை திருக, மென்னகையுடன் அவர்களின் பேச்சில் இருக்கும் பாசத்தை கண்டாள் நிறைமதி.

“அம்மாடி மருமகளே உங்க மாமாவுக்கு தமிழுக்கும் கொஞ்சம் சாப்பாடு வைம்மா...” மதியை கண்டு கூறியவாறே தன் கணவனுக்கு கிரிஜா பரிமாற, சரி என்றவாறு அவர்களுக்கு எடுத்து வைத்தாள்.

“அடியேய் இப்போ தான் வீட்டுக்கு வந்திருக்காங்க. அந்த பிள்ளைகளை சாப்பிட வைக்கமா வேலை ஏவிக்கிட்டு இருக்கே..?” வரதன் கூற,

“பரவாயில்லை சின்ன மாமா நாங்க அப்பறம் சாப்பிடுகிறோம்...” மதி கூற, பண்ணையாரின் மகள் அவளுக்கென்று சேவகம் செய்ய பலர் காத்திருக்க, அவளோ இன்று தங்களின் வீட்டில் தங்களுக்கு சேவகம் செய்வதை எண்ணி வருந்தி மகிழந்தனர்.

திடீரென்று புரையேறி தமிழ் துரத்த, “பரணி அந்த தண்ணியை சீக்கிரம் எடுத்துக் கொடு...” கிரிஜா கூற வேகமாய் அவளும் எடுத்து அருகில் வர அதனை பிடிங்கி கொண்டு தன்னவனுக்கு கொடுத்தாள் மதி.

அதனை மற்றவர்கள் சரியாக கவனிக்கவில்லை என்றாலும் மதியின் செயலால் பரணி ஒதுங்குவதை ஜீவா நன்றாகவே கண்டு கொண்டான்.

அதன் பின் அனைவரும் உண்டு முடித்து அவரவர் வேலையை பார்க்க தமிழ் அன்று முன்னே விடுமுறை எடுத்திருந்தால் சிறிது நேரம் சித்தப்பாவுடன் வயலுக்கு கிளம்பினான்.

தன்னறைக்கு வந்த ஜீவா அலுவலகம் செல்ல வேகமாய் கிளம்பி கீழே வர அன்னையுடன் அமர்ந்து மருமகள்கள் இருவரும் உணவருந்திக் கொண்டிருந்தனர்.

“அம்மா நான் கிளம்புறேன்...” என்றவன் பைக் கீயையும், கெல்மெட்டையும் எடுத்துக் கொண்டு கிளம்ப,

“டேய் என்ன நீ வேலைக்குப் போறே நேத்து தானே உனக்கு கல்யாணம் முடிஞ்சிருக்கு. நாளைக்கு பரணி வீட்டுக்குப் போகணும். இன்னைக்கு உங்க ரெண்டுக்கும் மதியம் கறிவிருந்து போடணும்...” சாப்பிடுவதை நிறுத்தி விட்டு கிரிஜா அவனருகில் வந்து வேகமாய் கூறினார்.

“ஏம்மா நான் ரெண்டு நாள் தான் லீவ் கேட்டேன். இதுல இன்னைக்கு என்னால லீவ் போட முடியாது. நாளைக்கு சண்டே எனக்கு லீவ் தானே எல்லாத்தையும் நாளைக்கு பார்த்துக்கலாம்...” என்றவாறு வெளியறிச் செல்ல,

வேதனையுடன் நின்றிருந்த தன் மருமகளை கண்ட கிரிஜா வேகமாய் வெளியே வர தன் பைக்கை எடுத்துக் கொண்டிருந்தான் ஜீவரஞ்சன்.

“டேய் ஜீவா நான் சொல்லுறது உனக்கு புரியுதா இல்லையா..? இதுநாள் வரை நீ இருந்த விதம் வேற ஆனா இப்போ உனக்கு கல்யாண-

மாச்சுடா. உனக்குன்னு ஒருத்தி இருக்கா இனிமே இதெல்லாம் நீ தான் புரிஞ்சிக்கிடனும். சரி போறையே பரணி அங்கே தானே நிக்கிறா..? ஒரு வார்த்தை அவ கிட்ட சொல்ல வேண்டியது தானேடா. தமிழை பார்த்தையே அவன் எப்படி இருக்கான். நீ ஏன்டா இப்படி இருக்கே...'' தன் மகனுக்கு புரிய வைக்க முயன்று கோவத்துடன் கேட்டார்.

“தமிழ் இருக்கிற நிலைமை வேற நான் இருக்கிற நிலைமை வேற உங்களுக்கு சொன்னா எப்படி புரியும்...'' மனதிற்குள் நினைத்தாலும் தன் தவறும் நன்றாகவே புரிந்தது.

“சரிம்மா நான் சாயந்திரம் சீக்கிரம் வந்துறேன்...'' என்றவனோ தன் பைக்கை எடுத்துக் கொண்டு கிளம்பினான்.

கல்யாணம் நடக்க விருப்பதால் வெளிவேலையே பார்த்துக் கொண்டிருந்த கிரிஜாவுக்கு அன்று முழுவதும் வீட்டில் வேலை இருக்க உதவிக்கு வந்த இரண்டு மருமகளையும் சிறிது நேரத்திலே அவரவர் அறைக்கு அனுப்பி விட்டு தன் வேலையை செய்ய அன்றைய பொழுது ஒரு வழியாக முடிவுக்கு வந்தது.

பகலில் அறையை முழுவதும் சுத்தம் செய்து தன் உடை, பொருட்கள் அனைத்தையும் முடிந்திருந்தால் இரவு வேலையில்லாமல் இருக்க தமிழின் அணைப்பில் அடங்கினாள் நிறைமதி.

தமிழின் நெஞ்சில் சாய்ந்திருக்க அவளின் மனம் முழுவதும் பரணிக்கும் தன்னவனுக்கும் இடையில் இருக்கும் உறவினை அறியத் துடித்தது. நிச்சியம் இருவருக்குமிடையில் காதல் என்ற வார்த்தை ஒரு துளி கூட இல்லை என்பது அவள் முன்னவே அறிந்தது தான். ஆனாலும் தன்னவன் பரணியின் மேல் பாசம் கொள்வது ஏன் என்று கேட்க நினைத்தாள்.

ஒரு கரம் மனைவியின் கூந்தலை வருட மற்றொரு கரங்களோ கைபேசியை நோண்டிக் கொண்டிருந்தது.

“ஏங்க எனக்கு ஒரு சந்தேகம் கேட்டா தப்பா எடுத்துக்க மாட்டீங்களே..?'' தயங்கிக் கொண்டு மெல்ல நிமிர்ந்துக் கேட்க,

“அப்படி என்ன சந்தேகம் என் செல்ல பொண்டாட்டிக்கு...'' கேட்டவாறு கைபேசியை வைத்து விட்டு இருகரத்தால் அவளை அணைக்க அவனின் அணைப்பில் கரைந்தாள் நிறைமதி.

“அது வந்து உங்க அண்ணன் பொண்டாட்டி பரணிக்கும் உங்களுக்-கும் என்ன உறவு...” கோபப்பட்டு விடுவானோ என்றெண்ணி பயத்துடன் கேட்க,

“ஏன் கேட்குறே திடீருன்னு. வீட்டுல யாராவது எதுவும் சொன்னாங்-களா என்ன..?” திருமணத்திற்கு முன்னே ஒவ்வொரு நொடிப் பொழுது மொபைலில் இருவரும் பேசனாலும் ஒரு வார்த்தை கூட பரணியை பற்றி கேட்காதவள் இப்போதும் கேட்கிறாள் என்றால் ஏதோ அவளின் மனதில் உள்ளது என்பதை உணர்ந்தான்.

அவன் அறியாயொன்று பரணி இந்த வீட்டுக்கு மருமகளாக வந்து-விட்டால் என்றதை கண்டதுமே அவளின் சித்தி விஷமச் செடி என்னும் விதையை மதியின் மனதில் நட்டி வைத்திருக்கிறார் என்று.

“இல்ல நம்ம கல்யாணத்துக்கு முன்னாடி ஊருக்குள்ள நீங்க ரெண்டு பேரும் தான் கல்யாணம் பண்ணிக்குவீங்கன்னு சொல்லிட்டு இருந்ததா கேள்விப்பட்டேனா அதான் கேட்டேன்...”

“ஆமா மதி நானும் அதை தான் நினைச்சேன் ஆனா இப்படி நம்ம ரெண்டு பேருக்கும் கல்யாணம் நடக்குன்னு நினைக்கல. என் மனசுல எங்க அம்மாவோட கடைசி ஆசை நிறைவேத்திறனும்ன்னு நினைப்பு மட்டும் தான் இருந்தது. ஆனா பரணிக்கு எங்க வீட்டுல யாரையும் அவ்வளோ பிடிக்காது. நாங்க யாரும் அவளுக்கு சொந்தமில்லை தான் நினைச்சிக்கிட்டு இருந்தா. அதுனால தான் நான்...” என்றவன் தான் எடுத்த முயற்சியை கூறினான்.

“ஓ அப்போ நீங்க இந்த குடும்பத்துல அவளை சேர்க்குறதுக்கு தான் அப்படி பண்ணுனீங்களா...?”

“ஆமா மதி அன்னைக்கு நமக்கு கல்யாணம் முடிவு பண்ணுன போது பரணி பின்னாடி இருந்த என் அம்மா போட்டோ தான் என் கண்ணுல பட்டது. அப்போ நான் ரொம்ப குழம்பி போயிட்டேன். ஒரு புறம் மகிழு கலங்கிட்டு நிக்கிற. இன்னொரு புறம் அம்மாவோட ஆசை அப்போ தான் புரிஞ்சது அம்மா இருந்தாலும் இதை தான் பண்ணி-ருப்பாங்கன்னு அதான் அன்னைக்கு சம்மதம் சொன்னேன்...” தனக்கு கிடைத்த பொக்கிஷமானவளை மேலும் தன்னுடன் இறுக்கினான்.

“சரி இப்போ உங்க அம்மாவோட ஆசை நிறைவேறிருச்சி அவ இந்த வீட்டுக்கு மருமகளா வந்துட்டா தானே. ஆனாலும் நீங்க ஏன்

பரணி...'' எப்படி கேட்பது என தெரியாது தயங்க,

"எனக்கு அவளுக்கு இப்போ என்ன உறவு இருக்குன்னு புரிஞ்சிக்க நினைக்கிறையா..?''

"ஹ்ம்ம்...'' தலையை மட்டும் அசைக்க செல்லமாய் அவளின் தலையில் கொட்டினான்.

இதே வேற யாரவது இருந்திருந்தால் இந்த நேரம் தன்னை தான் கேட்ட கேள்விக்கு நினைக்கும் போதே பயம் கொள்ள தன்னவனை காதலோடு கண்டாள்.

"என் அண்ணனுக்கு அவ பொண்டாட்டியா இப்போ வேணா ஆகி-ருக்கலாம். ஆனா அவ என்னைக்கும் எனக்கு என் மாமன் பொண்ணு தான். ஒரு ஆம்பளைக்கு தாயும், தாரமும் முக்கியமான ஒன்னுன்னு சொல்லுவாங்களே அதே மாதிரி நீயும், பரணியும். நீங்க ரெண்டு பேரும் எப்பவும் என் கூடவே இருக்கணும்...'' தன்னவனின் கரங்களை பற்றிக் கொண்டு கூற,

தானும் அவளும் தன்னவனுக்கு ஒன்றா நினைக்கும் போதே மனம் வேப்பங்காயாய் கசக்க, தன்னவன் மனதில் என்றும் தான் மட்டுமே இருக்க வேண்டும் என்ற பொறாமை உணர்வு வர அவனை அணைத்-துக் கொண்டாள்.

தன் அன்னையின் முகத்தையும், குணத்தையும் உருவமாக கொண்ட பரணி தன் தாய்க்கு ஈடானவள் என்று தமிழின் மனம் நினைத்துக் கொண்டிருக்க அதனை தவறாக புரிந்துக் கொண்டிருந்தாள் மதி.

நாட்கள் செல்ல திருமணம் முடிந்து மூன்று நாட்கள் ஆனதால் மகளையும், மருமகனையும் மறுவீட்டுக்கு முறைப்படி அழைத்துச் செல்ல வேண்டுமென நினைத்த கிரிஜா,வரதன் இருவரும் காலையிலே நல்லசி-வம் வீட்டுக்குச் சென்றனர்.

தன் சம்மந்தி வீட்டாரை கண்ட பாரிஜாதமும், ரேவதியும் இன்முகத்-துடன் வரவேற்க நல்லசிவமோ தனக்கு வேலை இருப்பதாக கூறி தன் தம்பியை அழைத்துக் கொண்டு சென்றார்.

தன் கணவர் வந்தவர்களிடம் முகம் கொடுத்து கூட பேசாததை கண்ட பாரிஜாதம் "மன்னிச்சிருங்க சம்மந்தி கல்யாணம் வேலையை பார்த்துக்கிட்டு இருந்ததுனால மத்த வேலையை பார்க்க முடியலைல அதான் போயிட்டாரு...'' பண்புடன் கூற,

“இருக்கட்டும் பரவாயில்லை சம்மந்திம்மா இதுல என்ன இருக்கு சொல்லுங்க. அப்பறம் எங்கே மாப்பிள்ளையும், மகிழையும் காணும்...” கிரிஜா தன் மகளை காணாது கேட்டார்.

“இவ்வளோ நேரம் எங்களுக்கு உதவியா தான் இருந்தா இப்போ தான் கார்த்தி கூப்பிடான்னு அவங்க ரூமிற்கு போனா..? இதோ கூப்பி-டுறேன்...” என்றவர் தன் மகனையும், மருமகளையும் அழைத்தார்.

சிறிது நேரத்திலே இருவரும் ஜோடியாக கீழே இறங்கி வர தன் அன்னை மற்றும் தந்தையை கண்டவளோ வேகமாய் வந்து பாசத்துடன் அணைத்துக் கொண்டாள் மகிழ்ந்தி.

“அம்மா, அப்பா ரெண்டு பேரும் எப்படி இருக்கீங்க. அண்ணா பெரியப்பா என்ன பண்ணுறாங்க...?” தன் குடும்பத்தாரை கண்ட சந்-தோஷத்தில் கேட்க, அவள் அருகில் வந்து நின்ற கார்த்திகேயனோ பெரியவர்களிடம் ஆசிர்வாதம் வாங்கிக் கொண்டான்.

அதன் பின் ரேவதி வந்தவர்களுக்கு குடிப்பதற்கு காபீ கொடுக்க அதனை இன்முகத்துடன் வாங்கிக் கொண்டவர்கள் சிறிது நேரம் பேசி-னர்.

நேரம் செல்ல, “சரிங்க சம்மந்தி நாங்க மருமகனையும், எங்க பொண்ணையும் மறுவீட்டுக்கு கூட்டிட்டு போகலாம் தான் வந்தோம் நீங்க என்ன சொல்லுறீங்க..?” கிரிஜா கேட்க,

“நான் கூட நேத்து நைட் அவர் கிட்ட சொல்லிட்டு தான் இருந்-தேன். மதியையும், மாப்பிள்ளையும் கூப்பிடலாம்ன்னு ஆனா அவர் தான் இப்போ கொஞ்சம் வேலை இருக்கு சரியா கவனிக்க முடியாது ஒரு வாரம் போகட்டும் சொல்லிட்டாரு. நீங்க இவங்கள கூட்டிட்டு போங்க சம்மந்தி...” பாரிஜாதம் கூறினார்.

நல்லசிவம் அவர்களை அழைக்க விரும்பாததன் காரணத்தை மகிழ், கார்த்தி இருவரும் மட்டுமே அறிந்திருந்தனர். தன் அண்ணனை இந்த வீட்டுக்கு அழைத்து வந்தால் அவரின் கௌரவம் கெட்டு விடும் என்று நினைக்கும் மாமனாரின் செயலில் மகிழ் வருந்த ஆதரவாய் அவளின் கரங்களை பற்றினான்.

மகிழ், கார்த்தி இருவரையும் அன்றே கையோடு அழைத்துச் செல்ல தந்தையை போல் அல்லாது மனமகிழ்வுடன் தன்னவள் வீட்டுக்கு கிளம்-பினான் கார்த்திகேயன்.

வீட்டுக்கு அழைத்து வந்து மதிய விருந்து மருமகளின் உதவியுடன் கிரிஜா செய்ய தன் அண்ணன் வந்த மகிழ்ச்சியில் பறந்து கொண்டிருந்-தாள் நிறைமதி. தன் தங்கை செய்யும் ஒவ்வொரு செயலிலும் அவள் பேசும் விதத்திலும் அவள் இந்த வீட்டில் எப்படி இருக்கிறாள் என்பதை நன்கு அறிந்து கொண்டான்.

அன்று சண்டே என்பதால் ஜீவாவிற்க்கும் விடுமுறை இருக்க மதிய விருந்து அனைவரும் பேசியவாறு ஒன்றாகவே சாப்பிட்டு முடித்தனர். அதன் பின் கோவிலுக்குச் செல்ல வேண்டியதை பற்றி மருமகனிடம் ஆதிநாதன் கூற அவனும் சரியென்றும் ஒத்துக் கொண்டான்.

மாலை நேரம் பரணியையும், ஜீவாவையும் அழைத்துச் செல்ல அனைத்து ஏற்பாடுகளையும் செய்து வைத்து தர்மேந்திரனும் ஆண்டா-ளும் வர சந்தோஷமாக அவர்களை அனுப்பி வைத்தனர்.

இரு நாட்களாவது பரணியின் வீட்டில் தங்க வேண்டும் என்பதை யாருமறியாவண்ணம் கிரிஜா தன் மகனுக்கு உரைக்க அது பரணியின் காதில் நன்றாகவே விழுந்தது. ஜீவாவை பொறுத்தவரை தன் வீட்டில் வந்து அவனால் சகஜமாக இருக்க முடியாது என்பதே பரணி மனதில் இருந்த ஒன்றாகும்.

அன்றிரவு ஜீவா பரணியின் வீட்டில் அவளறையில் தங்க, தன் வீட்டிலென்றால் மொட்டை மாடியில் படுத்துக் கொள்ளாமல் ஆனால் இங்கே வெளியில் சென்றால் பரணியின் தந்தை தங்களை பற்றி என்ன நினைப்பார்கள் யோசித்தவாறு நின்று கொண்டிருந்தான் ஜீவா.

கையில் தண்ணீருடன் தன் அறைக்குள் வந்தவள் அவன் நிற்பதை காண இந்த மூன்று நாட்களில் அவனுடன் தனிமையில் இருந்து பழகி-யதால் தனக்குள் இருந்த நடுக்கம் போனதை நன்கு உணர்ந்தாள் பரணி.

“என்னாச்சு நீங்க ஏன் நின்னுக்கிட்டு இருக்கீங்க படுக்க வேண்டியது தானே...?” கேட்டவாறு படுக்கையை சரி செய்ய, அங்கே தன்னறையில் அவள் இருக்கும் விதம் இங்கே அவளறையில் இருக்கும் விதம் இரண்-டிற்க்கும் இருக்கும் வித்தியாசத்தை நன்கு அறிந்தான்.

தன்னால் மட்டுமே அவளை மாற்ற முடியும் என்று ஜீவா நினைத்துக் கொண்டிருக்க, பாயை விரித்து தரையில் படுக்க ஆரம்பித்தாள் பரணி.

அவளின் செய்கையை கண்டவன் எதுவும் பேசாமல் அமைதியாக அவளின் படுக்கையில் வந்து அமர்ந்தவாறே, “குட் நைட்...” என்க,

அவளும் பதிலுக்கு உரைத்து விட்டு போர்வையை போர்த்தி திரும்பிப் படுக்க, படுக்கையில் சாய்ந்தான்.

முதலில் அவளை தான் நேரடியாக அழைத்து பேச வேண்டும். எப்படி அழைப்பது இதுநாள் வரை குள்ளவாத்து, பயந்தாங்கோழி என்று கிண்டலுடனே அழைத்திருக்க இதன் பிறகு அனைவரின் முன் அவளை அப்படி அழைக்க இயலாது.

அதே நேரம் பரணி என்று அழைத்தால் அனைவரும் அழைப்பது போல் இருக்கும். அதனால் அவளுக்கு இன்னொரு பெயரான சந்திரா என்று அழைக்கலாம் முடிவு செய்து நித்திரைக்குச் சென்றான் ஜீவரஞ்சன்.

26

அத்தியாயம் : 26

தன் அன்னை கூறியது போலவே மூன்று நாட்கள் பரணியின் வீட்டில் தங்கினான் ஜீவரஞ்சன். பகலில் வேலைக்குச் செல்ல இரவு நேரங்களில் தன் மாமனார் மற்றும் அப்பத்தாவுடன் இனைந்து சிறிது நேரம் பேசி தன் நேரத்தை செலவிட்டான்.

பரணியின் வீட்டில் வைத்து அவளை சந்திரா என்று ஜீவா அழைக்க அதனை கண்ட பெற்றோர்கள் அவளை விட அவர்களே வெகு சந்தோஷம் கொண்டனர்.

மூன்று நாட்களிலே தமிழை விட அவன் அதிகம் அந்த வீட்டில் அனைவரையும் கவர்திழுத்தான். தன் வீட்டிற்கு இவன் வருவான் அதுவும் தன்மையுடன் அன்பாகவும் சந்தோஷமாகவும் நடந்து கொள்வான் என்று பரணி எதிர்பார்க்காது இருந்தாள்.

அவனின் இந்த செய்கையில் தன் மனம் அவனிடம் தன்னை மெதுவாக இழக்கிறதை உணர ஆரம்பித்தாள். அவர்கள் கிளம்பும் நாளும் வர இங்கு இருந்த இந்த நாட்களில் தன் மகளுக்கு கற்றுத் தர வேண்டிய விஷியங்களை நன்கு கற்றுக் கொடுத்தார் ஆண்டாள்.

மாலை வேலை முடிந்து வந்தவன் பரணியின் வீட்டில் இரவு உணவினை முடித்து விட்டு கிளம்ப அவளும் தயாராக இருந்தாள். ஆனால் அவளின் முகம் மட்டும் வாடிப் போயிருக்க பிறந்த வீட்டை விட்டுச் செல்கிறாள் என்பதால் அப்படி இருக்கிறாளென்று நினைத்துக் கொண்டான் ஜீவரஞ்சன்.

அவன் நினைத்து போன்றே அங்கிருந்த அனைவரும் நினைத்தனர். ஆனால் அவளின் முக வாட்டத்துக்கு உண்மையான காரணம் சற்று நேரத்துக்கு முன் வந்து விட்டுச் சென்ற தன் தோழிகள் பேசியது தான் என்பதை அவள் மட்டுமே அறிந்தது.

“மாமா நீங்க ஏன் கோவிலுக்கு எங்க கூட வரக் கூடாது. இன்னும் கொஞ்சம் நாள் உங்க கூட இருந்தது மாதிரி இருக்கும்ல...” தன் மனைவியின் முகவாட்டதிற்காக ஜீவரஞ்சன் கேட்க,

“இல்ல பரவாயில்லை மாப்பிள்ளை நீங்க ரெண்டு பேரும்' குடும்பத்தோட போய்ட்டு வாங்க. நமக்கு வயலுல கொஞ்சம் வேலை இருக்கு...”

“சரி மாமா நாங்க கிளம்புறோம். போய்ட்டு வரோம் அத்தை. வரேன் அப்பத்தா...” மூவரிடமும் கூறிக் கொண்டு வெளியே வர அவனின் பின்னே வந்தாள் பரணிச்சந்திரா.

இரண்டு வீதி தள்ளி தான் ஜீவாவிடம் வீடு. நடந்துச் சென்றால் கூட பத்து நிமிடத்தில் சென்று விடலாம் தான். ஆனால் அலுவலகம் செல்ல பைக்கில் வந்து போவதால் இப்போதும் தன் பைக்கை எடுத்தான்.

பைக்கை எடுத்து காத்திருக்க, “போம்மா போய்ட்டு வா அம்மா சொன்னது நியாபகம் இருக்கு தானே..? பாத்து பத்திரமாக நடந்துக்கோ...” சிறு பிள்ளைக்கு கூறுவது போல் கூறி மருமகனுடன் அனுப்பி வைத்தனர்.

அன்றிரவு தன்னறையில் யோசனையுடன் ஜீவா அமர்ந்திருக்க அதே வருத்தத்துடன் கையில் தண்ணீருடன் உள்ளே நுழைந்தாள் பரணி.

அவன் யோசனை கூட இப்போது அவளை பற்றி தான். கிளம்பும் போது வருத்தமாக இருந்ததுக்கு காரணம் தெரிந்தது தான். ஆனாலும் இங்கு வந்த பின்னும் அவள் கவலையுடனே இருக்க காரணமென்ன யோசித்தவாறு இருந்தவனோ அவள் உள்ளே நுழைந்ததும் அவளின் முகத்தை கண்டான்.

அவளிடமே கேட்டு விடலாம் என்றெண்ணியவன், “சந்திரா உன் கிட்ட நான் கொஞ்சம் பேசணும்...” அவளின் முன் வந்து நின்று கேட்க, “என்ன பேசணும்...?” அவனின் முகத்தை காணாமல் எங்கோ பார்த்தவாறு கேட்டாள்.

“என்னாச்சு இத்தனை நாள் நல்லா தானே இருந்தே. நான் காலையிலே ஆபீஸ் போகும் போது கூட நல்லா தான் இருந்தே. ஆனா நான்

வந்ததுக்கு அப்பறம் நீ ஏதையோ நினைச்சி கலங்கிட்டு இருக்கே..? என்ன விசியம்ன்னு சொல்லு...'' உரிமையுடன் அவளின் கவலையை அறிய நினைத்துக் கேட்டான்.

“இதிலிருந்தே தெரிலையா உங்களை கட்டிக்கிட்டது தான் என் கவலைன்னு. எதுக்கு நீங்க என் வாழ்க்கையில குறுக்கே வந்தீங்க..? நீ நீயா இரு நான் நானா இருக்கேன்னு அன்னைக்கு சொன்னீங்களோ. அது மாதிரி தான் நீங்க நடந்துக்கிறீங்களே ஆனா என்னால மட்டும் ஏன் முடியல..? நான் நானா இருக்கணும் நினைக்கிறேன். தயவு செய்து உங்களை கெஞ்சி கேட்குறேன் இதுக்கு மேல என்னை கஷ்டப்படுத்தா-தீங்க...'' மனதில் வைத்த கவலை இப்போது அழுகையாக மாறி உரி-மையான அவனிடம் வெடித்துச் சிதறியது.

“இங்கே பாரு நான் ஒன்னும் உன் வாழ்க்கையில குறுக்கே வரல. அதே மாதிரி நீயும் என் வாழ்க்கையிலே குறுக்கே வரல. அந்த விதி தான் பெரியம்மா ரூபத்துல வந்து என் தாத்தா மூலமா இப்படி பண்-ணிருச்சி. அப்பறம் நான் உன்னை என்னைக்கும் கஷ்டபடுத்தனும் நினைக்கல. கட்டுனா பொண்டாட்டிய கஷ்டபடுத்த நான் என்ன மூளை இல்லாதவனா...'' பொறுமையாக கூற வேண்டுமென நினைத்தாலும் அது என்னவென்று தெரியாதவனாக வளர்ந்திருந்தால் கோபமாக கத்தி-விட்டு வெளியேறினான்.

அவன் வெளியேச் சென்றதும் அப்படியே கட்டிலில் கீழே அமர்ந்து முகத்தை மூடிக் கொண்டு கதறி அழ, தனக்கென்று ஒரு அடையாளம் இல்லாமல் போன தன் வாழ்க்கையை எண்ணி நொந்தாள்.

மறுநாள் வழக்கம் போல் விடிய இரவு முழுவதும் அழுததின் பயனாய் கன்னங்களும், விழிகளும் சிவந்திருக்க அதனை காண முடி-யாது ஜீவாவின் மனம் தவியாய் தவிக்க அதனை அவளிடம் வெளிக்-காட்டமல் மறைத்தான்.

அனைவரும் அன்று திருச்செந்தூர் முருகனை தரிசிக்க கிளம்ப அதற்கு தேவையான உடைகள் எடுத்துக் கொண்டு பரணி கீழே இறங்கி வர அவளை கண்ட கிரிஜா, “பரணி என்னாச்சு உடம்பு எதுவும் சரி-யில்லையா..?'' கேட்டவாறே அவளை தொட்டுப் பார்த்தார்.

“இல்லை அத்தை அதெல்லாம் ஒன்னுமில்லை கொஞ்சம் தலைவலி அவ்வளோ தான்...''

"என்னடா நீ நைட்டே என்கிட்டே சொல்லிருக்கலாம்ல..." கிரிஜா தன் மகனை பார்த்து முறைத்துக் கொண்டு கேட்க,

"விடுங்க சித்தி. நான் வேணா போய் மெடிக்கல்ல மாத்திரை வாங்கிட்டு வந்துறேன்..." தமிழன்பன் வேகமாய் கூற, ருத்திரகாளியாக மாறினாள் நிறைமதி.

பரணிக்கு ஒன்று என்றால் ஜீவாவை விட தன்னவன் துடிப்பது மனதில் வேதனை இருந்தாலும் அதனை மீறி கோவம் மட்டுமே முதலில் வெளியேறியது.

அதனை தனிக்கும் விதமாய், "வேண்டாம் தமிழ் நீ இரு. டேய் ஜீவா போய் வாங்கிட்டு வா நாங்க எல்லாத்தையும் வேன்ல எடுத்து வைக்கிறோம்..." தன் மகனை கண்டு கிரிஜா கூறினார்.

"அவளை வச்சே என்னை திட்டுங்க. முதல அவளோட பிரச்சனை தான் என்னேன்னு சொல்லுறாளா இதுல தப்பு என் மேல மாதிரி தான் எல்லாரோட பார்வையும் இருக்கு..." புலம்பிக் கொண்டே பைக் கீயை எடுத்துக் கொண்டு வெளியேறினான்.

"மருமகளே நீ எல்லாத்தையும் எடுத்து வச்சிட்டியா..?" மதியை கண்டு கேட்க, அவளோ ஆம்மென்று தலையசைத்தாள்.

"சரி நீயும், தமிழும் போய் வேன்ல வைங்க உங்க பேக்கை..." என்றவர் பரணியின் புறம் திரும்பி அவளிடமும் கேட்க அவளும் அதையே கூறினாள்.

பரணி கையில் வைத்திருந்த பேக்கை எடுத்துக் கொண்டு நடக்க, "நீ இரு பரணி கொஞ்சம் நேரம் உட்காரு. நான் கொண்டு போய் வைக்கிறேன்..." என்ற தமிழ் அவளிடம் வாங்கிக் கொண்டு வெளியேச் செல்ல அவனின் பின்னே முறைத்தவாறு சென்றாள் மதி.

தலையை பிடித்துக் கொண்டு தூணில் சாய்ந்து தரையில் அமர்ந்திருந்தவள் சுடிதண்ணீர் வைத்துக் குடிக்க நினைத்து சமயலறைக்குள் நுழைந்தாள்.

அவளுக்கான மாத்திரையை வாங்கிக் கொண்டு உள்ளே வந்த ஜீவா அவளைக் காணாது அங்கே வந்த அன்னையை கண்டு, "ஏம்மா சந்திரா எங்கே..?" என்க, அவரோ புரியாமல் விழித்தார்.

"சந்திரா வா அது யாரு...?"

"நல்லதாப்போச்சு எங்கே உன் மருமகள் பரணிச்சந்திரா..."

“ஓ அவளை பரணி பரணின்னு சொல்லி சொல்லி முழுப் பேரே மறந்துட்டோம்டா. பரவாயில்லை நீ நல்ல நியாபகம் வச்சிருக்கா...?” கிரிஜா கூற,

“அவன் எப்படி மறைப்பான் சித்தி. அவனோட பொண்டாட்டி பேரை...” புன்னகையுடன் கூறியவாறு தமிழ் அங்கே வந்தான்.

“ஆரம்பிடிச்சிட்டாங்களா கொஞ்சம் வித்தியாசமா கூப்பிட்டது தப்பா....” புலம்பிக் கொண்டு நிற்க,

“பரணி சமையல்கட்டு பக்கம் தான் போனாங்க...” அவனை இங்கிருந்து அனுப்பி வைத்தால் தான் தன்னவன் பரணியை பற்றி பேச மாட்டானென்று நினைத்து ஜீவாவை பார்த்து கூறினாள் நிறைமதி.

“சரி...” என்றவாறு சமையலறைக்குள் நுழைய மற்றவர்கள் அவர்களின் வேலையை பார்க்கச் சென்றனர்.

சுடிதண்ணீரை இறங்கி வைக்க அதே நேரம் ஜீவா உள்ளே நுழைய முன்னை விட இப்போது அவளின் முகம் மேலும் வாடிக் கொண்டிருந்தது.

“சந்திரா இந்தா மாத்திரை...” என்றவாறு அதனை எடுத்து அவளின் கரங்களில் தர, “தேங்க்ஸ்...” என்றவாறு வாங்கிக் கொண்டாள்.

“ஏய்..! நம்ம வேணா போக வேண்டாம். நீ ரெஸ்ட் எடு இப்படி ஒன்னும் முடியாம வர வேண்டாம்...” ஆறுதலாக கூறுகிறானோ அல்லது அவனின் தாய் இதற்கும் அவனை திட்டுவார்கள் என்று கூறுகிறானா புரியாது குழம்பி போய் நின்றாள்.

“இல்ல மாத்திரை போட்டா சரியாகிரும். நீங்க போங்க நான் வரேன்...” என்றதும் அவன் திரும்பி செல்ல,

“ஒரு நிமிஷம் நான் நேத்து ஏதோ கோவத்துல பேசிட்டேன், என்னை மன்னிச்சிருங்க...” என்க, அவளின் உண்மையான குணமும், முகமும் என்ன என்பதை இதன் மூலம் அறிந்து கொண்டான்.

அதன் பின் அனைவரும் அங்கிருந்து கிளம்ப போகும் வழியில் தன் மகளையும், மருமகனையும் அவர்களின் வீட்டுக்குச் சென்று அழைத்துச் செல்ல வேண்டும் என்று முடிவெடுத்திருந்தனர்.

கார்த்தியின் தந்தை தன்னால் வர முடியாதென்று மகிழின் முகத்தில் முன்னே கூறியது அவளின் மனதை வேதனைப்படுத்த பாரிஜாதம்

அவளை சாமாதனப்படுத்தி கிளம்ப உதவி செய்தார்.

மகிழு, கார்த்தி இருவரும் கிளம்பியிருக்க மதியிடமிருந்து அழைப்பு வர வெளியே வந்து நின்ற இருவரையும் அழைத்துக் கொண்டு அனைவரும் முருகனை தரிசிக்க திருச்செந்தூர் சென்றனர்.

பரணி ஜன்னலோரம் சீட்டில் அமர்ந்திருக்க அவளுக்கு அருகில் ஜீவா அமர்ந்திருக்க அது போலே மற்ற இரண்டு ஜோடிகளும் அமர்ந்திருந்தனர்.

கிளம்பிய சிறிது நேரத்திலே போட்ட மாத்திரையின் வீரியத்தால் நித்திரை தழுவ உறக்கத்திற்குச் சென்றாள் பரணி. அதனை கண்டவனோ ஹெட்செட்டை மாட்டிக் கொண்டு தன் கைபேசியை நோண்ட ஆரம்பித்தான்.

தமிழ் நிறைமதி இருவரும் சிரித்து பேசியவாறு வேடிக்கை பார்த்துக் கொண்டு வர, கவலையுடன் அமர்ந்திருந்த மனைவியை யாரும் அறியாவண்ணம் சிரிக்க வைத்து அதில் வெற்றிக்கு முயற்சி செய்து கொண்டிருந்தான் கார்த்திகேயன்.

நடுவில் சிறிது நேரம் வேன் நிற்க அனைவரும் டீ குடிக்க இறங்க பரணியை எழுப்ப வந்த அன்னையை தடுத்தான் ஜீவா. அவரை அனுப்பி வைத்து அவனும் குடிக்காமல் அவளருகிலே துணையாய் அமர்ந்திருந்தான்.

ஆறு மணி நேரம் பயணத்திற்கு பிறகு திருச்செந்தூர் வந்தடைய அங்கிருந்த ஒரு ஹோட்டலில் ஆளுக்கொரு அறை வாங்கிக் கொண்டு அனைவரும் சென்றனர். அது மதியம் நேரம் என்பதால் சிறிது நேரம் ஓய்வெடுத்து வெளியே செல்லாமல் என்றார் வரதன்.

தங்களுக்கென்று கொடுத்த அறைக்கு வந்த ஜீவா பின்னே வந்த பரணியை காண இப்போது அவள் முகம் எப்போதும் போல் இருப்பதை கண்டான். அவளிடம் உரிமையுடன் கேட்டு அறிந்துக் கொள்ள வேண்டிய தானே முகத்தை வைத்து கண்டுபிடிக்கும் நிலையில் இருப்பதை உணர்ந்தான்.

தன் அத்தை இறங்கி வரும் போது ஜீவா தன்னருகிலே இருந்ததை பற்றி கூறியதை கேட்டவள் உள்ளே நுழைந்ததும் அவனிடம் நன்றி கூறினாள்.

“எதுக்கு இப்போ நீ தேங்க்ஸ் சொல்லுறே..?” புரியாமல் கேட்க,

“ஒன்னுமில்லை...”

“சரி உனக்கு ஏதாவது வேணுமா. நான் காபீ குடிக்கப் போறேன்...”

“இல்ல வேண்டாம். சீக்கிரம் வந்திருங்க...” என்றவாறு அந்த அறையை சுற்றிப் பார்க்க புதுயிடம் என்பதால் அவளின் முகத்தில் இருக்கும் பயத்தை கண்டு கொண்டான்.

அதன் பின் மாலை நேரம் அங்கிருந்த கடற்கரைக்குச் செல்ல, “சரி நீங்க எல்லாரும் போய் கொஞ்சம் நேரம் கடல்ல குளிச்சிட்டு வாங்க. நானும் மாமாவும் இங்கே இருக்கோம்...” கிரிஜா கூற சரி என்றனர்.

ஆதிநாதன், வரதன், கிரிஜா மூவரும் மண்ணில் அமர மகிழை அழைத்துக் கொண்டு கார்த்திகேயன் செல்ல, மனதிற்குள் சந்தோஷமாக இருந்தாலும் பயந்து வர மறுத்த மதியை இழுத்துக் கொண்டுச் சென்-றான் தமிழன்பன்.

தன் சட்டையை கழட்டி அன்னையிடம் கொடுத்த ஜீவா பேண்டை கீழே மடித்து விட்டு பரணியை பார்க்க அவளோ கிரிஜாவின் அருகில் அமர்வதற்கு தயாரானாள்.

“என்னம்மா நீ உட்காரப் போறே வந்ததே இப்படி சந்தோஷமாக குளிச்சி சாமி கும்மிட தான் நீ என்னடானா வயசானவங்க மாதிரி எங்க கூட உட்காரப் போறே...” தன் மருமகளை கண்டு ஆதிநாதன் கேட்க,

“இல்லை மாமா எனக்கு நீச்சல் தெரியாது. அதுவுமில்லாத தண்-ணினா கொஞ்சம் பயம். அலை வேற பெருசா வருது. அவங்க போகட்-டும் நான் உங்க கூடவே இருக்கேன்னே...” விழிகளில் பயத்துடன் தடு-மாறிக் கொண்டு கூறினாள்.

“ஏன்மா நீச்சல் தெரிஞ்சவங்க தான் கடல் குளிக்கணும்ன்னா இங்கே முக்கால்வாசி பேர் குளிக்காம தான் போகணும். போம்மா பரணி அதான் ஜீவா இருக்கான்ல...” வரதன் உரைக்க,

“டேய் நீ என்னடா நின்னு பார்த்துக்கிட்டு இருக்கே..? தமிழ் மாதிரி அவளை இழுத்துட்டு போடா...” கிரிஜா முறைப்புடன் கூறினார்.

“இந்த அம்மா வேற எப்போ பார்த்தாலும் அவனை சொல்லியே நம்மள திட்டுது. டேய் நீயெல்லாம் ஒரு தம்பியா...” மனைவியுடன் சந்-தோஷ நீச்சலில் இருந்த தமிழை கண்டவாறு நினைத்தான் ஜீவா.

“சந்திரா உன்னை கெஞ்சிக் கேட்குறேன். உன் உயிருக்கு நான் உத்திரவாதம் தரேன் வந்திரு. இல்லைன்னா இன்னும் திட்டிக்கிட்டே

தான் இருப்பாங்க உங்க அத்தை...'' தன் முன் நின்றிருந்தவளிடம் கூற அவளோ சரியென தலையசைத்தாள்.

திருமணம் நடக்கும் போது அக்னி சாட்சியாக கடைசியாக அவளின் கரம் பற்றினான் அதன் பின் இன்று தான் மனைவியை கரம் பற்றி கடலுக்கு அழைத்துச் சென்றான்.

“வேண்டாங்க எனக்கு ரொம்ப பயமா இருக்கு நான் போறேன்...'' என்றவளோ திரும்ப முயல அவளை அழுத்தமாக பற்றியவனோ இடை-யோடு அணைத்து தன்னுடன் இறுக்கினான்.

“நீ என்ன சின்ன பிள்ளை மாதிரி ராட்டினம், தண்ணிக்கெல்லாம் பயந்துக்கிட்டு இருக்கே..? அதான் நான் இருக்கேன்ல அப்படியே தண்ணீ அடிச்சிட்டு போனாலும் அப்பவும் உன் கூட தான் இருப்பேன். வா முதல. சின்ன பிள்ளைகளை கிட்ட கூட நீ தோத்து போயிருவே அப்படி இருக்கே..?'' அவளின் கரத்தினை அழுத்தாக பற்றிக் கொண்டு கடலுக்குள் அழைத்துச் சென்றான்.

அவனின் பிடிப்பும் விழிகளில் இருக்கும் உறுதியும் பயத்தை சற்று குறைத்தாலும் பொங்கி வரும் பேரலை மேலும் பயமுறுத்தவே செய்தது பரணியை.

கடலலை தன் அருகில் வரும் நேரம் சற்று காலிலை தூக்கி அவன் மேலெழும்ப அதனை பற்றி தெரியாததாலோ எனக்கென்ன-வென்று பரணி இருக்க முதல் அலையே அவளை முழுதாக நனைத்து விட்டுச் சென்றது.

“என்ன பரணி ஒரு அலையிலே இப்படியாகிட்டே...'' குடித்த நீரினை துப்பிக் கொண்டிருந்த பரணியை கண்டு மகிழந்தி கேட்க, அரு-கிலிருந்த மதியோ அவளைக் கண்டு சிரித்தாள்.

“வேண்டாம் நான் போறேன்...'' என்றவளோ செல்ல முயல அடுத்த அலை அவர்களின் அருகில் வருவதை கண்ட ஜீவா அவளின் இடையை பற்றி தன்னுடன் சேர்த்து அணைத்து தூக்கினான்.

இதனை எதிர்பாரதவளோ அவனை தோளோடு அணைத்துக் கொள்ள, “வாவ் அண்ணா சூப்பர் செம்மையா தூக்கிக்டே பரணியை...'' தன்னவனுடன் நீந்தியவாறு கூறினாள் மகிழ்ந்தி.

“இப்போ ஓகே தானே உனக்கு இதுக்கு அப்பறம் தண்ணியை குடிக்க மாட்டிலே பயம்மில்லைலே...'' கேட்டவாறு ஒவ்வொரு அலையி-

லும் அவளின் இடையை பற்றி தூக்கி விட்டுக் கொண்டிருக்க அவனின் செய்கையில் தன்னிலை மறந்தாள் பரணிச்சந்திரா.

நீருக்குள் தான் என்றாலும் முதல் ஆண்மகன் தொட்டு தாலி கட்டியவனின் தொடுகை உடலில் பாயும் உதிரம் போல் வேகமாய் மேனி முழுவதும் தன்னை தாக்குவதை உணர்ந்தாள் பரணிச்சந்திரா.

27

அத்தியாயம் : 27

ஈர கூந்தலை துவட்டியவாறு கண்ணாடியின் முன் அமர்ந்திருந்த பரணி-யின் நினைவுகள் முழுவதும் ஜீவாவையே சுற்றியே வந்தது.

மனதில் எந்தவொரு சலனமும் இல்லாது எதார்த்தமாக நடந்து கொள்வது போன்றே தன் இடையை பற்றி தூக்கியதை நினைத்தவள் மனமோ, "அவனும் ஒரு ஆண்மகன் தானே புது மனைவியிடம் எப்படி-யெல்லாம் நடந்துக் கொள்ள வேண்டுமென்று கனவுகளும் ஏக்கங்களும் பல இருக்கும் தானே. ஆனால் தானோ அவனுக்கு எத்தனை பெரிய வேதனை கொடுக்கிறோம்..." கலங்கிக் கொண்டு யோசித்தவாறு இருக்க, குளித்து முடித்து இடுப்பில் டவலுடன் வெளியே வந்தான் ஜீவரஞ்சன்.

அவன் வந்ததை அறிந்தவள் அமைதியாக எழுந்துக் கொண்டு வந்த பேக்கில் இருந்து ஒரு உடையை எடுத்து வந்து அவனின் முகம் பார்த்-தவாறு கொடுத்தாள்.

"அவள் தன்னுடன் இருந்த இந்த ஒரு வாரமாக தான் அரைகுறை ஆடையுடன் இருக்கும் போது தன்னை பார்ப்பதை தவிர்ப்பவளோ இன்று தனக்காக உடையை எடுத்து முகத்தை பார்த்து கொடுக்கிறாள் என்றால் என்ன அர்த்தம்..." யோசனையுடன் அதனை வாங்கிக் கொண்டு அவளின் முன்னே அணிவித்தான் ஜீவா.

அவனின் மனதில் இருக்கும் ஆசையை போல் தான் ஒரு மனை-வியாக அவனுக்கு நடந்துக் கொள்ள வேண்டுமென நினைத்து செய்ய ஆரம்பித்தாள். ஆனால் அப்போது அவளின் மனம் அறியாத ஒன்று

தான் கடமைக்காக செய்யவில்லை தன் மனம் விரும்பி செய்கிறோம்-மென்று.

நேரம் செல்ல அந்த அறையில் அவர்கள் இருவரும் மட்டுமே இருந்ததால் மௌன நாடகம் மட்டுமே அரங்கேறிக் கொண்டிருந்தது.

தன் அறை கதவினை யாரோ தட்டும் ஓசை கேட்க பரணி திறப்பதற்குச் செல்ல, “நீ இரு நான் போறேன்...” என்றவனோ அவளை தாண்டி முன்னேச் சென்று கதவினை திறந்தான்.

அங்கே கார்த்தியும், மகிழ்ந்தியும் நிற்க, “நீங்க ரெண்டு பேரும் தானா..? உள்ளே வாங்க என்ன விசியம்...” உள்ளே விட்டவாறே கேட்க,

“ஒன்னுமில்லை நைட் டின்னர் சொல்லியாச்சு வரதுக்கு எட்டு மணியாகுமாம். அதுனால நாங்களும் தமிழ் மச்சானும் கடல்கரைக்குப் போறோம் கொஞ்சம் நேரம் அங்கே இருந்துட்டு வரலாம் நினைக்கிறோம். நீங்க ரெண்டு பேரும் வரீங்களா...” இருவரையும் பார்த்து கார்த்திகேயன் கேட்டான்.

ஜீவாவோ தன் மனைவியை பார்க்க அதை கண்ட மகிழ், “பரணி நீ சொன்னா தான் அண்ணன் சரின்னு சொல்லுவான். இப்போயெல்லாம் உன்னை விட்டு அண்ணே நகரவே மாட்டிக்கான். நைட் நேரம் கடல்கரை மண்ணுல உட்கார்ந்துக்கிட்டு வேடிக்கை பார்க்க அருமையா இருக்கும் வா பரணி எங்க கூட...” பரணியின் கைகளை பற்றிக் கொண்டு மகிழ்ந்தி கெஞ்சுதலுடன் கேட்க, சரியென ஜீவாவை பார்த்து தலையசைத்தாள்.

“அண்ணே அதான் உன் பொண்டாட்டி சம்மதம் சொல்லிட்டாலே. இப்போ நீங்க ரெண்டு பேரும் சீக்கிரம் கிளம்பி வாங்க. நாங்க வெளியே வெயிட் பண்ணுறோம்...” என்ற மகிழ் தன்னவனை அழைத்துக் கொண்டு வெளியேறினாள்.

“ஒரு நிமிஷம் நான் இதோ உங்க கூடவே வந்துறேன்...” என்றவளோ அலையலையாய் படர்ந்து கிடந்த கூந்தலை இருபுறமும் எடுத்து கிளப் போட்டு வேகமாய் கிளம்பினாள்.

அவள் கிளம்பும் விதத்தை கண்டு ரசித்தாவறு இருக்க, “வாங்க போகலாம்...” என்றவாறு முன்னே வந்து நிற்க அவளை அழைத்துக் கொண்டு வெளியே வர அவர்களுக்காக மற்ற இரண்டு ஜோடிகளும்

காத்திருந்தனர்.

அனைவரும் ஒன்றாகச் சேர்ந்து பேசியவாறு கடல்கரையை நோக்கி நடந்துச் செல்ல சில்லென்று வீசும் காற்றில் ஆர்பரித்து வரும் கடலலை ஓசை தூரத்தில் வரும்போதே நன்கு கேட்க ஆரம்பித்தது.

“ஏங்க எனக்கு ஒரு சந்தேகம் சென்னையில நைட் நேரம் பீச்ல இருக்க விடமாட்டாங்களே இங்கே மட்டும் எப்படி விடுறாங்க...” தன்னவனை கண்டு மகிழ் கேட்க,

“இங்கையும் கொஞ்சம் நேரம் தான் விடுவாங்கடி...” என்றான் கார்த்திகேயன்.

“அண்ணி நீங்களும் அண்ணனனும் அடிக்கடி சென்னையில பீச்சுக்கு போவீங்களோ. நீங்க கேட்குறதை பார்த்தா அப்படி தான் இருக்கு...” கிண்டலுடன் நிறைமதி கேட்க,

“போ மதி நீ வேற நான் சும்மா தான் கேட்டேன்...” என்றவளோ வெட்கத்துடன் தன்னவனின் பின்னே மறந்தாள்.

“மதினி நீங்க உங்க லவ் ஸ்டோரி சொல்லுங்களேன். அப்படியே நடந்துக்கிட்டே கேட்கலாம்...” பரணி கேட்க,

“ஆமா அண்ணி சொல்லுங்க...” நிறைமதியும் கேட்க, அவளோ வெட்கத்துடன் தன்னவனின் பின்னே முழுதாக மறைந்தாள்.

“அண்ணா நீ சொல்லுண்ணா அண்ணி வெட்கப்படுறாங்க. நீங்க எப்படி லவ் பண்ண ஆரம்பிடிச்சிங்க...” தன் அண்ணணிடம் மதி கேட்க, அவனோ தங்களின் காதல் கதையை கூற ஆரம்பித்தான்.

மகிழ் பள்ளிக்கு சைக்கிளில் சென்று வரும் போது பைக்கில் கார்த்தி கல்லூரி சென்று வர அப்போது ஆரம்பித்த அவர்களின் காதல் கதையை மெல்ல கூறினான். இருவரும் முதலில் பேச தயங்கியது காதலை வெளிபடுத்திய பின் அடிக்கடி பார்த்துக் கொண்டது. தான் வேலைக்குச் சென்னை செல்லும் போது தன் பிரிவினை தாங்க முடியாது ஏங்கி தனக்காக அவளும் சென்னை வந்து ஹாஸ்டலில் தங்கி படித்ததென்று அனைத்தையும் கடல்கரை மண்ணில் அமர்ந்துக் கொண்டு கூற இருவரின் காதலை கேட்ட அனைவருமே வியந்தனர்.

அவர்கள் இருவரும் ஒருவரின் மீது ஒருவர் வைத்த நேசம் எத்தகையது, இந்த திருமணம் நடக்க தன் தங்கை பட்ட கஷ்டம் என்னவென்று அண்ணன்கள் இருவருக்கும் நன்றாக அந்தநொடி புரிந்தது.

“சாரிண்ணா நான் பண்ணினது தப்பு தான் என்னை மன்னிச்சிருங்க...” தன் அண்ணன் இருவரிடமும் மென்மையாய் மகிழ்ந்தி மன்னிப்பு வேண்ட,

“நாங்க எல்லாரும் கொடுக்காத அன்பை கார்த்தி கொடுத்ததுனால தானே நீ அவனை நேசிச்சேன். அப்போ தப்பு எங்க மேல தானே..? நாங்க தான் உன்னை கவனிக்காம விட்டுட்டோம்...” ஜீவா மன்னிப்பு வேண்டும் விதத்தில் கூறினான்.

“சரி ஓகே அதான் எல்லாம் நல்லபடியா முடிஞ்சிருச்சீல அப்பறம் என்னை விடுங்க...” என்றான் தமிழன்பன்.

“நான் போய் சூடா ஏதாவது வாங்கிட்டு வரேன். காதல் கதை சொன்ன எனக்கே பசிக்குது கேட்ட உங்களுக்கு தூக்கமே வந்திருக்கும்...” கூறிய கார்த்தி எழுந்துச் செல்ல அவனுடன் தமிழும், ஜீவாவும் சென்றான்.

“சரி இப்போ நீ உன்னோட காதல் கதையை சொல்லு. எங்க அண்ணன் மேல உனக்கு எப்படி காதல் வந்துச்சி. நாங்க யாருமே இதை எதிர்பார்க்கல தெரியுமா..? நீ வேற சென்னையில இருந்தியா அதுனால நம்பவே முடியல...” மகிழந்தியோ நிறைமதியை பார்த்து கேட்க,

சூடாக இஞ்சி டீயும், சுண்டலும் வாங்கிக் கொண்டு வந்து அவர்களின் மனைவிக்கு தர அதனை வாங்கிக் கொண்டனர்.

“என்ன ஏதோ பேசிக்கிட்டு இருக்கீங்க போல..?” ஜீவா கேட்க,

தான் கேட்டதை கூறிய மகிழ் தன் அண்ணனும், அண்ணியையும் பார்க்க அவளும் தன்னுடைய காதல் கதையை கூற உருகி கரைந்தான் தமிழன்பன். கூறும் போது பரணியை பற்றிய பேச்சுகளை அடிக்கடி மதி இழுக்க அது என்னவோ ஜீவாவிற்கு சரியாக படுவதாக தெரியவில்லை.

“அப்போ நீ லீவ் டைம் ஊருக்கு வர்றதெல்லாம் எங்க அண்ணனை பார்க்கே தான் அப்படி தானே..? சரியானவ தான் நீ அன்னைக்கு திருவிழால எங்க கூடவே தானே இருந்தே ஒரு வார்த்தையாவது இதை பத்தி பேசிருப்பையா. எங்க கூடவே இருந்துட்டு என் அண்ணனை சைட் அடிச்சிருக்கே. எங்கே போட்டோ காட்டு...” என்ற மகிழ் அவள் கையில் வைத்திருந்த கைபேசியை வாங்கிப் பார்க்க முழுவதும் தமிழின் போட்டோ மட்டுமே விதவிதமாய் நிறைந்திருந்தது.

“பரணி இங்கே பாரேன் தமிழ் அண்ணன் எவ்வளோ அழகா இருக்-காங்க இந்த போட்டோல. அப்பறம் இங்கே பாரேன் அன்னைக்கு நம்ம பொங்கல் வைக்கும் அண்ணனும் நீயும் ஒன்னா இருந்தது...” தான் என்ன கூறுகிறோம் என்பதை உணராது மகிழ்ந்தி கூற,

அதை கேட்ட மதியோ, பரணிக்கு ஒவ்வொன்றாக மகிழ் காட்டவதை கண்டவள் தன்னவனை பரணி காண்கிறாள் என்பது மதியின் மனதுக்-குள் அக்னி பிழம்பாய் பொங்கியது.

மதியின் இந்த முகத்தை யாரும் பார்க்காமல் இருக்க ஜீவா மட்டும் அதனை கண்டறிந்தான். இப்போது பரணியை தான் திசை திருப்ப வேண்டும் என்பது புரிய வேகமாய் எழுந்தான் ஜீவரஞ்சன்.

ஜீவா வேகமாய் திடீரெண்டு எழுந்து நிற்கவும், “என்னாச்சு மச்-சான்..?” கார்த்திகேயன் கேட்க,

“போகலாம் நம்ம வந்து ரொம்ப நேரமாச்சு பேசிச்கிட்டே இருந்-ததுனால நேரம் போனதே தெரியல. அங்கே அம்மா,அப்பா,பெரியப்பா காத்துக்கிட்டு இருப்பாங்கள...” பேண்டிலும், கையிலும் ஓட்டியிருந்த மணலை தட்டியவாறே கூற மற்றவர்களும் அதன் பின்னே நேரமனாதை உணர்ந்தனர்.

“ஆமால சரி வாங்க போகலாம்...” என்ற தமிழ் எழுந்திருக்க அனைவரும் செல்லவதற்கு எழுந்து நின்றனர்.

“இன்னும் கொஞ்சம் நேரம் இருக்கலாம்ல எனக்கு இந்த இடமும் இங்கே இருக்கிறதும் ரொம்ப பிடிச்சிருக்கு....” பரணி மெல்ல ஜீவாவை கண்டு தயக்கத்துடன் கேட்க,

“அதெல்லாம் ஒன்னும் வேண்டாம். ஒழுங்க வா முதல போக-லாம்...” கோபத்துடன் கூறியவன் முன்னேச் செல்ல பரணியின் முகம் வாடிப்போய் சுருங்க மற்றவர்களோ அவளை தவிப்புடன் கண்டனர்.

“அங்கே எல்லாரும் வெய்ட் பண்ணுறாங்களே அதான் அண்ணன் அப்படி சொல்லிருப்பான். நீ எதுவும் நினைச்சிக்காதே பரணி...” அவளின் கரங்களை பற்றிக் கொண்டு மகிழந்தி கூற,

“ஆமா பரணி. மகிழ் சொல்லுறது தான் சரி. நீ கவலைப்படாதே நம்ம வேணுன்னா சாப்பிட்டதுக்கு அப்பறம் வரலாம்...” தமிழும் அவளுக்கு ஆறுதலாய் கூறினான்.

“அவளோட புருஷனுக்கே இல்லாத அக்கறை இவருக்கு எதுக்கோ. ச்சே...” எரிச்சலுடன் மனதுக்குள் புலம்பிய மதி தன்னவனை அழைத்துக் கொண்டு, “வாங்க போகலாம்...” என்றவாறு அங்கிருந்து கிளம்பினாள்.

அதன் பின் தாங்கள் தங்கிருந்த ஹோட்டலுக்கு வர உணவு உண்ணும் இடத்தில் பெரியவர்களும் காத்திருக்க அனைவரும் ஒன்றாக அமர்ந்து பேசியவாறே உண்டு முடித்தனர்.

“சரி எல்லாரும் ரூமிற்கு போங்க நாளைக்கு கடல்ல இன்னொரு தடவை குளியல் போட்டு சாமியை கும்மிட்டு வாங்க வேண்டிய எல்லாத்தையும் வாங்கிட்டு சாயந்திரம் கிளம்பலாம்...” ஆதிநாதன் கூற, அனைவரும் சரியென்று அவரவர் அறைக்குச் சென்றனர்.

தன் அறைக்குள் நுழைந்த பரணி படுக்கையில் அமர தான் அவளிடம் முகத்தில் அடித்தார் போன்று கூறியதும் அவளின் முகம் வாடிப் கிடப்பதை நன்கு அறிந்திருந்தான் ஜீவா. உணவு உண்ணும் போது கூட அவள் யாரிடமும் சரியாக பேசாதது இப்போதும் அமைதியாக இருப்பது ஒரு மாதிரி தோன்ற அவள் அருகில் வந்தான்.

“சந்திரா...” அவளின் முன் வந்து நின்று அழைக்க, “சொல்லுங்க...” என்றவாறு அமைதியாக எழுந்து நின்றாள்.

“வா போகலாம்...”

“இந்த நேரம் எங்க போகச் சொல்லுறீங்க. மணி ஒன்பதாகுது...”

“கொஞ்சம் நேரம் போய் அந்த கடல்கரை மண்ணுல உட்கார்ந்து காத்து வாங்கிட்டு வரலாம்...” என்றதும் அவளோ வியப்புடன் அவனின் முகம் கண்டான்.

“என்னாச்சு நீ தான் உனக்கு அந்த இடம் ரொம்ப பிடிச்சிருக்குன்னு சொன்னே. அப்பறம் என்ன வா போகலாம்...”

“ஆனா இந்த நேரம் அங்கே விடுவாங்களா..?”

“பத்து மணி வரைக்கும் அங்கே இருக்கலாம்மா கேட்டுட்டு தான் வந்தேன். எப்படியும் வரும் போது வேன்ல நீ தூங்குனதுனால இப்போ தூக்கம் வராது. அதான் போய்ட்டு வரலாம்...” என்க, சரி என்றவாறு அவனுடன் தனிமையில் கிளம்பினாள்.

அவர்கள் எடுத்திற்க்கும் ஹோட்டல் அறைக்கு பக்கத்திலே கடல் இருந்ததால் வசதியாக இருக்க ஐந்து நிமிடத்திலே கடலுக்கு அழைத்து

வந்தான் ஜீவா.

சிறிது நேரம் இருவரும் எதுவும் பேசாமல் அமைதியாக நடக்க மௌனத்தை கலைக்க ஆரம்பித்தவன், “வா உட்காரலாம்...” என்றவாறு அங்கே அமர அவன் அருகில் அமர்ந்து கொண்டாள் பரணி.

“சந்திரா இதுக்கு முன்னாடி நம்ம யாரோ ஆனா இனிமே நீ என்னோட மனைவி. நான் உன்னோட கணவன். இந்த பந்தம் பிரிக்க முடியாத ஒன்னு. நான் இந்த ஒரு வாரம்மா உன்னை பத்தி புரிஞ்சிக்க முயற்சி பண்ணுனேன். கொஞ்சம் தான் என்னால முடிஞ்சது. எல்லாரையும் மாதிரி என்னால எந்தவொரு விசியத்தையும் மனசுல வச்சிருக்க முடியாது பட்டுன்னு சொல்லிருவேன். நம்ம வாழ்க்கையை ஆரம்பிக்கணும்னா ரெண்டு பேருக்குள்ள முதல புரிதல் வேணும்ன்னு நினைக்கிறேன். நீ என்ன சொல்லுற...?” பொங்கி வரும் அலைகளை கண்டவாறே கேட்க,

“நீங்க சொல்லுறது சரி தான் நானும் அதை தான் நினைச்சுக்கிட்டு இருந்தேன்...” மென்மையாய் கூறினாள்.

“நம்ம சின்ன வயசுலே இருந்தே ஒருத்தர்கொருத்தர் பார்த்து வளர்ந்தவங்க தான். ஆனாலும் நீ என்ன பண்ணுவே உனக்கு என்ன பிடிக்கும் நீ எப்படியெல்லாம் நடந்ததுக்குவேன்னு ஒன்னுமே எனக்கு தெரியாது. என்னை பத்தி உனக்கும் தெரியாது. ஆனா இப்போ தெரிஞ்சிக்க வேண்டிய கட்டாயத்துல இருக்கோம்...” இப்போது அவள் புறம் திரும்பி அமர்ந்து பேச,

அவன் நினைத்தால் ஒரு நொடியில் தன்னிடம் மனைவி என்ற உரிமையை எடுத்துக் கொள்ள முடியும். இத்தனைக்கும் தான் அவனுக்கு சிறு வயதிலிருந்தே தெரிந்த பெண். அப்படி இருந்தும் அவன் தன்னை பற்றி புரிந்துக் கொண்டு தன்னுடன் வாழ நினைப்பதை நினைத்தவள் மனமோ அவன் தனக்கு கிடைத்ததை எண்ணி முதல் முறை சந்தோஷமும், நிம்மதி உணர்வும் கொண்டது.

“என்னாச்சு ஏன் அமைதியா இருக்கே..? அசதியா இருக்கா என்ன..? வா போகலாம்...” என்க, இப்போதும் கூட அவன் தனக்காக கேட்பதை கண்டவளோ அவனிடம் தன் மனதை மெல்ல இழக்க ஆரம்பித்தாள்.

“இல்லை கொஞ்சம் நேரம் இருக்கலாம்...” என்றவளோ தயக்கத்-துடன் அவனின் தோளில் சாய, அதை உணர்ந்தவன் மனமும் மகிழ அந்த ஏகாந்த சூழலை ரசித்தவாறு அவளை தன்னுடன் அணைத்துக் கொண்டான் ஜீவா.

“உங்களுக்கு இந்த கல்யாணத்துல விருப்பமில்லை தானே..?” தயங்-கிக் கொண்டு கேட்டாலும் மனமோ அவன் விரும்பி தான் திருமணம் செய்துக் கொண்டேன் என்று கூற வேண்டுமென வேண்டியது.

“இந்த கேள்விக்கு பதில் எனக்கு தெரியல சந்திரா. நமக்கு இன்னும் அதிக நாட்கள் இருக்கு முதல புரிஞ்சிக்கலாமே...” தன் தோளோடு அணைத்துக் கொண்டவளை வருடியவாறு கூறினான்.

மறுநாள் விடிய ஆதிநாதன் கூறியது போலவே காலையிலே கடலுக்கு குளிக்கச் சென்றனர். இப்போது பரணி பயமில்லாது ஜீவா-வுடன் கடலுக்கு அவனின் தீண்டலை ரசிக்கவே செல்ல அவள் மனதிற்கோ அது புரியாமலிருந்து.

ஜீவாவின் ஒவ்வொரு தீண்டலும் அவன் உணர்ந்து உரிமையுடனே தன்னவள் மீது தீண்ட வேணுமென்றே தன் கரம் கொண்டு எல்லை மீறி பயணிக்க, அவளோ சிணுங்கி கொண்டு அலையின் பயத்திலும் அவனை அணைத்துக் கொண்டாள்.

இருவரின் இந்த சந்தோஷம் பெரியவர்களையும் சந்தோஷப்படுத்த திடீரெண்டு முடிவான அவர்களின் திருமண வாழ்க்கை இது போல் மகிழ்ச்சியாக இருக்க வேண்டுமென வேண்டி நிம்மதியாக உணர்ந்தனர்.

அதன் பின் அங்கிருந்த நாழிக்கிணறுக்குள் தீர்த்த தண்ணீ உற்றிக் கொள்ளச் செல்ல படிப்படியாக கீழே சென்றுக் கொண்டிருந்த கிணற்றை கண்டு பயந்த பரணி ஜீவாவின் கரங்களை வெளியே வரும் வரை பற்-றிக் கொண்டடே இருந்தாள்.

கோவிலுக்குள் சென்று வருசையில் நின்று முருகனை தரிசித்து பின்னே மண்டபம் போன்று சுற்றி கட்டபடிருந்த தூண்களையும், கல்-வெட்டுகளையும், புகைப்படங்களையும் மற்ற சாமியையும் தரிசித்து கோவிலை விட்டு வெளியே வந்தனர்.

மணியை பார்க்க அதுவோ மதியம் பன்னிரெண்டை காட்ட அனை-வருக்குமே அசதியாக இருக்க நல்லபடியாக முருகனை தரிசித்து விட்-டதால் மற்ற இடங்களுக்குச் செல்ல மாலை வரலாமென முடிவெடுத்து

விடுதிக்கு கிளம்பினர்.

விடுதிக்கு வந்து உடையை மாற்றிவிட்டு சிறிது நேரம் ஓய்வெடுக்க இரவினை போன்றே இப்போது பரணியும், ஜீவாவும் தயக்கமின்றி ஒரே படுக்கையில் படுத்துக் கொண்டனர்.

அதன் பின் நேரம் செல்ல திருச்செந்தூர் கோவிலில் இருக்கும் வள்ளி ஒழிந்த குகைக்கு சென்று அதையும் தரிசித்து விட்டு கடைவீதி, யானை மற்றும் கடல்கரை ஓரமாக தெற்கில் இருக்கும் சிவன் கோவி-லென்று அனைத்தையும் சுற்றி பார்த்து அன்றிரவு கிளம்ப முடிவு செய்-தனர்.

இந்த இரு நாட்களில் ஜீவாவிற்க்கும், பரணிக்கும் சற்று நெருக்கம் வந்திருக்க தன் ஊருக்கு சென்ற பின் தங்களுக்கு வரப்போகும் பிரச்-சனையை அறியாது மகிழ்ச்சியாக அனைவருடன் கிளம்பினர்.

28

அத்தியாயம் : 28

நாட்கள் செல்ல நிறைமதியின் மனதில் பரணியின் மேல் தன்னவன் பேச்சுகளால் கோபம் மேலேறிக் கொண்டே இருக்க, அந்த தீர்விற்கான வழியே இல்லாமல் தவித்தாள்.

ஜீவா, தமிழ் இருவரும் அவரவர் வேலைக்குச் செல்ல வரதன், ஆதிநாதன் இருவரும் தங்களுக்கென்று இருக்கும் வயலுக்கு தினமும் சென்று வர மருமகளுடன் வீட்டு வேலையை பார்த்துக் கொண்டிருந்தார் கிரிஜா.

திருமணம் முடிந்து இரு வாரங்களை கடந்திருக்க ஜீவா ஒரு சில நேரங்களில் மதிய உணவுக்கு வீட்டுக்கு வர மகிழ்ச்சியுடன் அவனுக்கு பார்த்துப் பார்த்து பாரிமாறுவாள் நிறைமதி.

அதனை உணர்ந்த கிரிஜா, பரணி இருவரும் வேறு வேலை இருக்கிறதென ஒதுங்கி கொள்வார்கள். அன்றும் அதே போல் ஜீவா மதிய உணவுக்கு வீட்டுக்குள் நுழைய ஹாலில் அமர்ந்து துணியை மடித்து வைத்துக் கொண்டிருந்தாள் பரணி.

“என்ன பரணி நீ மட்டும் தான் இருக்கையா வீட்டுல யாரையும் காணும்...?” கேட்டவாறே அவளின் முன்னிருந்த இருக்கையில் அமர்ந்தான் தமிழன்பன்.

“யாரோ பிரெண்ட் போன் பண்ணுனாங்கன்னு மதி பின்னாடி போய் பேசிட்டு இருக்கா..? அத்தை மொட்டை மாடில வத்தலும், மல்லியும் காய வைக்கப் போயிருக்காங்க அத்தான்...” கூறியவாறு தன் வேலை-

யைப் பார்க்க,

“சரி கொஞ்சம் தண்ணீ கொண்டு வாயேன். ரொம்ப வெயிலா இருக்கு...” முன்புற சட்டை பட்டனை கழட்டி விட்டவாறே கேட்டான்.

“சரி அத்தான் நான் போய் கொண்டு வரேன்...” என்றவாறு சமையலறை சென்று அதனை எடுத்துக் கொண்டு வந்து தமிழிடம் கொடுக்க, அதே நேரம் பேசி முடித்து உள்ளே நுழைந்தாள் நிறைமதி.

பரணி கணவனிடம் சொம்பு தண்ணீரை கொடுக்க எதார்த்தமாக அவளின் கை லேசாக தமிழின் மீது பட்டுவிட அதனை கண்ட மதி, “பரணி...” என்று ஆக்ரோசத்துடன் கத்தினாள்.

அதை கேட்டு திடுக்கிட்ட பரணி நடுங்கி திரும்ப அவளின் அருகில் கோவமாய் வந்தவள், “என்ன பண்ணுற நீ..? உன்னை யாரு அவருக்கு தண்ணீ கொடுக்கச் சொன்னா...?” தன்னவனின் மேல் உள்ள காதல் பொறாமையை தூண்டி விட்டு அவளிடம் கேட்க வைத்தது.

தன் மனைவியின் இந்த கோவத்தை கண்டவன், “ஏய் மதி என்னாச்சுடி...? நான் தான் அவகிட்ட தண்ணீ கேட்டேன்...” என அவளை உலுக்கி தமிழ் கேட்க,

“ஏங்க நான் உங்க பொண்டாட்டி தானே உங்களுக்கு சேவகம் செய்யத் தானே இருக்கே..? நீங்க தண்ணீ வேணுமா என்கிட்டே தானே கேட்கணும். எதுக்கு தேவையில்லாம அவ கிட்டே கேட்குறீங்க...?”

“நீ இல்லை அதுனால அவ கிட்ட கேட்டேன். இதுக்கு என்னடி..?” இன்னும் தன் மனைவியின் கோவம் என்னவென்று அறியாது புரியாமலே கேட்டான்.

“இல்லங்க நான் என்ன சொல்ல வந்தேன்னா அவ வேலையா இருக்காளே அதை என்கிட்டே கேட்டிருக்கலாமேன்னு சொல்ல வந்தேன். நான் இல்லைனா என்ன ஒரு வார்த்தை மதின்னு சொல்லிருந்தா வந்திருப்பேன்ல உங்க முன்னாடி...” தன் கோபத்தை மறைத்து மென்மையாய் கேட்க,

“சரி சரி எனக்கு நேரமாச்சு முதல சாப்பாடு போடு போகணும்...” என்க,

“கை கழுவிட்டு வாங்க நான் எடுத்து வைக்கிறேன்...” என்ற நிறைமதி தன்னவனை கையோடு அழைத்துக் கொண்டுச் சென்றாள்.

அவர்கள் செல்லவே சோபாவில் அமர்ந்த பரணி யோசனையுடன் துணியை மடிக்க இங்கே நடந்த அனைத்தையும் மாடியிலிருந்து இறங்கி வந்த கிரிஜா கேட்டுக் கொண்டிருந்தார்.

அதன் பின் நேரம் சென்று மாலை வர சமையலறையில் பெண்கள் மூவரும் இருக்க தன் முன்னே மதி பரணியிடம் பேசுவதில் எந்த வித்தி-யாசமும் தெரிவதாக தோன்றவில்லை கிரிஜாவிற்கு. ஆனாலும் மதியின் மனதில் பரணி தமிழுடன் பேசுவது மட்டும் பிடிக்கவில்லை என்பதை மட்டும் நன்கு அறிந்தார்.

“அம்மாடி மருமகளே சாயந்திரமாச்சுல நீ போய் வெளில வீட்டை பெருக்கி தொழிச்சிட்டு வரீயா..? பரணி மாவு பிசையிறாலே அவ கைக-ழுவிட்டு போக நேரமாகுகும்மா...” மதியை கண்டு கூற,

“சரி அத்தை நான் போயிட்டு வரேன்...” என்றவாறு எழுந்து அங்-கிருந்துச் செல்ல, இன்னும் சிறிது நேரத்தில் அனைவரும் வந்து விடு-வார்கள் என்பதால் அவர்களுக்கு காபீயை போட ஆரம்பித்தார் கிரிஜா.

“பரணி நீ சந்தோஷமா தானே இருக்கே..? உனக்கு இங்கே பிரச்-சனை எதுவும் இல்லையே..?” தன் மருமகளின் முகத்தை கண்டவாறே கேட்க,

அவர் எந்த அர்த்தத்தில் தன்னிடம் கேட்கிறார் என்பது புரியாது தன் அத்தையை கண்டவளோ, “எதுக்கு அத்தை திடீருன்னு கேட்குறீங்க..?” குழம்பிக் கொண்டு கேட்டாள்.

“ஒன்னுமில்லைம்மா இந்த வீட்டுக்கு வந்ததுல இருந்து நீ எதையோ தொலைச்ச மாதிரி வருத்தமாவவே இருக்கையே அதான் கேட்டேன். உனக்கு இங்கே பிரச்சனை எதுவும் இல்லையே யாராலையும்...” மதியை பேச்சினையும், நடவடிக்கைகளையும் மனதில் வைத்துக் கொண்டு கேட்-டார்.

“இல்லை அத்தை நான் நல்லா தான் இருக்கேன். இங்கே நீங்க எல்லாரும் என்னை நல்லா தான் பார்த்துக்கிறீங்க...” லேசான புன்ன-கையுடன் கூறியவளோ தன் வேலையை கவனத்தை பதித்தாள்.

“கடவுளே ரெண்டு மருமகளுக்குள்ள எந்த பிரச்சனையும் வரக் கூடாதுப்பா. இந்த குடும்பம் என்னைக்கும் இதே மாதிரி ஒற்றுமையாவே இருக்கணும்...” மனதிற்குள் நினைத்துக் கொண்ட கிரிஜா காபீயை போட ஆரம்பித்தார்.

அதே நேரம் இங்கே வீட்டின் வெளியே முற்றத்தை பெருக்கிக் கொண்டிருந்த நிறைமதியின் முன் தயக்கத்துடன் வந்து நின்றனர் காவேரியும், ராகினியும்.

“அக்கா...” வீட்டின் உள்ளே பார்வையை வைத்தவாறு அவளிடம் கேட்க,

“ஏய் காவேரி. ராகினி என்ன இந்த பக்கம். ஓ பரணியை பார்க்க வந்தீங்களா அவ உள்ளே தான் இருக்கா. வாங்க ரெண்டு பேரும் உள்ளே...?” வீட்டிலுள் இன்முகத்துடன் அழைத்தாள்.

“இல்லக்கா பரவாயில்லை இருக்கட்டும் நாங்க பரணி கிட்ட அவ மறுவீட்டுக்கு வந்த போது காலேஜ் எப்போ வரேன்னு கேட்டிருந்தேன். அவ பார்க்கலாம் சொன்னா இதோட ரெண்டு வாரமாச்சு இன்னும் வரல அதான் கேட்டுட்டு போக வந்தோம்...” ராகினி தயங்கிக் கொண்டு கூற,

பரணி காலேஜ் சென்று படிக்கிறாள் என்ற விஷயத்தை அந்த வீட்டிலிருந்தவர்கள் அனைவரும் மறந்திருக்க இதனை தனக்கு சாதகமாக நல்வாய்ப்பாக எடுத்துக் கொள்ள நினைத்தாள் நிறைமதி.

“பரணி கண்டிப்பா நாளைக்கு உங்க கூட காலேஜ் வருவா..? வீட்டுல இதுவரைக்கும் அதை பத்தி பேசல நான் எல்லார்கிட்டயும் இதை பத்தி கண்டிப்பா சொல்லுறேன்...” என்க, அதை கேட்ட இருவரும் சந்தோஷமாக நன்றி கூறினர்.

“ஏய் என்ன இது பரணி உங்களை மாதிரி எனக்கும் சின்ன வயசுல கிளாஸ்மெட் தான். அதுவும் இல்லாமல் நாங்க இப்போ ஒரு வீட்டு மருமகள்கள். நான் இதை கூட அவளுக்காக பண்ண மாட்டேனா என்ன...” புன்னகையுடன் பரணி கூற, அதனை கேட்ட இருவரும் மகிழ்ச்சியுடன் கிளம்பினர்.

பரணியை கல்லூரிக்கு அனுப்பி விட்டால் அவளை இந்த வீட்டிலிருந்து சிறிது நேரமாவது பிரித்து விடலாம் என்ற நினைப்பில் தன் வேலைகளை முடித்துக் கொண்டு உள்ளே நுழைந்தாள் நிறைமதி.

அதன் பின் நேரம் சென்று வயலுக்கு சென்றவர்களும், தமிழும் வீட்டுக்கு வந்து சேர ஹாலில் அமர்ந்து பெரியவர் இருவரும் டிவி பார்க்க ஆரம்பித்தனர்.

தமிழோ வேறுடையை மாற்றிக் கொண்டு அவனும் கீழே வந்தமர்ந்து தன் கைபேசியை நோண்ட பெண்கள் மூவரும் சமையல் வேலையை

செய்ய உள்ளே நுழைந்தான் ஜீவரஞ்சன்.

“பரணி ஜீவா வந்துட்டான் போல நீ போ அவனுக்கு என்ன வேணுன்னு கேளு...” என்க, சரி என்றவாறு அங்கிருந்து வெளியே வந்தாள்.

மாடியேறும் ஜீவாவை கண்டவள் மறுபடியும் சமயலைறக்குள் வர, “என்னம்மா அதுக்குள்ள வந்துட்டே..?” பரணியை கண்டு கேட்க,

“அவங்க ரூம்க்கு போயிட்டாங்க அத்தை. அதை வந்துட்டேன்...” என்றவள் பாத்திரத்தை கழுவ ஆரம்பிக்க, தன் அத்தை கூறியதின் அர்த்தத்தை புரிந்து கொள்ளாது இருக்கும் பரணியை கண்டு மனதிற்க்குள் சிரித்துக் கொண்டாள் நிறைமதி.

“ஏடி லூசு அத்தை எதுக்காக அப்படி சொன்னேன்னு உனக்கு புரியலையா..?” செல்லமாய் அவளின் தலையில் கொட்டிக் கொண்டு கேட்க, மதியோ வெளிப்படையாகவே சிரிக்க ஆரம்பித்தாள்.

“வேலை முடிஞ்சி வீட்டுக்குள்ள வர்ற புருஷன் முன்னாடி நம்ம தான் போய் நிக்கணும். என்ன வேணும்ன்னு கேட்டு எடுத்துக் கொடுத்து அவன் கூட கொஞ்சம் நேரம் இருக்கணும். அதுக்கு தான் சொன்னேன். நீ என்னடானா அவன் ரூமிக்கு போய்ட்டான்னு திரும்பி வந்துட்டே...” வெளியே கேட்காதவாறு கூறினார் கிரிஜா.

“சாரி அத்தை...”

“விடு வேலையை பாரு போகப் போக புரியும்...” என்றவர் தன் வேலையைப் பார்க்க ஆரம்பித்தார்.

அவரின் மனமோ தமிழுக்கு மதி ஒவ்வொரு செயலையும் விழுந்து விழுந்து கவனிப்பதில் அவர்கள் இருவரின் நெருக்கம் என்னவென்று அறிந்தார். ஆனால் பரணி ஜீவாவின் செயலை கண்டால் இன்னும் அவர்களின் வாழ்க்கை ஆரம்பிக்கவில்லை என்பதும் நன்றாகவே புரிந்தது.

அதன் பின் அனைவரும் இரவு உணவை உண்ண பெண்கள் பரிமாற மாலையில் பரணியின் தோழிகள் இருவரும் கூறியதை நினைத்த மதி அதனை பற்றி பேச ஆரம்பித்தாள்.

“பரணி சொல்ல மறந்துட்டேன் சாயந்திரம் வாசல் பெருக்கும் போது ராகினியும், காவேரியும் வந்தாக அவங்க ரெண்டு உன் கிட்ட...” கூறிக் கொண்டிருக்க,

“சரி மதி நான் போன்ல பேசிக்கிறேன்...” வேகமாய் கூறியவளோ அதற்கு மேல் அவளை பேச விடாமல் தடுத்தாள்.

“என்னாச்சு இவளுக்கு சொன்ன உடனே இவளோட முகம் சரியில்லையே...” தவிப்புடன் நடுங்கிக் கொண்டு பரிமாறுபவளை கண்டவாறே மதி யோசித்தாள்.

“பரணி உனக்கு என்னாச்சு நீ ஏன் இப்படி...” சற்று குரல் உயர்த்தி அனைவரும் கேட்கும்வண்ணம் கூற அதற்குள் கையில் வைத்திருந்த தண்ணீர் டம்ளரை தவற விட்டாள் பரணி.

“ஐயோ பரணி..! ஏய் என்னாச்சு...” என்றவாறு அனைவரும் அவள் பதட்டத்தை கண்டு அவளின் முகம் காண, ஏதோ சரியில்லை என்பதை நன்கு உணர்ந்த மதி அதனை அறிய நினைத்து அவளின் அருகில் வந்தாள்.

நிறைமதி அவளின் நம்மையை மட்டும் நினைத்து எது செய்தாலும் அது ஜீவா, பரணி வாழ்க்கைக்கு இன்பமாய் அமையும் என்பதை அவள் அறியவில்லை.

“பரணி உனக்கு காலேஜ் போக விருப்பமில்லையா..? நான் இதை பத்தி தான் கேட்க வரேன்னு தெரிஞ்சும் நீ ஏன் என்னை பேச விடாம தடுக்க முயற்சிக்கிறே...” என்க, மதி கேட்ட கேள்வி அனைவரின் காதிலும் விழுந்தது.

“அதானே ஆமா பரணி என்னாச்சு நீ ஏன் காலேஜ் போகல கல்யாணத்துக்கு அப்பறம் வீட்டுலையே இருக்கே..?” தமிழ் கேட்க, “அது வந்து அத்தான்...” என்ன சொல்வதென தெரியாது தயங்கினாள்.

“அம்மாடி பரணி எங்களை மன்னிச்சிரும்மா நாங்களும் இதை மறந்துட்டோம் பாரேன். படிப்பு ஒரு பொண்ணுக்கு ரொம்ப அவசியம். நீ நாளைக்கே காலேஜ் போறே சரியா...” ஆதிநாதன் கூற,

“டேய் நாங்க தான் மறந்தோம் நீ கூடவாடா இதை பத்தி யோசிக்கல. நல்ல புருஷன்டா நீ...” தன் மகனை திட்டினார் வரதன்.

“ஏன் பரணி படிக்கப் போறது நீ தானே. அப்போ நீ தான் எங்க கிட்ட இதை பத்தி பேசணும். எதுக்கு நீ இதை பத்தி என்கிட்டே கேட்கல...” தன் மருமகளை கண்டு கிரிஜா கேட்க,

“அத்தே அவ வேணும் தான் நம்ம கிட்ட கேட்கல. இவளோட மனசுல வேற என்னவோ இருக்கு போல..? இவங்க ரெண்டு பேரும்

மறுவீட்டுக்கு போய்ட்டு இங்கே வந்த அன்னைக்கே ராகினியும், காவேரியும் இவ கிட்ட கேட்டிருக்காங்க. ஆனா இவ தான் நம்ம கிட்ட கேட்கல...'' பரணியை கண்டவாறே மதி கூற, அங்கே இருந்த அனைவரின் பார்வையும் பரணியின் மீது இருந்தது.

அன்று அவள் தன்னிடம் கோவப்பட்டு பேசியதற்காக உண்மையான காரணம் என்னவென்று இப்போது புரிய இரு வாரங்களாக அவளுடன் இருந்த தான் எப்படி தன் கடமையை செய்ய மறந்தோம் நினைத்தவாறு தன்னை தானே திட்டிக் கொண்டான் ஜீவரஞ்சன்.

“எப்படி கேட்குறதுன்னு தெரியல அத்தை அதான்...'' தயங்கிக் கொண்டு கூற,

“நல்ல பொண்ணும்மா நீ. டேய் ஜீவா நாளையில இருந்து தினமும் போகும் போது நீ தான் இவளை கூட்டிட்டு போகணும், கூட்டிட்டு வரணும்....'' ஆதிநாதன் கட்டளையிட சரியென தலையசைத்தான்.

அதன் பின் நேரம் சென்று அனைவரும் உண்டு முடித்து சிறிது நேரம் பேசிவிட்டு அவரவர் அறைக்குச் செல்ல சமயலறையை ஒதுங்க வைத்து முடித்து செம்பில் தண்ணீருடன் தன் அறைக்குள் வந்தாள் பரணி.

தன் கைபேசியில் எதையோ பார்த்துக் கொண்டிருந்த ஜீவா அவள் உள்ளே வந்ததும், “சந்திரா என்னை மன்னிச்சிரு. தப்பு என்மேல தான் அன்னைக்கு நீ சொன்னதோட அர்த்தம் இன்னைக்கு தான் புரிஞ்சது. நான் நானே இருக்க முடியலைன்னு சொன்னேல அதுக்கு காரணம் நான் தானே...?'' மன்னிப்பு வேண்டி அவளிடம் கேட்க,

தான் பார்த்து வளர்ந்த ஜீவா இப்படியெல்லாம் மன்னிப்பு வேண்டி பேசுவானா கேட்கும் போது மனம் ஆனந்தமடைந்தது.

“நீங்க இதுக்கு முன்னாடி மன்னிப்பு கேட்டதில்லையே...'' மனதிலிருந்தது வெளி வந்ததை அப்படியே கேட்டாள்.

“தப்பு என் மேல இருக்கும் போது கேட்டு தானே ஆகணும் சொல்லு. சரி நீ படு காலையிலே போகும் போது உங்க வீட்டுக்கு போய்ட்டு போகலாம்...'' என்றவனோ படுக்கையில் சாய அவளோ தரையில் படுக்க ஆரம்பித்தாள்.

கோவிலிருந்து வந்த நாட்களில் இருந்து இதுநாள் வரை இருவரும் ஒரே அறையிலே படுக்க ஆரம்பித்தனர். ஜீவா முதல் நாள் தரையில்

படுக்க அதனை பார்க்க விரும்பாதவள் மறுநாளிலிருந்து அவளே தரையில் படுக்க ஆரம்பித்தாள். ஜீவா வேண்டாமென மறுத்தும் அதனை கேட்காது இருந்தாள்.

மறுநாள் விடிய கூறியது போலவே பரணி அன்று கல்லூரி கிளம்ப அவள் கொண்டுச் செல்ல தேவையான பொருட்கள் அனைத்தும் பிறந்த வீட்டில் இருப்பதால் பெரியவர்களிடம் ஆசிர்வாதம் வாங்கிக் கொண்டு ஜீவாவுடன் கிளம்பினாள்.

தன் வீட்டாரிடம் கல்லூரி செல்வதாக கூற அவர்களும் சந்தோஷமாக தன் மருமகனுடன் அனுப்பி வைத்தனர்.

“சந்திரா ஈவினிங் நானே கூப்பிட வரேன் நீ வெளியே வந்து நில்லு...” என்றவாறு அவளின் கல்லூரி முன் தன் பைக்கை நிறுத்த, அவளோ தயங்கிக் கொண்டு இறங்கி நின்றாள்.

“என்னாச்சு சந்திரா...?”

“ஒன்னுமில்லை ஒரு மாதிரி இருக்கு. என்னால எப்படி...” கூற முடியாமல் தயங்க, அந்தநொடி அவளின் மனதை நன்றாக புரிந்துக் கொண்டான்.

“எனக்கு தெரியும் சந்திரா உன்னோட மனநிலைமை என்னேன்னு. எல்லாரும் நம்ம கல்யாணத்தை பத்தி கேட்பாங்க. ஏதாவது சொல்லி கஷ்டப்படுத்துவாங்க தான். ஆனா நம்ம அதுக்கு பயந்தா எதுவும் சாதிக்க முடியாது. உன் கிட்ட நான் ரொம்ப பேசணும் நைட் பேசலாம். தைரியமா போ...” என்றவாறு அவளை அனுப்பி வைக்க, உள்ளே செல்லும் வரை நின்று அதன் பின்னேச் சென்றான் ஜீவரஞ்சன்.

அவள் நினைத்தது போன்றே தன் கிளாஸ்ரூம்மிற்க்கு நுழைந்ததும் பல கேள்விகள் அவளை வந்து தாக்க பதில் கூற முடியாது திகைத்து தான் போனாள்.

மாலை நேரம் ஜீவா கூறியது போன்றே தன் அலுவலகத்திலிருந்து கிளம்பி அவளின் கல்லூரி முன் வந்து நின்றான். ஆனால் அவளோ அங்கு இல்லாமல் போக அந்த ரோடு முழுவதும் தேடியவன் அவளை அழைக்க தன் கைபேசியை எடுத்தான்.

கைபேசியை எடுத்த பின்னே அவளின் நம்பர் தனக்கு தெரியாது என்பது நினைவு வர, “டேய் நீயெல்லாம் என்னடா புருஷன் கட்டுன பொண்டாட்டி அதுவும் சின்ன வயசுல இருந்து தெரிஞ்ச மாமன்

பொண்ணு. நம்பர் கூட இல்லாம இருக்கே..?'' அவனின் மனம் அவனை திட்ட தமிழுக்கு அழைத்தான்.

“தமிழ் சந்திரா நம்பர் கொடேன். நான் அவ காலேஜிக்கு வெளியே தான் இருக்கேன் அவ இன்னும் வரல...'' வேகமாய் கேட்க,

ஜீவா கூறியதை கேட்டு அவனை திட்டிவிட்டு பரணியின் நம்பர் தர அதனை வாங்கிக் கொண்டு அவளுக்கு அழைத்தான்.

சிறிது நேரம் ரிங் போய் எடுக்க, “சந்திரா நான் ஜீவா பேசுறேன். வெளியே வா நான் காலேஜ் முன்னாடி தான் இருக்கேன்...'' எடுத்ததும் கூறினான்.

“நான் வீட்டுல தான் இருக்கேன்...'' ஒரு நொடியில் கூறிவிட்டு அழைப்பு துண்டிக்க, அவளின் குரலே சரியில்லை என்பதை உணர்ந்த-வனோ ஏதோ தோன்ற வேகமாய் தன் வீட்டுக்கு கிளம்பினான்.

29

அத்தியாயம் : 29

தன் வீட்டின் முன் பைக்கை நிறுத்தியவனோ, "சந்திரா..." என்று தன் மனைவியை தவிப்புடன் அழைத்துக் கொண்டு உள்ளே நுழைந்தான் ஜீவரஞ்சன்.

"டேய் ஏன்டா இப்படி வெளியே நின்னு கத்திக்கிட்டே வர்றே..." ஹாலில் அமர்ந்திருந்த வரதன் கேட்க,

"சந்திரா எங்கப்பா...?"

"உங்க ரூம்ல தான் இருக்காடா. வரும் போதே ரொம்ப அசதியா வந்தா அதான் நாங்க யாரும் அவளை தொந்தரவு பண்ணல..." என அங்கே வந்த கிரிஜா தன் மகனிடம் கூறினார்.

"சரிம்மா..." என்றவாறு வேகமாய் தன் அறைக்குச் செல்ல மாடி-யேற,

"டேய் நில்லுடா உன்னை தானே வரும் போது கூட்டிட்டு வரச் சொன்னோம். ஆனா அவள் ஏன்டா பஸ்ல வந்தா..." வரதன் கேட்க, அந்த கேள்விக்காக பதில் அவனுக்கு தெரியாது அல்லவா என்பதை அவர்கள் அறியவில்லை.

"அதை தான் இப்போ உங்க மருமகள் கிட்ட கேட்கப் போறேன். கேட்டுட்டு வந்து சொல்லுறேன்..." வேகத்துடன் மாடியேறிச் சென்று தன் அறைக்குள் அவளை அழைத்தவாறு நுழைந்தான்.

படுக்கையில் படுத்து அழுதுக் கொண்டிருந்த பரணி ஜீவாவின் குரல் கேட்டு எழ அதே நேரம் அவனும் உள்ளே நுழைந்தான்.

ஜீவாவின் முகத்தை கண்டதும் அழுதுக் கொண்டிருந்தவளோ ஓடி வந்து அவனின் நெஞ்சில் விழ, இதனை எதிர்பாராதவன் அவளின் இந்த அழுகை எதற்காக புரியாது நின்றான்.

ஏங்கி அழுது கொண்டிருப்பவளை ஆதவராய் அணைத்துக் கொண்டு சிறிது நேரம் அவளை அப்படியே விட, “நான் காலேஜ் போக மாட்டேன்...” சிறு பிள்ளை முதல் நாள் பள்ளி செல்ல அடம்பிடிப்பது போல் அவளின் வார்த்தை இருந்தது.

“நீ முதல அழுறதை நிறுத்து சந்திரா. இப்போ என்ன நடந்தது. கலையை பார்த்தியே..? இல்ல காவேரி அப்பறம் வேற யாராவது எதுவும் சொன்னாங்களா..?” நிச்சியம் அவள் கல்லூரியில் தான் பிரச்சனை என்பதை அவளின் முதல் வார்த்தையிலே அறிந்துக் கொண்டான்.

அவளை தன்னிடமிருந்து பிரித்து பதிலுக்காக அவளின் முகம் காண, கண்ணீர் துளி படிந்து கசங்கிய முகமும், விழிகள் இரண்டும் சிவந்து தலைமுடியும் கலைந்து கிடைக்க மனதிற்குள் வேதனையுடன் அவளின் விழி நீரினை துடைத்து விட்டான்.

“நான் கலையை இன்னைக்கு பார்க்கவேயில்லை...”

“சரி அப்போ உன் மனசை கஷ்டபடுத்துற மாதிரி வேற யாரு என்ன சொன்னா..?”

“அதுக்கு முன்னாடி நான் உங்க கிட்ட ஒன்னு கேட்கணும்...”

“சரி கேளு...”

“எனக்கும் தமிழ் அத்தானுக்கும் இடையில இருக்கிற உறவை பத்தி நீங்க என்னை நினைக்கிறீங்க..?” என்க. அவளின் இந்த கேள்வியை எதிர்பாராதவனோ அதிர்ந்து தான் போனான்.

“ஏய் இப்போ எதுக்கு இதை கேட்குற..? தமிழோட பொண்டாட்டி உன்னை எதுவும் சொன்னாளா..?” கோவமாக கேட்க, அவனின் மனமோ பலமுறை மதியின் நடவடிக்கையை கண்டதை நினைத்தது.

“இல்ல அவ ஒன்னும் சொல்லலை. முதல நான் கேட்ட கேள்விக்கு பதில் சொல்லுங்க. உங்க மனசுல என்ன இருக்குன்னு நான் தெரிஞ்சிக்கிடனும்...” மற்றவர்களை போல் தன் கணவனும் தன்னை தவறாக நினைத்துக் கொண்டிருக்கிறானே என்றெண்ணியே கலங்கிக் கொண்டு கேட்டாள்.

“சந்திரா லூசு மாதிரி கேட்காதே. என்ன தான்டி உன் பிரச்சனை...?”

“நான் தமிழ் அத்தானை விரும்பிறதா நீங்க நினைக்கிறீங்களா சொல்லுங்க..?”

“ஏய் ஒன்னு விட்டேன்னு நினைச்சிக்கோ பேந்திரும்டி பல்லு. என்ன பேச்சுடி பேசுற நான் எப்படிடி அப்படி நினைப்பேன். நீ என் பொண்டாட்டி ஆனா அவனுக்கு மாமா பொண்ணு மட்டும் தான்...” ஆக்கோரசத்துடன் கத்த, அவன் கூறியதை கேட்டவளோ அழுகையுடன் தன்னவனின் நெஞ்சில் சாய்ந்து இறுக அணைத்துக் கொண்டாள்.

“என்னை மன்னிச்சிருங்க...” என்றவளோ தன் முகத்தை அவனின் நெஞ்சில் இன்னும் அழுத்தி பதிய, அவனுக்குள்ளோ அணைப்பினை விட பல கேள்விகள் மனதில் உதிர்க்க ஆரம்பித்தது.

தன்னிடமிருந்து அவளை விலக்கியவன், “என்னடி உன் பிரச்சனை..? வாயை திறந்து சொல்லேன்..?” உரிமையாய் அவளை அழைத்து கலங்கிய விழிகளை கண்டு கேட்க,

“நீங்க என்னை புரிஞ்சிக்கிட்ட அளவுக்கு கூட பதினோரு வருஷமா என்கூட இருக்குற காவேரியும், ராகினியும் புரிஞ்சிக்கிடல. அவங்க மனசுல நான் தமிழ் அத்தானை விரும்பிறதை நினைச்சி எனக்கு ஆறுதல் அளிக்கிறேன் சொல்லி மேலும் வேதனைப்படுத்துறாங்க. சத்தியமா சொல்லுறேன் என் மனசுல அந்த நினைப்பு துளி கூட இருந்ததில்லை. எனக்கு உங்களை விட தமிழ் அத்தானை பிடிக்குங்குறது உண்மை தான். ஆனா அது அவங்களோட குணம், பண்பு, அவங்க மேல நான் வச்சிருக்கிறதை மதிப்பால மட்டும் தான்....” அழுது கொண்டே கூறினாள்.

திருமணத்தன்று மணப்பெண் அறையில் வைத்து அவர்கள் பேசியது ஜீவாவின் நினைவுக்கு வர, “காவேரி அப்படி கேட்டாளா..?” என்க, அவளோ ஆம்மென தலையசைத்தாள்.

“இதுக்கு போய் எதுக்கு சின்ன பிள்ளை மாதிரி அழுகுற. அவளோட மனசுல அப்படி ஒரு நினைப்பு வரதுக்கு காரணம் யாருன்னு சொல்லு...” என்க,

அவன் விழிகளை கண்டவள், “நான் தான் காரணம். காவேரி உங்களை பத்தி பேசும் போதெல்லாம் நான் எனக்கென்னேன்னு இருப்-

பேன். இல்லன்னா பேசாதேன்னு சொல்லிருவேன். அந்த செயல் தான் அவளோட மனசுல அப்படி நினைக்க வச்சிருக்கிறது. அவ முன்னாடி நீங்க என்னை பொறுத்தவரைக்கும் தமிழ் அத்தானோட அண்ணன் மட்டும் தான். அவளுக்கு மட்டுமில்லை எனக்கு அப்படி தான்...'' தலை குனிந்து கொண்டே தன் தவறினை கூறினாள்.

''இவள் நினைத்தது போன்று தானே தானும் திருமணத்திற்கு முன் நினைத்தோம். தமிழின் மாமன் மகளென்று அப்படியென்றால் தவறும் தன் மேலும் இருக்கிறது தானே...'' தனக்குள் கூறிக் கொண்டான்.

ஆனால் அவன் மனம் அந்த நொடி ஒன்றை மட்டும் உணரவில்லை. சிறு வயதிலிருந்தே தமிழும் பரணியும் ஒன்றாக கண்டால் அந்த செயல் பிடிக்காது அவளின் மீது தான் கோவம் காட்டியதை. அவளிடம் வம்பிழுப்பது எரிந்து பேசுவது அனைத்திற்கும் காரணம் அவள் தனக்கும் உரிமையானவள் என்று சிறுவயதிலிருந்தே தன் மனதில் பதிந்ததால் மட்டுமே என்று.

அவளின் மனதில் தான் நல்லெண்ணம் கொள்ளவில்லை என்பது இப்போது அவளின் பேச்சில் நன்றாகவே உணர்ந்தான். அதனை முழுதாக மாற்ற நினைத்து அவள் மனதில் தன்னை பற்றிய நல்ல எண்ணங்களை விதைக்க நினைத்தான் ஜீவா.

''சந்திரா நீ நினைக்கிறது சரி தான். தப்பு என் மேலயும் தான். நான் உன்னை சொந்தம்ன்னு நினைக்காதது தான் இதுக்கான காரணம். ஆனா இப்போ சொல்லுறேன் என்னோட அப்பா, அம்மா இந்த குடும்பம் எல்லாத்தையும் விட தொட்டு தாலி கட்டி அக்னி சாட்சியாக கணவன், மனைவிங்குறது ஒரு பந்தத்தை உருவாக்குன இந்த பந்தம் மட்டும் தான் இனிமே எனக்கு எல்லாமே...'' உறுதியுடன் கூற, அவனின் இந்த உறுதி அவளை அந்த நொடியே அசைக்க ஆரம்பித்தது.

''யாரு என்ன சொன்னாலும் நீ அதை கேட்காதே..? உன் மனசு என்ன சொல்லுதோ அதை மட்டும் கேளு. நாளையில இருந்து நீ கவலையில்லாம காலேஜ் போறே. நான் முன்னவே சொன்னது மாதிரி நமக்குள்ள நல்ல புரிதல் வந்து நம்ம வாழ்க்கைய்ய ஆரம்பிக்கும் வரை இப்படி பிரச்சனை இன்னும் அதிகமா வந்துக்கிட்டு தான் இருக்கும். ஆனா அதெல்லாம் நீ கண்டுக்கிடாதே. போ போய் பேஸ்வாஷ் பண்-

ணிட்டுவா கீழே போகலாம்...” என்க, சரியென தலையசைத்து விட்டு அங்கிருந்து நகர்ந்தாள்.

அவள் செல்ல அவனின் மனமோ இன்று காவேரி அவளிடம் பேசியது போன்று வரும் நாட்களில் தமிழின் மனைவியும் இந்த வார்த்தையை கண்டிப்பாக கூறுவாள் என்பது உறுதியாக புரிந்தது. ஆனால் அதற்கு முன் தான் ஏதாவது செய்தாக வேண்டுமென நினைத்தான்.

அதன் பின் இருவரும் கீழே செல்ல வழக்கம் போல் தங்கள் வேலைகளும் நடக்க இரவு உணவினை பேசியவாறு உண்டு முடித்தனர்.

பரணியிடம் அவள் கல்லூரியில் நடந்ததை பற்றி மாறி மாறி அனைவரும் கேட்க புன்னகையுடன் அவர்கள் தனக்கு வாழ்த்து கூறியதை கூறினாள். ஜீவாவின் வீட்டார் அவளிடம் அப்படி கேட்பதற்கான காரணம் கலை அவளை சந்தித்து எதுவும் அவதூராக பேசியிருப்பாளோ என்று நினைத்து தான்.

அதன் பின் நாட்கள் செல்ல தினமும் பரணியை ஜீவாவே கல்லூரி சென்று விட தன் வேலை முடிந்து வரும் போது அழைத்து வரவென்று இருந்தான். கலைத்தென்றல் அந்த கல்லூரியை விட்டு வேறிடம் சென்று விட்டால் என்பதை அறிந்த பரணி தன்னவனிடம் கூறி வருந்தினாள்.

பகலில் அவரவர் வேலையை செய்வதற்கு வெளியே சென்று விடுவதால் மதிக்கும், கிரிஜாவிற்கும் இடையில் இருக்கும் மாமியார், மருமகள் உறவு அதிகரித்தது. இதற்கிடையில் ஒரே ஊர் என்பதால் அடிக்கடி மதியின் சித்தி வந்து பார்த்து பேசிவிட்டு செல்வது அல்லது மதி தன் தங்களின் வீட்டிற்கு செல்வதும் நடந்துக் கொண்டிருந்தது.

மதியின் சித்தி ரேவதி சூட்சமாக பேசிய பேச்சுகள் அனைத்தும் மதியின் மனதில் அழமாக பதிந்துக் கொள்ள பரணியை விட இந்த வீட்டில் தானே முன்னுரிமை கொள்ள வேண்டுமென நினைத்தாள்.

தமிழ், பரணியை கண்டாலே எரித்து விடும் பார்வை பரணியை பார்ப்பவள் ஒரே சில நேரங்களில் அவளிடம் கோவமாக நடந்துக் கொள்ள ஆரம்பித்தாள். இரு மருமகளுக்கு இடையில் சிறு சிறு விரிசல் வருவதை அறிய ஆரம்பித்தார் கிரிஜா.

இதனை தவிர்க்க நினைத்தவர் அதற்கான வழியை தேடி தீர்வினை கண்டு பிடித்தார். தான் எடுத்த முடிவினை தன் கணவனிடம் அன்றிரவே கூற நினைத்தார்.

இரவு தன் அறைக்குள் நுழைந்தவர் படுக்கையில் கிடந்த துணியை மடித்தவாறு மதி பரணியிடம் நடந்து கொள்வதை கூறினார் கிரிஜா.

“என்னங்க எனக்கு என்னமோ கொஞ்சம் நாள் பரணியும், மதியும் தள்ளி இருக்கட்டும் நினைக்கிறேன். ரெண்டு பேரும் ரெண்டு விதமா வளர்ந்து வந்தவங்க ஒத்துப் போக கொஞ்சம் கஷ்டமா தானே இருக்கும்...”

“நீ சொல்லுறது சரி தான் கிரிஜா. இப்போ அதுக்கு என்ன பண்ண முடியும் சொல்லு. அவங்க ரெண்டு பேரும் இந்த வீட்டு மருமகள். போய் உங்க பிறந்த வீட்டுல கொஞ்ச நாள் இருன்னு சொல்லி அனுப்பி வைக்க முடியுமா என்ன...?” தன் மனைவியை கண்டு கேட்க,

“நம்ம ஏன் அப்படி பண்ணனும். மருமக நல்லதுக்காக அவங்கள பிரிக்கணும் நினைச்சேன் சரி தான். ஆனா அதுக்காக மகனையும், மருமகளையும் நான் பிரிக்க நினைக்கலையே...”

“அப்போ நீ என்ன தான் சொல்ல வர்றேன்னு எனக்கு புரியல...?”

“ஜீவாவையும், பரணியையும் டவுன்ல கொஞ்சம் நாள் தனிக்குடித்தனம் வைக்கலாம் பரணி படிப்பு முடியிற வரைக்கும். தினமும் ரெண்டு பேரும் ஒன்றரை மணி நேரம் பயணம் பண்ணி போக வர்றேன்னு இருந்தா என்னாக சொல்லுங்க. ரெண்டு பேருக்கும் அலைச்சல் தான் அதுவுமில்லமா ரெண்டு பேரும் எப்போடா பத்திரமா வீட்டுக்கு வந்து சேருவாங்கன்னுங்குற பயம் தினமும் நமக்கு இருக்குதுல...”

“அது எப்படி ஒத்து வரும் கிரிஜா...”

“ஏங்க இதுக்கு முன்னாடி அவங்க தனித் தனியா இருந்தாங்க சரி. ஆனா இப்போ புருஷன் பொண்டாட்டி ஒருத்தருக்கொருத்தர் துணையா இருப்பாங்களே. உங்களுக்கு தெரியாத இன்னொரு விஷயம் இருக்கு அவங்க ரெண்டு பேரும் இன்னும் தாம்பத்திய வாழக்கையே ஆரம்பிடிக்கலைங்க. அவங்க ரெண்டு பேரையும் கொஞ்சம் தனியா விடலாம் இந்த முடிவு தான் நம்ம குடும்பத்துக்கு நல்லது அவங்களும் நல்லது...”

“எனக்கும் சரின்னு தான் தோணுது. நான் அண்ணன் கிட்ட பேசுறேன்...” என்ற வரதன் தன் மனைவி கூறியதை பற்றி யோசித்தார்.

மறுநாளே தன் அண்ணனிடம் கிரிஜா கூறியதை பற்றி வயலில் வைத்து கூற அவரும் சிறிது நேரம் யோசித்து விட்டு தர்மேந்திரனிடம் ஒரு வார்த்தை கேட்டு விடலாம் என்று முடிவெடுத்தனர்.

அதன் பின் பரணியின் வீட்டிற்குச் சென்று அன்றே அவர்களிடம் இருவரின் நலன் கருதி படிப்பு முடியும் வரை தனிக்குடித்தனம் வைக்கப் போவதை பற்றி கூற, அவர்களுக்கும் அந்த முடிவு சரியெனவே பட்டது.

நாட்கள் செல்ல அன்று வார விடுமுறை நாள் என்பதால் அனைவரும் மாலை நேரம் வீட்டில் கூடியிருக்க ஆதிநாதன் பேச்சை ஆரம்பித்தார்.

“ஜீவா, பரணி நீங்க ரெண்டு பேரும் தினமும் அவ்வளோ தூரம் போய்ட்டு வர கஷ்டமா இல்லையா..?”

“கஷ்டம்மா இருக்குன்னு சொல்லி விட முடியுமா பெரியப்பா அவளுக்கு படிப்பு முக்கியம். எனக்கும் வேலை முக்கியம். என்ன பண்ண முடியும் சொல்லுங்க...”

“இதுக்காக நாங்க எல்லாரும் சேர்ந்து ஒரு முடிவு எடுத்திருக்கோம். பரணி வீட்டுல உள்ளவங்க கூட அதுக்கு சம்மதம் சொல்லிட்டாங்க...”

“என்ன முடிவு பெரியப்பா...?”

“நீயும் பரணியும் அங்கே டவுன்லே மருமக படிப்பு முடியிற வரைக்கும் ஒரு வாடகை வீடு எடுத்து தங்கிக்கோங்க. உனக்கு வண்டில போக வர்ற செலவு மிச்சமாகும். அசதியும் ரெண்டு பேருக்கும் இருக்காதுல...” இருவரையும் கண்டு ஆதிநாதன் கேட்க,

“இல்ல வேண்டாம் மாமா நாங்க இப்படியே இருக்கோம். எனக்கு தனிக்குடித்தனம் போக பிடிக்கல...” பரணி வேகமாய் கூறினாள்.

“என்ன இவ இப்படி ஒரு வாய்ப்பு மட்டும் எனக்கு கொடுத்தா நான் எவ்வளோ சந்தோஷமா அவர் கூட தனியா இருப்பேன். இவ என்னடான இப்படி சொல்லுறா..?” மனதிற்குள் நினைத்துக் கொண்டு நின்றாள் நிறைமதி.

“ஆமா பெரியப்பா பரணி சொல்லுறதும் சரி தான் தனியால வேண்டாம். எங்களால சமாளிக்க முடியாது...” என்று ஜீவா கூற,

“டேய் உனக்கு என்ன பிள்ளை குட்டியா இருக்கு தனியா சமாளிக்க முடியாதுன்னு சொல்லுற. நீங்க ரெண்டு பேரும் மட்டும் தானேடா. அதுவுமில்லாமல் வார விடுமுறைக்கு இங்கே வரப் போறீங்க. பரணி படிப்பு முடியிற வரை ஒரு ஆறு மாசம் தானேடா. இதுக்கு என்ன வந்தது உனக்கு...” தன் மகனை கண்டு திட்டினார் கிரிஜா.

பரணியை சிறிது நேரம் இந்த வீட்டிலிருந்து அனுப்ப வேண்டுமென நினைத்து கல்லூரிக்கு அனுப்பி வைக்க, இப்போது அவளை முழுதாக இந்த வீட்டிலிருந்தும் தன்னவனிடமிருந்து பிரிக்கும் வாய்ப்பு வர அதனை பயன்படுத்திக் கொள்ள நினைத்தாள் நிறைமதி.

“பரணி எனக்கும் பெரிய மாமா அத்தை சொல்லுறது தான் சரின்னு படுது. உன்னால வந்து போனா படிக்கிறதும் கொஞ்சம் கஷ்டம் தானே...” நிறைமதி கூற, தமிழும் தன் பங்குக்கு இருவருக்கும் கூறி-னான்.

ஒரு வழியாக அனைவரும் பேசி ஜீவா, பரணியை சம்மதிக்க வைத்-தனர்.

“சரி ஜீவா நீயே ஒரு நல்ல வீடா ரெண்டு பேருக்கும் போக வர வசதியா சீக்கிரம் பார்த்து சொல்லு...” என்று ஆதிநாதன் கூற சரியென தலையசைத்தான்.

ஜீவாவின் மனமோ தமிழின் மனைவியிடம் தன்னவளை சிறிது நாட்-கள் காப்பாற்றிக் கொள்ள நல்ல வாய்ப்பாக அமைய சீக்கிரமே தன் பணிபுரியும் அலுவலகத்தின் உள்ளவர்கள் மற்றும் தெரிந்தவர்கள் என கூறி விசாரிக்க ஆரம்பித்தான்.

அவனின் முயற்சியின் பலனாய் ஒரு வாரத்திலே இரண்டு படுக்கை-யறை கொண்ட ஒரு சிறிய வீடு இருவருக்கும் வசதியாக வரப் போக கிடைக்க நல்ல நாள் குறித்து பால் காய்ச்ச ஆரம்பித்தனர்.

பரணியின் குடும்பத்தாரும், ஜீவாவின் குடும்பத்தார் மற்றும் மகிழ், கார்த்தி அனைவரையும் அழைத்து பால் காய்ச்ச அவர்கள் அந்த வீட்-டில் வாழ்வதற்கு தேவையான பொருட்களை தன் மகளுக்கு தானே வாங்கிக் கொடுத்தார் தர்மேந்திரன்.

அதன் பின் கோதாவரி அப்பத்தா ஒரு வாரம் உடன் இருந்து பரணிக்கும் அனைத்தையும் சொல்லிக் கொடுத்து கிளம்ப, அவரை இங்-கையே தங்களுடன் இருக்குமாறு பரணி, ஜீவா இருவரும் வற்புறுத்தினர்.

ஆனால் அவரோ சின்னஞ்சிறுசுகள் தனியாக இருந்து ஒருத்த-ருக்கொருத்தர் புரிந்து தாம்பத்தியம் வாழ்க்கை நடத்த வேண்டுமென நினைத்து விடாப்படியாக அடம்பிடித்து கிளம்பினார்.

இனிமேல் தானும் அவனும் தனியே இந்த வீட்டில் சிறிது காலம் வாழ வேண்டும் நினைத்த பரணி ஜீவாவை பார்க்க அவனும் அதே

நேரம் அவளைக் கண்டான்.

30

அத்தியாயம் : 30

காலை வேலை வயலில் நெல் நடுவதற்கு அங்கு சிலர் இங்கு சில-ரென்று ஆட்களை பிரித்து விட்டு ஒழுங்காக வேலை பார்க்கிறார்களா என்று சிறிது நேரம் இருந்துவிட்டு வீட்டுக்கு கிளம்பினார் நல்லசிவம்.

அப்போதும் கூட வேலை செய்பவர்களின் மீது நம்பிக்கை இல்லாது தன் தம்பியை அழைத்து கண்காணிக்குமாறு கூறி விட்டே வீட்டினை வந்து அடைந்தார்.

வீட்டுக்கு வந்தவர் காலை உணவினை முடித்து விட்டு ஹாலில் கால் மேல் கால் போட்டு அமர, அதே நேரம் கையில் பூக்கூடையுடன் கோவிலில் இருந்து வந்தாள் மகிழந்தி.

“ஏம்மா மருமகளே தனியா எங்கையோ போய்ட்டு வர மாதிரி தெரி-யுது...” சந்தேகப் பார்வையுடன் கேட்க,

அதனை புரிந்து கொண்டவள், “இல்லை மாமா உங்க பையன் கூட தான் கோவிலுக்கு போனேன். அத்தை கிட்ட கூட சொல்லிட்-டேன்னே...” கூறியவாறு அவரின் முன்னிருந்த சோபாவில் அமர்ந்தாள்.

“காலையிலே ரொம்ப வெயிலா இருக்குல மருமகளே...?” தன் முன் அவள் தைரியமாமாக அமர்ந்திருப்பது கோவத்தை அளித்தாலும் அதனை மறைத்துக் கொண்டு கேட்க,

“ஆமா மாமா ரொம்ப வெயிலு. அவர் கூட கார்ல போகலாம் தான் சொன்னாரு நான் தான் வேண்டாம்ன்னு சொல்லி பைக்ல போயிட்டு வந்தோம். ராணியக்கா கொஞ்சம் தண்ணீ கொண்டு வாங்களேன்...”

மாமனாரிடம் கூறிவிட்டு சமயலறையில் இருக்கும் வேலைக்காரியை பார்த்து குரல் கொடுத்தாள்.

“நாலு எட்டு இருக்கிற கோவிலுக்கு உங்களுக்கு பைக், கார் கேட்-குதோ. இதுல என் வீட்டுல என் முன்னாடியே உட்கார்ந்துக்கிட்டு அதி-காரம் பண்ணுறையா. இருக்கட்டும் பார்த்துக்குறேன்...” தன் மருமகளை கண்டவாறு விஷமத்துடன் நினைத்துக் கொண்டார்.

வேலைக்காரி தண்ணீருக்குள் பதில் இதமாய் மோர் கொண்டு வந்து கொடுக்க, “எதுக்கு அக்கா உங்களுக்கு கஷ்டம் தண்ணீயே கொண்டு வந்திருக்களாமே...?” புன்னகையுடன் கேட்டவாறு அதனை வாங்கிக் கொண்டாள்.

“இல்லம்மா சின்னையா தான் உங்களுக்கு பத்திரமா பார்த்து கவனிக்கச் சொன்னாரு...”

“சரி அக்கா சின்னத்தையும், பெரியத்தையும் எங்கே..? இந்தாங்க நீங்க பிரசாதம் எடுத்துக்கோங்க...” என்றவாறு கொண்டு வந்ததை வேலைக்காரிக்கு கொடுக்க,

“அவங்க ரெண்டு பேரும் இப்போ தான் டவுனு வரைக்கும் போனாங்கம்மா...” என்றவளோ, மகிழ்ந்தி கொடுத்ததை வாங்கிக் கொண்டு அங்கிருந்துச் சென்றாள்.

“மாமா, என்னடா பிரசாதம் கொண்டு வந்து ஒரு வேலைக்காரிக்கு கொடுக்குறா நமக்கு கொடுக்க மாட்டிக்காளேன்னு நினைக்கிறீங்களா..?” அவரின் மனதில் இருப்பதை சரியாக புரிந்து கொண்டுக் கேட்டாள்.

“நான் என் அப்படி நினைக்கணும் மருமகளே...! தினமும் என்னை தேடி வீட்டுக்கே அந்த கோவில் பிரதாசம் வந்துக்கிட்டு இருக்கே..? இதெல்லாம் எங்களை மாதிரி இந்த ஊரையே ஆட்டிப் படைக்கிறவங்-களுக்கு எங்களுக்கு மட்டும் தானே கிடைக்கும் மருமகளே...” அவளை குறைவாக எண்ணி கூறினார்.

அது மனதிற்குள் வேதனை அளித்தாலும் ஒவ்வொரு நொடியும் அவருக்கு தான் கீழறங்கி போகக் கூடாது என்பது நினைத்தவள், “அது சரி தான் மாமா நல்லெண்ணம் கொண்டவங்களால மட்டும் தானே கோவில் படியெல்லாம் மிதிக்க முடியும்...” என்றவளோ எழுந்துச் சென்-றாள்.

தான் கூறிய அர்த்தம் அவருக்கு புரியும் என்ற நம்பிக்கையில் செல்ல நல்லசிவமோ அவளை வைத்து தான் நினைத்ததென்ன ஆனால் இப்போது நடப்பதென்ன நினைத்தவரோ முன்னே இருந்த மோர் கிளாஸை பறக்க விட்டார்.

அதே நேரம் இங்கே ஜீவாவோ அலுவலகம் செல்ல மெல்ல கிளம்பிக் கொண்டிருக்க பரணியோ இருவருக்கும் தேவையான மதிய உணவினை எடுத்து வைத்துக் கொண்டிருந்தாள்.

அங்கே இருக்கும் வரை அதிகாலையிலே வேகமாய் எழுந்து கிளம்பி அரைவயிறு சாப்பாட்டை கூட சரியாக உண்ணாது பறந்து பறந்து கிளம்பி நாட்களை கடத்தி கொண்டிருந்தவனுக்கு தனியாக அதுவும் அலுவலகம் அருகிலே வந்ததும் புத்துணர்ச்சியுடன் ஒரு மகிழ்ச்சியை அளித்தது.

கிளம்பி முடித்து தன் அறையை விட்டு வெளியே வந்தவன் டைனிங் டேபிளில் தன் கைபேசியை நோண்டியவாறு அமர, அவன் வந்ததை அறிந்த பரணி காலை உணவினை எடுத்துக் கொண்டு அவனின் முன் வைத்தாள்.

“என்ன சந்திரா மேடம் இன்னைக்கு என்ன சமையல். அன்னைக்கு மாதிரி பருப்பு குழம்புல புளியை ஊத்தி வச்சிட்டீங்களா என்ன...?” கிண்டலாக கேட்டவாறே திறந்துப் பார்க்க,

“ஏங்க அன்னைக்கு ஏதோ தெரியாம பண்ணிட்டேன். இங்கே வந்த இந்த ரெண்டு வாரமா நான் நல்லா சமையல் கத்துக்கிட்டேன். நம்பி சாப்பிடலாம்...” முகத்தை உர்ரென்னு வைத்துக் கொண்டு கூறினாள்.

“சரி நீயும் உட்கார்ந்து சாப்பிடு அப்பறம் கிளம்பும் போது வேகமா சாப்பிடுவே...” திரும்பிச் சென்றவளின் கரங்களை பற்றிக் கொண்டு உரைக்க,

“இல்லங்க கொஞ்சம் வேலை இருக்கு முடிச்சிட்டு வந்து சாப்பிடு-றேன்...”

“அதெல்லாம் சாயந்திரம் வந்து பண்ணு. முதல சாப்பிடு...” என்-றவனோ தன் அருகில் இருந்த இருக்கையில் அமர்ந்து அவளுக்கும் சேர்த்தே பரிமாற அவன் செய்கையை கண்டு நெகிழந்தவள் அவனோடு சேர்ந்தே சாப்பிட ஆரம்பித்தாள்.

“சந்திரா இப்போ எந்த பிரச்சனையும் இல்லையே யாராலையும்...”

“எந்த பிரச்சனையும் இல்லை. அன்னைக்கு நீங்க காவேரியை கிண்டல் பண்ணி வெளுத்தி வாங்கினது அப்பறம் என் கிட்ட நம்ம குடும்பத்தை பத்தின பேச்சை எடுக்கவே இல்லை தெரியுமா..? ரொம்ப தேங்க்ஸ்ங்க...” புன்னகையுடன் கூறினாள்.

“சரி உன்கிட்டே ஒரு விஷயம் சொல்ல மறந்துட்டேன். அடுத்த வாரம் சனிக்கிழமை எங்க ஆபீஸ்ல நம்ம ரெண்டு பேருக்கும் ஒரு சின்ன ட்ரீட் வைக்கப் போறாங்க. உன்னை கூட்டிட்டு வரச் சொல்லி-ருக்காங்க...”

“எதுக்குங்க வேண்டாமே...” தயங்கிக் கொண்டு உரைக்க,

“அட போம்மா நீ வேற சொன்னா அவங்க எங்க கேட்குறாங்க. உனக்கு கல்யாணம் முடிஞ்சி ரெண்டு மாசமாச்சு. ஒரு நாளாவது உன் பொண்டாட்டி கூட்டிட்டு வந்து எங்களுக்கு இன்ட்ரோ கொடுக்குறை-யான்னு வருத்தெடுக்குறாங்க. இதுல நம்ம கல்யாணத்துக்கு ஆபீஸ்ல யாரையும் கூப்பிடலைன்னு சண்டை வேற...”

“நம்ம கல்யாணம் எப்படி நடந்ததுன்னு தெரியாதா அவங்க-ளுக்கு..?”

“அதெல்லாம் நல்லாவே தெரியும். தெரிஞ்சும் சாகடிக்கிறாங்க...” என்றவனோ கைகழுவ எழுந்துச் செல்ல அவளும் உண்டு முடித்து அவனின் பின்னேச் சென்றாள்.

“ஏங்க எனக்கு ஒரு சந்தேகம். கேட்டா நீங்க தப்பா நினைச்சிக்கிட கூடாது...” அவனின் பின்னே வந்தவாறு கேட்க,

“அப்படி என்ன என் பொண்டாட்டிக்கு சந்தேகம்...” கேட்டவனோ வேகமாய் கை கழுவிட்டு பின்னே திரும்ப, கைவிரலை பார்த்துக் கொண்டு நடந்து வந்த பரணி அவன் நின்றது தெரியாமல் அவனின் மீது மோதினாள்.

குண்டு மல்லி பூவினை சுருட்டி தன் மீது எரிந்ததை போல் உணர்ந்-தவனோ தன்னருகில் கல்லூரி செல்லக் கிளம்பி நின்றிருந்தவளின் பேர-ழகில் மயங்கிப் போய் விழிகளில் மையலுடன் நெருங்கினான்.

அவனின் பார்வை வீச்சினை தாங்க முடியாது விலகப் பார்க்க, அதனை உணர்ந்து முதல் முறை உரிமையாய் அவளின் இடையை பற்றி தன்னருகில் இழுத்தான்.

கரங்களை இன்னும் கழுவாமல் இருந்ததால் அவனிடமிருந்து விலக முடியாமல் போராடியவளோ, “விடுங்கங்க நேரமாச்சு போகணும்ல...” அவனின் கை வளைவுக்குள் நெலிந்துக் கொண்டே கூறினாள்.

“ஏதோ சந்தேகம் சொன்னையே அதை கேளு..?” புருவம் உயர்த்தி வினவ,

“ஒன்னுமில்லை என்னை விடுங்க முதல...” தன் இடது கையை அவனின் நெஞ்சில் வைத்து தள்ள முயன்று கூறினாள்.

“ஏய் முதல என்னை பார்த்து பேசுடி...” என்றவனோ தன் ஒற்றை கையால் அவளின் தாடையை பற்றி நிமிர்த்திக் கேட்க, அவனின் விழிகளை காண முடியாமல் தடுமாறி வெட்கத்துடன் முகம் திரும்பினாள்.

“உன் சந்தேகத்தை கேட்டா தான் நான் விடுவேன்...” என்க,

“அது வந்து நமக்கு கல்யாணம் நடக்கும் போது அதுல உங்களுக்கு விருப்பம் இருந்ததா...” தயங்கிக் கொண்டு கேட்க,

“இதுக்கு பதில் நீ என்னை பாரு அப்போ புரியும்...” என்றவனோ அவளை தன் முகம் காண வைக்க, அவனின் விழிகளை தெரிந்த தன்னை மட்டும் தான் கண்டாள்.

“புரிஞ்சதா இல்லை நிரூபவிக்கனும்மா...” இதழில் குறும்பு தவழ கேட்க, அதனை உணராதவளோ புரியாமல் விழித்தாள்.

அவளுக்கு புரிய வைக்க நினைத்தவனோ தன்னுடன் சேர்த்து இறுக்கி அவளின் அதரங்களில் தன் முதல் இதழ் முத்தத்தை பதித்தான்.

இதனை எதிர்பார்க்காதவளோ விழிகள் இரண்டையும் பெரிதாக உருட்டி விழிக்க சிறைசெய்த அவளின் இதழிலிருந்து விடபட முடியாமல் போராடினான் ஜீவரஞ்சன். அவனின் வேகத்தில் தள்ளாடியவளோ உணவருந்திய கையென்றும் பாராது தன்னவனின் சட்டையை இறுகப் பற்ற அவளின் இதழ் தேனை முழுதாய் பருகிய பின்னும் விட முடியாது தவித்தான்.

இருவரின் இதழ் நடத்திய முத்த சண்டையில் வெற்றி காணவும் முடியாது தோற்கவும் முடியாது ஓய்ந்து போயே மூச்சுக்கு ஏங்கி விலகினர். அவளின் இதழிலிருந்து தன் இதழ் பிரிந்த பின்னும் அவளின் விழிகள் மூடியவாறே தன்னை இறுகப் பற்றிக் கொண்டே இருந்தது.

பரணியின் இடையில் பற்றியிருந்த கையை விடுத்து அவளின் இரு கன்னங்களையும் பற்றியவன் மூடிய விழிகளில் மென்மையாய் தன் இதழ் பதிக்க அவனின் மீசை முடி கூச்சத்தை அளித்து விழி திறந்தாள்.

“முடியலைடி...” அவளின் விழிகளை கண்டு கிறங்கிக் போய் கூற, அங்கே நிற்க முடியாது கொலுசொலி ஓசை கேட்க அவனிடமிருந்து விலகிச் சமையலறைக்குள் நுழைந்தாள்.

“ஏய் நில்லு சந்திரா...” வெட்கத்துடன் ஓடுவளை கண்டு புன்னகை-யுடன் உரைக்க, அவளோ அதனை கேட்கும் மனநிலையில் இல்லை என்பதும் புரிந்தது.

உடல் முழுவதும் ஒரு புது ரத்தம் பாய்வது போல் உற்சாகமாக உணர்ந்தவன் மனமோ அவளின் இதழ் தேனை சுவைத்தை நினைத்த-வாறு கரை படிந்த சட்டையை மாற்ற தன் அறைக்குச் சென்றான்..

அன்று முழுவதுமே இருவருமே தங்கள் உலகில் இல்லாமல் வேறு உலகில் இருப்பது போன்றே சஞ்சரிக்க அதனை தொடர்ந்து வந்த நாட்-கள் வெட்கத்துடனே அவன் முகம் காண தயங்கியவாறே இருந்தாள் பரனிச்சந்திரா.

பரணி தனியாகச் சென்றதில் இருந்து கிரிஜாவிற்கு மதி மிகவும் நெருக்கமாக மாறி அவருக்கு மட்டுமில்லாது அந்த வீட்டிலிருக்கும் அனைவரிடமும் நற்பெயர் வாங்கிக் கொண்டிருந்தாள்.

கிரிஜா வயல்,கோவில்லென்று வெளியில் செல்லும் நேரங்களில் தன் மருமகளையும் உடன் அழைத்துச் செல்ல கண்ட அனைவரும் இருவ-ரிடமும் பேசி புகழ்ந்து தள்ளினார்.

அன்று வீட்டில் அமர்ந்திருந்தவளை காண ரேவதி வர தன் சித்-தியை வரவேற்ற நிறைமதி புன்னகையுடன் தன் அறைக்கு அழைத்துச் சென்றாள்.

“என்ன சித்தி திடீருன்னு வந்திருக்கீங்க..? இந்த வழியா எதுவும் வேலையா வந்தீங்களா..?” கேட்டவாறே படுக்கையில் கிடந்த தங்களின் பொருட்களை ஒதுங்க வைக்க,.

“ஏன்டி அந்த பரணியை விட நீ நல்ல பேர் வாங்கணும் சொன்-னேன் சரி அதுக்காக இப்படியாடி எல்லா வேலையும் இழுத்துப் போட்டு செய்வே. ரேஷன் கடைக்கு போறதும் உன் மாமனாருக்கு சாப்பாடு கொடுக்க வயலுக்குப் போறதுமா இருக்கே..? என்னடி பொழைப்பு

இதெல்லாம் நீ இந்த ஊர் பண்ணையாரோட மகள் அதை மறந்துராதே சொல்லிட்டேன்...'' திட்டிக் கொண்டே கூற,

"சித்தி இதுல என்ன இருக்கு. நான் ரேஷன் கடைக்குப் போறேன்னா அது அவங்கள பார்க்க தான். வயலுக்குப் போறேன்னா என்ன அர்த்தம் அங்கே உள்ளவங்களுக்கு என்னோட குணம் தெரி-யணும்ல. இங்கே பாருங்க சித்தி இதுநாள் வரை நீங்க சொன்னதை கேட்டேன். ஏனா அதுல எனக்கு ஒரு நல்லது இருந்தது. ஆனா நீங்க இப்போ சொல்லுறதை மட்டும் என்னால கேட்க முடியாது. இது என்-னோட வீடு நான் மட்டும் தான் இந்த வீட்டோட சொந்தம் அதே மாதிரி எந்த வேலையா இருந்தாலும் நான் தான் செய்யணும். இந்த வீட்-டுல என்ன எல்லாரும் எப்படி பார்த்துக்குறாங்கன்னு உங்களுக்கு தெரி-யுமா..? இங்க பாருங்க நான் கஷ்டப்படக் கூடாதுன்னு அவங்க தகு-தியை மறந்து எங்க ரூம்ல மட்டும் ஏ,சி போட்டு கொடுத்துருக்காங்க. இதுக்கு முன்னாடி இந்த வீட்டில உள்ளவங்களுக்கு இது என்னேன்னு கூட தெரியாது தெரியுமா..?'' வேகமாய் கோவத்துடன் தன் புகுந்த வீட்-டினை விட்டுக் கொடுக்காது தன் சித்தியிடம் கூறினாள்.

"அது சரி தான்டி முழுசா மூணு மாசம் கூட முடியல அதுக்குள்ள இப்படி வரிஞ்சி கட்டிட்டு வரே..? விட்டா பிறந்த வீட்டையே மறந்து-ருவே போலையே...?''

"என்ன சித்தி நீங்க எனக்கு எல்லாரும் முக்கியம் தான் என்னால எல்லாரையும் பிரிச்சிப் பார்க்க முடியாது...''

"சரிடி. ஆமா இந்த வீட்டு மூத்த மருமகளை டவுன்ல தனியா குடித்தனம் வைச்சதுக்கு அப்பறம் வந்தாளா..?''

"ஹ்ம்ம் ஆமா சித்தி போன வாரம் வந்தா. வாரக்கடைசி வந்துறாங்க ரெண்டு பேரும்...''

"சரி எதுக்கும் நீ அவ கிட்ட ஜாக்கிரிதையாவே இரு. என்ன தான் அவ அந்த ஜீவாவோட பொண்டாட்டியா இருந்தாலும் உன் புருஷனுக்கு மாமன் மக தான். வீட்டுல மட்டும் உன் ராஜ்ஜியம் நடக்கணும் நினைக்-காதே. எப்பவும் உன் புருஷனுக்கு எல்லா நீயா தான் இருக்கணும் சரியா...'' மெல்ல வெளியே கேட்காதவாறு கூற சரியென தலையசைத்-தாள்.

நேரம் செல்ல சிறிது நேரம் ஏதேதோ பேசிவிட்டு ரேவதி செல்ல வழக்கம் போல் தன் மாமியாருடன் கலந்துக் கொண்டு தன் வேலையை பார்க்க ஆரம்பித்தாள் நிறைமதி.

அதன் பின் நாட்கள் செல்ல வார இறுதியில் கூறியது போன்று பரணியும், ஜீவாவும் வந்து கொண்டிருந்தனர். பரணிக்கு இரண்டு நாட்கள் விடுமுறை கிடைத்தாலும் ஜீவாவிற்கு ஒரு நாள் மட்டுமே விடுமுறை என்பதால் ஒரு நாள் மட்டும் தங்கி விட்டுச் சென்றனர்.

அந்த வாரம் சனிக்கிழமை வர அன்று பரணிக்கு விடுமுறை என்பதால் மெல்ல எழுந்து தன் வேலையைப் பார்க்க அவளை அழைத்தவாறு கிளம்பிக் கொண்டிருந்தான் ஜீவரஞ்சன்.

“என்ன சொல்லுங்க...” என்றவாறு அறையின் வாசலில் நிற்க, அன்று இருவருக்கும் இடையில் உண்டான நெருக்கதிற்கு பிறகு ஏனோ வெட்கத்துடன் அவனிடமிருந்து சற்று விலகியே இருந்தாள்.

அவளின் தயக்கத்தையும், வெட்கத்தையும் அறிந்துக் கொண்டவன் ஒரு சில நேரங்களில் வேணுமென்றே அவளை நெருங்குவது போல் வம்பு செய்து அவளை தவிக்க விட்டு குறும்பு செய்வதே வழக்கமாக வைத்திருந்தான்.

“இன்னைக்கு மதியம் ரெடியா இரு சரியா நான் வந்து கூட்டிட்டு போறேன் எங்க ஆபீஸ்க்கு... லஞ்ச் எதுவும் வேண்டாம் நீ செஞ்சிராதே...” தன் முன்னிருந்த கன்னாடியை பார்த்து சட்டை பட்டனை மாட்டியவாறு கூற,

“சரிங்க நான் கிளம்பி இருக்கேன்...” என்றவளோ திரும்பிச் செல்ல சிரித்தவாறு மகிழ்ச்சியுடன் அவளிடம் சொல்லிக் கொண்டு கிளம்பிச் சென்றான்.

வார்த்தை மொழியில் கூறினால் தான் காதல் அல்ல விழியசைவிலும் செய்கையிலும் கூறினால் போதும் என்ற கொள்கையே திருமணம் முடிந்த இந்த சில நாட்களிலே உணர்ந்து அதனை இருவரும் பின் பற்றிக் கொண்டிருந்தனர்.

கூறியது போன்றே மதியம் அவளை அழைக்க வர எப்போதும் போல் அணியும் உடையை அணிந்தே தயாராக காத்திருந்தாள்.

வீட்டின் கேட்டை பூட்டி விட்டு அவனை நோக்கி வர, “ஐயோ..! ஒவ்வொரு நொடியும் இப்படி வந்து நின்னு கொள்ளுறாலே..? அடேய்

பிரம்மா ஏன்டா என் பொண்டாட்டியை மட்டும் இவ்வளோ அழகா படைச்சே. சும்மா இல்லாமல் இவளை கட்டிவச்சே என்னை நோகடிக்கி-நீங்களே இது உங்களுக்கே சாத்தியமா...'' மனதிற்குள் புலம்பிக் கொண்-டிருக்க அவன் அருகில் வந்து நின்றாள்.

''போகலாம்ங்க நான் ரெடி..'' என்றவாறு மேலே போட்டிருந்த துப்-பட்டாவை சரி செய்து கொண்டு அவனின் பின் ஏறி அமர்ந்தாள்.

அதன் பின் தன் பைக்கை எடுத்துக் கொண்டு தன் அலுவலகம் நோக்கி கிளம்ப, செல்லும் வழியில் இருந்த பூக்கடையில் பூ வாங்கிக் கொடுத்தான் ஜீவரஞ்சன்.

''ஏங்க நம்ம என்ன கோவிலுக்கா போறோம். உங்க ஆபீஸ்க்கு தானே..? எதுக்குங்க இதெல்லாம்...'' தயங்கிக் கொண்டு கேட்க,

''ஏன்னா நான் ரொம்ப அழுகுல. அங்கே என் கூட நீயும் ஒத்துப் போன மாதிரி இருக்கணும்ல அதான். வச்சா இதை விட அழகா இருப்-பேன்னு நினைக்கிறேன். வச்சிக்கோ...'' கிண்டலுடன் கூறியவாறு வாங்-கிக் கொடுத்தான்.

அவன் கூறியதை கேட்டவளோ முறைப்புடன் வாங்கிக் கொண்டவள் அதனை தன் தலையில் சூடிக் கொண்டான்.

தன்னவளுக்கு தான் மட்டுமே வாங்கித் தர வேண்டுமென்ற ஆசை அவனை அவ்வாறு செய்ய வைத்தது. சிறு வயதிலிருந்து இதுநாள் வரை தன் தந்தை வாங்கிக் கொடுத்த பூவினை மட்டுமே தன் அன்னை தலையில் வைப்பது அறிந்தே தன்னவளுக்கு உரிமையுடன் வாங்கிக் கொடுத்தான் ஜீவா.

இருவருக்கும் அலுவகலம் செல்லும் போது இருக்கும் இதே மனநிலை திரும்பி வரும் போது தங்களுக்குள் ஒரு பாறாங்கல்லையே வைக்கும் இடைவெளி விழுந்து விடும் என்பதை இருவருமே அறியாமல் சென்றனர்.

31

அத்தியாயம் : 31

ஜீவா தான் செய்யும் வேளாண் ஆராய்ச்சி நிறுவனத்தின் முன் தன் மனைவியுடன் வந்து நின்றவன் பைக்கை நிறுத்திவிட்டு பரணியுடன் உள்ளே நுழைந்தான்.

அங்கே பத்துக்கு மேற்பட்டவர்கள் பணிபுரிய தான் வேலை செய்யும் அறைக்குள் நுழைய கையில் பூங்கொத்துடன் அனைவரும் நின்றிருந்தனர்.

“வாங்க வாங்க ரெண்டு பெரும்....” ஜீவாவின் வயதை விட ஒரு ஐந்து வயது மூத்தவன் ஒருவன் இன்முகத்துடன் முதலில் நின்று வரவேற்றான்.

“காங்ராஸ் சிஸ்டர். கொஞ்சம் லேட் விஷ்சஸ் மன்னிச்சிக்கோங்க...” வாழ்த்தி கூறி தன் கையில் வைத்திருந்த பூங்கொத்தினை இருவருக்கும் சேர்ந்துத் தர அதனை மகிழச்சியுடன் வாங்கிக் கொண்டனர்.

“தேங்க் யூ சார்...” பரணி கூற அதன் பின் அங்கே வேலை செய்பவர்கள், மேலாளர் அனைவரும் வாழ்த்தி கூறி பரிசுப் பொட்டுகளை கொடுத்தனர்.

அங்கையே அனைவருக்கும் மதிய உணவுக்கு ஆர்டர் கொடுத்திருந்ததால் உணவும் வர அங்கிருந்த பெண்கள் மற்றும் ஆண்களுடன் இருவரிடமும் பேசியவாறு உண்டு கொண்டிருந்தனர்.

இருவரும் அருகிலே அமர்ந்து உண்ண அதே நேரம் அருகிலிருந்த வேளாண்மை கல்லூரியிலிருந்த வந்த ஒரு ஆசிரியை, “ஹாய் நீ தான்

ஜீவாவோட மனைவியா. நான் கார்த்திகா இங்க தான் வொர்க் பண்ணு-றேன். உன் நேம் என்ன..? நீ என்ன பண்ணுறே..?'' ஜீவாவின் வயதை ஒத்த அந்த பெண் கேட்டாள்.

“ஐ ஆம் பரணி. இங்கே திலகவதி ஆர்ட்ஸ் காலேஜ்ல எம்.எஸ்.சி பண்ணுறேன் மேடம்...''

“வாவ் நீ காலேஜ் பொண்ணா..? அப்போ உனக்கு வயசு ரொம்ப கம்மியால இருக்கும். உன்னோட வயசு என்ன..? பார்க்கவும் ரொம்ப சின்ன பொண்ணா இருக்கையா..? அதுக்குள்ள ஏன் கல்யாணம் பண்ணி வைச்சாங்க...'' எதார்த்தமாக கேட்பது போல் உள்ளுக்குள் ஜீவாவின் மீதிருந்த வன்மத்தில் கேட்டார்.

“இருபத்திரெண்டு...'' மெல்ல கூற,

“என்ன ஜீவா சார் உங்களுக்கே இது நியாயமா சொல்லுங்க. சின்ன பொண்ணை போய் கல்யாணம் பண்ணிட்டு வந்திருக்கீங்க..? உங்க ரெண்டு பேருக்கும் எப்படியும் எட்டு வருஷனாலும் வித்தியாசம் இருக்-குள்ள...'' பல மாதங்களுக்கு முன் எம்.டியிடம் தன்னை மாட்டிவிட்ட கோவம் அவளை அவ்வாறு பேச வைத்தது.

“அவங்க என்னோட மாமன் பையன் நாங்க ரெண்டு பேரும் சொந்-தம்...'' ஜீவாவின் முகம் மாறுவதை கண்டு வேகமாய் பரணி பதில் கூற,

“இருக்கட்டும்மா அதுக்காக நீ எப்படி சம்மதிச்சே. ஒரு பொண்-ணோட மனசு ஒரு பொண்ணுக்கு தான் தெரியும் சொல்லுவாங்க. எனக்கு என்னமோ உங்க கல்யாணம் கட்டாய கல்யாணம் மாதிரி தான் தோணுது. ஜீவா சார் அதான் நீங்க உங்க கல்யாணத்துக்கு எங்க யாரையும் கூப்பிடலையா...'' ஜீவா வேதனையடைகிறான் என்-பதை கண்டே மறுபடியும் அவனிடம் கேட்டாள்.

“என்ன கார்த்திகா மேடம் நீங்க அவங்க ரெண்டு பேருக்காக தான் இந்த பார்டியே.. நீங்க என்னடானா குத்தம் சொல்லுற மாதிரியே கேட்-டுக்கிட்டு இருக்கீங்க. வயசு என்ன வயசு எனக்கும் என் வீட்டுக்கா-ரக்கும் பன்னிரெண்டு வருஷம் வித்தியாசம் நாங்க என்ன சந்தோஷமா இல்லாமலா இருக்கோம் சொல்லுங்க. ரெண்டு பேருக்கும் எப்படி அன்-னியோனியா இருக்காங்க அது தான் வாழ்க்கைக்கு முக்கியம் கார்த்திகா மேடம்...'' அவள் பேசுவதை கேட்ட இன்னொரு பெண்மணி கூறினார்.

“அப்படியில்லை சாரதா மேடம் உங்க காலம் வேற இப்போ இருக்கிற காலம் வேறேல அதை பாருங்க...” என்க, அதே நேரம் அவளுக்கு அழைப்பு வர தன் கைபேசியை எடுத்துக் கொண்டு அங்கிருந்து கிளம்பினாள் கார்த்திகா.

“ஜீவா தம்பி அவ பேசுறதை நீ மனசுல எடுத்துக்காதே. அவளுக்கு உன் மேல கொஞ்சம் நாளாவே கோவம் தான் அதான் அப்படி சொல்லிட்டு போறா...” அமைதியாக இருந்த ஜீவாவை கண்டு கூற, அவனின் அமைதி பரணியை கலங்கடித்தது.

நேரம் சென்று மாலை நேரம் வர சிறிது நேரம் பேசிவிட்டு இருவரையும் அனைவரும் ஒன்றாக சேர்ந்து வாழ்த்தி வழியனுப்பி வைத்து அந்த கொண்டாட்டத்தை முடித்தனர்.

ஜீவா தன் பைக் ஓட்டிக் கொண்டு வர அவனின் மனமோ கார்த்திகா கூறியதையே நினைத்தது. அவள் கூறியதில் இருக்கும் உண்மை ஜீவாவின் நெஞ்சை வைத்தது. திருமணத்தன்று பெரியவர்கள் தன்னிடம் கேட்கும் போது கூட தானும் இதை தானே நினைத்தோம். அவள் சிறுப்பெண் அதுவும் படிக்கும் பெண் என்று. அதன் பின் தான் எப்படி தங்களுக்குள் இருக்கும் இந்த வயது வித்தியாசத்தை மறந்தோம்.

அவளின் படிப்பு தன்னால் கெடும் என்பதை கூட மறந்து அவளிடம் தான் நெருங்க நினைத்த செயலை எண்ணி தன்னையே திட்டிக் கொண்டவன் இனிவரும் நாட்களில் பரணியை தான் தொந்தரவு செய்ய கூடாதென மனதில் குறித்துக் கொண்டான்.

அவன் விட்டாலும் அவனின் காதல் கொண்ட மனம் அவளை விடாது என்பதை நினைக்க மறந்தான். இந்த செயலால் பின் வரும் நாட்களில் தான் எத்தனை மன உலச்சலுக்கு ஆளாகுவோம் என்பதை அறியாதிருந்தான்.

“என்னங்க என்னாச்சு ஏன் அமைதியா வரீங்க..?” ஜீவாவின் அமைதி அவளை அவ்வாறு கேட்க வைக்க,

“ஒன்னுமில்லை சந்திரா கொஞ்சம் அசதி அதான். வீட்டுக்கு போனா சரியாகிடும்...”என்க, சரி என்றவாறு அதன் பின் பேசமால் அமைதியாக வந்தனர் இருவரும்.

இருள் சூழும் நேரம் தன் தம்பி கொடுத்த இன்றைய செலவின் கணக்குகளை நல்லசிவம் சரி பார்த்துக் கொண்டிருக்க மாடியிலிருந்து

கீழே இறங்கி வந்தாள் மகிழந்தி.

அவள் வருவதை கண்ட சிவக்குமார், "அண்ணே உங்க மருமக வர்றா. எனக்கு தெரிஞ்சி மதியம் சாப்பிட்டு ரூமிற்க்கு போனா அதுக்கு அப்பறம் இப்போ தான் வர்றா. நீங்க என்னடானா நம்ம அந்தஸ்துக்கு தகுதியானவ இல்லை. சம்பளம் இல்லாத வேலைக்காரி மாதிரி தான் சொன்னீங்க. ஆனா நடக்குறது பார்த்தா அப்படி எதுவும் தெரியலையே..?" தன் அண்ணனிடம் ஏற்றி விட்டு கூறினார்.

"அப்படி தான் நினைச்சேன் ஆனா என்ன பண்ண அதுக்கான வாய்ப்பே கிடைக்க மாட்டிங்குது. இந்த வீட்டுல உள்ளவங்க ஏன் வேலை செய்யிறவங்க முதற்கொண்டு அவளை தாங்கு தாங்குன்னு தங்குறாங்களே...?" கணக்கினை சரி பார்த்தவாறு நல்லசிவம் கூற,

"அண்ணே பக்கத்துல வந்துட்டா..." மெல்ல அவருக்கு மட்டும் கேட்குமாறு கூறினான்.

"அம்மாடி மருமகளே..."

"என்ன மாமா சொல்லுங்க..."

"இந்த கணக்கெல்லாம் பார்த்து ஒரே தலைவலியா இருக்கு கொஞ்சம் ரெண்டு பேருக்கும் டீ போட்டு கொண்டு வாயேன்..." தன் முன் வந்து நின்றவளை கண்டு கேட்க,

"சரி மாமா..." என்றவள் சமையலறை நோக்கிச் சென்று இருவருக்கும் சுக்கு போட்டு சூடான டீயை சிறிது நேரத்திலே அவரின் முன் கொண்டு வந்தாள்.

காலில் மேல் கால்லை போட்டுக் கொண்டு அணிந்திருந்த கண்ணாடியை கழட்டி வைத்து மருமகள் கொடுத்ததை வாங்கிக் கொண்டார்.

அவர் வாங்கியதும் திரும்பிச் செல்ல, "மருமகளே எங்கப் போறே..? எங்க ரூம்ல இருக்கிற செல்ப்ல ஒரு பச்சை கலர் கணக்கு நோட்டு இருக்கு அதை எடுத்துட்டு வந்து கொடும்மா. அதையும் பார்க்க வேண்டியது இருக்கு..." என்க, இப்போது அவர் குரலில் அதிகாரம் இருப்பதை உணர்ந்துக் கொண்டாள்.

"சரி மாமா..." என்றவள் அவரின் அறைக்குச் சென்று அவர் கூறிய நோட்டை எடுத்துக் கொண்டு வந்து அவரின் முன் வைத்தாள்.

"அப்பறம் மருமகளே நம்ம டிரைவர் காருக்கு பெட்ரோல் போட வண்டியை எடுத்துட்டுப் போனா வந்துட்டான்னு பார்த்துட்டு வாம்மா..."

என்க,

“மாமா நான் உங்களுக்கும் இந்த வீட்டுக்கும் வேலைக்காரி இல்லை. இந்த வீட்டோட ஒரே மருமகள்ன்னு உனக்கு தெரியும்ன்னு நினைக்கிறேன். அப்பறம் மாமா நீங்க ஏன் இப்படி கஷ்டப்படுறீங்க..? சின்னத்தை நல்லா படிச்சிருக்கு ஏன் நான் கூட நல்லா தான் படிச்சிருக்கேன். நீங்க எதுக்கு தலைவலிக்க இந்த வேலையை பார்க்கணும் சொல்லுங்க...” தன் மாமனாரின் முன் கெத்தாக கைகட்டி நின்று கொண்டு புருவம் உயர்த்திக் கேட்டாள்.

அவளின் செய்கை நல்லசிவமை கோவப்படுத்த, “என்ன நடக்குது இங்கே..? ஆமா ஏம்மா மகிழ் நீ இப்படி தப்பு பண்ணுற மாதிரி உன் மாமா முன்னாடி பணிஞ்சி போய் நிக்கிற..?” அங்கே வந்த பாரிஜாதம் மருமகளை கண்டவாறு கேட்டார்.

தன் மாமியார் வருவதை முதலிலே அறிந்துக் கொண்டவள் நிமிர்ந்து நின்ற மகிழ்ந்தியோ சற்று குனிந்து தன்னை மாற்றிக் கொண்டாள்.

“ஒன்னுமில்லை அத்தை மாமா ரொம்ப தலைவலிக்குன்னு சொன்னாரு இதுல இன்னொரு கணக்கு நோட்டை வேற சரி பார்க்கணும் சொன்னாரு. அதான் நானும் சின்னத்தையும் சும்மா தானே இருக்கோம் நாங்க வேணா பார்க்குறோம் சொன்னேன் அத்தை. அதுக்கு மாமா நான் ஏதோ தப்பு பண்ணின மாதிரி கோவப்பட்டு பார்க்குறாங்க அத்தை...” மென்மையாய் குரலே வராமல் கூறினாள் மகிழந்தி.

“ஏங்க அவ சொல்லுறது சரி தானே..? இன்னும் எத்தனை நாள் தான் நீங்களே பார்த்துக்கிட்டு இருப்பீங்க. நமக்கு அப்பறம் எல்லாத்தையும் அவங்க தானே பார்த்துக்கணும். முதல நீங்க போய் ரெஸ்ட் எடுங்க. கொளுந்தனாரே நீங்களும் போய் வேலை இருந்தா பாருங்க. இனிமே நீயே எல்லாத்தையும் பார்த்துக்கோ மருமகளே...” உத்திரவிடம் தோணியில் பாரிஜாதம் கூற, சரியென தலையசைத்தாள்.

நல்லசிவமும், சிவக்குமார் கோவத்துடன் மருமகளை முறைத்தவாறு இருக்க, “என்னங்க நீங்க முதல கொடுங்க...” என்றவரோ கையில் வைத்திருந்த நோட்டினை பிடிங்கி தன் மருமகளிடம் கொடுத்து அவளை அமர வைத்தார்.

“நீ பாரும்மா நான் உனக்கு கூட துணைக்கு ரேவதியை அனுப்பி வைக்கிறேன்...” என்றவர் சமையலறை நோக்கிச் சென்றார்.

தன் மாமனாரை' கண்டு புன்னகைத்தவள் அதனை பார்க்க ஆரம்பிக்க காண முடியாது நல்லசிவம் எழுந்துச் செல்ல பின்னே சிவக்குமாரும் எழுந்துச் சென்றார்.

அவர் செல்வதை கண்டவள் மனமோ, “மாமா என்னை உங்களுக்கு பிடிக்காது தான். ஆனா உங்க மனசுல இருக்குற இந்த கொடிய குணத்தை நான் மாத்தியே ஆவேன். நீங்களே மனதார என்னையும், என் அண்ணனையும் எத்துக்குவீங்க. என் அண்ணனுக்கு நீங்க பண்ணுன துரோகத்துக்கு மன்னிப்பு வேண்டி நீங்களே உங்க மருமகனை இந்த வீட்டுக்குள்ள கூட்டிட்டு வருவீங்க. நான் செய்ய வைப்பேன்...” நினைத்தவாறு அமர்ந்திருந்தாள் மகிழ்ந்தி.

அதிகாலை விடியல் அன்று வெள்ளிக்கிழமை அதுவும் ஏகாதசி என்பதால் வீடு முழுவதும் சாம்பராணியின் வாசமும், பக்தி பாடலும் ஒழுக்க ஜீவாவின் தூக்கம் கலைந்தது.

“ஐயோ..! ச்சே நிம்மதியா தூங்க முடியிதா...” புலம்பியவாறு தலையனையை வைத்து காதினை பொத்திப் படுக்க அப்போதும் அந்த சத்தம் தூங்க விடாது அவனை துன்புறுத்தியது.

தலையனையை வீசியவன் உறக்க கலக்கத்துடன், “ஏய் சந்திரா என்னடி இது..?” என்றவாறு வெளியே வர, ஜீவாவின் அழைப்பை கண்டு பூஜையறையில் இருந்து வெளியே வந்தாள் பரணிச்சந்திரா.

ஊதா வண்ண காட்டன் புடவை அணிந்து பணித்துளியை போல் கூந்தலில் கட்டியிருந்த டவலை மீறி ஈரம் சொட்ட, கழுத்தில் மஞ்சள் கயிறுடன் சேர்ந்து ஒற்றை சின்ன ஆரம் மட்டும் அணிந்திருந்தாள். நெற்றி வகிட்டில் வைத்த குங்குமம் பளிச்சென்று காட்ட,அந்த நிலவே அவளிடம் தோற்றுவிடும் போல் பால் வண்ண நிறத்தில் லேசாக தெரிந்த கொடியிடை அழகை காண முடியாது விழிகளில் மையல் குடியேற, சாம்பிராணி புகையோடு கலந்து வந்து தன் முன் நின்றவளை கண்டவனோ முற்றிலும் உறக்கம் கலைந்து மெய் மறந்தான்.

“என்னங்க சொல்லுங்க எதுக்கு கூப்பிட்டீங்க..?” லேசாக இதழ் பிரித்து மென்மையாய் கேட்க, அவனின் பார்வையோ அவளை விட்டு நகராது பதில் கூற முடியாது சிலை போல் நின்றான்.

ஜீவா அமைதியாக தன்னையே பார்ப்பதை உணர்ந்தவளின் முகமோ அந்திவானமாய் சிவக்க, “ஏதாவது வேணுமா..?” தலை குனிந்துக்

கொண்டு கேட்க, அவனோ அப்போதும் அவள் கூறியது கேட்காது இருந்தான்.

“என்னங்க என்னாச்சு..?” வெட்கத்துடன் அவனின் கரங்களை பற்றிக் கொண்டு உலுக்கி கேட்க, தன் நிலைக்கு வந்தவனுக்கு தான் எடுத்த முடிவு நியாபகம் வந்தது.

“ஏய் என்ன இது காலையிலே இப்படி தூங்க விடாமே தொந்தரவு பண்ணிட்டு இருக்கே..? நான் போய் ஆபீஸ்ல வேலை பார்க்க வேண்டாமா..? முதல அந்த பாட்டை ஆப் பண்ணு. இதுக்கு நம்ம வீட்டுலயே இருந்திருக்கலாம். நிம்மதியா கொஞ்சம் நேரம் தூங்கவாவது செய்யலாம்...” மிளகாயை கடித்தது போன்று கத்த,

தன்னவன் கூறியதை கேட்டவள் முகம் சுருங்க அதை விட மனதில் தன்னை கண்டு அவன் ஒன்றும் கூறவில்லையே என்ற ஏமாற்றம் தோன்ற, “சாரிங்க நான் இதோ ஆப் பண்ணிறேன். இன்னைக்கு ஏகாதசி அதான் இப்படி பண்ணுனேன். உங்களுக்கு பிடிக்கலைன்னா இனிமே பண்ணல...” வேதனையுடன் கலங்கிக் கொண்டு கூறிய பரணி விலகிச் செல்ல தங்களின் அறைக்குள் நுழைந்தான் ஜீவா.

பாட்டினை அமர்த்தியவள் மனமோ தன்னவனை சுற்றியே வந்தது. ஏனோ சில நாட்களாகவே அவன் தன்னிடம் நடந்துக் கொள்ளும் விதம் வேதனையளிக்க அதற்கான காரணம் தெரியாது கலங்கினாள்.

அறைக்குள் வந்து படுக்கையில் அமர்ந்தவன் மனமோ தன்னவளின் கலங்கிய முகம் நினைவில் வர புத்தம் புது மலராய் புன்னகையுடன் இருந்தவளை தான் வேதனைப்படுத்திய நினைத்து அவனின் மனமும் கலங்கியது.

இதே முன்பு இருந்த ஜீவா என்றால் இந்த நொடி அவளிடம் தான் கொண்டிருக்கும் நெருக்கத்தை நினைத்தவன் மனமோ தன்னை தானே திட்டிக் கொள்ள அவளின் படிப்பு முடியும் வரை அவளை நெருங்கும் செயலை பற்றி தான் நினைக்க கூடாதென முடிவெடுத்தான்.

அதன் பின் குளித்து முடித்து வெளியே வந்து அங்கிருந்த சோபாவில் அமர அவனுக்கான டீயை கொண்டு வந்து கொடுக்க அவளின் முகம் வாடியிருப்பதை கண்டான்.

“ஆமா நீ ஏன் இன்னைக்கு புடவை கட்டிருக்கே...?” குனிந்து தன்னிடம் கொடுக்கும் போது அவனின் பார்வை இடையில் விழ தன்

மனதில் இருக்கும் உறுதியையும் மீறி கேட்டான்.

“இன்னைக்கு எனக்கு காலேஜ் இல்லை. நேத்து பக்கத்து வீட்டு அக்கா கோவிலுக்கு கூப்பிட்டாங்க அதான் போய்ட்டு வரலாம் நினைச்சு கட்டுனேன். நல்லாயிருக்கா..?” அவன் கேட்டதும் முகத்தில் சிறு பொலிவு வந்தது போன்று வேகமாய் கேட்டாள்.

“நல்லாயிருக்கு. சரி சாயந்திரம் ஊருக்கு போகணும் ரெடியா இரு...” என்றவன் அவள் கொடுத்த டீயை அருந்த சரி என்றவாறு சமயலறைக்குள் நுழைந்தாள்.

அதன் பின் நேரம் செல்ல ஜீவா வேலைக்குச் செல்ல பரணியோ பக்கத்து வீட்டு அக்காவுடன் கோவிலுக்கு செல்ல ஆரம்பித்தாள்.

கோவிலிலிருந்து வந்த பின் வீட்டின் தனிமை நேரம் செல்ல மறுக்க தன் அன்னையை அழைத்து சிறிது நேரம் பேச பின் மாமியாரிடம் பேசவென்று நேரத்தை கழித்தாள். எப்போது மாலை வரும் தனிமையிலிருந்து தனக்கு விடுதலை கிடைக்குமென்று நினைத்துக் கொண்டே நேரத்தை கழிக்க மாலையும் வர ஜீவாவும் வந்தான்.

காலையில் கூறியது போன்றே தயாராக அதே புடவையுடனே இருக்க இரண்டு நாட்கள் விடுமுறை என்பதால் ஊருக்குள் கிளம்பினர் இருவரும்.

செல்லும் வழியில் பகலில் தனிமையில் தான் பட்ட அவஸ்தையை தன்னவனிடம் கூறியவாறே வர, “நேத்தே உனக்கு லீவ்ன்னு சொல்லிருந்தா நான் வீட்டுக்கு கூட்டிட்டு போயிருப்பேன்ல...” பைக்கை ஓட்டியவாறே கேட்டான் ஜீவா.

“அப்பறம் இந்த ஒரு நாளுக்காக மறுபடியும் நீங்க வரணும். அதுவுமில்லாமல் சரியா கூட சாப்பிட மாட்டீங்க...” அவனை இந்த சில நாட்களிலே நன்றாக புரிந்துக் கொண்டு கூற, அவள் கூறியதில் இருக்கும் உண்மையை உணர்ந்தான்.

தங்கள் ஊருக்குள் வந்தவன் வீட்டின் முன் பைக்கை நிறுத்த முதலில் இறங்கி உள்ளே நுழைந்தாள் பரணிச்சந்திரா.

வாசலை நெருங்க அதே நேரம் தமிழும், மதியும் ஹாலில் நெருக்கத்துடன் நின்று காதலோடு பேசிக் கொண்டிருக்க அதனை கேட்டவளோ என்ன செய்வதென தெரியாது தயங்கிக் கொண்டு நின்றாள்.

ஒரு கையில் கெல்மெட்டுடன் மற்றொரு கையில் பைக் கீயுடன் உள்ளே நுழைந்த ஜீவா, பரணி வெளியே நிற்பதை பார்த்து, "என்னாச்சு ஏன்..?." கேட்க வர அதற்குள் வேகமாய் வந்து அவனின் வாயை பொத்தினாள்.

பேசிக் கொண்டிருக்கும் போது வாயை பொத்தியதால் அவனின் நாக்கின் அசைவு பரணியின் உள்ளங்கையில் பட்டு கூச்சத்தை அளிக்க வேகமாய் தன் கரத்தினை எடுத்துக் கொண்டு தயங்கினாள்.

"என்னாச்சு ஏன் வெளில நிக்கிறே..?"

"அது வந்து தமிழ் அத்தானும், மதியும் மட்டும் தான் ஹாலுல இருக்காங்க போல..."

"சரி அதுக்கென்ன.."

"ஐயோ..! அவங்க ரெண்டு பேரும்..." எப்படி சொல்வதென தெரியாது பரணி தயங்க உள்ளே அவர்கள் கொஞ்சும் சத்தம் மெல்ல அவனின் காதிலும் விழுந்தது.

இப்போதும் அனைத்தும் புரிய, "ஏய் அதுக்காக நம்ம வெளியேவா நிக்க முடியும். வா முதல..." கூறியவனோ, "அம்மா, அப்பா..." என்று கத்தியவாறு சற்று நேரம் சென்று உள்ளே நுழைய அதற்குள் குரல் கேட்டு இருவரும் விலகி இருந்தனர்.

மதியோ தயங்கிக் கொண்டு கையில் டராவுடன் நின்று கொண்டிருக்க, தமிழோ எதுவும் நடக்காதது போல் காலை வந்த பேப்பரை மாலை படித்துக் கொண்டிருந்தான்.

"அட வாங்க ரெண்டு பேரும் என்ன இன்னைக்கே வந்துட்டீங்க..? எப்பவும் நாளைக்கு தானே வருவீங்க..." தமிழ் கேட்க, மதியோ சமையலறைக்குள் நுழைந்தாள்.

"ரெண்டு பேருக்குமே லீவ் தான் அதான் வந்துட்டோம் அத்தான். ஆமா அத்தையும் மாமாவும்..." மென்மையாய் பரணி கேட்க,

"அவங்க வெளியே போயிருக்காங்க பரணி இன்னும் வரல. இதோ வந்துறேன்..." தயங்கிக் கொண்டு கூறிய தமிழ் எழுந்துச் செல்ல, ஹாலில் நின்ற பரணியோ ஜீவாவை முறைத்தாள்.

இவங்க ரெண்டு பேரும் கொஞ்சிக்கிறதை பார்க்கும் போது நான் பட்ட பாடு எனக்கு தானடி புரியும் மனதுக்குள் நினைத்துக் கொண்டு மாடியேறிச் சென்றான் ஜீவரஞ்சன்.

32

அத்தியாயம் : 32

கார்த்திகேயன் ஹாலிருந்த சோபாவில் அமர்ந்து தன் முன்னிருந்த மடிக்கணினியை பார்க்க, நல்லசிவமோ வேலைக்காரி கொடுத்த டீயை குடித்துக் கொண்டிருந்தார்.

“வாங்க அத்தை. பார்த்து படி இருக்கு...” என்றவாறு தன் மாமியாரை தாங்கிக் கொண்டு உள்ளே நடந்து வந்தாள் மகிழ்ந்தி.

அதனை கண்ட கார்த்திகேயன், “அம்மா என்னாச்சு..? ஏன் ஒரு மாதிரியா இருக்கீங்க. அம்மாவை எங்கடி கூட்டிட்டு போனே...?” தவிப்புடன் கேட்டவாறே வேகமாய் அவர்களை நோக்கி வர,

“ஹாஸ்பிட்டல் வரைக்கும் போயிட்டு வந்தோம்...” மகிழந்தி உரைக்க, அதனை கேட்டவாறே மறுபுறமும் வந்து தன் அன்னையை தாங்கினான்.

“ஐயோ என்னம்மா இது இப்படி சூடா இருக்கு உடம்பு. காய்ச்சல்ன்னு என்கிட்டே ஒரு வார்த்தை சொல்லிருக்கலாம்ல. ஏன்டி உனக்கு தெரிஞ்சிருக்குல தெரிஞ்சும் நீ கூட சொல்லலைல...” தன் மனைவியை திட்டியவாறு சோபாவில் அமர வைத்தான்.

“டேய் அவளை ஏன்டா திட்டுறே நான் தான் சொல்ல வேண்டாம்ன்னு சொன்னேன். மாத்திரை போட்டா ஒரு நாளுல சரியாகிடும். ஆனா உன் பொண்டாட்டி தான் கேட்காம ஆஸ்பித்திரி வரைக்கும் இழுத்துட்டு போயிட்டா...” துரத்திக் கொண்டே கூற,

“ஏன்டி நான் வீட்டுல தானே இருக்கேன். என் கிட்ட சொல்ல வேண்டியது தானே..?” நல்லசிவம் தன் மனைவியை கண்டு கேட்டார்.

“ஆமா உங்ககிட்ட சொல்லியும் ஒரு புரோஜனமும் இருக்காது. அந்த வேலை இந்த வேலைன்னு தான் சொல்லுவீங்க. அப்படி ஒன்னும் எனக்கு ரொம்ப முடியலைங்க...”

“என்னங்க அத்தை பொய் சொல்லுறாங்க. நீங்க ரூமுக்கு கூட்டிட்டு போங்க நான் சுடிதண்ணீ வச்சிக் கொண்டு வரேன்...” என்ற மகிழ்ந்தி சமையலறை நோக்கிச் செல்ல தன் அன்னையை அழைத்துக் கொண்டு அவர் அறைக்குச் சென்று படுக்க வைத்தான் கார்த்திகேயன்.

“அம்மா, ராணியக்கா கிட்ட கேட்கும் போது நீங்க வெளியே போயிருக்கிறதா சொன்னாங்க. நான் கூட நீங்க கோவிலுக்கு போயிருக்கீங்கன்னு தான் நினைச்சேன். ஆனா உங்களுக்கு உடம்பு சரியிலைன்னு எனக்கு தெரியாதும்மா...” கவலையுடன் தன் அன்னையிடம் மன்னிப்பு வேண்ட உள்ளே நுழைந்தாள் மகிழ்ந்தி.

“அத்தே இந்தாங்க இந்த தண்ணியை குடிச்சிட்டு மாத்திரையை போடுங்க. வெது வெதுன்னு தான் இருக்கு...” என்றவாறு பாரிஜாதமின் அருகில் அமர்ந்து மாத்திரையை எடுத்து தர அவளுக்கு உதவினான் கார்த்திகேயன்.

“டேய் கார்த்தி உன் தங்கச்சி கிட்ட சொல்லிறாதே. அப்பறம் அடுத்தநொடியே இங்கே வந்திருவா அவ வந்ததும் இல்லாம பாவம் ஊருக்குப் போன உங்க சித்தியையும் போன் பண்ணி வரச் சொல்லிருவா...” படுத்தவாறு கூற சரியென தலையசைத்தான்.

“சரிம்மா நீங்க நல்ல ரெஸ்ட் எடுங்க. வா மகிழு போகலாம் அவங்க தூங்கட்டும்...” என்றவனோ தன் மனைவியை அழைத்துக் கொண்டு வெளியே வர அதற்குள் தன் மகளிடம் கூறியிருந்தார் நல்லசிவம்.

“ஏங்க மாமாவை கூட்டிட்டு வாங்க. நான் சாப்பாடு எடுத்து வைக்கிறேன்....” என்றவள் மறுபடியும் சமையலறைக்ச் செல்ல சரி என்றவாறு இரவு உணவினை உண்ண அமர்ந்தனர்.

வேலைக்காரி ஏற்கனவே செய்து வைத்திருந்ததால் அனைத்தும் தாயராக இருக்க மகிழ்ந்தி பரிமாற தந்தை மகன் இருவரும் உண்ண ஆரம்பித்தனர்

“மகிழ் அம்மாக்கு என்ன சொன்னாங்க டாக்டர்...”

“நார்மல் பீவர் தான் ரெண்டு மூணு நாளுல சரியாகிரும் சொன்னாங்க. அதுக்கு அப்பறம் கொஞ்சம் அசைதி இருக்கும்மாம். பாவங்க அத்தை ரொம்ப சோர்ந்து போயிட்டாங்க. நான் இந்த வீட்டுக்கு வந்ததுல இருந்து பார்க்குறேன். ஒரு நாள் கூட உட்கார்ந்ததேயில்லை. ஆனா இப்போ...” வருத்தத்துடன் கூற,

“ஐயோ..! என்ன ஒரு நடிப்பு...” மனதிற்குள் நினைத்தவாறு உண்டு கொண்டிருந்தார் நல்லசிவம்.

“ஏன்மா மருமகளே இதுக்கு போய் நீங்க ஏன் ஹாஸ்பிட்டல் வரைக்கும் போனீங்க. ஒரு வார்த்தை என்கிட்டே சொல்லிருந்தா அடுத்த நிமிஷம் டாக்டரையே இங்கே வர வச்சிருப்பேன்ல. எங்க தகுதி என்னேன்னு இன்னும் உனக்கு தெரியலைன்னு நினைக்கிறேன். அது எப்படி தெரியும் நீ வாழ்ந்த வந்த வாழ்க்கை வேறேல....” நல்லசிவம் மகனின் முன்னே உரைக்க,

கார்த்தியோ பட்டென்று முறைப்புடன் எழ முயல தன்னவனின் கரங்களை பற்றி தடுத்தாள் மகிழ்ந்தி.

அதே நேரம், “அம்மா...!” என்றவாறு அழுகையுடன் நிறைமதி வர அவளுடன் தமிழ், கிரிஜா இருவரும் வந்தனர்.

“அம்மா..! அண்ணா...!” மகிழ்ச்சியுடன் தன் வீட்டாரை கண்ட சந்தோஷத்தில் முன்னே வந்த மகிழ்ந்தி, நிறைமதியை கண்டதும் முதலில் அவளுக்கு ஆறுதல் கூறினாள்.

“ஏய் மதி அத்தைக்கு ஒன்னுமில்லை சின்ன காய்ச்சல் தான். ஏங்க இங்க பாருங்க இவளை...” தன்னவனை கண்டு மகிழந்தி கூற,

“இல்ல அண்ணி நான் போய் அம்மாவை பார்த்துட்டு வந்துறேன்...” என்றவளோ தன் அன்னையின் அறைக்குச் செல்ல மற்றவர்களும் அவளின் பின்னேச் சென்றனர்.

தன் தாயின் அருகில் அமர்ந்தவளோ அழுகையுடன் கலங்க, “இதுக்கு தான் உனக்கு சொல்ல வேண்டாம்ன்னு சொன்னேன். ஏன்டா கார்த்தி பாரு புள்ளை ராத்திரி நேரம் தவிச்சி போயி வந்திருக்கா...” தன் மகனை கண்டு பாரிஜாதம் கேட்க,

“அம்மா அண்ணா ஒன்னும் சொல்லலை அப்பா தான் சொன்னாங்க...” தன் அன்னையின் கரங்களை பிடித்துக் கொண்டு கூறினாள்.

கிரிஜாவும், தமிழும் நலம் விசாரிக்க காண சகிக்க முடியாது நல்லசி-வம் வெளியேற அதனை கண்ட மகிழந்தியின் மனம் வருந்தாமல் முதல் முறை சந்தோஷப்பட்டது.

திருமணத்திற்க்கு பின் இன்று தான் தன் அண்ணன் முதல் முறை அவனின் மனைவியின் வீட்டுக்கு வந்திருக்கான் அதுவும் மாமானார் மகளிடம் கூறியதால். நிச்சியம் தன் மாமாவிற்கு தெரிந்திற்கும் தானே தன் மகளிடம் கூறினால் மருமகனும் வருவான் என்று தெரிந்தும் கூறி-யிருக்கிறார் என்றால் இது சந்தோஷப்பட வேண்டிய விஷயம் தானே நினைத்தவாறு நின்றாள் மகிழ்ந்தி.

சிறிது நேரம் அனைவரும் பேச, “அம்மாடி மருமகளே உங்க அண்-ணனையும், அம்மாவையும் சாப்பிட கூட்டிட்டு போம்மா. அவங்க முதல சாப்பிடட்டும்...” என்க, “இல்ல அத்தை இருக்கட்டும் பரவாயில்லை...” மென்மையாய் கூறினான் தமிழன்பன்.

நேராமாவதை உணர்ந்து கிளம்ப ஆரம்பிக்க, “அப்போ சரிங்க சம்-மந்தி நீங்க உடம்பை பார்த்துக்கோங்க. நாங்க கிளம்புறோம் மகிழு மாமி-யாரை நல்லா கவனிச்சிக்கோ. அம்மாடி மருமகளே நீ வேணா இருந்து நாளைக்கு வாம்மா...” கிரிஜா கூற,

“இல்ல அத்தை பரவாயில்லை நானும் வரேன். அம்மா வீடு என்ன பத்தாயிரம் மைலு தள்ளியா இருக்கு. இதோ பத்து எட்டு தானே...” கூறிய மதி தன் அன்னையிடம் விடைபெற்று வெளியே வந்தாள்.

உடல் முழுவதும் உயிர் போகும் வலி தான் ஆனாலும் அதை மீறி ஒரு சந்தோஷம் இப்போது பாரிஜாதமின் மனதில் குடியேறி சிறிது புத்-துணர்வை அளித்தது.

மூவரும் கிளம்ப ஹாலில் அமர்ந்திருந்த நல்லசிவமிடம் கூற அவரோ வாய் திறந்து பேசாமல் முகத்தில் ஒரு போலியான புன்ன-கையை மட்டும் வைத்துக் கொண்டு வழியனுப்பி வைத்தார்.

வாசல் வரை சென்று வழியனுப்பி வைத்த மகிழந்தியும், கார்த்தியும் உள்ளே வர, “ஏன்பா எதுக்கு நீங்க மதி கிட்ட சொன்னீங்க..? அம்மா வேண்டான்னு சொன்னதை நீங்க கேட்டிங்க தானே..? அப்பறம் ஏன் இப்படி பண்ணுனீங்க..?” கோவமாய் கேட்க,

“என்னடா கல்யாணத்துக்கு அப்பறம் ரொம்ப பேசுற போய் வேலையை பாரு...” என்றவரோ அங்கிருந்து நகர்ந்தார்.

அதன் பின் மாமியாருக்கு சிறிது கஞ்சியை புகட்டி விட்டு தானும் உண்டு முடித்து தன் அறைக்கு வர, தன்னவளிடம் தஞ்சம் அடைந்தான் கார்த்திகேயன்.

"என்னாச்சு மாமா..?" ஆறுதலாய் கேட்க,

"நீ எனக்கு பொண்டாட்டியா கிடைக்க நான் கொடுத்து வச்சிருக்கணும்டி இந்த நேரம் வேற யாராவது இருந்திருந்தா எங்க அப்பா பேசின பேச்சுக்கு சும்மா விட்டிருக்க மாட்டாங்க. ஆனா நீ..." கூறியவனோ தன்னுடன் சேர்த்து அணைக்க தன்னவனின் அணைப்பில் கரைந்தாள்.

அதன் பின் வந்த நாட்கள் மகிழந்தி தன் மாமியாரை எழ கூட விடாது பெற்ற அன்னையை போல் அருகிலே இருந்து பார்த்துக் கொள்ள இதில் ரேவதி இல்லாதது வேற இன்னும் வேலை அதிகரிக்க ஒய்வின்றி பம்பரமாய் சுழன்று கொண்டிருந்தாள்.

வேலைக்காரியை போல் வேலை செய்யும் மருமகளை கண்டு பேரானத்தில் இருந்தார் நல்லசிவம். கார்த்தி இல்லாத நேரம் பார்த்து தானும் சில வேலைகளை ஏவ மறுப்பின்றி செய்துக் கொண்டிருந்தாள் மகிழந்தி.

சுடிதண்ணீரை வைத்து தன் மாமியாரை உடம்பை துடைத்துக் கொண்டிருக்க, "ஏன்மா மருமகளே சாப்பிட்டையா இல்லையா..? இப்படி மூணு நாளால எனக்கு சேவகம் செஞ்சிக்கிட்டே இருக்கையேம்மா...?" பாசம் கலந்த தவிப்புடன் கேட்க,

"சாப்டேன் அத்தை. நீங்க முதல நல்ல ரெஸ்ட் எடுத்து சீக்கிரம் வாங்க. மத்ததெல்லாம் அப்பறம் பேசிக்கலாம். நான் உங்களுக்கு செய்யாம வேற யாருக்கு செய்யப் போறேன் சொல்லுங்க..." புன்னகையுடன் கூறியவாறு அவரின் கால்லை பிடித்து துடைத்து விட்டாள்.

"நீ மருமகளா கிடைக்க நான் கொடுத்து வச்சிருக்கணும்மா. உன் மனசு யாருக்கும் வாராதுத்தா இப்போ நான் ரொம்ப சந்தோஷமா இருக்கேன்மா. உங்க மாமனாருக்கு என் மேல துளி கூட பாசமே கிடையாதும்மா. எங்கே எனக்குன்னு யாருமே இல்லையோன்னு பயந்துக்கிட்டே இருந்தேன். ஆனா அந்த பயத்தை நீ போக்கிட்டேம்மா. உங்க அம்மா, அண்ணன், நீ துடிச்ச துடிப்பு இது போதுமா எனக்கு..." மனநிறைவாய் புன்னகையுடன் கூற கேட்டுக் கொண்டாள்.

"சரிங்க அத்தை முதல இந்த கஞ்சியா குடிங்க. இன்னைக்கு சாயந்திரம் ஒரு தடவை ஹாஸ்பிட்டல் போய்ட்டு வந்திரலாம்..." என்றவாறு

சூடனா கஞ்சியை அருகில் அமர்ந்து புகட்ட அதனை மெல்ல பருகி-னார்.

தன் மருமகளின் கவனிப்பால் மெல்ல மெல்ல ஐந்து நாட்களிலே நன்றாக தேறி வந்த பாரிஜாதமும் தன் மருமகளை எண்ணி பெருமை கொண்டார்.

இப்போதும் வழக்கம் போல் தன் வேலையை பார்க்க ஆரம்பிக்க சிறிது ஓய்வு கிடைத்ததை போல் மகிழந்தி உணர்ந்தாலும் தன் அத்-தையை அதிக வேலை செய்ய விடாமல் பார்த்துக் கொண்டாள்.

அன்று இரவு தன்னறையில் பிரஷர் மாத்திரையை போட்டு நல்ல-சிவம் படுக்கையில் படுக்க அறைக்குள் நுழைந்தார் பாரிஜாதம்.

தன் கணவன் உறங்கவில்லை என்பது நன்றாக புரிய சில நாட்க-ளாகவே தன் மருமகளிடம் அவர் கடுமையான நடந்துக் கொள்வதை உடல்நிலை சரியில்லை என்றாலும் நன்கு கவனித்தார்.

“ஏங்க தூங்கிட்டீங்களா..?” கேட்டவாறு படுக்கையில் அமர,

“இல்ல என்ன சொல்லணும் சொல்லுடி..” என்றவாறு எழுந்து அமர்ந்தார்.

“ஏங்க நம்ம மருமகளை நினைக்கும் போது ரொம்ப பெருமையா இருக்குங்க. என்னை ஒரு பெத்த தாயை போல பார்த்துக்கிட்டு இருக்கா..? கல்லம் கபடம் இல்லாத மனசுங்க அந்த பிள்ளைக்கு. ஒவ்-வொரு பிள்ளைகள் மாமியாருக்கு முடியலைன்னா தொட கூட கூச்சப்-படுவாங்க ஆனா அந்த பிள்ளை எனக்கு தலைவாரி விட்டு என்னை குளுப்பாட்டி, நான் வாந்தி எடுத்தா அதையும் துடைச்சி விட்டு. ஆகா-ரம் கொடுத்து பக்கத்துலே இருந்து பார்த்துச்சுங்க...”தன் மருமகளை பெருமையாக கூறிக் கொண்டேப் போக,

“சரி அதுக்கு என்ன பண்ணச் சொல்லுற. நம்ம சொத்தை எல்லாம் வேணுமா கைமாற அவளோட பேருக்கு எழுதி வச்சிருவோம்மா. அதுக்கு தானே பண்ணுறா...” மனைவியின் பேச்சு அவரை கோவம் கொள்ள வைத்து அப்படி பேச வைத்தது.

“உங்க புத்தி என்னைக்கும் மாறாதுங்க. நானும் பார்த்துக்கிட்டு தான் இருக்கே..? அந்த பிள்ளை கல்யாணம் முடிஞ்சி வந்த இந்த நாலு மாச-மும் நீங்க அவளை வார்த்தையாலே கரிச்சி தான் கொட்டுறீங்க. நம்-மலே பார்த்திருந்தா இப்படி ஒரு பிள்ளையை பார்த்திருப்போம்மா. உங்க

தகுதிக்கு ஏத்த மாதிரி ஒரு பொண்ணை நீங்க இந்த வீட்டுக்கு மருமகளா கூட்டிட்டு வந்திருந்தனா இந்த வீடு எப்படி இருக்கும்ன்னு அப்போ புரிஞ்சிருக்குங்க. நானும் கூட பார்க்க நாதி இல்லாமல் அந்த காய்ச்சலே செத்து போயிருப்பேன். நீங்களாம் என்னைக்கும் தான் திருந்த போறீங்களோ. கொஞ்சமாவது புத்தி இருந்தா யோசிச்சி பார்த்திருந்திருபீங்க அது தான் இல்லையே...'' கோவமாக கூறிவிட்டு முகத்தை திருப்பிக் கொண்டு படுத்தார்.

தன் மனைவி கூறிய வார்த்தையை கேட்டவர் தானும் படுக்க சுற்றத்தார் தன்னை பேசிய விதம் மகிழந்தியின் நடவடிக்கை அனைத்தையும் நினைத்துக் கொண்டே நித்திரைக்குச் சென்றார்.

நாட்கள் செல்ல அன்று வாரயிறுதி நாள் என்பதால் காலை வேலை பரபரப்பே இல்லாமல் ஆண்கள் அனைவரும் ஹாலில் அமர்ந்திருக்க அவர்களுக்கு காபீயை எடுத்துக் கொண்டு வந்து கொடுத்தார் கிரிஜா.

மருமகள் இருவரும் தரையில் அமர்ந்து காய்கறி நறுக்க தேங்காய் துருவவென்று ஆளுக்கொரு வேலை பார்த்துக் கொண்டிருக்க, ''மாமா இன்னைக்கு ரொம்ப நல்ல நாள் அதுனால இன்னிக்கே போய் நகை எடுத்துட்டு வந்திரலாம்மா...'' அந்த வீட்டின் பெரியவரான ஆதிநாதனை கண்டு கிரிஜா கேட்டார்.

''சரிம்மா அப்போ எல்லாரும் போய் எடுத்துட்டு வந்திரலாம்...'' அவரும் சரியென கூறினார்.

''அத்தை யாருக்கு நகை..?'' தான் இந்த வீட்டிலிருந்தும் தெரியாது போனதால் வேகமாய் நிறைமதி கேட்க,

''பரணிக்கும் உனக்கும் தான்மா. கல்யாணம் முடிஞ்சி நாலு மாசமாச்சுல இன்னும் தாலி பிரிச்சி போடலையே அதான் போய் வாங்கிட்டு வந்து ஒரு நல்ல நாள் பார்த்து பக்கத்துல எல்லாரையும் கூப்பிட்டு மாத்திரலாம்...'' என்க,

''ஓ சரி அத்தை...'' என்றாள் நிறைமதி..

''அப்பறம் சொல்ல மறந்துட்டேன் கிரிஜா தமிழோட அம்மா தாலிக்கொடி என்கிட்டே தான் இருக்கு. கையோட அதை போட்டு புதுசு எடுத்துரலாம்...'' ஆதிநாதன் கூற,

''மாமா வேண்டாம். எதுக்கு அதை அழிச்சி செய்யணும். நான் வேணா அதையே போட்டுக்கிறேன். செலவு வேண்டாமே..? நீங்க ஒன்னு

மட்டும் எடுங்க...'' நிறைமதி வேகமாய் கூறினாள்.

''அது எதுக்கும்மா உனக்கு நம்ம புதுசே எடுத்துக்கலாம்...'' வரதன் உரைக்க,

''இல்ல மாமா பெரியத்தை நம்ம கூட தான் இல்லை. அதை போட்டுக்கிட்டா நம்ம கூட எங்க வாழ்க்கையும் இருக்கிற மாதிரி இருக்கும்ல அதான் சொன்னேன்...'' தயங்கிக் கொண்டு மெல்ல கூறினாள் நிறைமதி.

''பாருடா சொந்த மாமியார் இல்லைனாலும் அவங்க மேல பாசம் அதிகமாவே இருக்கு போல பாவம் அக்கா தான் இதை பார்க்க இல்லாம போயிட்டாங்க...'' கலங்கிக் கொண்டு கிரிஜா வேதனையுடன் கூற,

''விடுங்க அத்தை நடக்குறது தானே நடக்கும். அவரு அப்பறம் நீங்க எல்லாரும் அத்தையை பத்தி அடிக்கடி பேசுவீங்களே அதான் நான் அப்படி சொன்னேன்...''

''சரிம்மா. அப்பறம் பரணி உனக்கு இதுல சம்மதம் தானே..?'' கிரிஜாவோ அமைதியாக இருந்த பரணியை கண்டு கேட்க,

''ஹ்ம்ம் சம்மதம் தான் அத்தை...'' மென்மையாய் கூறினாள்.

''அண்ணி இல்லைனாலும் அவங்களோட ஆசிர்வாதம் என்னைக்கும் நம்ம மருமகளுக்கு இருக்கும் அண்ணே..? ஒரு மருமகளுக்கு அவங்களோட திருமாங்கல்யம். இன்னொரு மருமகளுக்கு இப்போ அவங்களோட தாலிக்கொடி போகப் போகுது...'' மனம் உவர்ந்து வரதன் சந்தோஷமாக உரைத்தார்.

அவர் கூறிய பின் தான் பரணிக்கு தன் திருமாங்கல்யம் அத்தையோடது என்பது தெரிய வர அவளுக்கு மட்டுமல்ல அங்கிருந்த நால்வருக்கும் அப்போது தான் தெரிய வந்தது.

''என்ன சொல்லுறீங்க சித்தப்பா பரணி கழுத்துல இருக்கிற திருமாங்கல்யம் என் அம்மாவோடதா...'' தமிழோ ஆர்ச்சிரியத்துடன் கேட்க, மற்றவர்களும் அதே நிலையில் தான் இருந்தனர்.

''ஆமாடா என்ன கிரிஜா இது பசங்களுக்கு தெரியாதா..?'' தன் மனைவியை கண்டு வரதன் கேட்க,

''எங்கேங்க அன்னைக்கு கல்யாணம் எப்படி நடந்ததுன்னு உங்களுக்கு தெரியும்ல அதுக்கு அப்பறமும் ஒரே வேலை அதான் சொல்லவே முடியாம போச்சு...'' கிரிஜா கூறியவாறு தன் வேலையை பார்க்கச்

சென்றார்..

பரணியின் விழிகளோ கலங்க தன் முன்னிருந்த புகைப்படத்தின் சிரிப்புடன் வீற்றிருந்த தன் ரத்தமான அத்தையை கண்டாள். பரணியின் இந்த கலங்கிய பார்வை எதற்க்கென்று புரியாது குழப்பத்துடன் அவளையே கண்டாள் நிறைமதி.

33

அத்தியாயம் : 33

பரணியின் பெற்றோர் மதியின் தாய், கார்த்தி, மகிழ் மற்றும் அந்த வீதியில் இருப்பவர்கள் என்று அனைவரும் ஜீவாவின் வீட்டிற்கு வருகை புரிந்திருந்தனர்.

வீட்டின் முற்றத்தில் மஞ்சள், கும்குமம், வளையல், தாலிக்கயிறு, கற்கண்டு, பூ, பழமென்று அனைத்தும் வந்தவர்களுக்கு கொடுப்பதற்காகவும் சம்மிராதாயத்துக்காவும் வைத்திருந்தனர்.

கிரிஜாவின் மனமோ தன் அண்ணன் இன்னும் தங்களின் மீது கோவத்தில் இருக்கிறார் என்பது வருத்தத்தை அளிக்க அதே வேதனையுடன் வேலைகளையும் செய்துக் கொண்டிருந்தார்.

மகிழ்ந்தி திருமணம் முடிந்து இரண்டு மாதங்களிலே தாலி பிரித்து போட்டதால் இப்போதும் பரணிக்கும், மதிக்கும் மட்டும் செய்ய ஆரம்பித்தனர்.

இருவரும் புடவை அணிந்து சிறிது எளிமையான அலங்காரத்துடன் தன் மாமியார் கொடுத்து பூவினை வைத்துக் கொண்டு கீழே வர இருவரையும் பூஜை அறைக்கு முதலில் அழைத்துச் சென்றனர்.

தமிழன்பன், ஜீவா இருவரும் ஹாலில் தன் தந்தை மற்றும் வந்தவர்களுடன் நின்று கொண்டிருந்தனர்.

பூஜை அறையில் இருக்கும் சாமியை தரிசித்து விட்டு வெளியே வந்து அந்த அறைக்கு நேரகாக இருவரையும் அமர வைத்து செய்ய வேண்டிய சடங்குகளை செய்ய ஆரம்பித்தனர்.

மஞ்சள் கயிற்றில் இருக்கும் திருமாங்கல்யத்தை பிரித்து அதனை புதிதாக வாங்கி வந்த தாலிக்கொடியில் அவர்களின் கழுத்தில் இருந்தவாறு மாட்ட, இருவரும் தன் மாமியார் கனகவல்லியின் ஆசிர்வாதத்தால் புன்னகையுடன் அமர்ந்திருந்தனர்.

அதன் பின் வீட்டில் உள்ளவர்கள் மற்றும் வந்தவர்கள் என்றும் அனைவரும் சந்தனம் கும்குமம் வைத்து பரணி, மதி இருவருக்கும் வாழ்த்து கூற, தன் மனைவி பரணியின் பேரழகை காண முடியாது கட்டுபடுத்தி வைத்த மனம் தடுமாற தவித்த ஜீவா அங்கிருந்து வெளியேறினான்.

பெரியவர்கள் செய்து கொண்டிருந்தாலும் பரணியின் பார்வை அடிக்கடி தன்னவனை காண இப்போது அவன் விலகிச் சென்றதும் வேதனையை அளிக்க கலங்கியவாறு அமர்ந்திருந்தாள் பரணிச்சந்திரா.

சில நாட்களாக தன்னிடம் ஜீவா காட்டும் பாராமுகம் நெஞ்சுக்குள் ஒரு வலியை ஏற்படுத்த அதனுடனே மற்றவர்கள் முன் நடமாடினாள். முழு நேரமும் அவன் நினைப்பு மட்டுமே தன்னை வாட்டுவதை தவிர்க்க முடியாது தடுமாறினாள்.

நேரம் செல்ல அனைவரும் கிளம்ப காலை உணவினை அங்கையே முடித்து மதியின் வீட்டார் மற்றும் பரணியின் வீட்டாரும் கிளம்பினர்.

அன்று வார இறுதி நாள் என்பதால் மாலை நேரம் தானும் கிளம்ப வேண்டுமென நினைவு வர தன் அத்தையிடம் சென்று நின்ற பரணி சிறிது நேரம் தன் அன்னையுடன் அவரின் வீட்டுக்கு செல்வதாக கூறினாள்.

அவரும் சரி என்க ஆண்டாளுடன் தன் வீட்டுக்கு பரணிச் செல்ல வெளியே நின்ற ஜீவா அதனை கண்டான்.

அவளோ எதுவும் கூறாமல் செல்ல, “ஏய் மாப்பிள்ளை நிக்கிறாரு அவுங்க கிட்ட சொல்லிட்டு வாடி...” ஆண்டாள் உரைக்க,

“அம்மா கொஞ்சம் நேரத்துல வந்திருவேன்ல அப்பறம் என்ன வா போகலாம்...” என்றவளோ அவனை திரும்பி கூட காணாது தன் அன்னையுடன் சென்றாள்.

நேரம் சென்று மதியத்திற்கு மேல் தாண்ட அப்போதும் பரணி வராமல் இருக்க அவள் இல்லாதது இந்த சில நொடியே தவித்தவனோ தன் பைக்கை எடுத்துக் கொண்டு பரணியின் வீட்டுக்குச் சென்றான்.

பைக்கை நிறுத்திவிட்டு உள்ளே நுழைய ஹாலில் காலினை நீட்டி கோதாவரி அப்பத்தா அமர்ந்திருக்க அவரின் மடியில் தலை சாய்ந்து பேசியவாறு படுத்திருந்தாள் பரணிச்சந்திரா.

“அப்பத்தா எனக்கு ரொம்ப கஷ்டமா இருக்கு. என்னேன்னு தெரியல அவங்க என் கூட தான் இருக்காங்க ஆனாலும் ஏனோ நான் தனியா இருக்கிற மாதிரியே இருக்கு. எனக்கு தனிக்குடித்தனமே பிடிக்கல அப்பத்தா. வீட்டுல யார்கிட்டையும் என்னால சொல்லவும் முடியல இதை பத்தி...” கலங்கியவாறு கவலையுடன் கூற,

“அடியேய் கூறுகெட்டவளே போய் நாலு மாசம் தானே ஆகுது இப்போ அப்படி தான் இருக்கும் போகப் போக சரியா போயிரும்டி. எல்லாப் பொண்ணுங்களும் புருஷன் கூட தனியா இருக்கணும் தான் நினைப்பாங்க இந்த காலத்துல நீ என்னடானா இப்படி இருக்கே..?” தன் பேத்தியின் தலையை வருடிக் கொடுத்தவாறு கூறினார்.

“தெரியல அப்பத்தா ரொம்ப கஷ்டமா இருக்கு. அவங்க என் கிட்ட...” தங்களுக்கு இருக்கும் இடைவெளியை கூற வர, “பரணி, அப்பத்தா, அத்தை...” என்றவாறு உள்ளே நுழைந்தான் ஜீவரஞ்சன்.

அவன் குரல் கேட்டதும் வேகமாய் எழுந்து நிற்க, “வாப்பா பேராண்டி வா. என்ன பொண்டாட்டி இல்லாம கொஞ்சம் நேரம் கூட இருக்க முடியல போல...” ஜீவாவை கண்டு கூறியவர்,

“அம்மாடி மருமகளே உன்னோட மருமகன் வந்திருக்கான் பாரு. அவனுக்கு குடுக்க தண்ணீ கொண்டு வா...” சமயலையறை பார்த்து குரல் கொடுத்தார் கோதாவரி அப்பத்தா.

“அப்படியெல்லாம் இல்ல அப்பத்தா சாயந்திரம் ஊருக்கு போகணும்ல அதான் வந்தேன்....” தன்னவளின் முகம் கண்டவாறு அப்பத்தாவிடம் கூறினான்.

“வாப்பா ஜீவா இந்த தண்ணீ குடி. உட்காருப்பா நான் கூட அவ கிட்ட அப்பவே போக சொன்னேன். ஆனா அவ தான் இன்னும் கொஞ்சம் நேரம் இருக்கேன்னு சொல்லிட்டா...” என்றவாறு ஆண்டாள் தண்ணீரை தர அதனை வாங்கிப் பருகினான்.

“சரிப்பா வா சாப்பிடு...”

“இல்ல அத்தை நான் சாப்பிட்டு தான் வந்தேன்...” என்றவாறு அங்கிருந்த சேரில் அமர்ந்தான்.

அதே நேரம் தர்மேந்திரன் மதிய உணவுக்கு வர அவரிடம் சிறிது நேரம் இந்த வருடம் விளைச்சல் பத்தி இருவரும் பேச தன் அறைக்குள் வந்தவள் வேறு உடையை மாற்றி விட்டு தன்னுடைய பொருட்கள் சில இருக்க அதனையும் எடுத்துக் கொண்டு வெளியே வந்தாள்.

“என்னம்மா கிளம்பிட்டையா...?” தர்மேந்திரன் கேட்க,

“ஆமாப்பா போய்ட்டு வரேன் சாயந்திரம் வேற அங்கே ஊருக்கு போகணும்...” தன் தந்தையை கண்டு கூறினாள்.

“சரி மாமா அப்போ நாங்க கிளம்புறோம். போய்ட்டு வரேன் அப்பத்தா, வரேன் அத்தை...” என்றவன் கிளம்ப,

“பாப்பா இந்தா வச்சிக்கோ...” என்றவாறு தன் சட்டைப்பாக்கெட்டில் இருந்து சிறிது பணத்தை எடுத்துக் கொடுத்தார்.

அவளோ வேண்டாமென மறுக்க வற்புறுத்தி தர அதனை வாங்கிக் கொண்டாள். அப்போது தான் தன் தவறும் ஜீவாவிற்கு நினைவு வந்தது. நான்கு மாதங்களாக அவள் தன்னுடன் இருந்தும் தான் இதுநாள் வரை அவளிடம் ஒரு ரூபாய் கூட கொடுக்காததை நினைத்தான்.

அதன் பின் இருவரும் அங்கிருந்து கிளம்ப தன் வீட்டிக்கு அவளை அழைத்து வந்த ஜீவா தன் அறைக்குச் சென்று முடங்கினான்.

பரணியோ தன் அத்தை மற்றும் மதியுடன் பேசியவாறு ஹாலிலே அமர மாலை நேரமும் வர அவளை அழைத்துக் கொண்டு அங்கிருந்து கிளம்ப அனைவரும் வழியனுப்பி வைத்தனர்.

தன்னை காணாது அவன் தவிக்கிறான் என்பது இன்று தன் வீட்டுக்கு வரும் போது அவனின் விழிகளை கண்டு அறிந்துக் கொண்டாள். ஆனாலும் தான் உடன் இருந்தும் தன்னைக் காணாது இருக்கிறான் என்றால் என்ன அர்த்தம் புரியாது குழம்பிக் கொண்டு இருந்தாள் பரணிச்சந்திரா.

அதன் பின் நாட்கள் செல்ல அப்போதும் ஜீவாவின் இந்த ஒதுக்கம் அதிகரித்ததே தவிர குறைவாதாக தெரியவில்லை.

பாரிஜாதம் சமயலறையில் வேலையாக இருக்க ரேவதி தன் கணவனுக்கு உணவு பரிமாறிக் கொண்டிருக்க, நல்லசிவம் ஹாலில் அமர்ந்து பேப்பர் படித்துக் கொண்டிருக்க சோர்வுடன் கீழே இறங்கி வந்தாள் மகிழ்ந்தி.

“என்னம்மா என்னாச்சு உடம்பு எதுவும் சரியில்லையா...” மெல்ல நடந்து வருபவளை கண்டு ரேவதி கேட்க,

“ஆமா அத்தை நேத்து நைட்ல இருந்து ஒரு மாதிரியாவே இருக்கு. என்னேன்னு தெரியல தலையெல்லாம் சுத்துது அதான் ஒரு டீ குடிக்க-லாம் வந்தேன்...”

“ஏன்மா காலையில சாப்பாடு சாப்பிடுற நேரம் டீயா குடிக்கப் போறேன்...” கேட்டுக் கொண்டிருக்கும் போது நின்று கொண்டிருந்த மகிழந்திக்கு வாந்தி வர வேகமாய் டைனிங் டேபிளில் அருகிலிருந்த வாஷ்பேசனில் வாந்தி எடுத்தாள்.

ரேவதி அவளின் தலையை பிடித்து விட சத்தம் கேட்டு பாரிஜாதம் என்னவென்று வர என்னகென்னவென்று அதனை கண்டுக் கொண்டு அமர்ந்திருந்தார் நல்லசிவம்.

“என்னம்மா என்னாச்சு...” தன் மருமகள் வாந்தி எடுப்பதை கண்டு தவிப்புடன் பாரிஜாதம் கேட்க, ரேவதியிடம் கூறியதையே அவரிடமும் கூறினார்.

வேலைக்காரி தண்ணீர் கொண்டு வந்து தர இதற்கு மேல் எப்படி சாப்பிடுவது என்றவாறு அங்கிருந்து எழுந்துச் சென்றார் சிவக்குமார்.

டைனிங் டேபிளில் இருந்த சேரில் அமர வைத்து அவளின் முகத்தை கண்ட பாரிஜாதம் எதையோ யோசித்தார்.

“அம்மாடி மருமகளே நாள் எதுவும் தள்ளி போயிருக்கா இந்த மாசம் குளிச்சிட்டையா...?” மெல்ல அவளுக்கு மட்டும் கேட்குமாறு கேட்க,

“பத்து நாளாச்சு இன்னும் வரல அத்தை...” தலையை பிடித்துக் கொண்டு மகிழந்தி கூற அதனை கேட்ட ரேவதி, பாரிஜாதம் இருவரும் எல்லையில்லா சந்தோஷத்தில் மிதந்தனர்.

அருகிலிருந்த வேலைக்காரியை அழைத்தது, “அடியேய் வெளியே பொன்னம்மா பாட்டி வத்தல் காய வச்சிக்கிட்டு இருக்கு அதை கையோடு உடனே கூட்டிட்டு வா...” என்க, அவளோ சரி என்றவாறு வெளியேச் சென்று அழைத்து வந்தார்.

அதற்குள் மறுபடியும் ஒரு முறை வாந்தி எடுத்து சோர்ந்துப் போக ரேவதியோ சீக்கிரம் வீட்டுக்கு வருமாறு கார்த்திகேயனை மொபைலில் அழைத்தார்.

பொன்னம்மா பாட்டியோ, “சொல்லுங்க பண்ணையாரம்மா...” என்றவாறு வர அவரிடம் மெல்ல கூறி தன் மருமகளை பரிசோதிக்க கூறினார்.

அவரும் சரியென்று மகிழந்தியின் கரங்களை பற்றி பிடித்துக் கொண்டு சிறிது நேரம் பார்த்துவிட்டு, “பண்ணையாரம்மா ரெண்டு நாடி துடிக்குது. உங்க மருமகா முழுகாம இருக்கா...?” சந்தோஷமா கூற அதனை கேட்ட அங்கிருந்த அனைவரும் மகிழந்தனர்.

அவர் கூறிய செய்தியை கேட்ட மகிழந்திக்கு சோர்வை மீறிய ஒரு புத்துணர்வு வர தன் மருமகளுக்கு பாரிஜாதம் திஷ்டி சுத்திப் போட அனைத்தும் கேட்டு முகத்தில் ஒரு துளி கூட சந்தோஷமில்லாது இருந்தார் நல்லசிவம்.

தன் மாமனாரின் இந்த செய்கை மகிழை வதைக்க அதே நேரம் வேகமாய் தவிப்புடன் நுழைந்தான் கார்த்திகேயன்.

“என்ன சித்தி என்னாச்சு எதுக்கு அவசரமா வரச் சொன்னீங்க..?” அவர்களை நோக்கி வந்தவாறு கேட்க,

கையில் வைத்திருந்த சக்கரையை தன் மகனில் வாயில் போட்ட பாரிஜாதம், “சந்தோஷமான விஷயம் தான்டா. நீ அப்பாவாகப் போறே..?” மகிழச்சியுடன் கூறினார்.

அதை கேட்ட கார்த்திகேயன் பேரானத்தில் திளைத்தவன் சோர்வுடன் அமர்ந்திருந்த தன் மனைவியை கண்டான்.

“டேய் நீ அவளை ஹாஸ்பிட்டல் கூட்டிட்டு போ. எதுக்கும் செக் பண்ணிட்டு வந்திருங்க...” என்க,

“சரிம்மா வா மகிழு போகலாம்...” என்றவாறு தன்னவளின் அருகில் வந்தான்.

“நம்ம போக வேண்டாம்ங்க...” மெல்ல எழுந்து நின்று கணவனை கண்டு கூற,

“ஏன்மா அப்படி சொல்லுற...” பதட்டத்துடன் கேட்டார் பாரிஜாதம்.

“நான் ஒரு குழந்தைக்கு அம்மா ஆக போறேங்குற உணர்வு எனக்கு நல்லாவே தோணுது அத்தை. பார்த்து தான் முடிவு பண்ணனும் இல்லை....”

“சரிம்மா இருக்கட்டும் நல்ல விஷயம் தான். ஆனாலும் ஒரு எட்டு அந்த குழந்தைக்காக போய்ட்டு வந்திரலாம்லா. உனக்கு பயமா இருக்-

குன்னா நானும் வேணா கூட வரேன்ம்மா...'' தன் மருமகளின் அருகில் வந்து கூற,

''அத்தை நீங்க சொல்லுற மாதிரி எனக்கு பயம் தான் ஆனா அந்த பயம், இந்த குடும்பத்துக்கு வரப்போற என் குழந்தைக்கு பாதுகாப்பு இல்லைன்னு தோணுது. பாதுகாப்பு இல்லாத இந்த குழந்தையை நான் ஏன் என் வயித்துல பத்து மாசம் சுமந்து வளர்க்கணும் அத்தை...'' தைரியமாக வார்த்தை சிதறாது ஒரு முடிவுடன் கூறினாள்.

அதனை கேட்ட அனைவரும் அதிர்ச்சியாக நல்லசிவமோ அதனை கேட்டு எழுந்தே நின்றார்.

அவளை கண்ட கார்த்திக்கோ குழந்தை வேண்டாம் என்ற வார்த்தை அவன் நெஞ்சை சுக்கு நூறாக கிழிக்க தன்னவள் அதுவும் கருவுற்றிருக்கிறாள் என்றும் பாராது அவளின் கன்னத்தை பதம் பார்த்தான்.

இதனை எதிர்பார்க்காத அனைவரும் பதற, ''டேய் வாயு வயுறுமா இருக்கிற பிள்ளை கிட்ட போய் கை யோங்கிட்டையே பாவி...'' தன் மருமகளை தாங்கிக் கொண்டு கத்தினார் பாரிஜாதம்.

வேலை செய்பவர்கள் அனைவரும் வெளியேற, ''ஏய் என்னடி சொல்லுற குழந்தை உனக்கு வேண்டாமா உன்னால எப்படிடி அப்படி சொல்ல முடிஞ்சது...'' ஆக்ரோஷத்தில் தன் மனைவியை கண்டு கத்த,

அவளோ பதில் கூறாது தன்னவன் கொடுத்த அடியையும் வாங்கிக் கொண்டு அமைதியாக இருக்க, ''என்னம்மா உன் மனசுல இருக்கு..? எதுக்கும்மா நீ இந்த குடும்பத்துல பாதுகாப்பு இல்லைன்னு சொல்லுற...'' மெல்ல தவிப்புடன் பாரிஜாதம் கேட்டார்.

தன் மாமனாரின் முன் வந்து நின்றவளோ, ''மாமா நீங்க சொல்லுங்க உங்களுக்கு இதுல சந்தோஷம்மா...'' தைரியமாக இருக்க முயன்று விழிகள் கலங்க கேட்க, மற்றவர்களுக்கோ அவள் ஏன் அப்படி கேட்கிறாள் என்று புரியாது நின்றனர்.

''என்னம்மா இப்படி வந்து கேட்குறே..?'' குரலில் தடுமாற்றம் தோன்ற கேட்டார்.

''மாமா நான் உங்களை பார்த்துக்கிட்டு தான் இருக்கேன். எல்லாரும் சந்தோஷம்மா தான் இருக்காங்க. ஆனா உங்க முகத்துல ஒரு துளி கூட சந்தோஷமே இல்லை. எனக்கு தெரியும் மாமா உங்க மனசுல நான் ஒரு வேலைக்காரி தான். நான் வளர்ந்த வந்த விதம் உங்க வீட்-

டுக்கு மருமகளா வந்தது உங்களுக்கு கௌரவ குறைச்சல் தான் நான் ஒத்துக்குறேன். ஆனா நீங்க இந்த குழந்தையை ஒரு வேலைக்காரி குழந்தையா பார்பீங்களா இல்ல உங்க மகனோட குழந்தையா பார்பீங்-களா சொல்லுங்க மாமா..? இந்த வீட்டுல என் குழந்தைக்கு எப்படி பாதுகாப்பு இருக்கு சொல்லுங்க. நாளைக்கு என்னை மாதிரி நினைச்சி நீங்க என் குழந்தையை வார்த்தையாலையோ அல்லது செயலாலையோ நோகடிச்சா பெத்த தாயா நான் எப்படி மாமா பார்க்க முடியும் சொல்-லுங்க மாமா..?'' தைரியம் முற்றிலும் போய் அழுகையுடன் கதறியவாறு கேட்க, அவளை வந்து தாங்கினான் கார்த்திகேயன்.

அவள் கூறியதில் இருக்கும் வார்த்தைகள் அனைத்தும் சரியானது என்று அங்கிருந்த அனைவருக்கும் புரிய நல்லசிவமின் பதிலுக்காக காத்திருந்தனர்.

“அப்பா உங்க வேலைக்காரி மருமகள் சொன்னதுக்கு பதில் சொல்-லுங்கப்பா. அவ சொல்லுறது நியாயம் தானே..? இப்படி நீங்க அவளை-யும் கஷ்டப்படுத்தி எங்க எல்லாரையும் கஷ்டப் படுத்துறதுக்கு அன்-னைக்கே எனக்கு இந்த கல்யாணத்துல விருப்பமில்லைன்னு சொல்லி-ருக்கலாம்மேப்பா. நான் எங்கையோ கண் காணாத இடத்துக்கு இவளை கூட்டிட்டு போயிருப்பேன்னே. நீங்க ரெண்டு நாளுல எல்லாத்தையும் மறந்துட்டு இருந்திருப்பீங்களே....'' கோவமாக கேட்க,

“டேய் என்னடா பேசுற உன் பொண்டாட்டி கூட சேர்ந்துக்கிட்டு. நான் ஒன்னும் அவ சொல்லுறது மாதிரி வேலைக்காரி கொடுமை எல்-லாம் பண்ணல...'' நல்லசிவம் பேச்சில் தடுமாற்றத்துடன் வேகமாய் கூறி-னார்.

“என்னப்பா எனக்கு எதுவும் தெரியாதுன்னு நினைச்சீங்களா. இங்கே யாருக்கு தெரியமா பல உண்மைகள் இருக்கு. அம்மா சித்தி இல்லாத நேரம் மட்டும் உங்க அதிகாரத்தை இவகிட்ட காட்டுனா யாருக்கும் தெரியாதுன்னு நினைச்சீங்களா. எனக்கு எல்லாம் தெரியும்ப்பா...'' தன் தந்தையிடம் வார்த்தைகளால் சண்டையிட பாரிஜாதமோ பதறினார்.

“டேய் என்னடா தெரியும் உனக்கு அப்படி..?''

“சொல்லணும்னா சொல்லுறேன்ப்பா இந்த வீட்டு மருமகன் தமிழ் மேல திருட்டி பழி போட்டு அவன் வேலையை பறிக்க முயற்சி பண்ணி அவங்க குடும்பத்தை மானத்தை வாங்கி அதுனால எங்களுக்குள்ள

பிரிவை ஏற்படுத்த பார்த்தீங்களே இது போதுமாப்பா. இந்த விஷயம் எனக்கும் தெரியும் என் பொண்டாட்டிக்கும் தெரியும். அவ குடும்பத்துக்கு நீங்க பண்ணுன துரோகம் தெரிஞ்சும் வெளிக்காட்டிக்காம இருக்கா தெரியுமா...?'' கோவத்துடன் கார்த்திகேயன் கூற அதனை கேட்டு அங்கிருந்த அனைவரும் அதிர்ந்தனர்.

“டேய் அது நான்...'' என்ன சொல்வதென தெரியாது தடுமாற, ரேவதி, பாரிஜாதம் இருவரும் தங்களின் கணவன்மார்களை ஒரு அற்பப்பார்வை பார்த்தனர்.

அந்த பார்வையிலே தன் கௌரவம் என்ன தானே உயிருடன் புதைக்கப்பட்டதை போல் உணர்ந்தவரோ அப்படியே நிற்க, “ச்சே இத்தனை நாள் உங்க குணம் தெரியாம உங்க கூட குடும்பம் நடத்தினதா நினைச்சா வெட்கமா இருக்குங்க. அன்னைக்கு நான் மருமகளை பத்தி அவ்வளோ சொல்லியும் அதுக்கு அப்பறம் நீங்க திருந்தாம இருக்கீங்கன்னா நீங்க செத்த பொனத்துக்கு சமம். நான் தாலியை அறுத்துக்கிட்டு வாழ்ந்திரலாம்...'' பாரிஜாதம் கோவத்துடன் கூறி அழுகையுடன் தரையில் விழ ரேவதி வந்து அவரை தங்கினார்.

சிறிது நேரம் அனைவரும் கூறியதே அவரின் மூளைக்குள் ஓடிக் கொண்டிருக்க, “இனிமே என்னால யாருக்கும் எந்த ஆபத்தும் வராது...'' கூறியவரோ தன் குடும்பத்தாரின் முகத்தை காண முடியாது தலை குனிந்து அறைக்குள் சென்று முடங்கினார்.

34

அத்தியாயம் : 34

இரவு உணவினை சமயலறையில் பரணி சமைத்துக் கொண்டிருக்க ஹாலில் அமர்ந்து சந்தோஷமாக பேசிக் கொண்டிருந்தான் ஜீவரஞ்சன்.

"ரொம்ப சந்தோஷம்மா. நான் இப்பவே மகிழ் கிட்ட பேசுறேன். யாரு சந்திராவா அவ கிட்சன்ல இருக்காம்மா அதான் போன் எடுத்திருக்க மாட்டா. நீ வேணா மகிழை நம்ம வீட்டுக்கு கூட்டிட்டு வந்திரும்மா கொஞ்சம் நாள்..." மொபைலில் ஜீவா பேச அதனை கேட்டவாறே தோசையை வார்த்தாள் பரணி.

"என்ன அத்தை கிட்ட ரொம்ப சந்தோஷம்மா பேசிக்கிட்டு இருக்காங்க. மகிழை எதுக்கு கூட்டிட்டு வரச் சொல்லுறாங்க..." யோசித்தவாறு இருக்க, பேசி முடித்து சமையலறைக்குள் நுழைந்தான் ஜீவா.

"சந்திரா ஒரு குட் நியூஸ்..." என்றவாறு அங்கிருந்த மேடையில் ஏறி அமர,

நீண்ட நாட்களுக்கு பின் ஜீவாவின் முகத்தில் புன்னகையையும் தன் அருகில் வந்து அமர்ந்திருப்பதையும் கண்டவள், "என்ன விஷயம்...?" தோசையை பார்த்தவாறு கேட்டாள்.

"மகிழ் அம்மாவாகப் போறாளாம். இப்போ தான் உன் மாமியார் போன் பண்ணி சொன்னாங்க..." மகிழ்ச்சியுடன் உரைக்க,

"ரொம்ப சந்தோஷம்ங்க தோசை சுட்டுடேன் சூடா இருக்கும் சாப்பிடுங்க சட்டினியும் ரெடியா தான் இருக்கு..." என்றவளோ அதனை தட்டில் வைத்து கொடுத்தாள்.

தனக்கு இருக்கும் சந்தோஷம் அவளுக்கு இல்லை என்பது முகத்திலே நன்றாக தெரிய, "என்னாச்சு சந்திரா ஏன் ஒரு மாதிரி இருக்கே..? உனக்கு இதுல சந்தோஷம் இல்லையா என்ன. நீ அத்தையாகப் போறே..?" இறங்கி அவளின் முன் நின்று கேட்க,

"உங்களுக்கு என்ன கண்ணு தெரியலையா நான் சந்தோஷமா தான் இருக்கேன். நீங்க சீக்கிரம் சாப்பிடுங்க எனக்கு படிக்க வேண்டியது இருக்கு..." என்றவளோ சின்கிள் கிடந்த பாத்திரத்தை கழுவினாள்.

"ஏய் நீ எப்போ எப்படி இருப்பேன்னு எனக்கு நல்லாவே தெரியும். இன்னைக்கு நீ சரியில்லை என்ன விஷயம் சொல்லு..." அவளின் கரங்களை பற்றி தன்னை நோக்கி திருப்பி கேட்க,

"விடுங்க முதல. என்னங்க இது, நான் தான் படிக்கணும் எனக்கு வேலை இருக்குன்னு சொல்லுறேன்ல..." கோபமாக கூறினாள்.

"சந்திரா உன் பிரச்சனை என்னேன்னு முதல சொல்லுடி..." அவன் கைகளை அழுத்தப் பற்றி கேட்க,

"ஏன் உங்களுக்கு தெரியலையா என்ன பிரச்சனைன்னு. நீங்க நடந்துக்கிற விதம் தான் எனக்கு புரியல அதான் என் பிரச்சனையே போதுமா..." திரும்பி நின்று கோபமாக கூறினாள்.

"கொஞ்சம் நாள் சரியாகிரும் சந்திரா இதுக்கு மேல என்கிட்டே எதுவும் கேட்காதே..." அமைதியாக கூறிவிட்டு அங்கிருந்து வெளியேறினான்.

அவன் வெளியேச் செல்ல திரும்பி பார்த்தவளின் நினைவுகளோ நேற்று உரிமையாய் மையலுடன் தன்னை நெருங்கி விட்டு பின் விலகியதை நினைத்தது.

அவளைக் காணும் போதெல்லாம் தான் தன் வசம் இழந்து நிற்க, நொடிப் பொழுதும் அவளின் நினைப்பிலே தான் இருந்தான். ஜீவா. அதே போல் அவளும் இருந்தால் அவளின் படிப்பு கெட்டுவிடும் என்றே எண்ணினான். அது மட்டுமில்லாமல் அவள் ஒரு சிறுபெண் தங்கள் வாழ்க்கை தொடர இன்னும் அதிக நாட்கள் இருப்பதாக நினைத்தான்.

தன்னை மீறி அவளை நெருங்கிவிட்டாலும் அவளிடமிருந்து தன் மனதை திசை திருப்ப கோவம் ஒன்றை ஆயுதாக பயன்படுத்த அது அவளை எந்த விதத்தில் பாதித்தது என்பதை அறிய தவறினான்.

அதன் பின் நாட்கள் செல்ல அந்த வாரயிறுதி நாள் பரணி, ஜீவா இருவரும் ஊருக்கு சென்றிருக்க, மகிழை நேரில் கண்டு வாழ்த்து கூற வேண்டுமென பரணி கூறினாள்.

ஆனால் அங்கேச் செல்ல இருவருமே தயங்க, மதி இருவரையும் உரிமையோடு அன்னையின் வீட்டுக்கு அழைத்துக் கொண்டு சென்றாள்.

அந்த வீட்டில் நடந்த பிரச்சனை தன் மகளுக்கு கூட தெரியாது மறைத்தவர்கள் மகிழந்தியை உள்ளங்கையில் வைத்து தாங்கினர். நல்லசிவம் முன் வந்தாலே துஷ்டனை கண்டால் தூரவிலகு என்பதை போல் வீட்டிலிருந்தவர்கள் நடந்துக் கொண்டனர்.

ஹாலில் அமர்ந்து தன் சின்ன மாமியாருடன் மகிழந்தி பேசிக் கொண்டிருக்க அதே நேரம் , "அண்ணி..." என்றவாறு பரணி, ஜீவாவுடன் வந்தாள் நிறைமதி.

"அண்ணா..." சந்தோஷமாக மகிழந்தி வரவேற்க, "இவ என்ன அந்த பரணி கூட சகஜமா பேசி பழகிட்டு இருக்கா..?" மனதுக்குள் நினைத்துக் கொண்ட ரேவதி அவர்களுக்கு குடிப்பதற்கு ஏதாவது கொண்டு வரச் சென்றார்.

"கங்ராஸ் மகிழ். எங்கே கார்த்தி அண்ணன்..." புன்னகையுடன் வாழ்த்தி கூறி கையில் கொண்டு வந்த பழங்களையும் கொடுத்தாள் பரணிச்சந்திரா.

"அவங்க இப்போ தான் சாப்பிட்டு வெளியே போனாங்க. உட்காருங்க முதல..." என்ற மகிழ்ந்தி மூவருடன் அமர, தன் தங்கையின் முகத்தில் இருக்கும் சந்தோஷம் ஒன்றே போதுமே ஜீவாவிற்கு அவள் இந்த வீட்டில் எப்படி வாழ்கிறாள் என்று.

"வாங்க வாங்க. ரெண்டு பேரும் எப்படி இருக்கீங்க. பரணி உன் படிப்பெல்லாம் எப்படிம்மா இருக்கு..." கேட்டவாறு கையில் அனைவருக்கும் டீயுடன் வந்தார் பாரிஜாதம்.

"நல்லா போகுதும்மா இன்னும் மூணு மாசம் தான் அதுக்குள்ள படிப்பு முடிஞ்சிரும் நீங்க எப்படி இருக்கீங்க. வீட்டுல எல்லாரும் நல்லா இருக்காங்களா...?" மதியின் அன்னையிடம் புன்னகையுடன் பரணி பேச அதனை கண்டவாறு இருந்தாள் நிறைமதி.

அதன் பின் சிறிது நேரம் அனைவரும் ஏதேதோ பேச கார்த்திகேயனும் வர அவனுக்கும் வாழ்த்து கூறினார்.

“சரி அதெல்லாம் இருக்கட்டும் நீங்க ரெண்டு பேரும் என்னைக்கு இப்படி ஒரு நல்ல செய்தி சொல்லப் போறீங்க...” பாரிஜாதமோ பரணி, மதி இருவரையும் பார்த்துக் கேட்க, மதியோ வெட்கத்துடன் இருக்க பரணியோ தவிப்புடன் இருந்தாள்.

“சீக்கிரம் சொல்லிறோம்மா...” பரணிக்கும் சேர்த்து மதியே உரைக்க, பரணியின் பார்வையோ வேதனையுடன் ஜீவாவின் மீது படிந்தது. அந்த பார்வை ஜீவாவின் நெஞ்சை ஆயிரம் ஊசிகளால் குத்தியதை போல் உணர்ந்தான்.

நேரம் செல்ல அனைவரிடமும் விடைபெற்றுக் கொண்டுச் செல்ல தன் தந்தை ஒருத்தர் இருக்கிறார் என்பதையே மறந்திருந்தாள் நிறைமதி.

மாலை நேரம் வயலுக்குச் சென்ற அனைவரும் இன்னும் வராமல் இருக்க ஹாலில் அமர்ந்து துணிமடிக்க, காய்கறி வெட்டவென்று பரணி, மதி இருவரும் வேலை பார்த்துக் கொண்டிருந்தனர்.

அன்று தன் மாமியாரின் புகைப்படத்தை பார்த்து பரணி கண்ணீர் விட்டதற்கான காரணத்தை அறிய நினைத்த மதி அவளிடம் மெல்ல கேட்க நினைத்தாள்.

“பரணி எனக்கு ஒரு சந்தேகம்...”

“என்ன சொல்லு மதி...” கேட்டவாறு துணியை மடிக்க,

“கனகவல்லி அத்தை எப்படியும் நீ பொறந்ததுமே இறந்திருப்பாங்களே நீ அவங்களை பார்த்து பழகிருக்க மாட்டிலே...”

“ஹ்ம்ம் ஆமா மதி. நான் அவங்களை போட்டோ மட்டும் தான் பார்த்திருக்கேன். ஆனா நான் பொறந்துல இருந்து இதுநாள் வரை அவங்கள பத்தினா பேச்சுகள் மட்டும் எங்க வீட்டுலையும் இந்த வீட்டுலையும் குறைஞ்சதேதில்லை. நீயே சொல்லு அவங்க இறந்து இருபத்தி ரெண்டு வருஷமாச்சு இன்னும் அவங்கள பத்தி பேசுறாங்கன்னா அவங்க குணம் அவங்க காட்டினா பாசம் எப்படி இருந்திருக்கும்ன்னு...” தன் வீட்டு ரத்தத்தை எண்ணி பெருமிதமுடன் கூறிக் கேட்டாள்.

“ஆமா பரணி. யாராவது இங்க வந்தா கூட அத்தை போட்டோவை பார்த்து பெருமையா சொல்லுவாங்க. ஆமா நீ ஏன் அன்னைக்கு தாலிக் கொடி வாங்குறதை பத்தி பேசும் போது அவங்க போட்டோவை பார்த்து அழுதே...?” கேட்க நினைத்ததை ஒரு வழியாக கேட்டு விட்டாள்.

“என் அப்பா அடிக்கடி சொல்லுவாங்க என் தங்கச்சியோட முகமும், குணமும் அப்படியே உன் கிட்ட இருக்குன்னு. எங்க அத்தை எனக்கு பழகாத ஒருத்தர் தான் ஆனாலும் அவங்கள ரொம்ப பிடிக்கும். அவங்கள மாதிரி இருக்கிற எனக்கு அவங்க போட்டிருந்த திருமாங்கல்யம் கிடைச்சது எவ்வளோ பெரிய பாக்கியம். உனக்கு ஒன்னு தெரியுமா தமிழ் அத்தான் உன் கிட்ட சொல்லிருக்கான்னு எனக்கு தெரியல..? ஆனா என்னால உணர்ந்து புரிஞ்சி விஷயம் அத்தான் என்னை அவங்க அம்மாவோட மறுபிறவியா பார்க்குறாங்கன்னு. என்கிட்டே இத்தனை நாளுல ஒரு நாள் கூட பார்வை தவறியோ அல்லது முறை தவறி கூட நடந்துக் கிட்டது கிடையாது.

நான் இந்த வீட்டை சொந்தமா நினைக்கணும் எனக்கு புரிய வைக்க எத்தனையோ முறை முயற்சி பண்ணுனாங்க. எனக்கு உதவி பண்ணுனாங்க புடவை எடுத்து கொடுத்தாங்க அதை கட்டிட்டு வந்த போது அத்தான் முகத்துல சந்தோஷத்தை பார்க்கணுமே அப்படி ஒரு ஆனந்தம். ஆனா அப்போ எங்க அப்பா தான் என்னை வற்புறுத்தி கட்டச் சொன்னாரு. திருவிழால மாவிளக்கு எடுக்கும் போது என் அப்பா கிட்ட என் அம்மாவை மறுபடியும் பார்த்தது மாதிரி இருக்கு மாமான்னு சொன்னாங்களாம். மதி நான் உணர்ந்து சொல்லுறேன் நீ அத்தான் கிடைக்க கொடுத்து வச்சிருக்கணும் அத்தான் இத்தனை நாள் இந்த வீட்டுல ஏதோ விருந்தாளி மாதிரி ஒட்டமா தான் இருந்தாங்க. ஆனா உன்னை கல்யாணம் பண்ணுனதுக்கு அப்பறம் தான் அத்தான் ரொம்ப சந்தோஷமா இருக்காங்க. என்னை பொறுத்தவரைக்கும் தாயும், தாரமும் அன்பா ஒருத்தனுக்கு கிடைச்சா அவன் தான் இந்த உலகத்துல சிறந்தவனா இருப்பான். நீ மட்டும் தான் அத்தானுக்கு அந்த சந்தோஷத்தை கொடுக்கணும் இது நான் கனகவல்லி அத்தை இடத்துல இருந்து சொல்லுறேன் சரியா...” புன்னகையுடன் கூற,

பரணி கூறியதை கேட்ட அந்த நொடி அவளின் முன் புகைப்படத்தின் வீற்றிருக்கும் தன்னவனின் தாயே தனக்கு தன் தவறினை புரிய வைத்தது போல் உணர்ந்தாள் நிறைமதி.

பரணியை தவறாக நினைத்து முற்றிலும் வருந்தியவளோ, “பரணி என்னை மன்னிச்சிரு...” அவளின் கரங்களை பற்றிக் கொண்டு கலங்கியவாறு மன்னிப்பு வேண்ட, அவளோ புரியாமல் மதியை கண்டாள்.

“மன்னிப்பா என்கிட்டே ஏன் கேட்குறே. நீ என்ன தப்பு பண்ணுனே..?”

“அது வந்து நீ கல்யாணத்துக்கு முன்னாடி இன்பனை விரும்பிறதா நினைச்சிட்டேன். அதுக்காக நான் உன்னை மிரட்டி வைக்க ரெண்டு தடவை தப்பான முயற்சியை கூட எடுத்தேன். சாரி பரணி...” தவிப்புடன் மன்னிப்பு வேண்டினாள்.

“தப்பான முயற்சியா..?”

“ஆமா பரணி. திருவிழா நேரத்துல...” தன் தவறினை எப்படி கூறுவதென தடுமாற,

“சரி விடு எனக்கு புரிஞ்சது. நீ மட்டுமில்ல மதி அந்த காவேரி, ராகினி கூட நான் தமிழ் அத்தானை நேசிக்கிறதா தான் நினைச்சிருக்காங்க. எல்லாம் என் தப்பு தான் நீங்க எல்லாரும் சொல்லுற மாதிரி நான் நடந்துகிட்டேன்னோ என்னவோ...”

“இல்ல பரணி எங்களோட கண்ணோட்டம் தான் தப்பு. நீ இந்த வீட்டுக்கு வந்த இத்தனை நாள் இன்பன் கூட நீ பேசும் போதெல்லாம் எனக்கு கோவம் வரும். இன்பன் என்கிட்டே நான் அவங்களுக்கு எப்படியோ அதே மாதிரி தான் நீயும் சொன்னாங்க. எனக்குள்ள ஒரு பொறமை அவருக்கு நான் மட்டும் தான் எல்லாமா இருக்கணும்ன்னு. ஆனா இப்போ தான் புரியுது அவர் உன்னை அவங்க அம்மாவோட மறுபிறவியா நினைச்சி சொல்லிருக்காருன்னு. சாரி பரணி அவர் கிட்ட உன்னை பேச விடாம நான் முயற்சி பண்ணுனதுக்கு...” பரணி கரங்களை அழுத்தப் பற்றிக் கொண்டு தன் தவறினை உணர்ந்து மன்னிப்பு வேண்ட,

“எனக்கு நல்லாவே புரியுது. தமிழ் அத்தான் மேல நீ வைச்சா காதல் தான் காரணம். சொல்லப் போனா தன் புருஷன் தன்னையே மட்டுமே அதிகமா நேசிக்கணும் நினைப்பாங்க சிலர். அது மாதிரி நீயும்...” எனப் புன்னகை உதிர்த்து கூறினாள் பரணிச்சந்திரா

அதன் பின் அனைவரும் வர நேரம் செல்ல இரவு உணவினை முடிக்க அன்றிரவு தன்னவனிடம் மதி கூறிய அனைத்தையும். பரணி கூற நிம்மதியாக உணர்ந்தான் ஜீவரஞ்சன்.

நாட்கள் செல்ல நல்லசிவமிடம் அனைவரும் காட்டும் பாராமுகம் அவரை வதைத்து குற்றவுணர்வில் தள்ள வெளியே தன்னை எத்-

தனையோ பேர் புகழ்ந்து தள்ளினாலும் அது பொய்யாகவே தோன்ற ஆரம்பித்தது.

சுற்றி இருப்பவர் வாரத்தைக்கு வார்த்தை பண்ணையார் என்று புகழ்ந்து தள்ள வீட்டில் தான் ஒரு பூச்சினை போல் அடங்கி கிடைப்பதை உணர்ந்தவர் முதலில் தான் செய்த தவறினை உணர்ந்து திருத்த நினைத்தார்.

காலை நேரம் தமிழின் வீட்டின் முன் நின்றவர் மனமோ தன் மகனின் நிச்சியத்துக்கு வந்தது பின் இப்போது தான் வருவதை நினைத்தது.

உள்ளே நுழைய அந்த வீட்டிலிருக்கும் ஆண்கள் ஹாலில் அமர்ந்திருப்பதை கண்டவர், "சம்மந்தி..." வாசலில் நின்றவாறே அழைக்க,

"அடடா வாங்க சமமந்தி ஏன் வெளியவே நிக்கிறீங்க. உள்ளே வாங்க முதல. அம்மாடி மருமகளே சீக்கிரம் வாம்மா உங்க அப்பா வந்திருக்காரு. என்ன சமமந்தி என்ன விஷயம் காலையிலே வந்திருக்கீங்க..? மருமகள் கிட்ட எதுவும் பேசணும்மா. உட்காருங்க முதல..." நலம் விசாரிப்புடன் சேர்ந்து கேள்வியாய் கேட்டவாறு அவரை அமர வைத்தனர்.

"ஆமா சம்மந்தி அவ கிட்ட மட்டுமில்லை உங்க எல்லார் கிட்டையும் தான் பேசணும் அதான் காலையிலே வந்தேன்..." என்க,

"அப்பா வாங்கப்பா என்ன திடீருன்னு..." சந்தோஷ முகத்துடன் மதி கேட்க, தன் மகளை அவர்கள் வைத்திருக்கும் விதம் கண்டு பெருமை கொண்டவர் அவர் மகளை தான் நடத்திய விதத்தை எண்ணி வேதனையடைந்தார்.

"நான் உங்க எல்லார் கிட்டயும் முதல மன்னிப்பு கேட்கணும்..." என்றவரோ கௌரவம் என்னவென்று முற்றிலும் மறந்துப் போய் அவர்களிடம் கையெடுத்து கும்மிட்டு தலை தாழ்ந்து மன்னிப்பு வேண்டினார்.

"ஐயோ மாமா என்ன இது...! நீங்க எவ்வளோ பெரிய மனுஷன் எங்க கிட்ட மன்னிப்பு கேட்குறீங்க...?" வேகமாய் அவரின் கையை பிடித்துக் கொண்டு தமிழன்பன் கேட்க,

"இல்ல மாப்பிள்ளை பெரிய மனுஷன்னு சொல்லுற தகுதி என்னக்கில்லை. நான் பெரிய துரோகத்தை உங்களுக்கு பண்ணிட்டேன்ப்பா..." தன் மருமகனின் முகத்தை கண்டு கலங்கிக் கொண்டு கூற, அங்கிருந்த

அனைவருமே புரியாமல் கண்டனர்.

“என்னப்பா சொல்லுறீங்க நீங்க என்ன தப்பு பண்ணீங்க..?” குழம்பிக் கொண்டு நிறைமதி கேட்க,

கார்த்திகேயன் அவனின் காதலை பற்றி கூறிய பிறகு மதி அவளின் காதலை கூறியது தான் தன் தம்பியிடம் போதையில் பேசியது. மருமகனுக்கு செய்த துரோகம் அதன் பின் திருமணத்தை நிறுத்தி முயற்சி செய்து பரணியின் தந்தையிடம் பேசியது. ஒவ்வொரு நொடியும் கார்த்திகேயன் அறிந்து தன் முயற்சியை தடுத்தது. திருமணத்திற்கு பிறகு கூட மருமகளை தான் கலங்க வைத்தது. அனைவரும் சேர்ந்து தனக்கு புரிய வைத்ததென்று இது வரை நடந்த அனைத்தையும் கூறினார்.

அதனை கேட்ட மதியோ ஆக்ரோசத்துடன், “நீங்க என்னோட அப்பான்னு சொல்லவே எனக்கு கூசுதுப்பா. இப்படி ஒரு கேவலமா வேலைகளை உங்களால எப்படி பண்ண முடிஞ்சதுப்பா. இந்த வீட்டுக்குள்ள வர்றதுக்கு உங்களுக்கு எந்த தகுதியும் இல்லப்பா. இனிமே என் மூஞ்சிலே முழிக்காதீங்க. உங்களுக்கு தகுதி, தகாதாரம், அந்தஸ்து, கௌரவம் இது தானே முக்கியம். அதையே வச்சிக்கோங்க. இனிமே உங்க பிள்ளைகள் ரெண்டு பேரும் செத்து போயிட்டாங்கன்னு நினைச்சுக்கோங்க...” அந்த வீடே அதிரும் அளவுக்கு கத்தியவளோ மாடியேறி தங்கள் அறைக்குச் சென்று முடங்கினாள்.

ஹாலிருந்த மற்ற அனைவரும் அமைதியாகவே இருக்க, தன் மகள் அவளின் பங்குக்கு தன்னை வேதனைப்படுத்தி விட்டுச் செல்ல அதனை கேட்டவாறு நின்றார் நல்லசிவம்.

“உங்க இடத்துல இருந்து யோசிக்கும் போது நீங்க பண்ணுன விஷயம் எவ்வளோ உண்மைன்னு எங்களுக்கு புரியுது சம்மந்தி. நீங்க மட்டுமில்லை வேற யாரா இருந்தாலும் இதை தான் பண்ணிருப்பாங்க...” ஆதிநாதன் மட்டுமே அவரை புரிந்துக் கொண்டு பேசினார்.

“மாமா மதி சொல்லுறதை நீங்க பெருசா நினைக்காதீங்க. நீங்க மனசார உணர்ந்ததே போதும். நான் அவ கிட்ட பேசி உங்க கிட்ட பேச வைக்கிறேன் மாமா...” ஆறுதலாய் தன் மாமனாரிடம் கூறினான் தமிழன்பன்.

இந்த குடும்பத்தின் குணம், பண்பு என்னவென்று இந்த ஒரு செய்கையிலே நன்றாகப் புரிய குற்றவுணர்வில் தவித்து மறுபடியும் மன்னிப்பு

வேண்டினார் நல்லசிவம்.

35

அத்தியாயம் : 35

பரணிக்கு தான் செய்த துரோகம், தந்தையால் தன்னவன் குடும்பத்துக்கு நேர்ந்த அவமானம் இரண்டையும் நினைத்து நிறைமதி வேதனையில் தவித்தாள்.

திருவிழா நேரம் அவளை கடத்துவதற்கு ஆட்களை அனுப்பியது பின் காரினை ஏற்றுவது போல் பயமுறுத்தியது அனைத்தும் கொலை செய்ய முயன்றதற்கு சமம் தானே..? இதனை பரணி பெரிதாக எடுத்துக் கொள்ளாமல் யாரிடமும் கூறக் கூடாது என்று உரைத்தாலும் என்றாவது ஒரு நாள் இந்த வீட்டிலிருப்பவர்களுக்கு தெரிந்ததால் என்னாகும் நினைக்கும் போதே உடல் முழுவதும் நடுங்க படுக்கையில் அமர்ந்தாள்.

அதே நேரம் உள்ளே நுழைந்த தமிழன்பன் தன் மாமனாரின் செயலால் மனைவி வேதனையில் இருக்கிறாள் என நினைத்து ஆறுதலாய் அணைத்துக் கொள்ள, ஏனோ அவனின் இந்த அன்புக்கு தான் முற்றிலும் தகுதியானவள் இல்லை என்பதை முதல் முறை அறிந்துக் கொண்டாள்.

அவளின் மனமே அவளையே மன்னிக்க முடியாது இருக்க திடீருன்னு தன் அணைப்பில் இருந்த மனைவி அழுகுவதை கண்டு பதறிய தமிழ் அவளை தன்னிடமிருந்து விலக்கினான்.

“ஏய் மதி என்னாச்சு..? மாமா பண்ணுனதே நானே பெரிசா நினைக்கலை. நீ ஏன்மா அதை நினைச்சு பீல் பண்ணுறே..?” அவளின் முகத்தை தன் கரங்களில் ஏந்திக் கொண்டு கேட்க,

கணவனின் முகத்தை காண முடியாது மற்றவர்களின் மனதை பற்றி யோசிக்காது தன்னை மட்டுமே நினைத்த தன்னையே மன்னிக்க முடியாது நொடியில் அவமானத்துடன் கணவனின் காலடியில் விழுந்தாள்.

இதனை எதிர்பார்த்த தமிழோ வேகமாய் மதியை தூக்க, "ஏய் என்னடி பண்ணுற..?" அவளின் அழுகையை காண முடியாது விழிநீரினை துடைத்துக் கொண்டு கேட்டான். மனைவியை இன்னிலையில் கண்டு அந்த நொடி அவளை விட அவனே அதிகம் துடித்தான்.

"என்ன மன்னிச்சிருங்க. நான் பெரிய தப்பு பண்ணிட்டேன்..."

"நீயா என்ன சொல்லுற..?"

"நா...நான்...பரணியை..."

"பரணியை என்ன பண்ணுனே..?" விழிகளில் இப்போது கலக்கத்தையும் மறந்து கோவம் மட்டுமே இருக்க வேகமாய் கேட்டான்.

"எங்கே நீங்க எனக்கு கிடைக்காம போயிருவீங்க பரணி உங்களை விரும்புறதா நினைச்சு நான்..." என்று ஆரம்பித்தவள் தான் இரண்டு முறை எடுத்த முயற்சியை கூற, அன்று திருவிழாவின் போது தன்னை யாரோ துரத்திக் கொண்டு வருவதாக பரணி உரைத்ததை நினைத்தான்.

"ச்சே..நீயெல்லாம் ஒரு பொண்ணாடி. நீ என் பொண்டாட்டி சொல்லிக்கிட எனக்கு கேவலமா இருக்கு. உன்னை..." என்றவாறு உச்ச கோவத்தில் மனைவியை நெருங்கிய தமிழ் பின் என்ன நினைத்தானோ அந்த அறையை விட்டே வெளியேறினான்.

அவன் தன்னை அடித்து, திட்டி, ஏன் மனதை காயப்படுத்தி இருந்தால் கூட தாங்கியிருப்பாள் ஆனால் இப்படி எதுவும் கூறாமல் செல்லவே உயிரோடு தன்னை புதைத்து போல் மூச்சு மூட்ட மயக்கத்துடன் சரிந்தாள் நிறைமதி.

அதனை தொடர்ந்து வந்த நாட்கள் நிறைமதி முகத்தில் விழிப்பது கூட பாவம் என்பது போல் தள்ளிச் சென்றான் தமிழபன்பன்.

அவனின் இந்த பாராமுகத்தால் மனதுக்குள் மருகி ஒவ்வொரு நாளும் வேதனையில் நரக தன் வயிற்றில் தமிழின் காதலால் மொட்டு உதிர்த்தை கூட அறியாது நாட்களை கடத்திக் கொண்டிருந்தாள் மதி.

நாட்கள் செல்ல பரணி படிக்கும் அவளின் கல்லூரிக்கு வெளியே ஜீவா காத்திருக்க, தன் தோழிகள் இருவருடன் சிரித்து பேசியவாறு புடவையில் வந்தாள் பரணிச்சந்திரா.

அன்று அவர்களது கல்லூரியில் ஆண்டு விழா என்பதால் தோழிகள் மூவரும் ஒரே போல புடவை எடுத்து அணிந்திருந்தனர். காலையில் ஜீவா வேலைக்குச் சென்ற பின்னே பரணி கிளம்பி வந்ததால் அவளின் இந்த அலங்காரத்தை ஜீவா காணவில்லை. ஆனால் இப்போது அவளை கண்ட பின் தன் மனதை அடக்க முடியாது தவித்தான்.

வெளியில் வந்து ஜீவாவை கண்டதும் அவர்கள் அருகில் வர, "என்ன மாம்ஸ் பார்வை என் பிரெண்டை விட்டு நகரவே மாட்டிங்குதே..." ஜீவாவை கண்டு காவேரி கிண்டலாக கேட்க, அவனின் பார்வை வீச்சினை தாங்க முடியாது வெட்கத்துடன் நின்றாள் பரணி.

"இல்லையே நான் உன்னை தானே பார்த்தேன் உன் பிரெண்டை ஒன்னும் பார்க்கலையே. செம்ம அழகா இருக்கே அக்கா பொண்ணே..?" தன்னை காவேரி கிண்டல் செய்வதை தெரிந்தே அவளிடம் கூறினான்.

"ஆஹா உங்களுக்கு கல்யாணம் முடிஞ்சிருச்சி இதுக்கு அப்பறம் நீங்க இப்படியெல்லாம் வேற பொண்ணை சைட் அடிக்க கூடாது மாம்ஸ். அப்பறம் உங்க உயிருக்கு உத்திரவாதம் கிடையாது..." பரணியை கண்டவாறு கூற,

"ஓ அப்படி என்ன செய்வா உன் பிரெண்ட்.." கேட்டவனின் பார்வையும் பரணியின் மீது விழுந்தது.

"எப்பா சாமி ஆழ விடுங்க. நான் உங்களுக்கு நடுவில வர தயரா இல்லைப்பா. ராகினி வா போகலாம் இன்னும் இங்கே நம்ம இருக்கவே கூடாது..." என்றவளோ தன் தோழி ராகினி இழுத்துக் கொண்டு ஓடினாள்.

அவர்கள் இருவரும் செல்லவே சிரித்தவாறு தன் பைக்கை எடுக்க பரணியோ ஏறாமல் முறைத்துக் கொண்டு நின்றாள்.

"என்னாச்சு வீட்டுக்கு போக வேண்டாம்மா என்ன..?"

"என்னை விட அந்த காவேரி அழகா. அவள் சொன்னது சரி தான் கல்யாணம் முடிஞ்சதுன்னு நினைப்பு இல்லை தான் உங்களுக்கு. இருக்கட்டும் வீட்டுக்கு வாங்க..." கோவத்துடன் கூறியவள் பைக்கில் ஏறி அமர்ந்தாள்.

"ஐயோ..! நம்மளே சும்மா இருந்தா சங்கை ஊதிட்டோமே போச்சு ஜீவா இன்னைக்கு நீ செத்தடா..." மனதுக்குள் நினைத்துக் கொண்டு

பைக்கை எடுத்து வீட்டை நோக்கி செலுத்தினான்.

நேரம் செல்ல இருவரும் வீட்டுக்குள் நுழைய தன் அறைக்கு சென்று முதலில் உடையை மாற்றியவள் இருவருக்கும் தேவையான டீயை போட ஆரம்பித்தாள்.

ஜீவாவும் வேறுவுடை மாற்றி விட்டு வந்து ஹாலில் அமர அவனின் முன் டீயை பரணி நீட்ட அதனை வாங்கிக் கொண்டாள்.

அவளும் சிறிது நேரம் ஓய்வாக சோபாவில் அமர, "சந்திரா வீட்டுல இருந்து போன் பண்ணுனாங்களா. நிறைமதிக்கு தமிழுக்கும் ஏதோ பிரச்சனையாமே..? மதி முன்னே மாதிரி இல்லைன்னு அம்மா சொன்னாங்க..? உனக்குத் எதுவும் தெரியுமா..?" குடித்தவாறே கேட்க,

"ஹ்ம்ம் தெரியுங்க. ஆனா ஏன்னேன்னு மட்டும் கேட்காதீங்க..? சீக்கிரம் சரியாகிரும் அதை பத்தி நினைக்க வேண்டாம்..."

"பெரிய பிரச்சனை எதுவுமில்லையே..?"

"இல்லைன்னு நினைக்கிறேன் பார்க்கலாம். ஆனா மதி அப்பா எங்க அப்பா கிட்ட சண்டை மூட்டி விட நினைச்சி சொன்னதை எங்க அப்பா மட்டும் பண்ணிருந்தா இப்போ நம்ம குடும்பம் என்னாகிருக்கும்..." பேச்சினை மாற்ற நினைத்து கூறினாள்.

"விடு சந்திரா மாமா அப்படியெல்லாம் பண்ண மாட்டாரு. நான் மகிழ் கிட்ட பேசுனேன் அவள் என்னடான மாமனாருக்கு பரிந்து பேசுறா. வீட்டுல இப்போ அவ மட்டும் தான் அவங்க மாமனார் கிட்ட பேசுறாளாம். எப்படியாவது பழைய படி மாமா கிட்ட எல்லாரும் நல்லபடியா பேசணும். என்னால இந்த குடும்பம் பிரிய கூடாதுன்னா சொல்லுற...." தன் தங்கை பேசியதை பற்றி தன்னவளிடம் கூறினாள்.

"மதி, கார்த்தி அண்ணன் அவங்க அப்பா கிட்ட பேசிட்டா போதும் பேசிருவாங்க அவங்களாலையும் ரொம்ப நாள் இருக்க முடியாது. சரி நான் போய் டின்னர் ரெடி பண்ணுறேன்..." என்றவளோ எழுந்துச் செல்ல, தன் முன்னிருந்த டி.வியை ஆன் பண்ணி பார்க்க ஆரம்பித்தான் ஜீவா.

நேரம் செல்ல இரவினை நெருங்க சமைத்துக் கொண்டிருந்தவளோ திடீரெண்டு கத்த அதை கேட்ட ஜீவாவோ, "ஏய் சந்திரா என்னாச்சு...?" பதட்டத்துடன் கேட்டவாறு உள்ளே நுழைய, அடுத்தநொடி அவன் நெஞ்சில் வந்து விழுந்து அணைத்துக் கொண்டான்.

இதனை எதிர்பார்க்காதவனோ அவளை அணைத்தவாறு, “என்னாச்சும்மா...” அவனும் தவித்துக் கொண்டே கேட்க,

“அங்கே பா..பா..பாம்பு...” என்றவளோ அவனை இறுக்கி கட்டிக் கொண்டு ஜன்னலருகில் இருந்த சின்கை காட்ட, அதனை கேட்டவனும் பதறினான்.

அவளை தன்னிடமிருந்து விலக்கியவன் மெல்ல எட்டிப் பார்க்க அதில் சிறு பாம்பு குட்டி உயிருடன் செல்ல வழி இல்லாமல் தவித்துக் கொண்டிருப்பதை கண்டான்.

“ஏய் நீ முதல ஹாலுக்கு போ. சின்ன பாம்பு தான் பயப்பிடாதே...” என்றவனோ அவளை விடுத்து முன்னேச் சென்றான்.

அங்கிருந்த ஒரு நீள கட்டையை எடுத்து அதனை அடிக்க முகத்தை பொத்திக் கொண்டு நடுங்கியவாறு நின்றாள் பரணிச்சந்திரா.

சிறு பாம்பு அடிக்க மனமில்லை என்றாலும் மறுபடியும் அது வரும் என்பதால் அதனை கொன்றவனோ ஜன்னல் வழியே அதனை வீசி விட்டு அடைத்தான்.

சமையலறையில் வாசலில் நடுங்கிக் கொண்டு நிற்கும் தன் மனைவியை கண்ட ஜீவா அவள் அருகில் வந்து டைனிங் டேபிள் நோக்கி அழைத்து வந்தான்.

“இந்தா முதல தண்ணீ குடி இனிமே அது வராது சரியா. நீ ஏன் ஜன்னலை திறந்து வைக்கிறே. பின்னாடி மரம், செடியெல்லாம் ரொம்ப இருக்குன்னு உனக்கு தெரியும்ல..? அதுவுமில்லைமா இது மலை காலம் வேற...” அவளுக்கு தானே நீரினை புகட்டியவாறு கூற,

“எனக்கு ரொம்ப பயமா இருக்கு வேண்டாம். அங்கே நம்ம வீட்டுக்கு போயிரலாம். எனக்கு இங்கே இருக்க பயமா இருக்கு...” தவிப்புடன் கலங்கிக் கொண்டு கூற, அன்று அவளின் அப்பத்தாவிடம் கூறியதை நினைவு வர தன் நெஞ்சில் சாய்த்துக் கொண்டான்.

“ஏய் அதான் நான் இருக்கேன்ல அப்பறம் என்ன பயம். இந்த வீட்டுல நீ இருக்கும் போதெல்லாம் நானும் கூட இருக்கேன் தானே..?” அழுது கொண்டிருக்கும் தன்னவளின் தலையை வருடியவாறு கூற,

“சொன்னா புரிஞ்சிக்க மாட்டீங்களா. எனக்கு இந்த வீடு பிடிக்கல. தனிக்குடித்தனம் பிடிக்கல என்னால இங்கே மூணு மாசம் என்ன மூணு நாள் கூட இருக்க முடியாதுங்க. என்ன முதல கூட்டிட்டுப் போறீங்களா

இல்லையா. இப்போ குட்டி பாம்பு வந்ததே அதே மாதிரி பெரிய பாம்பு வந்து நான் கவனிக்காம இருந்தா என்னவாகிருக்கும் சொல்லுங்க...'' அவனிடமிருந்து விலகி கோவமாக கேட்டாள்.

“ஏய் சந்திரா அதெல்லாம் ஒன்னுமில்லை நீ ஏன் இப்படி நினைக்கிறே..?'' கோவமாக இருந்தவளின் கரங்களை பற்ற முயன்று கேட்க,

“வேற எப்படிங்க நினைக்கணும். இந்த வீட்டுல நாலு மாசம் நான் பட்ட வேதனை எனக்கு தானே தெரியும். ஒரு நாள் கூட நைட் நான் நிம்மதியா தூங்குனது கிடையாது. உங்க எல்லாரோட இஷ்டத்துக்கே நான் எப்பவும் நடந்துக்கணும் நீங்க எல்லாரும் என்ன சொல்லணும் நான் கேட்கணும் அப்படி தானே..?'' மனதில் இருந்த தனிமையும் தன்னவன் தன்னை விட்டு விலகியதும் அவளை அவ்வாறு பேச வைத்தது.

“உன்னோட விருப்பம் கேட்டு தானே நாங்க எல்லாரும் பண்ணுறோம்...'' அவள் மனதில் என்ன இருக்கிறது என்பது தெரியாது குழம்பிக் கொண்டு கேட்டான் ஜீவா.

“எதுங்க என் விருப்பம். நம்ம கல்யாணம் அன்னைக்கு எல்லார் கிட்டையும் ஏன் உங்க கிட்ட கூட சம்மதம் கேட்டாங்களே ஒரு வார்த்தை யாராவது என்கிட்டே கேட்டாங்களா..? சரி அதை விடுங்க நான் என்னை உங்களுக்கு விளையாட்டு பொம்மையா உங்க இஷ்டத்துக்கு நெருங்கி வரீங்க. அப்பறம் விலகிப் போறீங்க எனக்குன்னு ஒரு மனசு இருக்குங்க அது எங்கே உங்களுக்கு புரியப் போகுது. அதான் எல்லாம் உங்க விருப்பப்படி தானே நடக்குது. நம்ம கல்யாணம் முடிஞ்சி இத்தனை நாள் ஒரு நாளாவது நான் உங்க மனசை நோகடிச்சிருக்கேன்னா. ஆனா நீங்க என்னை ஒவ்வொரு நொடியும் கஷ்டப்படுத்துக்கிட்டு தான் இருக்கீங்க. நான் என்னை நினைக்கிறேன் என் மனசுல என்ன இருக்குன்னு என்னைக்காவது நீங்க கேட்டிருக்கீங்ளா..?'' கோவமாக கத்த,

“சந்திரா நான் இப்போ விலகி இருக்கிறது கூட உன்னோட நல்லதுக்கு தான். உன் மனசுல என்ன இருக்குன்னு எனக்கு நல்லாத் தெரியும் சந்திரா அதுனால தான் கேட்கல..?''

“ஓ தெரியுமா என்னங்க உங்களுக்கு தெரியும்..?''

“நீ படிக்கணும் ரொம்ப ஆசைப்படுற ஆனா எங்க வீட்டுல எங்கே உன்னை விட மாட்டாங்களோன்னு உனக்கு ஒரு பயம். இதை நினைச்சி

தான் கல்யாணம் அன்னைக்கு பயந்தே...?'' என்க,

"நல்ல தான் புரிஞ்சி வைச்சிருக்கீங்க அப்படி இருந்தும் நீங்க ஏன் விலகிப் போறீங்க. நமக்குள்ள நீங்க சொன்ன மாதிரி இன்னுமா அந்த புரிதல் வரல. நானும் உங்களை நேசிக்கிறேன் நீங்களும் என்னை நேசிக்கிறீங்க. அப்படி இருந்து இந்த விலகல் ஏன்..? அப்படி உங்க மனசுல என்ன தாங்க இருக்கு. ஒரு வேலை ஐ லவ் யூ இந்த வார்த்தை சொன்னா தான் முழுமையடையுமா என்ன....?'' எங்கையோ ஆரம்பித்த பேச்சு வார்த்தை இப்போது அவளின் மனதிலிருக்கும் கேள்வியில் வந்து நின்றது.

"வேண்டாம் சந்திரா...'' என்றவனோ விலகிச் செல்ல,

"இப்போ நீங்க சொல்லப் போறீங்களா இல்லையா..?'' அவனை தடுத்து விடாது நின்று அவனின் முகம் கண்டு கோவமாக கேட்டாள்.

"பயமா இருக்குடி எங்கே உன்னை நான் நெருங்கி வந்தா உன் படிப்பு கெட்டுப் போயிருமோன்னு. அன்னைக்கு உன்னை நெருங்கி வந்தேன்னே அதுக்கு அப்பறம் எனக்கு ஒவ்வொரு நொடியும் உன் நினைப்பு மட்டும் அதே மாதிரி தானே உனக்கு இருக்கும். அதுனால தான் நான் விலகினேன். அதுமட்டுமில்லை அன்னைக்கு என் ஆபிஸ்ல வச்சி என்ன பேசுனாங்கன்னு நீயும் தானே கேட்டுக்கிட்டு இருந்தே நீ சின்ன பொண்ணு நம்ம வாழ்க்கை ஆரம்பிக்க இன்னும் அதிக நாள் இருக்கு. நான் உனக்கு குடும்பம் வாழ்க்கைன்னு ஒரு கஷ்டத்தை இப்போ தர விரும்பல போதுமா...'' அவளின் கேள்விக்கு ஒரு வழியாக பதில் கூறி முடித்தான்.

அவன் கூறியதை கேட்டவளின் மனமோ நெகிழ ஆனாலும் அவன் நினைக்கும் இந்த நினைப்பு தவறு என்பதை அவனுக்கு புரிய வைக்க முயன்றாள்.

அவன் விலகினாலும் தன் மனம் அவனை மட்டுமே நினைத்து கஷ்டப்படும் என்பது அவனுக்கு உணர்ந்த முடிவு செய்து தன் கணவனின் அருகில் நெருங்கினாள்.

36

அத்தியாயம் : 36

முட்டாள் தனமாக யாரோ கூறியதை நினைத்து அவனையும் கஷ்டப்படுத்தி தன்னையும் கஷ்டப்படுத்தும் ஜீவாவின் செயலையும் எண்ணி கோவத்துடன் அவனின் அருகில் நெருங்கினாள் பரணி.

"இப்போ என்னங்க உங்க பிரச்சனை நான் சின்ன பொண்ணு, குழந்தைகள், தாம்பத்தியம் குடும்ப வாழ்க்கை இதெல்லாம் என்னால தாங்கிக்க முடியாதுன்னு நினைக்கிறீங்க அப்படிதானே..?" கேட்டவாறே தன்னவனை நெருங்கியவள் அவனோ எதிர்பாராது நேரம் அவனின் இதழில் தன் அதரங்களை பதித்தாள்.

அவனோ அதை உணரும் முன்னே அவனின் இதழில் தன் யுத்தத்தை நடத்த ஆரம்பித்திருக்க அந்த யுத்தத்தை அவள் முடித்து வைக்க நினைக்க, அவனோ அதை முடிக்க விட முடியாது அவள் உதடுகளுடன் போரிட்டான்.

நேரம் செல்ல இருவரின் நெருக்கமும் அந்த இதழ் ஒற்றலில் அதிகரிக்க அவளின் கொடி இடையை அவன் கரங்களில் தவழ்ந்தது. அவளின் கரங்களும் அவனின் முதுகினை இறுகப் பற்றி பிடிமானமின்றி போராடியது.

ஒருவரின் மூச்சினை ஒருவர் பரிமாறிக்கொண்டு நீடித்த அந்த முத்தத்தில் மூச்சு திணறலை இருவருக்கும் ஏற்பட விலக மனமின்று விலகினர் இருவரும்.

“இப்போ சொல்லுங்க நான் சின்ன பொண்ணா..? இந்த வாழ்க்கையை என்னால ஏத்துக்க முடியாதா..? நீங்க இப்படி தள்ளி தள்ளி போறதுதாங்க என்னை ரொம்ப கஷ்டப்படுத்தி படிக்க விடாம பண்ணுது. ஒவ்வொரு நிமிஷமும் நீங்க ஏன் இப்படி பண்ணுறீங்கன்னு தெரியாம உங்களை பத்தி தாங்க யோசிச்சிக்கிட்டு இருக்கேன். ஒரு பொண்ணுக்கு எல்லாமே முக்கியம் தாங்க. இது தான் வேணும் இது வேண்டான்னு பிரிக்க முடியாது. ஏங்க நான் காலேஜ் போய் படிச்சா என்ன உங்களோட என் வாழக்கையை என்னால வாழ முடியும்..?” வேக மூச்சுடன் கேட்க, தன் கரங்களுக்குள் கொண்டு வந்து அணைத்தான்.

“சாரிடி பொண்டாட்டி. என் தப்புன்னு என்னேன்னு எனக்கு புரிய வச்சிட்டே. உன்னை நெருங்க முடியாம நான் எப்படியெல்லாம் கஷ்டபட்டேன் தெரியுமா..? நான் என்ன சன்னியாசியா சொல்லு. நானும் ஒரு ஆம்பளை தானே. பொண்டாட்டி, குழந்தை ஆசைகள் எல்லாம் எனக்கும் ரொம்ப இருக்குடி. ஐ லவ் யூ பொண்டாட்டி. தேங்க்ஸ்டி என் மனசை எனக்கு புரிய வைச்சி தெளிய வச்சதுக்கு...” கூறிக் கொண்டே தன் அணைப்பை மேலும் மேலும் இறுக்க, தான் ஏங்கிய தன்னவனின் அணைப்பு இன்று கிடைக்க அதில் நிம்மதியாக கரைந்தாள் பரணி.

“சரிங்க நான் சாப்பாட்டு எடுத்து வைக்கிறேன். வாங்க சாப்பிடலாம்...” என்றவளோ அவனிடமிருந்து விலக முயல,

அவளின் முயற்சியை தடுத்தவன், “சாப்பாடு வேண்டாம் எனக்கு நீ தான்டி வேணும்...” விழிகளில் நேசம் நிறைந்த மையலுடன் கூறியவனோ அவளை தன் கரங்களில் ஏந்தினான்.

“ஐயோ என்னங்க இது விடுங்க முதல. எனக்கு வேலை வேற ரொம்ப இருக்கு...” அவன் கரங்களிலிருந்து இறங்க முயன்று துள்ளிக் கொண்டு உரைக்க,

“அதெல்லாம் காலையில நானும் உன் கூட சேர்ந்தே பார்த்துக்கலாம்...” தன் அறையை நோக்கி நடந்தவாறு கண்ணடித்து கூற, அவன் நெஞ்சில் முகம் புதைத்தாள்.

தங்களின் அறைக்குள் நுழைந்து படுக்கையில் தன்னவளை படுக்கையின் கிடத்தியவன் கிறக்கத்துடன் அவளின் அருகில் நெருங்கினான்.

தன்னவன் செய்யப் போகும் செய்கை என்னவென்று அறிந்தவளோ அவனின் பார்வை வீச்சின் தாக்கத்தை தாங்க முடியாது விழி மூட

அவளின் விழியல் தன் முதலிரவுக்கான முதல் இதழ் முத்தத்தை பதித்-தான் ஜீவா.

அவன் மூச்சுக்காற்றின் வெப்பத்தை தாங்க முடியாது தவித்தவளோ முகம் சிவக்க திரும்ப முயன்றாள். அவள் செவ்விதழை தன் வசப்படுத்-தியவன் விட மனமில்லாமல் மீண்டும் மீண்டும் அதை நாட அவளின் கரங்களோ அவன் கேசத்துக்குள் கைவைத்து தன்னுடன் சேர்த்து இறுக்-கியது.

தன்னவளில் மேல் வைத்த தீராக் காதலுடன் ஒர்ருடலாய் கலந்து புது சங்கமத்தை தோற்றுவிக்க முயல, தன் பெண்மை என்னவென்று தனக்கே உணர்த்திய தன் மனம் கவர்ந்தவனுக்கு தன்னை முழுதாய் அர்பணித்து புதுயுகம் காண முயன்றாள் பரணிச்சந்திரா.

ஏங்கிய ஏக்கம் தீராத காதல் தன்னவளை முழுதாய் அறிய ஆவல் பிறக்க சற்று வேகமெடுக்க, அவனின் ஒவ்வொரு செயலுக்கு தன்னை அவளுக்கு சமர்பித்தவள் அவனுடன் ஒருடலாய் கலைந்தாள்.

கூடல் முடிந்து களைத்து போய் இருவரும் விலக, அவளை சுருட்டி அள்ளி தன் மேல் போட்டுக்கொண்டவன், கலைந்திருந்த அவன் கூந்-தலை விலக்கியவாறு, "சந்திரா...!"அழைக்க,

கணவனின் அழைப்பிற்கு அவன் நெஞ்சில் பதிந்திருந்த தன் முகத்தை உரசியவள் இன்னும் அவன் நெஞ்சில் வலியுடன் அழுத்தி முகத்தை புதைத்தாள்.

“சாரிடி ரொம்ப கஷ்டப்படுத்திட்டேன்னா...” அவளின் கலந்திருந்த கூந்தலை சரி செய்து கொண்டு கேட்க,

“ஹ்ம்ம் ஆமா ஆனா இந்த கஷ்டம் எனக்கு ரொம்ப சந்தோஷம் தான். நம்ம கல்யாணம் வாழ்க்கை இன்னைக்கு கொஞ்சம் முழுமைய-டைஞ்சிருச்சிங்க...” அவனின் வெற்று மார்பில் இதழ் பத்தி கூறினாள்.

“அதென்னடி கொஞ்சம்...”

“நமக்கு ஒரு பாப்பா பொறந்த முழு வாழ்க்கை நமக்கு கிடைச்சி-ரும்...” என்க,

“முயற்சி பண்ணலாம்மா மறுபடியும்...” கிறங்கிக் போய் கூற வெட்-கத்துடன் முகத்தை மறைத்தாள்.

தன் செய்த தவறு என்னவென்று தனக்கே உணர்த்திய தன் மனை-வியின் செயலை எண்ணி பெருமிதம் கொண்டவன் வண்ணமுகிலாய்

தன் வாழ்கைக்குள் நுழைந்தவளை இறுக்கி அணைத்தான்.

ஒரு வருடத்திற்கு பிறகு,

அன்று ஜீவாவின் வீடு பூக்களால் அலங்கரிப்பட்டு சற்று பரபரப்புடன் இருக்க, இன்னும் சிறிது நேரத்தில் பரணிக்கு ஏழாவது மாதம் வளை-காப்பு நடைபெற இருந்தது.

மகிழந்தி, நிறைமதிக்கு செய்தது போல் வெகு விமர்சையாக செய்-யாமல் அக்கம் பக்கத்தினர் மற்றும் குடும்பத்தில் இருப்பவர்கள் மட்டுமே கலந்தும் கொள்ளும் படி ஏற்பாடு செய்திருந்தனர். அதற்கு காரணம் இரட்டை குழைந்தையை சுமந்துக் கொண்டிருக்கும் பரணியின் மீது மற்-றவர்கள் கண் பட்டு விடக் கூடாது என்பதற்காகவே..!

“மதினி வளையல் தட்டு கொஞ்சம் கம்மியா இருக்கு. வந்தவங்-களுக்கு எல்லாம் கொடுக்கணும் உள்ளார இருக்கு எடுத்துட்டு வாங்-களேன்...” என கிரிஜா உரைக்க, சரி என்ற பரணியின் அன்னை அதனை எடுக்கச் சென்றார்.

“மகிழு இதை எல்லாம் கொஞ்சம் இந்த தட்டுல அடுக்கி வை...” என்று பழங்கள் நிறைந்த ஒரு பையினை கிரிஜா தர, அதனை வாங்கிக் கொண்டு செய்ய ஆரம்பித்தாள்.

அந்த வீட்டில் என்றும் போல் இப்போது கிரிஜா மட்டுமே பரபரப்பு-டன் சுற்றிக் கொண்டிருந்தார்.

“கிரிஜா..! கிரிஜா. சம்மந்தி வீட்டுக்காரங்க வந்திட்டாங்க சீக்கிரம் வா...” என வெளியே நின்று தன் மனைவியை வரதன் அழைக்க, அதனை கேட்ட கிரிஜாவோ வேகமாய் சமையலறை சென்று கரைத்து வைத்த ஆரத்தி தட்டினை எடுத்துக் கொண்டு வந்தார்.

காரிலிருந்து கார்த்திகேயன், நல்லசிவம், பாரிஜாதம், ரேவதி என அனைவரும் முதலில் இறங்க, அவர்களை தொடர்ந்து தன் மூன்று மாத கைக்குழைந்தையுடன் நிறைமதி இறங்கினாள்.

“வாங்க சம்மந்தி..! வாங்க...வாங்க..” என ஆதிநாதனும், வரதனும் வரவேற்க, நின்றிருந்த நிறைமதியின் விழிகளோ தன் கணவனை மட்-டுமே தேடியது.

அதே நேரம் ஆரத்தி தட்டுடன் வந்த கிரிஜா, “அம்மாடி மரும-களே..! எப்படிம்மா இருக்கே..? என் பட்டு செல்லம்...” நெஞ்சோடு சேர்ந்து மென்மையாய் அணைத்திருந்த தன் வீட்டு வாரிசினை கொஞ்-

சினார்..

“இப்படி வந்து நில்லும்மா. ஏங்க தமிழ் எங்கே..?” கணவனிடம் கேட்க,

“பின்னாடி சமையல் வேலையை பார்த்துக்கிட்டு இருப்பான். இரு கூப்பிடுறேன்...” என்றவரோ செல்லப் பார்க்க, அவரை தடுத்தார் ஆதி-நாதன்.

“முதல புள்ளையையும் எல்லாரையும் உள்ளே கூட்டிட்டு போகலாம்...” என்க, சரி என்ற கிரிஜா குழைந்தை பிறந்த பின் முதல் முறையாக புகுந்த வீட்டுக்கு வரும் தன் மருமகளை ஆரத்தி எடுத்து வரவேற்றார்.

“சரி வாங்க எல்லாரும் உள்ளே போகலாம்...” என்ற வரதன் அனைவரையும் அழைத்துக் கொண்டு உள்ளேச் செல்ல, அங்கே பரணியின் குடும்பத்தார் மட்டுமே இருந்தனர்.

அவர்களும் நலம் விசாரிக்க அனைவரும் அங்கே போடப்பட்டிருந்த இருக்கையில் அமர, “மன்னிச்சிருங்க சம்மந்தி மதி தான் பரணி வளைகாப்புக்கு வரனும் சொல்லி ஒத்த காலுல நின்னா அதான் இன்னைக்கே அவளையும், புள்ளையும் கையோட கூட்டிட்டு வந்துட்டோம். நீங்க அடுத்தவாரம் வர்றதா சொல்லிருந்தீங்க..?” நல்லசிவம் உரைக்க,

“அதுக்கென்ன சம்மந்தி இருக்கட்டும் ஒரே ஊர் தானே..?” தன்மையாய் வரதன் உரைத்தார்.

“அம்மாடி நிறைமதி உன்னோட ரூமுக்கு போம்மா. குழைந்தையை வச்சிட்டு இருக்க வேண்டாம் கண்ணு பட்டுறப் போகுது...” என கிரிஜா கூற, சரி என்றவாறு திரும்ப அதே நேரம் மகிழ்ந்தியின் ஏழு மாத மகனை விளையாட்டு காட்டியவாறு பின் வாசலில் இருந்து உள்ளே நுழைந்தான் தமிழன்பன்.

முற்றத்தில் இருந்த அனைவரையும் கண்டவன் விழிகளோ கடைசியில் தன் உதிரத்தை கரங்களில் சுமந்துக் கொண்டு இருக்கும் மனைவியின் மீது படிந்து சட்டென மீண்டது.

அந்த செயல் மதியின் மனதை வேதனைடைய வைக்க மற்றவர்கள் காணும் முன் மறைய. அவளின் கண்ணீர் துளிகளை முகம் காணமலே அறிந்துக் கொண்டான் தமிழன்பன்.

"வாங்க அத்தை..! வாங்க மாமா..!" லேசாக புன்னகை ஒன்றை உதிர்த்து வரவேற்க தந்தையை கண்டதும் தமிழின் கரங்களில் இருந்த குழைந்தை கார்த்தியின் கரங்களுக்கு மாறியது.

"நல்லாயிருக்கீங்களா மாப்பிள்ளை..?"

"நல்லாயிருக்கேன் மாமா..." என்றவன் மனமோ மனைவியை மட்டுமே நினைத்தது.

பரணிக்கு அவள் செய்த துரோகத்திற்கு தண்டனை என்ற பெயரில் அவளை விட அதிகம் தானே வேதனையடைவதை உணர்ந்தான். இருந்தும் இந்த ஒரு வருடங்கள் அவர்கள் இருவருக்கும் இடையில் பிரிவே நடந்துக் கொண்டிருந்தது.

அதன் பின் நேரம் செல்ல பரணியுடன் தன்னறையில் இருந்த ஜீவாவும் அவர்களுடன் சேர்ந்துக் கொள்ள, அக்கம் பக்கத்தினரும் நல்ல நேரம் வந்ததால் வர ஆரம்பித்தனர்.

அனைவரும் வருகை புரிந்ததால் வளைகாப்பு துவங்க ஆரம்பிக்க மகிழந்தி, நிறைமதி இருவரும் மெல்ல, குழைந்தை நடைபயில்வது போல் நடந்த பரணியை அழைத்துக் கொண்டு வந்தனர்.

அவளுக்காக போடப்பட்ட இருக்கையில் அமர வைக்க, ஜீவாவை அழைத்து பரணியின் அருகில் துணையாய் அமர்த்திக் கொண்டனர்.

பரணியின் கழுத்தில் அதிக கணம் இல்லாத லேசான மாலை ஒன்றை கிரிஜா போட்டுவிட ஆரம்பமானது. தாய்மையில் பூரிப்பில் பேரழகில் மஞ்சள் முகமாய் ஜொலித்த தன்னுயிரானவளின் அருகில் சந்தோஷமாக என்றும் தான் அவளின் புறம் என்பது அமர்ந்திருந்தான் ஜீவரஞ்சன்.

வீட்டிலிருந்தவர்கள் வந்தவர்கள் என்று அனைவரும் பரணிக்கு சந்தனம் பூசி வளையலிட்டு அவளையும், அவளின் வயிற்றில் வளரும் இரட்டை குழைந்தையும் ஆசிர்வதிக்க இன்முகத்துடன் அதனை ஏற்றுக் கொண்டாள் பரணி.

நிறைமதி, தமிழ் இருவரும் அங்கையே ஆனால் தனித்தனியாக நின்று கொண்டிருக்க, மகிழ்ந்தி, கார்த்தியோ அருகருகே தங்களின் மகனை கரங்களில் வைத்துக் கொண்டு நின்றனர்.

அதனை அந்த நொடியிலும் கண்ட பரணி ஜீவாவின் பின்னே தமிழ் நிற்பதை அறிந்து நிறைமதியை தன்னருகில் அழைத்துக் கொள்ள இப்-

போது இருவரும் பரணி, ஜீவா அருகில் ஒருவரின் ஒருவர் முகம் பார்த்-தவாறே நின்றனர்.

நிறைமதி விழிகளில் ஏக்கம் மட்டுமே இருக்க, தமிழோ அவளின் முகத்தை கூட காணாது வேறெங்கோ பார்த்தவாறு பேச்சு கொடுத்துக் கொண்டு இருந்தான். அதனை உணர்ந்த பரணி நிறைமதியின் கரங்-களை பற்றிக் கொண்டு மற்றவர்கள் அறியாது ஆறுதல் அளித்தாள்.

சீமந்த உணவு பரணியின் பெற்றோர், அவளின் பாட்டி, ஜீவாவின் பெற்றோர் அனைவரும் சிறிது அவளுக்கு ஊட்ட சந்தோஷமாக வாங்-கிக் கொண்டாள்.

நேரம் சென்று ஒரு வழியாக வளைகாப்பு விழா முடிய இரு கரங்-களில் கண்ணாடி வளையல்கள் நிறைந்து குலுங்க, அந்த நொடி தன் மனைவியை அப்படியே அள்ளி புதைத்துக் கொள்ள துடித்தான் ஜீவா.

வந்தவர்கள் செல்ல நிறைமதி குடும்பத்தாரும் செல்ல இப்போது பரணியின் குடும்பத்தாரும் அந்த வீட்டாரும் மட்டுமே இருந்தனர்.

மாலை நேரம் பரணியை தங்களின் வீட்டுக்கு அழைத்துச் செல்-லலாம் என்று அவளின் பெற்றோர் முடிவு செய்திருக்க, அதுவரை ஆளுக்கொரு வேலையை செய்துக் கொண்டிருந்தனர்.

இன்னும் நேரம் இருப்பதால் பரணி, மகிழ்ந்தி, நிறைமதி தங்களின் இரு பிள்ளைகளை வைத்து கீழே இருந்த அறையில் அமர்ந்து சிரித்து பேசிக் கொண்டிருக்க, மகிழ்ந்தியோ கார்த்திகேயன் அழைத்தால் மகனை தூக்கிக் கொண்டு வெளியேறினாள்.

இப்போது நிறைமதி, பரணி மட்டுமே இருக்க, “ரொம்ப அசைதியா இருக்கையே பரணி நான் ஜீஸ் கொண்டு வரட்டா...” கேட்டவாறே எழ,

“அதெல்லாம் ஒன்னும் வேண்டாம். நீ முதல உட்காரு மதி. தமிழ் அத்தான் உன் கிட்ட எதுவும் பேசுச்சா...” மென்மையாய் கேட்க, மதியோ மௌனம் சாதித்தாள்.

அதிலே தமிழ் இன்னும் அவளிடம் பேசவில்லை என்பதை அறிந்துக் கொண்ட பரணி, “கவலைப்படாதே மதி. ஆறு மாசம் கழிச்சி இன்-னைக்கு தானே வந்திருக்கே..? அத்தான் கண்டிப்பா பேசும். நான் சொல்லிட்டு போறேன் சரியா...” ஆறுதலாய் உரைக்க,

“வேண்டாம் பரணி. எனக்கு இந்த தண்டனை தேவை தான் தப்பு பண்ணினது நான் தானே..?”

“ஏய் லூசு மாதிரி பேசாதே..? இந்த ஒரு வருஷத்துல வயித்துல பிள்ளையை சுமந்துக்கிட்டு மனசுல வேதனையை வச்சிக்கிட்டு எப்படி கஷ்டப்பட்டிருப்பேன்னு ஒரு பொண்ணா இருந்து எனக்குத் தெரியும். கணவனோட அன்பு எந்த நேரத்துல தேவையோ அந்த நேரம் அது உனக்கு கிடைக்கல. நீ உங்க அம்மா வீட்டுக்கு போனதுக்கு அப்பறம் ஒரு நாள் கூட தமிழ் அத்தான் உன்னை வந்து பார்க்கல. பாப்பா பொறந்ததுக்கு பிறகு கூட ரெண்டோ மூணு தடவை அதுவும் ஹாஸ்பித்திரி வந்து பார்த்தது தான். அப்படி ஒன்னும் நீ தப்பு பண்ணலையே மதி. நீ தமிழ் அத்தான் மேல வச்ச நேசம் தான் அப்படி செய்ய வச்சிருக்கு. ஆமா உன்னை யாருடி லூசு மாதிரி அத்தான் கிட்ட சொல்ல சொன்னது...”

“என்னால முடியல பரணி. எப்போ நான் தப்பு பண்ணுனதை உணர்ந்தோன்னோ அப்போலிருந்து இன்பனை பார்க்கும் போதெல்லாம் உனக்கு செஞ்ச துரோகம் தான் கண் முன்னாடி வந்து நிக்கிது. அதான் உண்மையை சொன்னேன். என்னை தண்டிக்கிறதா நினைச்சி என்னை விட இப்போ இன்பன் தான் அதிகமா வேதனையை அனுபவிக்கிறாரு. இன்பன் என்னை பிரிச்சி வச்சது கூட எனக்கு வேதனையில்லை பரணி. ஆனா தன் மனசுக்குள்ள புழுங்கிட்டு இருக்கிற அவங்களுக்கு என்னால ஆறுதல இருக்க முடியலையே. என் காதல் உண்மையில்லை பரணி அதான் இப்போ தோத்து போய் நிக்கிது...” அழுகையுடன் நிறைமதி உரைக்க, அதே நேரம் அந்த அறையை தாண்டிச் சென்ற தமிழன்பன் செவியில் அது விழவே வீட்டினை விட்டே தனிமை தேடி வெளியேறினான்.

“ஏய் மதி அழாதே..! எல்லாம் சரியாகிடும் சரியா..?”

“அந்த நம்பிக்கையில தான் இப்போ நான் உயிரோட நடமாட்டு இருக்கேன்...” என்க,

“அம்மாடி பரணி...! பரணி...” என அழைத்தவாறு அந்த அறைக்குள் கிரிஜா நுழைய, வேகமாய் தன் விழிகளை துடைத்துக் கொண்டாள்.

“ரெண்டு மருமகளும் இங்கே தான் இருக்கீங்களா..? சரி வாம்மா பரணி மதினி, அண்ணன், அம்மா எல்லாரும் காத்துக்கிட்டு இருக்காங்க உங்க வீட்டுக்கு போக...” என்றவர் பரணியை கைத்தாங்கலாக எழ

வைத்து அழைத்துச் சென்றார்.

இனி தன் குழைந்தையோடு தான் இந்த வீட்டுக்குள் நுழைவோம் என்ற எண்ணம் உதிர்க்க விழிகளோ சந்தோஷமாக தன்னை வழி-யனுப்பி வைக்க நின்று கொண்டிருந்த ஜீவாவை கண்டது.

விழியசைவில் சென்று வருவதாக கூற அவனும் தலையசைத்து விடைகொடுத்தான். அதன் பின் தன் பெற்றோருடன் அனைவரிடமும் சொல்லிக் கொண்டு வீட்டினை விட்டு வெளியேறினாள் பரணிச்சந்திரா.

இரவு நேரம் தமிழன்பன் முதல் முறை தன் அறைக்குள்ளே தயக்-கத்துடன் செல்லவா வேண்டாமா என்ற நினைப்பில் நுழைய நிறைம-தியோ தன் மகளுக்கு பசியாற்றிக் கொண்டிருந்தாள்.

அதனை கண்டவனோ வெளியேற நினைத்தாலும் கால்கள் நகர மறுத்து அவனையும் மீறி உள்ளே நுழைந்தது. ஜன்னலருகில் சென்று மௌனமாய் வேடிக்கை பார்த்தவாறே அவளுக்கு முதுகு காட்டி நிற்க இருவரின் மனமும் இந்த ஒரு வருடங்களில் தாங்கள் பட்ட துயரத்தை மட்டுமே எண்ணியது.

நேரம் செல்ல மகளை படுக்கையில் மெல்ல படுக்க வைக்க அன்று ஏனோ பசியாற்றியும் புதுயிடம் என்பதால் உறங்க மறுத்து அழ ஆரம்-பிக்க, தன் மகளின் அழுகை சத்தம் கேட்டு பதறிக் கொண்டு வந்தான் தமிழ்.

“என்னாச்சு மதி எதுக்கு பாப்பா திடீருன்னு அழுகுற..? இங்கே பாருங்க செல்லம் அப்பாவை பாருங்க...! என்னடா குட்டிம்மா. என்-னம்மா...” மனைவியிடம் ஒரு வருடத்தின் பின் அவனையும் அறியமால் பேசிவிட்டு குழைந்தையை கொஞ்ச,

“பாப்பா மட்டும் தான் இப்போ அழுகுறாலா இன்பன்...” விழிகள் கலங்க கேட்டாள் நிறைமதி.

அவளுக்கு பதில் கூற முடியாமல் அமைதியாக அவனின் விழிகள் கலங்கி சிவக்க தன் மகளை கண்டவாறே இருந்தான். கணவனை இந்த நிலையில் முடியாத நிறைமதி எழுந்துச் செல்ல முயன்றாள்.

ஒரு அடி தான் எடுத்து வைத்திருப்பால் அதற்கு மேல் அவளால் முடியவில்லை. ஏன்னென்றால் தமிழின் அணைப்பில் இருக்க கணவனின் தொடுகைக்காக காத்திருந்தவளுக்கு அது கிடைக்கவே கதறி தன் வேதனையை அழுகையாய் வெளிக்கொட்டினாள்.

“என்னை மன்னிச்சிரு மதி..! பரணி கிட்ட நீ பேசும் போது தான் எனக்கு எல்லாம் புரிஞ்சது. அவளே மன்னிச்சி உன்னை ஏத்துக்கிட்டது அப்பறமும் நான் உனக்கு கொடுத்த தண்டனை என்னோட முட்டாள் தனம்ன்னு புரிஞ்சிக்கிட்டேன். சாரி மதி...” என்க, திரும்பி கணவனின் நெஞ்சில் சாய்ந்துக் கொண்டு தன் காதல் தனக்கு கிடைத்த நிம்மதியில் அழுது கரைந்தாள் நிறைமதி.

அதே நேரம் இங்கே தன் வீட்டில் தரையில் அமர்ந்து தூணில் சாய்வாக பரணி அமர்ந்திருக்க அவளின் சற்று வீக்கமடைந்த கால்களுக்கு ஒத்தடம் கொடுத்துக் கொண்டிருந்தார் அவளின் அன்னை ஆண்டாள்.

அருகில் கோதாவரி அப்பத்தா அமர்ந்திருக்க இருவரும் பேச்சுக் கொடுக்க பேசிக் கொண்டிருக்க, “அத்தை..! அப்பத்தா...!” என்றவாறு உள்ளே நுழைந்தான் ஜீவரஞ்சன்.

அவனை கண்டதும் வேகமாய் எழுந்தவர், “வாப்பா ஜீவா வா..! உட்காரு என்னங்க ஜீவா வந்திருக்கான். இருப்பா நான் குடிக்க தண்ணீ கொண்டு வரேன்...” என்று உள்ளே இருந்த கணவனிடம் குரல் கொடுத்துச் செல்ல,

அங்கிருந்த ஒரு சேரில் அமர்ந்தவனோ, “இல்ல வேண்டாம் அத்தை இருக்கட்டும் சந்திரா அவளோட மொபைல் வீட்டுல வச்சிட்டு போயிட்டா அதான் கொடுத்திட்டு போகலாம் வந்தேன். இந்தா சந்திரா...” என்றவாறு அவளின் அருகில் வந்துக் கொடுக்க, முறைத்தவாறு வாங்கிக்கொள்ள அவளின் முறைப்பிற்காக அர்த்தம் அவர்கள் இருவர் மட்டுமே அறிந்தது.

“அப்படியா சொல்லிருந்தா உங்க மாமா வந்து வாங்கிருப்பால சரி இருப்பா இருந்து சாப்பிட்டு போ சரியா...”

“சரிங்க அத்தை...” என்க, அதே நேரம் பரணியின் தந்தை வர அவரிடமும் சிறிது நேரம் பேச நேரம் சென்றது.

பரணியோ தன்னவனை கண்டவாறே உள்ளுக்குள் மகிழ்ச்சி பொங்க தன் தந்தை மற்றும் அப்பத்தா கேட்கும் கேள்விகள் பேச்சுகள் அனைத்திற்கும் தலையாட்டிக் கொண்டு அமர்ந்திருப்பதை கண்டாள்.

அனைவரும் ஒன்றாக இரவு உண்ண அமர பரணியோ வேண்டாமென மறுக்க அதட்டி மிரட்டி மனைவியை தானே உண்ண வைத்து அதன் பின்னே ஜீவா உண்ண ஆரம்பித்தான். அவனின் இந்த செய்கை

அங்கிருந்த மூவரின் மனதிலும் சந்தோஷ சாரலை அள்ளித் தெளித்தது.

“ஜீவா இன்னைக்கு இங்கே இருப்பா. இந்த ராத்திரில போக வேண்டாம் சரியா..?”

“ஏப்பா அவுங்க என்ன சின்ன பையனா பயப்பிட அதெல்லாம் போயிருவாங்க...” என்று பரணி உரைக்க, “சரி மாமா..! இங்கையே இருக்கேன்...” என வேகமாய் உரைத்தான் ஜீவா.

பரணியோ அனல்கக்கும் விழிகளுடன் கணவனைக் காண, “மாப்பிள்ளை இருக்கேன்னு சொல்லிச்சு உனக்கு என்னடி. மாப்பிள்ளை கூட்டிட்டு போய் தூங்கு நேரமாச்சுல...” பாரிஜாதம் உரைக்க, சரி என்றவளோ தன் கரங்களை பதித்து எழ வேகமாய் வந்து அவளுக்கு உதவினான்.

ஜீவாவை அழைத்துக் கொண்டு தன் அறைக்குச் செல்ல மனைவியின் அறைக்குள் நுழைந்ததும் படுக்கையில் பொத்தென விழுந்தான்.

ஏதோ போராடி வென்று இளைப்பாறுவது போல் அவனின் செய்கை இருக்க, “ஏங்க உங்களுக்கு வெக்கமே இல்லையா..? இப்படியா நான் வந்த முதல் நாளே வர்றது. நினைச்சேன் காலையில என் மொபைலை கேட்டும் போதே ஏதோ பிளான் பண்ணப் போறீங்கன்னு..? இங்கே வரதுக்கு தான் இப்போ தானே புரியுது...” திட்டிக் கொண்டே படுக்கையில் மெல்ல அமர்ந்தாள்.

“ஏய் இதுல என்னடி வெக்கம்..? அதெல்லாம் பார்த்த ஜீவா எப்பவோ எங்கையோ போயிட்டான். என் பொண்டாட்டி வீட்டுல இருக்க நான் ஏன் கூச்சப்படனும். என்னால நீ இல்லாம இருக்க முடியாது. இது எல்லாதைக்கும் தெரியும். உனக்கு தெரியும் எனக்கும் தெரியும். அப்பறம் என்னடி பொண்டாட்டி...”

“இருந்தாலும் நீங்க இங்கே இருக்கிறது எனக்கு ஒரு மாதிரியா இருக்கு. நான் நாளைக்கு அங்கே வரே..? நம்ம அங்கையே இருக்கலாம்...”

“முடியாது நான் இனிமே இங்கே தான் இருக்கப் போறேன்...” தன் மனைவியை தோளோடு அணைத்துக் கொண்டு உரைக்க, அவன் தனக்காகவே இவ்வாறு செய்கிறான் என்பதை நன்கு அறிந்துக் கொண்டாள்.

“ஏங்க இப்போ நான் எவ்வளோ சந்தோஷமா இருக்கேன் தெரி-யுமா..?”

“அதைவிட நான் பலமடங்கு சந்தோஷம் இருக்கேன் சந்திரா. தேங்க்ஸ்டி...” என்று அவளின் இரு கண்ணங்களை பற்றி நெற்றியில் இதழ் பதித்து கூறினான்.

தலையனையில் சற்று சாய்ந்து அமர்ந்து கணவனின் நெஞ்சில் சாய்ந்தவள், “ஏங்க மதியோட லவ் கிரேட்ல...” நிறைமதியை நினைத்-துக் கொண்டு உரைக்க,

“ஏன் அப்படி சொல்லுற..?”

“இன்னைக்கு அவ என்கிட்டே பேசுனா. அப்போ தான் புரிஞ்சது அவளோட காதல் எவ்வளோ அழமானது. அவளோட கஷ்டம் வேதனையை விட தமிழ் அத்தான் கவலை தான் அவளை அதிகமா வாட்டுதாம்...” என்றவளோ மதியை பற்றி பெருமையாகவும், சற்று கவலையுடனும் கூறிக் கொண்டிருந்தாள்.

தன் வாழ்க்கையில் நடப்பது கண் முன் காண்பது பேசுவது இப்படி அனைத்தையும் இரவு ஜீவாவிடம் பேசுவதை இந்த ஒரு வருடமாக வழக்கமாக கொண்டிருந்தாள் பரணி. அது அவனின் விருப்பம் என்பது அவள் அறிந்த ஒன்று.

“அப்போ நம்மல பத்தி என்ன நினைக்கிறே சந்திரா..?”

“நீங்க எனக்கு கிடைச்ச வரம்ங்க. என்னைக்கும் நான் உங்களை இழக்கத் தயாரா இல்ல எனக்குள்ள எப்படி உங்க மேல காதல் வந்த-துன்னு தெரியாது. ஆனா நான் ஒரே ஒரு விஷயத்தை மட்டும் என்-னைக்கும் நம்புறேன். அது நீங்க எப்பவும் என்கூடவே எனக்காக இருப்-பீங்கன்னு...” கூறியவாறு கணவனின் நெஞ்சில் தன் முகத்தை பதிக்க,

அவனின் கரங்களோ மனைவியின் மேடிட்ட வயிற்றில் இதமாய் பதிந்து அவளை தன் தோளோடு அணைத்துக் கொண்டது.

“சந்திரா நான் உனக்கு சத்தியம் பண்ணுறேன். எப்பவும் எந்த நொடியும் எனக்கு எல்லாரையும் விட ஏன் நமக்கு பிறக்கப் போற குழைந்தைகள் விட நீ தான் முக்கியம். இந்த சத்தியத்தை நான் என்-னைக்கும் மறக்க் மாட்டேன்...” என்க,

மகிழ்ச்சி பெருக்கில் தத்தளித்தவள் மனமோ வரமாய் தனக்கு ஜீவாவை கணவனாக கொடுத்ததிற்கு அந்த கடவுளிடம் நன்றி கூறி

இதமாய் தன்னை தாங்குபவனிடம் தன் வாழ்நாட்களை கொடுத்து சரணடைந்தாள் பரணிச்சந்திரா.

காதல் எந்த எல்லைக்கும் செல்லும் ஏன் சுயநலமாக கூட யோசிக்கும் வைக்கும் என்பதை மதி உணர்த்த, அன்பினை பாரமின்றி காட்டினால் மட்டுமே வாழ்க்கை சிறக்கும் என்பதை தமிழன்பன் உணர்த்தினான்.

புரிதல் என்ற ஒன்றே என்றும் காதலுக்கு நிரந்திரம் என்பதை ஜீவா உணர்த்த, ஒருவரின் மீது தான் வைத்திருக்கும் நம்பிக்கையே அனைத்திற்கும் முக்கியம் என்பதை பரணி உணர்த்தினாள்.

இவர்கள் நால்வரின் தங்களின் துணையுடன் வைத்த நேசம் என்றும் வலுப்பெற்று இருக்க வேண்டுமென நினைத்து விடைபவெறுவோம்.

நன்றி..!

www.ingramcontent.com/pod-product-compliance
Lightning Source LLC
LaVergne TN
LVHW090230051026
849517LV00001B/250